ഗ്രീൻ ബുക്സ്

നിങ്ങൾക്ക് ഒരു കുടുംബഡോക്ടർ

ഡോ. പി.കെ. സുകുമാരൻ

സൈക്യാട്രിസ്റ്റ്, സാമൂഹികപ്രവർത്തകൻ.
തൃശൂർ ജില്ലയിലെ പെരിഞ്ഞനത്ത് ജനനം.
കേരളത്തിൽ ആരോഗ്യവകുപ്പിൽ 30 വർഷത്തെ സേവനം.
ഡെപ്യൂട്ടി ഡയറക്ടറായി വിരമിച്ചു. ഇപ്പോൾ തൃശ്ശൂരിൽ പ്രശാന്തി ക്ലിനിക്കിൽ കൺസൽട്ടന്റ് സൈക്യാട്രിസ്റ്റ്.
സാമൂഹികവും ആരോഗ്യപരവുമായ നിരവധി ഗ്രന്ഥങ്ങൾ പ്രസിദ്ധീകരിച്ചു. ഹിപ്നോസിസ്, ഹിപ്നോസിസ് സത്യവും മിഥ്യയും, വിഷാദോന്മാദ ജീവിതം - ബൈപോളാർ, തലവേദന - അപഗ്രഥനവും ചികിത്സയും, ആയുരാരോഗ്യസൗഖ്യം, സ്ത്രീകളുടെ മാനസിക പ്രശ്നങ്ങൾ എന്നീ പുസ്തകങ്ങൾ ഗ്രീൻ ബുക്സ് പ്രസിദ്ധീകരിച്ചു.

ആരോഗ്യം

നിങ്ങൾക്ക്
ഒരു കുടുംബഡോക്ടർ

ഡോ. പി.കെ. സുകുമാരൻ

ഗ്രീൻ ബുക്സ്

green books private limited
little road, ayyanthole, thrissur- 680 003
ph: 0487-2361038
website: www.greenbooksindia.com
e-mail: info@greenbooksindia.com

(malayalam)
ningalkku oru kutumba doctor
(health)
by
dr. p.k. sukumaran

first published december 2015

cover design : rajesh chalode

branches:
thrissur 0487-2422515
palakkad 0491-2546162
kannur 0497-2763038
Thiruvananthapuram 9846670899

isbn : 978-81-8423-467-1

GBPL/714/2015

എന്റെ പ്രിയ സഹോദരൻ
ശ്രീ പി.കെ. ശങ്കരനാരായണന്

ഉള്ളടക്കം

നിങ്ങൾക്ക്
ഒരു കുടുംബഡോക്ടർ

ഒന്ന്

ഡോക്ടർ - രോഗി ബന്ധം

Assumptions are the termites of relationships.

- Henry Winkler

ചരിത്രാതീതകാലംമുതൽ ജനനമരണംവരെ രോഗനിവാരണം മനുഷ്യന് പ്രശ്നമാണ്. രോഗം വരാതെ നോക്കണം. രോഗം വന്നുപെട്ടാൽ വേഗം ചികിത്സിക്കുകയും വേണം. രോഗശമനത്തിന് ഡോക്ടറെ സമീപിക്കേണ്ടി വരും. ചികിത്സയ്ക്കായി ഡോക്ടറെ സമീപിക്കുമ്പോൾ ഡോക്ടർ-രോഗി ബന്ധം വളരെ പ്രാധാന്യം അർഹിക്കുന്നുണ്ട്. രോഗിയും ഡോക്ടറും തമ്മിലുള്ള ഊഷ്മളബന്ധത്തിലാണ് ചികിത്സയുടെ കാതൽ നിലനിൽക്കുന്നത്. ആ പശ്ചാത്തലത്തിൽനിന്നാണ് രോഗത്തെക്കുറിച്ചുള്ള സുപ്രധാനവിവരങ്ങൾ ഡോക്ടർക്ക് ശേഖരിക്കുവാൻ കഴിയുന്നത്. രോഗനിർണ്ണയവും തുടർചികിത്സപരിപാടിയും ചികിത്സകൾ നടപ്പാക്കുന്നതും രോഗശമനം ഉണ്ടാകുന്നതും അതിൽനിന്നാണ്. നീണ്ടുനിൽക്കുന്ന രോഗമുള്ള രോഗിക്കും കുടുംബത്തിനും പിന്തുണ കൊടുക്കാൻ കഴിയുന്നതും അതിൽനിന്നാണ്.

തത്ത്വചിന്താപരവും സാമൂഹ്യവും സാഹിത്യപരവുമായ ചർച്ചകൾക്കും പഠനങ്ങൾക്കും ഡോക്ടർ രോഗിബന്ധം ഹിപ്പോക്രാറ്റിസിന്റെ കാലം മുതൽതന്നെ വിധേയമായിട്ടുണ്ട്. 8000 ത്തോളം ലേഖനങ്ങളും മോണോഗ്രാഫുകളും അദ്ധ്യായങ്ങളും ഗ്രന്ഥങ്ങളും ഈ ആധുനിക മെഡിക്കൽ സാഹിത്യത്തിൽ ഇടംപിടിച്ചിട്ടുണ്ട്. ശക്തവും ശാസ്ത്രീയവുമായ ഡോക്ടർ-രോഗി ബന്ധവും അതിലെ ശാസ്ത്രീയമായ അടിത്തറയും ഒരു നിധിയാണ്. രോഗനിവാരണ പരിപാടികളിൽ അതിനുള്ള സ്ഥാനം അദ്വിതീയമാണ്. ഡോക്ടർ-രോഗിബന്ധം ശാസ്ത്രീയമായി മനസ്സിലാക്കിയ ഡോക്ടർമാർ അവരുടെ രോഗികളുമായി ഫലപ്രദമായും ശാസ്ത്രീയമായും അവരുടെ ചികിത്സകളിൽ മെച്ചമുണ്ടാക്കിയതായി പഠനങ്ങൾ തെളിയിച്ചിട്ടുണ്ട്. ശരിയായ വിവരങ്ങൾ ശേഖരിക്കുന്നതിലും ഡോക്ടർ രോഗിബന്ധം തുടർന്നും നിലനിർത്തുന്നതിലും രോഗസംബന്ധമായ സുപ്രധാനമായ വിവരങ്ങൾ രോഗിയെ അറിയിക്കുന്നതിലും നല്ല

ഡോക്ടർ രോഗിബന്ധത്തിന് കഴിയും. ജാതി ശ്രേണീബന്ധങ്ങൾ നിലനിൽക്കുന്ന ഇന്ത്യൻ സംസ്കാരത്തിൽ ഡോക്ടർ രോഗിബന്ധവും അതുപോലെ ശ്രേണീബദ്ധമാകാൻ സാധ്യത കൂടുതലാണ്.

ഡോക്ടർ-രോഗിബന്ധം ഉദാത്തമായ സാമൂഹ്യബന്ധം

സാമൂഹ്യബന്ധങ്ങൾ മാനസികശാരീരികാരോഗ്യത്തെയും രോഗാതുരതയേയും രോഗം മൂലമുള്ള മരണസാധ്യതയേയും ബാധിക്കുമെന്ന് സാമൂഹ്യശാസ്ത്രജ്ഞർ നടത്തിയ പഠനങ്ങൾ തെളിയിക്കുന്നുണ്ട്. ഈ സാമൂഹ്യബന്ധങ്ങൾ കുട്ടിക്കാലം മുതൽ സ്വാധീനം ചെലുത്തുന്നുണ്ട്. അത് ആരോഗ്യത്തിലേക്കോ അനാരോഗ്യത്തിലേക്കോ നയിക്കാം. ഡോക്ടർ-രോഗിബന്ധം ഉദാത്തമായ സാമൂഹ്യബന്ധമാണ്. നാം ഇവിടെനിന്ന് അമേരിക്കയിലേക്കോ ഇംഗ്ലണ്ടിലേക്കോ പോകുമ്പോൾ അവിടെയുള്ളവരുടെ പെരുമാറ്റവും സംസ്കാരവും ആചാരവുമെല്ലാം എപ്രകാരമായിരിക്കുമെന്ന ആകാംക്ഷ നമ്മിലുണ്ടാകുന്നത് സ്വാഭാവികമാണ്. രോഗി ആദ്യമായി ഡോക്ടറെ കാണാൻ വരുമ്പോൾ അത്തരമൊരു ആകാംക്ഷ ഉണ്ടാകാമെന്ന് സുപ്രസിദ്ധ സൈക്കിയാട്രിസ്റ്റായ തോമസ് സാസ്സ് പറയുന്നു. രോഗി വലിയ പ്രതീക്ഷയോടെയായിരിക്കും തന്റെ രോഗശമനത്തിന് ഡോക്ടറെ സമീപിക്കുന്നത്. ഡോക്ടർ അദ്ദേഹത്തിന്റെ പരിശീലനമനുസരിച്ച് രോഗിയെ ശരീരശാസ്ത്രപരമായും രോഗശാസ്ത്രപരമായും അപാകതകളുള്ള വ്യക്തിയായാണ് പ്രാഥമികമായും വീക്ഷിക്കുന്നത്. എന്നാൽ ആ വീക്ഷണം ശാസ്ത്രീയവും പൂർണ്ണവുമാകണമെങ്കിൽ ആ വ്യക്തിയുടെ കുടുംബവും ആ വ്യക്തിവരുന്ന സമൂഹവും സാമൂഹ്യസാമ്പത്തികസാഹചര്യവും കൂടി പരിഗണിക്കുമ്പോൾ മാത്രമെ സാധ്യമാവുകയുള്ളൂ. ഡോക്ടർ ശാസ്ത്രീയമായും ക്ലിനിക്കലായും രോഗിയെ സമീപിക്കുമ്പോൾ രോഗി വൈകാരികമായാണ് ഡോക്ടറെ സമീപിക്കുന്നത്. ആദ്യസമാഗമത്തിൽ രോഗിയുടെ മനസ്സ് ഉരുകിയ മെഴുകു പോലെയിരിക്കും. പരിചയസമ്പന്നനും അനുകമ്പാധനനുമായ ഭിഷഗ്വരന് ആ മെഴുകിനെ ശ്രദ്ധയോടെ നല്ല രീതിയിൽ രൂപപ്പെടുത്തി രോഗശമനാർത്ഥമുള്ള ഡോക്ടർ-രോഗിബന്ധം സ്ഥാപിച്ച് വേഗം മുന്നോട്ടുപോകുവാൻ കഴിയും. രോഗിയുടെ ഭാഗത്തുനിന്ന് ആ വൈകാരികത മാറ്റിവെച്ച് വസ്തുതകൾ ശരിയായി വിലയിരുത്തുവാനും ഉൾക്കൊള്ളുവാനും ശ്രമമുണ്ടാവുകയും വേണം.

മെഡിക്കൽ ധാർമ്മികതയുടെ കാതൽ ഡോക്ടർ-രോഗി ബന്ധമാണ്. രോഗചികിത്സയുടെ കേന്ദ്രവും ഡോക്ടർ രോഗി ബന്ധമാണെന്ന് പറഞ്ഞാൽ അതിലും അതിശയോക്തിയില്ല. സംസ്കാരത്തിന്റെ വികാസവും വ്യതിയാനവും അനുസരിച്ച് ഡോക്ടർ രോഗിബന്ധത്തിനും

വ്യതിയാനങ്ങൾ സംഭവിച്ചുകൊണ്ടിരിക്കുന്നുണ്ട്. കുറച്ച് ദശകങ്ങളായി ഈ ഉൽകൃഷ്ടബന്ധത്തിന് വ്യാപകമായ വ്യതിയാനങ്ങൾ സംഭവിച്ചു കൊണ്ടിരിക്കയാണ്. സമൂഹത്തിലും സാമൂഹികബന്ധങ്ങളിലെ മാറ്റത്തി നനുസരിച്ചും ഇവിടെയും മാറ്റങ്ങൾ വരുന്നു എന്നു പറയാം. മാത്രമല്ല രോഗചികിത്സ, ഗവേഷണം എന്നിവയിലും വമ്പിച്ച മാറ്റങ്ങളാണ് സംഭ വിച്ചു കൊണ്ടിരിക്കുന്നത്.

മെഡിക്കൽ ഇൻഷൂറൻസ് കമ്പനികളെ സംബന്ധിച്ചിടത്തോളം അവർ നടത്തുന്ന മാർക്കറ്റ് പഠനമാണ് അവരെ നയിക്കുന്നത്. അവിടെ രോഗിയുടെ തൃപ്തിയാണ് കമ്പനിയുടെ പ്രവർത്തനത്തിന്റെ അടി സ്ഥാനം. രോഗിയെന്ന ഉപഭോക്താവിനെ തൃപ്തിപ്പെടുത്തുവാൻ കമ്പ നികൾ ശ്രമിക്കുന്നു. ഇവിടെയും ഡോക്ടർ-രോഗിബന്ധം സുപ്രധാന മാണ്.

ഡോക്ടർ ചോദിച്ചറിയുന്ന വിവരങ്ങൾ

ഉന്നതനിലവാരമുള്ള വൈദ്യസേവനത്തിന് ഉദാത്തമായ ഡോക്ടർ-രോഗി ബന്ധം അനിവാര്യമാണുതാനും. വൈദ്യശാസ്ത്രരംഗത്തെ ധാർമ്മികതയ്ക്കും ഇതുതന്നെയാണ് മൂലക്കല്ല്. അതുകൊണ്ടാണ് മിക്ക വൈദ്യശാസ്ത്രയൂണിവേഴ്സിറ്റികളും ക്ലിനിക്കൽ പഠനം ആരംഭിക്കുന്ന തിനുമുമ്പേ ഡോക്ടർ-രോഗി ബന്ധത്തെക്കുറിച്ച് മെഡിക്കൽ വിദ്യാർത്ഥി കളിൽ അവഗാഹമുണ്ടാക്കുവാനുള്ള പഠനങ്ങൾ ആസൂത്രണം ചെയ്തു പോരുന്നത്. ഊഷ്മളമായ ഡോക്ടർ രോഗി ബന്ധം, രോഗിയുടെ അന്തസ്സ് ഉയർത്തിപ്പിടിക്കൽ, സ്വകാര്യത സംരക്ഷിക്കൽ എന്നിവ രോഗചികിത്സ യിൽ പരമപ്രധാനമാണ്.

രോഗിക്ക് ഡോക്ടറുടെ കഴിവിൽ വിശ്വാസം വേണം. അവർ തമ്മി ലുള്ള ബന്ധത്തിൽ ഊഷ്മളതയും വേണം. അത് അനിവാര്യമാണ്. ആ നിലപാടിൽനിന്നു മാത്രമെ രോഗി എല്ലാ കാര്യങ്ങളും തന്റെ ഡോക്ട റോട് തുറന്ന് പറയുവാൻ തയ്യാറാവുകയുള്ളൂ. എല്ലാ വിഭാഗം ഡോക്ടർ മാർക്കും ഇത് പരമപ്രധാനമാണെങ്കിലും മനോരോഗം, കുടുംബ ചികിത്സ എന്നീ വിഭാഗങ്ങൾക്ക് ഇത് വളരെ പ്രധാനമാണ്. എന്നാൽ പത്തോളജി, റേഡിയോളജി എന്നീ പരിശോധനകൾ മാത്രം ചെയ്യുന്ന വിഭാഗങ്ങൾക്ക് അത്രമാത്രം പ്രാധാന്യം ഉണ്ടാവുകയില്ല.

പരമ്പരാഗതമായി, പ്രത്യേകിച്ചും ഇന്ത്യയിൽ, ഒരു പിതാവ് അല്ലെ ങ്കിലൊരു സംരക്ഷകൻ എന്ന ഭാരിച്ച ഉത്തരവാദിത്വമാണ് വൈദ്യവൃ ത്തിക്ക് ഉണ്ടായിരുന്നത്. കഴിഞ്ഞ അമ്പത് വർഷത്തിനുള്ളിൽ കാര്യ മായ മനോഭാവ വ്യത്യാസങ്ങൾ ഈ രംഗത്ത് സംഭവിച്ചു കഴിഞ്ഞു.

ശാസ്ത്രസാങ്കേതികരംഗത്ത് സംഭവിച്ച അഭൂതപൂർവ്വമായ കുതിച്ചു ചാട്ടം രോഗനിർണ്ണയത്തെയും ചികിത്സയേയും വളരെയേറെ മുന്നോട്ട്

നയിച്ചു. അതോടൊപ്പം മനുഷ്യാവകാശം, ജനാധിപത്യം, വ്യക്തി സ്വാതന്ത്ര്യം, അറിയാനുള്ള അവകാശം, ഉപഭോക്തൃപ്രസ്ഥാനം എന്നിവയും ഡോക്ടർരോഗിബന്ധത്തിൽ വിപ്ളവകരമായ മാറ്റങ്ങൾ വരുത്തിക്കഴിഞ്ഞു.

ഓരോ രാജ്യത്തെയും ഡോക്ടർ രോഗിബന്ധത്തിന് അതതിന്റെ സാംസ്കാരികമായ മാനങ്ങളുണ്ട്. ആഗോളതലത്തിൽ നേതൃത്വത്തിൽ നിൽക്കുന്ന പടിഞ്ഞാറൻ അഥവാ ആധുനിക സംസ്കാരം മറ്റു എല്ലാത്തിനെയും ഒപ്പം കൂട്ടാൻ ശക്തമായി സ്വാധീനിക്കുന്നുണ്ട്. അല്ലെങ്കിൽ മറ്റു സംസ്കാരങ്ങൾ ശക്തിയായി മേധാവിത്വസംസ്കാരത്തെ അനുകരിക്കുന്നുണ്ട്. ഇത് ഡോക്ടർ രോഗിബന്ധത്തിലും നേരിട്ട് പ്രതിഫലിക്കുന്നുണ്ട്.

കഴിഞ്ഞ രണ്ട് ദശാബ്ദത്തിൽ സംഭവിച്ച ഡോക്ടർ രോഗി ബന്ധത്തിലെ മാറ്റങ്ങൾ വളരെ ദൂരവ്യാപക ഫലങ്ങൾ സൃഷ്ടിച്ചിട്ടുണ്ട്. രോഗിയുടെ താത്പര്യത്തിനനുസരിച്ച് ഡോക്ടർ പറയുന്നത് മുഴുവൻ ശിരസ്സാവഹിച്ച് കഴിയുന്ന രോഗികൾ ഇന്ന് കുറവാണ്.

പലപ്പോഴും ഏതാണ് ഏറ്റവും ഫലപ്രദം എന്ന കാര്യത്തിൽ സംശയം ഉണ്ടാകാം. ചികിത്സ വേണോ ഒഴിവാക്കണോ എന്ന കാര്യത്തിലും ഡോക്ടർ രോഗി തർക്കങ്ങൾ ഉദ്ഭവിക്കാം. ഇത്തരം സന്ദർഭങ്ങളിൽ ഇഷ്ടപ്പെടാത്ത ശാസ്ത്രീയ ചികിത്സ നിർദ്ദേശിക്കേണ്ടി വരുമ്പോൾ ബന്ധങ്ങളിൽ വിള്ളൽ വീഴാതിരിക്കാൻ ഡോക്ടർ പരമാവധി ശ്രദ്ധിക്കണം. അതോടൊപ്പം രോഗിയുടെ ക്ഷേമത്തിനായിരിക്കണം ഏറ്റവും മുന്തിയ പരിഗണന.

സത്യദീക്ഷയും വിവരം അറിയിച്ചുള്ള സമ്മതവും

സമൂഹം ഡോക്ടർക്ക് നൽകുന്ന വിശ്വാസത്തിനും സ്നേഹബഹുമാനത്തിനും പ്രതികരണമായി ദീനാനുകമ്പയും ആത്മാർത്ഥതയും വൈദ്യലോകം സമൂഹത്തിനു തിരിച്ചു നൽകാൻ ബാധ്യതയുണ്ട്. എല്ലാം അറിയുന്ന ഉയർന്നനിലയിൽ നിന്നിരുന്ന കഴിഞ്ഞ കാലത്തെ പതീകത്തിൽനിന്നും ഡോക്ടർമാരെ കൂടുതൽ യാഥാർത്ഥ്യബോധത്തോടെയാണ് സമൂഹം ഇന്ന് കാണുന്നത്. ഇവ രണ്ടും വ്യത്യസ്തമല്ല. ചികിത്സാ രോഗനിർണ്ണയ വിവരങ്ങൾ രോഗിയോട് അവതരിപ്പിക്കുന്ന രീതിയെ സംബന്ധിച്ച് കാലാകാലങ്ങളിൽ മാനദണ്ഡങ്ങൾ മാറി മാറി വന്നിട്ടുണ്ട്. അത് ശുഭോദർക്കവുമാണ്. ഇന്ന് ഡോക്ടർ രോഗി ചർച്ചകൾക്ക് പ്രാധാന്യം ഏറി വരുന്നു. രോഗവിവരങ്ങൾ കഴിയുന്നത്ര സ്വീകരിച്ച് സ്വയം തീരുമാനമെടുക്കാനത് രോഗിക്ക് പൂർണ്ണസ്വാതന്ത്ര്യം നൽകുന്നു. രോഗി തന്റെ രോഗത്തെപ്പറ്റി പൂർണ്ണമായും ബോധവാനാകണം.

രോഗികേന്ദ്രീകൃത, സ്വതന്ത്രമായ, സ്വന്തമായി തീരുമാനമെടുക്കാൻ കഴിയുന്ന ഒരു ചികിത്സാസംവിധാനമാണ് ഇന്ന് ആരോഗ്യസന്നദ്ധപ്രവർത്തകർ ആഹ്വാനം ചെയ്യുന്നത്.

ഊഷ്മളമായ ഡോക്ടർ-രോഗി ബന്ധം മൂലം വൈദ്യശാസ്ത്രത്തിന്റെ പോരായ്മകളെ അവഗണിക്കാൻപോലും രോഗി തയ്യാറാവുന്നു. ചികിത്സാബന്ധത്തിന്റെ കാതൽ ഈ ബന്ധമാണ്. അത് ജനാധിപത്യത്തിലും പരസ്പരബഹുമാനത്തിലും അടിയുറച്ചതാണ്. അതോടൊപ്പം രോഗിയുടെ എല്ലാ പോരായ്മകളും ഡോക്ടർ അതേപടി അംഗീകരിക്കുന്നു. ഉദാത്തമായ ആ ഡോക്ടർ രോഗിബന്ധത്തിൽ മറ്റുള്ളവരോട് പറയാൻ മടിക്കുന്ന പലതും രോഗി ഡോക്ടറോട് പറയാൻ തയ്യാറാവുന്നു. അത് സുന്ദരവും ഉദാത്തവുമാണ്. രോഗി ഒരു ഉപഭോക്താവാകുമ്പോൾ സ്വാഭാവികമായും അവിടെ ഉപഭോക്തൃനിയമവും നടപടികളും വരും. നിയമക്കുരുക്ക് ഡോക്ടറുടേയും രോഗിയുടേയും ഇടയിൽ വരുന്നത് ഡോക്ടർ-രോഗി ബന്ധത്തിന്റെ ഊഷ്മളതയിൽ സംശയങ്ങളുടെ മൂടൽ മഞ്ഞു പരത്തും.

പ്ലാസിബോയും ധാർമ്മികതയും

വളരെ ഫലമുള്ള മരുന്നാണെന്ന് വിശ്വസിപ്പിച്ച് നിർഗുണമായ വസ്തുക്കൾ (പ്ലാസിബൊ) നൽകുന്ന ചികിത്സയാണ് പ്ലാസിബൊ ചികിത്സ. പ്ലാസിബൊ കുത്തിവെപ്പുണ്ട്, ഗുളികകളുണ്ട്, മാത്രമല്ല ഓപ്പറേഷൻ വരെ ചെയ്യാറുണ്ട്. ധാർമ്മികമായി രോഗിയുടെ ഗുണത്തിനാണിത് ചെയ്യുന്നതെങ്കിലും ഇതിലൊരു 'പറ്റിക്കൽ' അഥവാ തട്ടിപ്പ് അടങ്ങിയിട്ടുണ്ട്. മാത്രമല്ല ഇതിനെതിരായ പ്രധാന വാദഗതി ഇതിൽ പരസ്പരബഹുമാനത്തിലടങ്ങിയ ശരിയായ വിവരം നൽകിയുള്ള ബന്ധത്തിന് എതിരാണെന്നുമുള്ളതാണ്. രോഗി പ്രതീക്ഷിക്കുന്ന ആ വിശ്വാസം ഇവിടെ ലംഘിക്കപ്പെടുന്നു.

രോഗക്കിടയ്ക്കക്കരികെയുള്ള പെരുമാറ്റം

ഡോക്ടറുടെ വാച്യഭാഷയ്ക്കപ്പുറം ശരീരഭാഷയും ഇവിടെ വളരെ ദൂരവ്യാപകമായ ഫലങ്ങൾ സൃഷ്ടിച്ചേക്കാം. ഡോക്ടറുടെ പെരുമാറ്റം രോഗിയിൽ ആശ്വാസവും വിശ്വാസവും വളർത്തുന്നതായിരിക്കണമെന്ന് ആവർത്തിക്കേണ്ടതില്ലല്ലോ. പലതും മറച്ചുവെക്കുന്നുവെന്ന് രോഗിക്ക് ഒരിക്കലും തോന്നരുത്. മോശം പെരുമാറ്റം രോഗിയിൽ അതൃപ്തിയും ഭയവും സംശയവും ഒറ്റപ്പെട്ടു എന്ന തോന്നലും അതിവേഗം വളർത്തും. രോഗാവസ്ഥയിൽ രോഗിയുടെ മനസ്സ് അതിലോലമാണ് എന്ന സത്യം നാം ഉൾക്കൊള്ളണം. ഉദാഹരണമായി അത്യാഹിത വിഭാഗത്തിൽ രോഗി

വരുമ്പോൾ ഡോക്ടർ ഇരുന്നുകൊണ്ട് വിവരങ്ങൾ ചോദിക്കുന്നത് ശരിയല്ല. ഇവിടെ വിവക്ഷിക്കപ്പെടുന്ന ഡോക്ടറുടെ ഗുണാത്മകമായ പെരുമാറ്റത്തിന് പെട്ടെന്ന് താളം തെറ്റാവുന്ന സന്ദർഭമാണ് രോഗാവസ്ഥ മോശമാണ് എന്ന സത്യം തുറന്ന് പറയേണ്ടിവരുമ്പോഴുള്ളത്. അവിടെ ഡോക്ടർ തന്റെ സംഭാഷണചാതുരിയും വ്യക്തിബന്ധ കഴിവുകളും പുറത്തെടുക്കേണ്ടി വരും.

ആ പഴയ ശപഥം

അരനൂറ്റാണ്ടിന് മുമ്പുവരെ ഹിപ്പോക്രാറ്റിക് ശപഥമായിരുന്നു മെഡിക്കൽ ധാർമ്മികതയുടെ അടിസ്ഥാനം. ഇവിടെ ഉയർന്ന പിതൃവ്യനെന്ന മേലങ്കി എടുത്തണിഞ്ഞുകൊണ്ട് ഡോക്ടർ രോഗിക്ക് എന്താണ് ഏറ്റവും നല്ലതെന്ന് തീരുമാനിച്ച് അത് ചെയ്യുന്നു. അന്ന് നിയമങ്ങൾ രോഗിയുടെ അവകാശങ്ങളെക്കുറിച്ച് നിശ്ശബ്ദമായിരുന്നു. കാലം മാറി. വികസിത ജനാധിപത്യരാജ്യങ്ങളിൽ ഡോക്ടർമാർക്കും ആസ്പത്രികൾക്കുമെതിരെ കേസുകൾ കുന്നു കൂടി. ഈ അരനൂറ്റാണ്ടിൽ സീമാതീതമായ പല മാറ്റങ്ങളും സംഭവിച്ചു. വ്യക്തിസ്വാതന്ത്ര്യത്തിന് പുതിയ മാനങ്ങൾ സമൂഹം രചിച്ചു തുടങ്ങി. അധികാരകേന്ദ്രങ്ങളോട് അവകാശങ്ങൾ ചോദിക്കുവാനും അത് നേടിയെടുക്കുവാനും വ്യക്തികളും സമൂഹവും തയ്യാറായി. അത് സർക്കാരിനും സ്ഥാപനങ്ങൾക്കുമെതിരെ അവകാശസംരക്ഷണപ്രസ്ഥാനങ്ങൾ നയിക്കുവാൻ പ്രചോദനമായി. രോഗിയുടെ അവകാശങ്ങൾ, സ്ത്രീകളുടെ അവകാശങ്ങൾ, ന്യൂനപക്ഷങ്ങളുടെ അവകാശങ്ങൾ, പാർശ്വവൽകൃതരുടെ അവകാശങ്ങൾ ഇവയ്ക്കെല്ലാം പരിഗണന അനിവാര്യമായിത്തീർന്നു.

ഇത് ഡോക്ടർ കേന്ദ്രീകൃതആരോഗ്യസേവനത്തിൽനിന്നും രോഗി കേന്ദ്രീകൃത ആരോഗ്യസേവനത്തിലേക്ക് പരിണമിച്ചു. ഇവിടെ സാങ്കേതികവിദ്യയിലെ വിപ്ലവം സാമൂഹ്യവിപ്ലവത്തിന് വഴിമരുന്നിടുകയായിരുന്നു. ഇന്റർനെറ്റിലൂടെ നിഷ്പ്രയാസം ആർക്കും എപ്പോഴും ലഭിക്കുന്ന അറിവ് രോഗികളെ ശാക്തീകരിച്ചുതുടങ്ങി. പല രോഗങ്ങളും തങ്ങൾക്കു തന്നെ കൈകാര്യം ചെയ്യാമെന്നു വന്നു. ഡോക്ടർ ആവശ്യത്തിന് സഹായം തേടുന്ന വിദഗ്ദ്ധൻ ആയി മാറി. വളരെ വികസിച്ചു വരുന്ന മെഡിക്കൽ വിജ്ഞാനവും ഈ മാറ്റം അനിവാര്യമാക്കുകയാണുണ്ടായത്. ഡോക്ടറുടെ സർവജ്ഞസംപൂജ്യതയിൽനിന്നുള്ള ഈ വ്യതിയാനം യുക്തിസഹമാണ്. ഇന്ന് അറിവ് പങ്കു വെക്കുന്നതിലൂടെയും ഒരുമിച്ചു തീരുമാനമെടുക്കുന്നതിലൂടെയും ആരോഗ്യകരമായ ഒരു ശാക്തിക സമതുലനാവസ്ഥ രോഗിയും ഡോക്ടറും തമ്മിലുണ്ട്. ഇവിടെ ഡോക്ടർക്ക് വൈദഗ്ദ്ധ്യവും വിജ്ഞാനവുമുണ്ട്. രോഗിയാണെങ്കിൽ അദ്ദേഹത്തിന് തിരഞ്ഞെടുക്കാനുള്ള അവകാശവുമുള്ള, ധാർമ്മികതയും നീതിയും ആവശ്യപ്പെടുന്ന ഒരു ഉപഭോക്താവായി മാറിയിരിക്കുന്നു.

രോഗിയെ ഉപഭോക്താവായോ കക്ഷിയെന്നോ വിളിക്കാം. ഡോക്ടറുടെ അറിവിന്റേയും വൈദഗ്ദ്ധ്യത്തിന്റേയും മാത്രം പരിഗണനയിൽ ചികിത്സാ തീരുമാനങ്ങളെടുത്തുകൂടാ. മെഡിക്കൽ സേവനത്തിന്റെ ഉപഭോക്താവെന്ന നിലയിൽ മൂല്യബോധവും തിരഞ്ഞെടുപ്പിനുള്ള അവകാശവുമാണ് കക്ഷിയുടെ തീരുമാനങ്ങളെ നയിക്കുന്നത്. ഉദാഹരണമായി രക്തം കുത്തിവെക്കുന്നത് ജീവൻ രക്ഷോപാധിയാണ്. എന്നാലത് രോഗിയുടെ മതവിശ്വാസത്തിന് എതിരാണെങ്കിലോ ? അതുപോലെ വെന്റിലേറ്ററിൽ ഇടാതെ ശരിയാകുമായിരുന്ന ശ്വാസകോശത്തകരാറിന് അത് വേണ്ട എന്ന് കക്ഷിക്ക് പറയാനുള്ള അവകാശം കക്ഷിയുടെ വ്യക്തിസ്വാതന്ത്ര്യത്തിന്റെ പ്രഖ്യാപനമാണ്. ഇവിടെ ജീവൻരക്ഷയ്ക്ക് അവശ്യമെന്ന് ഡോക്ടർ വിധിക്കുന്ന ചികിത്സ നിഷേധിക്കുവാനുള്ള കക്ഷിയുടെ സ്വാതന്ത്ര്യമാണ് പരമപ്രധാനം.

ഇവിടെ പല സങ്കീർണ്ണതകളും ഉദ്ഭവിക്കുന്നുണ്ട്. ഒരു ശതമാനം സാധ്യത മാത്രമുള്ള അവസരത്തിൽ വെന്റിലേറ്ററിൽ (ventilator) ദീർഘകാലത്തേക്ക് ഇടണമോ എന്നത് ഒരു ചോദ്യമാണ്. അമേരിക്കയിലെ ടെക്സാസ് സ്റ്റേറ്റിലെ നിയമമനുസരിച്ച് ബന്ധുക്കൾ ആവശ്യപ്പെട്ടാലും അത്രയും വളരെ കുറഞ്ഞ സാധ്യതയുള്ള ചികിത്സകൾ ചെയ്യരുതെന്നാണ് ചട്ടം. അവിടെ ഈ തീരുമാനം ഒരു കമ്മറ്റിക്ക് വിടുകയാണ് ചെയ്യുന്നത്. രോഗിയുടെ ബന്ധുക്കളുടെ ആവശ്യമല്ല പ്രധാനം. മറ്റു സ്റ്റേറ്റുകളിൽ ഇതിനു വിപരീതമായ നിയമങ്ങളും നയങ്ങളുമുണ്ട്.

പ്രതിരോധനയം

കോടതികേസുകളും നൂലാമാലകളും ഒഴിവാക്കാൻ ഡോക്ടർമാർ പ്രതിരോധനയം സ്വീകരിക്കേണ്ടിവരുന്നു. അത് പലപ്പോഴും രോഗനിർണ്ണയത്തിനും ചികിത്സയ്ക്കും നല്ലതല്ല. ശാസ്ത്രസാങ്കേതികമുന്നേറ്റത്തിനനുസൃതമായി രോഗനിർണ്ണയം സങ്കീർണ്ണവും ചെലവേറിയതുമായിട്ടുണ്ട്. ഇതും ഡോക്ടർ രോഗിബന്ധത്തിൽ പലപ്പോഴും വിള്ളൽ സൃഷ്ടിക്കാം.

സാമൂഹ്യശാസ്ത്രത്തിലെ ഗവേഷണങ്ങൾ ഡോക്ടർ രോഗി ആശയവിനിമയത്തിലെ പ്രശ്നങ്ങളെയും സാധ്യതകളെയും പഠിച്ച് വിലയിരുത്തിയിട്ടുണ്ട്. ആശയവിനിമയരംഗത്തെ വൈദഗ്ദ്ധ്യം വർദ്ധിപ്പിക്കുന്ന പരിപാടികളാണ് ഇന്ന് പ്രാഥമികമായും ഡോക്ടർമാരുടെ പരിശീലന പരിപാടികളിൽ ഉൾപ്പെടുത്തിക്കാണു ന്നത്. നമ്മുടെ സാമൂഹ്യഘടനാമതിലുകൾ ഫലപ്രദമായ ആശയവിനിമയത്തെ തടസ്സപ്പെടുത്തുന്നുണ്ട്. രോഗികൾ രോഗവിവരത്തിനുവേണ്ടി ദാഹിക്കുകയാണെന്ന് പല ഡോക്ടർമാരും അവരുടെ തിരക്കിന്നിടയിൽ മനസ്സിലാക്കുന്നതേയില്ല. മാത്രമല്ല, സ്ത്രീപുരുഷവ്യത്യാസം, വിദ്യാഭ്യാസം, സാമൂഹ്യശ്രേണി, രോഗത്തിന്റെ ഭാവി ഇതൊന്നും ഡോക്ടറെ മുൻവിധിയിലേക്ക് നയിക്കരുത്.

ചികിത്സയിൽ രോഗിക്കുള്ള തൃപ്തി, നിർദ്ദേശം നടപ്പിലാക്കൽ എന്നിവ ഡോക്ടറുടെ ശാരീരികഭാഷയനുസരിച്ച് വ്യത്യാസം വരാം. രോഗത്തിന്റെ വേദനയും കഷ്ടപ്പാടുമായി വരുന്ന രോഗിയുടെയും ബന്ധുക്കളുടെയും മനോനില വളരെ ലോലമാണ്. ആ അവസരത്തിൽ നല്ല ഡോക്ടർ-രോഗി ബന്ധം സ്ഥാപിച്ചെടുക്കുവാൻ പരിചയസമ്പന്നനായ ഒരു ഡോക്ടർക്ക് എളുപ്പം കഴിയും. ആ അവസരം അമൂല്യമെന്ന് മനസ്സിലാക്കി രോഗിയുടെ ഭാഗത്ത് നിന്നും തുല്യമായ സമീപനം ആവശ്യമാണ്.

ഡോക്ടർ രോഗി ബന്ധത്തിലെ മറ്റു പ്രശ്നങ്ങൾ

ഡോക്ടറുടെ മേധാവിത്വം

രോഗിയുടെ രോഗാവസ്ഥ, ഡോക്ടറുടെ രോഗം ഭേദമാക്കാനുള്ള കഴിവ് എന്നിവ പരിഗണിച്ച് മേധാവിത്വം ഉദ്ഭവിക്കുന്നത് സ്വാഭാവികമാണ്. ഇവിടെ അറിവിലൂടെ രോഗിയെ ശാക്തീകരിക്കുകയും ചികിത്സയിൽ പങ്കാളിയെന്ന നിലയിൽ ഡോക്ടറും രോഗിയും സഹകരിക്കുകയുമാണ് വേണ്ടത്. ഒരു ചികിത്സ സ്വീകരിക്കണമോ വേണ്ടയോ എന്ന കാര്യത്തിൽ ഡോക്ടർ-രോഗി ബന്ധത്തിൽ പ്രശ്നമുണ്ടാകാം. ഇവിടെ ഡോക്ടർ മുൻകൈ എടുത്ത് രോഗിയുടെ ക്ഷേമത്തിന് പ്രാധാന്യം കൊടുത്തുള്ള ഒരു തീരുമാനം എടുക്കാൻ രോഗിയെ സഹായിക്കണം.

ഔപചാരികത

സ്വന്തം പേരുവിളിച്ച് സംബോധന ചെയ്യുന്നത് ഭൂരിഭാഗം രോഗികളും പ്രത്യേകിച്ച് 65 വയസ്സിന് താഴെയുള്ള രോഗികൾ ഇഷ്ടപ്പെടുന്നു. മറിച്ച് രോഗികൾ ഡോക്ടറെ അപ്രകാരം സംബോധന ചെയ്യാറില്ല. കൂടുതൽ പരിചയമായാൽ വളരെ സ്വകാര്യമായ കാര്യങ്ങൾ, ഉദാഹരണമായി ലൈംഗികകാര്യങ്ങൾ പറയുവാൻ രോഗികൾ മടിക്കും. അതായത് അടുപ്പത്തിലും പരസ്പരബഹുമാനത്തിന്റേതായ ഒരു അകലം ആവശ്യമാണ്. ലീവെടുക്കുകയോ മറ്റു അനിവാര്യമായ കാരണങ്ങളാലോ ഒരു ഡോക്ടർ മറ്റൊരു ഡോക്ടറെ ചികിത്സ ഏല്പിക്കുമ്പോൾ ചികിത്സാനിലവാരം കുറയുവാനും ഡോക്ടർരോഗിബന്ധം ഉലയുവാനും ഇടയുണ്ട്. അനിവാര്യമായ ഘട്ടങ്ങളിലൊഴികെ തുടർച്ചയായ ശ്രദ്ധയും പരിചരണവുമാണ് രോഗവിമുക്തിക്കാവശ്യം.

ഡോക്ടറോട് ഫോണിൽ സംസാരിക്കുമ്പോൾ

സാധാരണ ഔപചാരികത, വ്യക്തിത്വം വെളിപ്പെടുത്തൽ എന്നിവ ആദ്യംതന്നെ പറഞ്ഞിരിക്കണം. പരാതികൾ പറയുമ്പോൾ അതിശയോക്തി ഒഴിവാക്കണം, മരുന്നിനെപ്പറ്റി പറയുമ്പോൾ ഡോക്ടർ

എഴുതി തന്ന കുറിപ്പ് കൈയിലെടുക്കണം. അത് മനസ്സിലാകുന്നില്ലെങ്കിൽ ഗുളികയുടെ സ്ട്രിപ്പിൽ നോക്കാം. അതിലെ ചെറിയ അക്ഷരങ്ങൾ ലെൻസ് വെച്ച് നന്നായി വായിക്കാം. ഉദാ: പ്രൊപ്രാനോളോൾ, ആന്റി ബയോട്ടിക്, എന്നിവയെപ്പറ്റി സംശയം ചോദിക്കുന്നുവെന്നു വെക്കുക. അവയുടെ ഫലം, പാർശ്വഫലം എന്നിവയെപ്പറ്റി രോഗി പറയുന്നത് രോഗി യുടെ ആശയമായിരിക്കും. പിന്നീട് ഡോക്ടർ പറയുന്നത് ശ്രദ്ധിച്ചു കേട്ട് മറുപടി പറയണം.

രോഗലക്ഷണങ്ങൾ പറയുമ്പോൾ അതിശയോക്തി ഒഴിവാക്കണം. 99 ഡിഗ്രി മാത്രം പനിയുള്ളപ്പോൾ 'ഭയങ്കര പനികൊണ്ട് തീരെ സുഖ മില്ല' എന്നു പറയരുത്. കൃത്യമായ വിവരം കൊണ്ടാണ് കൃത്യമായ രോഗ നിർണ്ണയം ഉണ്ടാകുന്നത്. അതുകൊണ്ട് ഡോക്ടറെ വഴിതെറ്റിക്കരുത്. ചെയ്തുകൊണ്ടിരിക്കുന്ന ചികിത്സമൂലം കുറവുണ്ടെങ്കിൽ അത് പറയാ നുള്ള ഔദാര്യം കാണിക്കണം. അമിതാവേശത്തിൽ 'തീരെ കുറവില്ല ഡോക്ടർ' എന്നു പറഞ്ഞാൽ ഡോക്ടർ നല്ല ഫലം കിട്ടിക്കൊണ്ടിരുന്ന ചികിത്സയാകെ മാറ്റി അപകടസാധ്യതയും നിഷ്ഫലവുമായ ചികിത്സ യിലേക്ക് പോയെന്നുവരാം. കുട്ടികൾക്കും വേണ്ടപ്പെട്ടവർക്കും അസു ഖമായാൽ നാം സാധാരണ വേഗം ഉൽക്കണ്ഠാകുലരാകും. അപ്പോൾ പറയുതൊക്കെ തെറ്റും. അതുകൊണ്ട് മനസ്സാന്നിധ്യം കൈവിടരുത്. ലാബറട്ടറി ഫലങ്ങൾ പറയുമ്പോൾ ശ്രദ്ധാപൂർവ്വം കടലാസ് കൈയിൽ വെച്ച് വായിച്ച് പറയണം. തെറ്റിപ്പോകരുത്. അവ വിലപ്പെട്ട രേഖകളാണ്. വിവരങ്ങൾ പറയുമ്പോൾ ഒന്നും വിട്ടുകളയാതെ ചുരുക്കി വസ്തുതക ളെല്ലാം ഉൾക്കൊള്ളിച്ച് സംസാരിക്കണം.

സമയം നിശ്ചയിക്കലിന് ഫോൺ ചെയ്യുമ്പോൾ വിളിക്കുന്ന ആൾക്കു വേണ്ടിയുള്ള സമയമല്ല സാധാരണ രോഗികൾ/ബന്ധുക്കൾ ചോദിക്കു ന്നത്. ഇന്ന സമയം മുതൽ ഇന്ന സമയം വരെ ഡോക്ടർ ഉണ്ടാവുമോ എന്ന ചോദ്യമാണ് ഏതാണ്ടെല്ലാവരും ചോദിക്കുന്നത്. അതായത് ഡോക്ടറുടെ പരിശോധനസമയത്തിൽ ഏതാണ്ട് മുഴുവൻ അദ്ദേഹത്തിന് വേണമെന്ന മട്ടിലാണ് സംഭാഷണം ഉണ്ടാവുക. അപ്രകാരമെങ്കിൽ ചോദ്യത്തിന്റെ പ്രസക്തി തന്നെ ഇല്ല. പരിശോധനസമയം നോക്കിയാൽ മാത്രം മതിയല്ലൊ.

ഡോക്ടറോട് സംസാരിക്കുമ്പോൾ വേണ്ടപ്പെട്ട മറ്റുള്ളവർ ഉണ്ടാകു ന്നത് നല്ലതാണ്. ഉദാഹരണമായി കുട്ടിയെ കാണിക്കുമ്പോൾ മാതാപി താക്കൾ ഉണ്ടാവുക സ്വാഭാവികമാണ്. അത് മാനസികമായ പിന്തുണ കൊടുക്കും. പക്ഷേ, അവിടെയും സ്വകാര്യത നഷ്ടപ്പെട്ട് ലൈംഗികത തുടങ്ങിയ വിഷയങ്ങൾ പറയാതെ പോകുന്നു. അതുപോലെ ഭാര്യാ ഭർത്താക്കന്മാർ വരുമ്പോഴും രണ്ടുപേരും ഒരുമിച്ചും ഒറ്റയ്ക്കൊറ്റയ്ക്കും സംസാരിക്കുന്നത് നല്ലതാണ്.

ഡോക്ടർ രോഗവിവരം ചോദിക്കുന്ന വിധം

പരിചയസമ്പന്നരായ ഡോക്ടർമാർ ആദ്യമായി തിരിച്ചറിയുന്നതിനും അടുപ്പം സ്ഥാപിക്കുന്നതിനുമുള്ള ചോദ്യങ്ങളായിരിക്കും അതൊരു അത്യാഹിതരോഗമല്ലെങ്കിൽ, ചോദിക്കുക. കുടുംബചരിത്രവും ചുറ്റുപാടുകളെപ്പറ്റിയുള്ള അന്വേഷണവും ഡോക്ടർ രോഗിബന്ധം സ്ഥാപിക്കാൻ സഹായിക്കുന്നു. വൈവാഹികബന്ധം, ജോലി, മതവിശ്വാസം, ജീവിത സാഹചര്യം, മദ്യം, മയക്കുവസ്തു ഉപയോഗം, കഴിഞ്ഞകാല രോഗചരിത്രം, തുടങ്ങിയ ചോദ്യങ്ങളും ഡോക്ടർ ചോദിക്കും. പിന്നെയാണ് എന്താണ് നിങ്ങളുടെ രോഗം എന്ന് ചോദിക്കുന്നത്. ഇവിടെ എനിക്ക് ബ്രോങ്കൈറ്റിസ് ആണ് എന്ന് ഒരു രോഗി പറയാറില്ല. 'അപ്പോൾ രോഗവും തീരുമാനിച്ചല്ലോ" എന്നൊരു മറുചോദ്യത്തിന് അനാവശ്യമായ അവസരം നാം കൊടുക്കുന്നു. അതിന്റെ ആവശ്യമില്ലല്ലോ. രോഗിക്ക് അനുഭവപ്പെടുന്ന ആവലാതികളാണ് അവതരിപ്പിക്കപ്പെടുന്നത്. തുടർന്ന് അവ രോഗിയുടെ ഭാഷയിൽ തന്നെ ഡോക്ടർ എഴുതിയെടുക്കുന്നു. അതിൽ പ്രാധാന്യമുണ്ട്.

അടുത്ത അന്വേഷണം ഈ രോഗം എപ്രകാരം വന്നു എന്നുള്ളതാണ്. ഡോക്ടർ രോഗി പറയുന്നത് ശ്രദ്ധിച്ചുകേൾക്കാൻ സമയം കാണുന്നു. പലപ്പോഴും ഇതാണ് രോഗനിർണ്ണയത്തിൽ നിർണ്ണായകമാവുന്നത്. അപ്രകാരം കഴിക്കുന്ന മരുന്നുകൾ, അവയുടെ അലർജി, ജീവിതത്തിൽ സംഭവിച്ച കാര്യങ്ങൾ, കഴിഞ്ഞ രോഗങ്ങളുടെ ചരിത്രം, (അവയുടെ കേസ് റെക്കാർഡ് കിട്ടുന്നത് നല്ലതാണ്) കുട്ടിക്കാലത്തെ ചരിത്രം, വാക്സിനേഷൻ, ഏതെങ്കിലും ഓപ്പറേഷൻ ചെയ്യേണ്ടി വന്നിട്ടുണ്ടോ, മരുന്നുകൾ ശരിക്ക് കഴിക്കാറുണ്ടോ, മുടങ്ങാറുണ്ടോ, സ്വയം മരുന്നുകൾ കഴിക്കാറുണ്ടോ, മരുന്നിനോടുള്ള മനോഭാവമെന്താണ്, രോഗിയുടെ കുടുംബ ചരിത്രം, ജോലി, അത് പതിവായി ചെയ്യുന്നുണ്ടോ, വിദ്യാഭ്യാസം, സാമൂഹ്യബന്ധങ്ങൾ, വീട്, ചുറ്റുപാടുകൾ എന്നിവ ഉൾപ്പെടുന്നു. പരിശോധനയിൽ ഓരോ വിഭാഗമായി, ശ്വാസകോശം, ഹൃദയം, മസ്തിഷ്കം, അന്നനാളം, കരൾ, വൃക്ക, ചെവി, മൂക്ക്, തൊണ്ട, കണ്ണ് എന്നിങ്ങനെ എല്ലാം ഡോക്ടർ നോക്കുന്നു. പിന്നീട് ലാബറട്ടറി, എക്സ്റേ തുടങ്ങിയ പരിശോധനയിലൂടെ രോഗനിർണ്ണയത്തിനുള്ള വിവരങ്ങൾ ലഭ്യമാകുന്നു. ഈ വിവരങ്ങളെല്ലാം പൂർണ്ണസഹകരണത്തോടും താത്പര്യത്തോടും രോഗി ഡോക്ടറോട് പറയേണ്ടതുണ്ട്. അതിനെ അടിസ്ഥാനമാക്കിയാണല്ലോ ഡോക്ടർ ശരിയായ രോഗനിർണ്ണയത്തിലേക്ക് പ്രവേശിക്കുന്നത്.

ആരോഗ്യഅഭിപ്രായപഠനം

ആരോഗ്യരംഗത്തെപ്പറ്റിയുള്ള പൊതുജനങ്ങളുടെയും ഡോക്ടർമാരുടെയും അഭിപ്രായവും മനോഭാവവും ഒരു പഠനത്തിന് വിധേയമാക്കുകയുണ്ടായി. ഡോക്ടർമാരെപ്പറ്റിയുള്ള രോഗികളുടെ അഭിപ്രായങ്ങൾ

ഇപ്രകാരമായിരുന്നു. 70 ശതമാനം പേരും രോഗനിർണ്ണയത്തിൽ തൃപ്തരാണ് 30 ശതമാനം തൃപ്തരല്ല. ഡോക്ടറോട് ആവശ്യത്തിന് സംസാരിക്കുവാൻ കഴിയുന്നില്ല എന്ന് 68 ശതമാനവും അഭിപ്രായപ്പെടുന്നു. 32 ശതമാനം പേർക്ക് ഇക്കാര്യത്തിൽ പരാതിയില്ല. തുടർചികിത്സ മോശമാണെന്ന് 61 ശതമാനവും പരാതി പറയുന്നു. 29 ശതമാനം പേർക്ക് ഇക്കാര്യത്തിൽ പരാതിയില്ല. ഡോക്ടർ രോഗി ബന്ധം ഇനിയും മെച്ചപ്പെടുത്തണമെന്നും ആശയവിനിമയം കൂടുതൽ വേണമെന്നും 69 ശതമാനം പേരും പറയുന്നു. 31 ശതമാനം പേർ അതിൽ തൃപ്തി രേഖപ്പെടുത്തുന്നു. നല്ല ഡോക്ടർ-രോഗിബന്ധമാണ് രോഗശമനത്തിന് പ്രാഥമികമായി വേണ്ടതെന്ന കാര്യത്തിൽ ആർക്കും സംശയമില്ല.

പൊതുവായ കാര്യങ്ങൾ

ഈ കാര്യങ്ങൾ എല്ലാ രോഗങ്ങൾക്കും പൊതുവായുള്ളതാണ്. നിങ്ങളുടെ ഡോക്ടർ ചോദിക്കുന്ന ചോദ്യങ്ങൾക്കുള്ള മറുപടികളും പരിശോധനയും ലാബറട്ടറി എക്സ് റെ എന്നിവ ആവശ്യമെങ്കിൽ അവയുടെ ഫലവുമനുസരിച്ചാണ് പ്രാഥമികരോഗനിർണ്ണയം നടത്തുന്നത്. നിങ്ങൾക്ക് രോഗത്തെക്കുറിച്ച് പലതും അറിയാൻ ആകാംക്ഷയുണ്ടാകും. അവ മുൻകൂട്ടി അറിയേണ്ടത് ആവശ്യമാണ്. നിശ്ചയിച്ച സമയത്തിനുള്ളിൽ എല്ലാവിവരവും ചോദിച്ചറിയാൻ ഈ മുന്നൊരുക്കം ആവശ്യമാണ്. ഡോക്ടറുമായുള്ള നിങ്ങളുടെ കൂടിക്കാഴ്ചയ്ക്ക് നല്ല ഫലം കിട്ടുവാൻ ഈ മുന്നൊരുക്കം പ്രയോജനം ചെയ്യും. സാധാരണ ഡോക്ടറോട് ചോദിക്കുന്ന പൊതുവായ ചോദ്യങ്ങൾ ഇവയാണ്.

ഡോക്ടറോട് ചോദിക്കുന്ന പൊതുചോദ്യങ്ങൾ

ലബോറട്ടറി പരിശോധനകൾ, സ്കാനിങ്ങുകൾ

1. ഈ പരിശോധനകൾ എന്തിന് വേണ്ടിയുള്ളതാണ്?
2. എന്നാണ് ഇതിന്റെ ഫലം എനിക്കറിയാൻ കഴിയുന്നത്?
3. എപ്രകാരമാണ് ഈ പരിശോധനഫലം എനിക്ക് കിട്ടുന്നത്?
4. ഇതിന് ആരെ എപ്പോഴാണ് ബന്ധപ്പെടേണ്ടത്?

ചികിത്സ

- ഇപ്പോൾ ചെയ്യുന്ന ചികിത്സയെക്കാൾ മെച്ചമായ മാർഗ്ഗങ്ങൾ ലഭ്യമാണോ?
- അവയിൽ ഏതാണ് ഡോക്ടർ നിദ്ദേശിക്കുന്നത്?

- ഇവയ്ക്ക് പാർശ്വഫലങ്ങളോ മറ്റു അപായസാധ്യതകളോ ഉള്ളവയാണോ? എന്റെ അസുഖത്തിന് എത്ര കാലത്തെ ചികിത്സയാണ് ഡോക്ടർ നിർദ്ദേശിക്കുന്നത്?
- ഈ ചികിത്സ ഫലിക്കുന്നുണ്ടോ എന്ന് എപ്രകാരമാണ് എനിക്കറിയുവാൻ കഴിയുക?
- ഈ ചികിത്സ എത്രമാത്രം ഫലപ്രദമാണ്?
- ഒരു ചികിത്സയും എടുക്കാതിരുന്നാൽ എനിക്കെന്താണ് സംഭവിക്കുക?
- ഏതെങ്കിലും കാര്യങ്ങൾ ഞാൻ ഒഴിവാക്കുകയോ നിർത്തുകയോ ചെയ്യേണ്ടതുണ്ടോ?
- സ്വയം സഹായിക്കുവാൻ ഞാൻ എന്തെങ്കിലും ചെയ്യേണ്ടതുണ്ടോ?
- ഇനി അടുത്തതായി എന്റെ രോഗത്തിന് എന്താണ് സംഭവിക്കുക?
- ഇപ്പോൾ പോയതിന് ശേഷം ഞാൻ വീണ്ടും തിരിച്ചുവന്നു കാണേണ്ടതുണ്ടോ?
- എന്റെ രോഗം മോശമായാൽ ഞാൻ ആരെയാണ് കാണേണ്ടത്?
- എന്റെ രോഗത്തിന് ഏതു രോഗനിർണ്ണയമാണ് ഡോക്ടർ കരുതുന്നത്?
- ഇതുകൂടാതെ വേറെ ഏതെങ്കിലും രോഗത്തിന് സാധ്യതയുണ്ടോ?
- ഏതൊക്കെയാണ് ഈ രോഗത്തിന്റെ ദീർഘകാലദുഷ്ഫലങ്ങൾ?
- എന്താണ് എന്റെ രോഗത്തിന്റെ കാരണം?
- ഏതുതരം ചികിത്സയാണ് ഡോക്ടർ എനിക്ക് നിർദ്ദേശിക്കുന്നത്?
- ഇതിനേക്കാൾ മെച്ചമായ ചികിത്സ ലഭ്യമാണോ?
- ഡോക്ടർ നിർദ്ദേശിച്ച മരുന്നുകൾക്ക് പകരം വേറെ വില കുറഞ്ഞ ബ്രാന്റ് നാമത്തിലുള്ള മരുന്നുകൾ ലഭ്യമാണോ?
- ഏതുതരം പ്രതിരോധമാണ് ഞാൻ എടുക്കേണ്ടത്?
- എന്റെ കുടുംബം ഏതുതരം പ്രതിരോധമാണ് സ്വീകരിക്കേണ്ടത്?
- രോഗം മാറിയതിനുശേഷം പേശികളുടെയും മറ്റും ശരിയാകുവാൻ ഏതെങ്കിലും വ്യായാമപരിശീലനങ്ങൾ ചെയ്യേണ്ടതുണ്ടോ?
- ഈ രോഗത്തെപ്പറ്റി കൂടുതൽ അറിയുവാൻ ഡോക്ടർ ഏതെങ്കിലും ലഘുലേഖയോ പുസ്തകമോ തരുന്നുണ്ടോ?
- കൂടുതൽ അറിയുവാൻ ഏത് വെബ്സൈറ്റാണ് ഡോക്ടർ നിർദ്ദേശിക്കുന്നത്?
- ഏതെങ്കിലും ലഘുലേഖകളോ പുസ്തകമോ ഈ രോഗത്തെപ്പറ്റി ഉണ്ടോ?
- കൂടുതൽ വിവരങ്ങൾ ലഭിക്കുവാനായി ഞാൻ എവിടെയാണ് സമീപിക്കേണ്ടത്?

- ഈ രോഗത്തിന് പിന്തുണയും സഹായവും ലഭിക്കുവാനായി ഏതെങ്കിലും പിന്തുണക്കൂട്ടങ്ങൾ ഡോക്ടറുടെ അറിവിലുണ്ടോ?

ഇവ കൂടാതെ ആ സമയത്ത് വേറെ ഏതെങ്കിലും ചോദിക്കുവാൻ തോന്നുന്നുവെങ്കിൽ അതും ഡോക്ടറോട് ചോദിക്കാം.

ഈ ചോദ്യങ്ങളെല്ലാം എഴുതി ഡോക്ടറെ കാണുന്ന സമയത്ത് കൈയിൽ കരുതുന്നത് നന്നായിരിക്കും.

ഡോക്ടറെ കാണുന്നതിനു മുമ്പ്

ഡോക്ടറെ കാണുന്നതിനു മുമ്പായി ചില മുന്നൊരുക്കങ്ങൾ ആവശ്യമാണ്. നിങ്ങളുടെ സുപ്രധാന ചോദ്യങ്ങൾ എഴുതുക. നിങ്ങളുടെ ലക്ഷണങ്ങളെല്ലാം എഴുതണം. അവ എപ്രകാരം തുടങ്ങി, ഏതൊക്കെയാണവ കൂട്ടുന്നത്, ഏതൊക്കെയാണ് കുറയ്ക്കുന്നത്, ഇടയ്ക്ക് കൂടിയും കുറഞ്ഞും വരാറുണ്ടോ എന്നീ വിവരങ്ങളും എഴുതണം. ഡോക്ടറോട് സംസാരിക്കുമ്പോൾ മനസ്സിലാകുന്നില്ലെങ്കിൽ സഹായിയുടെയോ നഴ്സിന്റെയോ സഹായം തേടണം. കുടുംബാംഗമോ സുഹൃത്തോ കൂടെയുണ്ടാകുന്നത് നല്ലതാണ്. ഡോക്ടറോട് നിങ്ങൾക്ക് ചോദിക്കാനുള്ള ചോദ്യങ്ങൾ ഒരു കടലാസിൽ വൃത്തിയായി എഴുതി പോകുമ്പോൾ കൈയിൽ കരുതണം. അതുപോലെ വ്യക്തിപരമായ എല്ലാകാര്യങ്ങളും കഴിക്കുന്ന മരുന്നുകളുടെയും പ്രത്യേകഭക്ഷണങ്ങളുടെയും ടോണിക്കുകളുടെയും പട്ടികയും കൈയിൽ കരുതണം. നിങ്ങൾക്കുള്ള സമയം ക്ലിപ്തമായതിനാൽ ആ സമയത്തിനുള്ളിൽ എല്ലാം നന്നായി ചോദിച്ചറിയുവാൻ ഈ മുന്നൊരുക്കം സഹായിക്കും.

കൂടെ ഒരു ബന്ധുവോ സുഹൃത്തോ ഉണ്ടായിരിക്കുന്നത് നല്ലതാണ്. നിങ്ങൾ മറന്നുപോകാനിടയുള്ള ചോദ്യങ്ങൾ ചോദിക്കുവാൻ അദ്ദേഹത്തിന് കഴിഞ്ഞേക്കാം. അതുപോലെ നിങ്ങൾ വിട്ടുപോകാനിടയുള്ള ലക്ഷണങ്ങൾ പറയുവാനും അദ്ദേഹത്തിന് കഴിഞ്ഞേക്കാം. എല്ലാ രോഗങ്ങളിലും ചോദിക്കാവുന്ന പൊതുചോദ്യങ്ങൾ ഇവയാണ്.

ഡോക്ടറുമായി സംസാരിക്കുമ്പോൾ

മനസ്സിലാവാത്ത പദങ്ങൾ പ്രത്യേകിച്ച് സാങ്കേതികമായവ ഡോക്ടർ സംസാരിക്കുമ്പോൾ അതാവർത്തിക്കാനും വിശദീകരിക്കാനും ആവശ്യപ്പെടാം. അതിലൊട്ടും ഭയപ്പെടാനും സംശയിക്കാനും പാടില്ല. ചില വാക്കുകൾ എഴുതിയോ ചിലവ വരച്ചോ വിശദീകരിക്കുവാൻ ആവശ്യപ്പെടാം. ഡോക്ടർ പറയുന്നവ എഴുതിയെടുക്കാം. അല്ലെങ്കിൽ നിങ്ങളുടെ കൂടെയുള്ള കുടുംബാംഗത്തിനോ സുഹൃത്തിനോ അതു ചെയ്യാം.

ഡോക്ടറുടെ മുറിയിൽനിന്ന് പുറത്തുവരുന്നതിനു മുമ്പ്

ചോദിക്കേണ്ടവയെല്ലാം ചോദിച്ചോ എന്ന് ഉറപ്പുവരുത്തണം. എല്ലാം മനസ്സിലായോ എന്നുറപ്പ് വരുത്തണം. മനസ്സിലായില്ലെങ്കിൽ വീണ്ടും ചോദിക്കാം. ആവശ്യമുള്ളവ എല്ലാം എഴുതണം. എന്തെങ്കിലും അപ്രതീക്ഷിതമായത് സംഭവിക്കുകയോ സംശയങ്ങൾ തോന്നുകയോ ഉണ്ടായാൽ ആരെയാണ് ബന്ധപ്പെടേണ്ടതെന്ന് ചോദിച്ച് വിലാസവും ഫോൺ നമ്പറും എഴുതിയെടുക്കണം. ഈ രോഗത്തിന് പിന്തുണയും സഹായവും നൽകുന്ന സംഘടനകളെക്കുറിച്ചുള്ള വിവരങ്ങൾ എഴുതിയെടുക്കണം. നിങ്ങളുടെ വിവരങ്ങൾ എഴുതിയിട്ടുള്ള എഴുത്തുകളുടെ കോപ്പി ആവശ്യപ്പെടാം. നിങ്ങൾക്കതറിയാനും അത് ലഭിക്കാനുമുള്ള അവകാശമുണ്ട്.

മറക്കരുത്

ചോദിച്ചറിഞ്ഞതും ചർച്ച ചെയ്തതുമായ കാര്യങ്ങൾ എഴുതാൻ മറക്കരുത്. ഇനി സംഭവിക്കാനുള്ളതും എഴുതണം. ഇവയെല്ലാം രേഖയായി സൂക്ഷിച്ചുവെയ്ക്കണം. ഇനിയുള്ള പരിശോധനകളുടെയും ലബോറട്ടറി പരിശോധനകളുടെയും തിയതികൾ എഴുതിവെയ്ക്കണം. അവ ബുക്ക് ചെയ്തിട്ടുണ്ടെങ്കിൽ അവയുടെ തിയതികൾ ഡയറിയിൽ കുറിച്ചിടണം. ആസ്പത്രിയിലെത്താനുള്ള തിയതി ലഭിക്കാതിരുന്നാൽ എപ്രകാരം ലാബോറട്ടറിയിലെ ഫലങ്ങൾ ലഭിക്കുമെന്ന് ചോദിക്കാം. പ്രതീക്ഷിക്കുന്ന സമയത്ത് ലബോറട്ടറി ഫലങ്ങൾ കിട്ടാതിരുന്നാൽ അവ ചോദിക്കണം. ആ ഫലങ്ങളുടെ അർത്ഥമെന്തെന്ന് ചോദിച്ച് മനസ്സിലാക്കണം. ചില രോഗങ്ങളുടെ പരിശോധനകൾക്ക് മുമ്പായി ഭക്ഷണത്തിന് നിയന്ത്രണങ്ങളുണ്ട്. അപ്രകാരമാണെങ്കിൽ അത് ചോദിച്ച് മനസ്സിലാക്കിയിരിക്കണം. ഡോക്ടർ നിങ്ങളോട് ചോദിക്കാനിടയുള്ള ചോദ്യങ്ങൾക്ക് ഉത്തരം കൊടുക്കുവാൻ അവ മുൻകൂട്ടി മനസ്സിലാക്കിയിരിക്കണം. സംശയിക്കുന്ന രോഗത്തെപ്പറ്റി ഡോക്ടറെ കാണുന്നതിന് മുമ്പായി അറിഞ്ഞിരിക്കണം. ഡോക്ടർ ചോദിക്കാനിടയുള്ള പൊതുവായ ചോദ്യങ്ങൾ ഇവയാണ്.

എന്നാണ് നിങ്ങളുടെ ലക്ഷണങ്ങൾ ആരംഭിച്ചത്?

ഈ ലക്ഷണങ്ങൾ തുടർച്ചയായുള്ളതോ ഇടയ്ക്കുമാത്രം വരുന്നതോ ആയിരുന്നോ?

നിങ്ങളുടെ ലക്ഷണങ്ങൾക്ക് കാഠിന്യം എത്രത്തോളമുണ്ടായിരുന്നു?

ഏതെങ്കിലും കാര്യങ്ങൾ നിങ്ങളുടെ ലക്ഷണങ്ങൾ കൂട്ടുകയോ കുറയ്ക്കുകയോ ചെയ്തിരുന്നോ?

ഡോക്ടറെ കാണുന്നതിന് മുമ്പ് അതാവശ്യമുണ്ടോ അല്ലയോ എന്ന് തീരുമാനിക്കണം. നിങ്ങൾ കേവലം ഉൽക്കണ്ഠ കൊണ്ടു മാത്രമാണ് ഡോക്ടറെ കാണാൻ പോകുന്നതാണെങ്കിൽ ആ ഉൽക്കണ്ഠ

മാറ്റുകയാണ് ആദ്യം വേണ്ടത്. പല ചെറിയ രോഗങ്ങൾക്കും വീട്ടിലുള്ള ചെറിയ മരുന്നുകളും വിശ്രമവും ഭക്ഷണക്രമീകരണവും മതിയാകും. ഒന്നോ രണ്ടോ ദിവസങ്ങൾക്കുള്ളിൽ മാറാതിരിക്കുകയും ലക്ഷണങ്ങൾ കുറയാതിരിക്കുകയും പുതിയവ വരികയുമാണെങ്കിൽ ഡോക്ടറെ വേഗം കണ്ട് വിദഗ്ധ ചികിത്സ വേഗം തേടണം. ഡോക്ടർമാരെ ക്ലിനിക്കിലോ വീട്ടിലോ ആസ്പത്രിയിലോ ആയിരിക്കും കാണുക. അടിയന്തരശ്രദ്ധ ആവശ്യമുള്ള രോഗമോ അവസ്ഥയോ ആണെങ്കിലും ഡോക്ടറുടെ വീട്ടിലും ക്ലിനിക്കിലും പോകരുത്. അടിയന്തരശ്രദ്ധ ലഭ്യമാകുന്ന ആസ്പത്രികളിൽ പോകണം. അസമയത്തുള്ള പരിശോധനകൾക്കും അടിയന്തരശ്രദ്ധ ലഭ്യമാകുന്ന ആസ്പത്രികളിലാണ് പോകേണ്ടത്. അവിടെ എത്തുവാനുള്ള വഴികളും ആസ്പത്രിയുടെ ഫോണും വിവരങ്ങളും മുൻകൂട്ടി ടെലിഫോൺ പുസ്തകത്തിൽ എഴുതിവെച്ചിരിക്കണം. അടിയന്തരഘട്ടങ്ങളിൽ ആശയക്കുഴപ്പമുണ്ടാകുവാനും എന്തുചെയ്യണമെന്നറിയാതിരിക്കാനും ഇടവരരുത്.

ഡോക്ടറെ തിരഞ്ഞെടുക്കുന്നത് ഡോക്ടറെ ആവശ്യമില്ലാത്ത സമയത്താണ്. പറ്റിയ ഡോക്ടറെ തിരഞ്ഞെടുത്തതിനുശേഷം ആവശ്യമുള്ളപ്പോൾ കാണാം. പലരും തിരക്കുള്ള ഡോക്ടറെ തേടിപ്പോകും. അതിലൊരു കാര്യവുമില്ല. വൈദഗ്ധ്യവും പരിചയവും വേണ്ടുവോളമുള്ള തിരക്കില്ലാത്ത നിങ്ങളുടെ പരാതികൾ കേൾക്കാൻ തയ്യാറുള്ള ഡോക്ടറെയായിരിക്കണം തെരഞ്ഞെടുക്കേണ്ടത്. അതിനുശേഷം ആവശ്യമുള്ളപ്പോൾ കാണണം. സാധാരണ രോഗങ്ങൾക്ക് വ്യക്തിപരമായി പരിചയമുള്ള കുടുംബഡോക്ടറെ കാണുന്നതാണ് ഉചിതം. സ്പെഷലിസ്റ്റ് ഡോക്ടർമാരെ നേരിട്ട് കാണുന്നത് ഉചിതമല്ല. നാം സംശയിക്കുന്നതായിരിക്കില്ല ശരിക്കുള്ള രോഗം. അത് ശരിയായി നിർണ്ണയം നടത്തുന്നതിന് എല്ലാ സാധ്യതകളും പരിഗണിച്ചിരിക്കണം. ആദ്യം കൂടുതൽ വ്യാപകമായ സാധ്യതകളെ ഒഴിവാക്കി പിന്നീട് പ്രത്യേക വിഭാഗത്തിലേക്ക് രോഗനിർണ്ണയം വ്യാപിപ്പിച്ചാൽ മതി. അതിനെ ആദ്യം കുടുംബഡോക്ടറെ കണ്ടതിനുശേഷം ആവശ്യമെങ്കിൽ സ്പെഷലിസ്റ്റിനെ കാണുന്ന സമീപനമാണ് നല്ലത്.

ചികിത്സാസംവിധാനങ്ങൾ

The wish for healing has always been half of health.

- Lucius Annaeus Seneca

കേരളത്തിൽ പൊതുജനാരോഗ്യസംവിധാനം, സ്വകാര്യരംഗങ്ങൾ, എംപ്ലോയീസ് സ്റ്റേറ്റ് ഇൻഷൂറൻസ് സ്കീം (employees state insurance scheme), ഫാക്ടറികൾ, സ്ഥാപനങ്ങൾ എന്നിവയോടനുബന്ധിച്ചുള്ളവ എന്നിങ്ങനെ പല ചികിത്സാസംവിധാനങ്ങളുമുണ്ട്.

ഉത്തരവാദിത്വത്തോടെ രോഗിയോടും കുടുംബത്തോടും രോഗത്തെ സംബന്ധിച്ച എല്ലാ വിവരങ്ങളും അറിയിച്ച് രോഗിയുടെ ആരോഗ്യത്തിനും രോഗപ്രതിരോധത്തിനുംവേണ്ടി പ്രവർത്തിക്കുകയും അനാവശ്യമായ ചികിത്സാച്ചെലവുകൾ ഒഴിവാക്കുകയും ഏറ്റവും ഉയർന്ന സേവനം ഉറപ്പാക്കുകയും ചെയ്യുന്നതാണ് ഡോക്ടർമാർ ചെയ്യേണ്ട ആരോഗ്യകര മായ സേവനം.

ഈ നിലവാരം ഉള്ളയിടങ്ങളിലാണ് പോകേണ്ടത്. ആസ്പത്രികൾ, ക്ലിനിക്കുകൾ എന്നീ സ്വകാര്യരംഗവും സർക്കാർസംവിധാനവും കേരളത്തിൽ പൊതുവെ സ്തുത്യർഹമായ സേവനമാണ് കാഴ്ചവെച്ചു കൊണ്ടിരിക്കുന്നത്. ഒരുകാര്യം ഇവിടെ അടിവരയിട്ട് പറയാതെ വയ്യ മറ്റു സംസ്ഥാനങ്ങളെപ്പോലെ കേരളത്തിലും സ്പെഷലിസ്റ്റുകളും സൂപ്പർസ്പെഷലിസ്റ്റുകളും കൂടുതലും സ്വകാര്യരംഗത്താണ്. ഏറ്റവും നൂതന മെഡിക്കൽ സാങ്കേതികശാസ്ത്രം പ്രയോഗത്തിലുള്ളതും സ്വകാര്യരംഗത്ത് തന്നെ. ചികിത്സാരംഗത്തെ സ്വകാര്യവൽക്കരണം ഉയർന്ന നിലവാരമുള്ള സേവനം ഉറപ്പാക്കുന്നുണ്ട് എന്നത് സത്യമാണ്. ചെലവ് താങ്ങുവാൻ ഇൻഷൂറൻസ് സഹായിക്കും. പക്ഷേ, അവിടെയും ചതിക്കുഴികളുണ്ട് എന്നോർക്കണം.

കോർപ്പറേറ്റ് ആസ്പത്രികളും സേവനശൃംഖലകളും

വലിയ സ്വകാര്യആസ്പത്രികളും ശൃംഖലകളും കോട്ടയം, എറണാ കുളം, തൃശ്ശൂർ, തിരുവനന്തപുരം, കോഴിക്കോട് എന്നിവിടങ്ങളിൽ സ്തുത്യർഹമാംവിധം സേവനം ചെയ്തുപോരുന്നുണ്ട്. മറ്റു രംഗ ങ്ങളിലെ പോലെ ആരോഗ്യരംഗത്തും ആരോഗ്യകരമായ, മത്സരാധി ഷ്ഠിതമായ, സാമൂഹ്യനിയന്ത്രണമാണ് സർക്കാർ ലൈസൻസ് രാജിനേ ക്കാൾ കൂടുതൽ അഭികാമ്യം. ഭാവിയിലെ ആരോഗ്യസേവനരംഗം ഇവയുടെ സജീവസാന്നിധ്യംകൊണ്ട് ശോഭനമായിരിക്കും. കേരളത്തിന് ഇപ്രകാരം മെഡിക്കൽ ടൂറിസം രംഗത്ത് വൻവികസനസാധ്യതകളുണ്ട്. ഇതോടൊപ്പം മെഡിക്കൽ ഇൻഷൂറൻസും ജനോന്മുഖമായി പ്രവർത്തി ച്ചാൽ അത് ആരോഗ്യസേവനരംഗത്ത് വലിയ കുതിച്ചുചാട്ടംതന്നെ സൃഷ്ടിക്കും. എന്നാൽ ചെറിയ ക്ലിനിക്കുകൾക്കും പൊതുജനാരോഗ്യ രംഗത്ത് അതുല്യമായ സേവനം കാഴ്ചവെക്കാനാകും. ചെറിയ ഒന്നോ രണ്ടോ ഡോക്ടർമാർ നടത്തുന്ന ക്ലിനിക്കുകൾക്ക് പ്രതീക്ഷയ്ക്കപ്പുറം സേവനം നൽകാൻ കഴിയുമെന്ന് അനുഭവങ്ങൾ തെളിയിക്കുന്നു. സർക്കാർ കോടികൾ മുടക്കി നടത്തുന്ന ഒരു ചികിത്സാസംവിധാനത്തേ ക്കാൾ മിക്കപ്പോഴും ഒറ്റയ്ക്ക് ഒരു ഡോക്ടർ ഏതാനും ലക്ഷം മാത്രം മുടക്കി നടത്തുന്ന ക്ലിനിക്കുകൾ പണം മുടക്കുന്നതിന് വളരെ കൂടുതൽ

മൂല്യം തരുന്നതായി കാണുന്നുണ്ട്. മെഡിക്കൽ സേവനരംഗത്തെ മത്സരക്ഷമമായ സ്വകാര്യസംരംഭങ്ങൾ തീർച്ചയായും കൂടുതൽ പ്രോത്സാഹനം അർഹിക്കുന്നുണ്ട്.

മെഡിക്കൽ ക്യാമ്പുകൾ

ഇന്ന് മെഡിക്കൽക്യാമ്പുകൾക്ക് പ്രസക്തി അധികമില്ല. വൈദ്യസേവനം ലഭ്യമല്ലാത്ത ഗ്രാമപ്രദേശങ്ങളിലായിരുന്നു മെഡിക്കൽ ക്യാമ്പുകളുടെ പ്രസക്തി. അധികവും സന്നദ്ധസംഘടനകളാണ് ഇവ സംഘടിപ്പിച്ചിരുന്നത്. വൈദ്യസഹായം ബുദ്ധിമുട്ടില്ലാതെ കിട്ടിത്തുടങ്ങിയതോടെ ഇവയുടെ സാംഗത്യം ഇല്ലാതായി വരികയാണ്. സ്ഥിരമായ സംവിധാനങ്ങളുടെ പര്യാപ്തതത തൃപ്തികരമാകുന്നതിന്റെ സൂചനയാകാമത്. ക്യാമ്പുകൾ പൊതുവെ നാലു തരമാണ്.

പരിശോധനാ ക്യാമ്പുകൾ

ഇതിൽ ജനറൽക്യാമ്പുകളും സ്പെഷലിസ്റ്റ്ക്യാമ്പുകളുമുണ്ട്.

1. പരിശോധനയും മരുന്നു കൊടുക്കലും ഉള്ള ക്യാമ്പുകൾ
2. പരിശോധനയും മരുന്നു കൊടുക്കലും ലാബ് ടെസ്റ്റും ഉള്ളവ
3. പരിശോധനയും മരുന്നു കൊടുക്കലും ലാബ് ടെസ്റ്റും ഓപ്പറേഷനും നടത്തുന്നവ

മെഡിക്കൽ ക്യാമ്പുകളുടെ പ്രധാന ദോഷങ്ങൾ

ഈ ക്യാമ്പുകളിൽ തുടർചികിത്സ കിട്ടുന്നില്ല. അതിനുള്ള സംവിധാനവും ഉണ്ടാവില്ല. രോഗം മോശമാവുക, മരുന്നുകളുടെ പാർശ്വഫലം എന്നിവയുണ്ടായാൽ അതിനെ നേരിടാൻ ഉത്തരവാദപ്പെട്ട സംവിധാനമില്ല. മരുന്നുകൾ പലപ്പോഴും നിലവാരം കുറഞ്ഞ ഫ്രീ സാമ്പിളുകളായിരിക്കും. ശരിയായി രോഗികളെ പരിശോധിക്കാനും രോഗത്തെയും ചികിത്സയേയും പറ്റി ശരിക്ക് പറഞ്ഞുകൊടുക്കാനും സമയ പരിമിതികളുണ്ട്.

ഓപ്പറേഷൻ ക്യാമ്പുകൾ

ഓപ്പറേഷൻ ക്യാമ്പുകളിൽ അധികവും തിമിരശസ്ത്രക്രിയയാണ് നടന്നുവരുന്നത്. അവിടത്തെ താത്ക്കാലിക തിയറ്ററുകളിൽ ഉപകരണങ്ങളും മറ്റും ശരിയായി ഓട്ടോക്ളേവ് (autoclave - ഉപകരണങ്ങൾ രോഗാണുമുക്തമാക്കുന്ന പ്രക്രിയ) ചെയ്യാനും ഫ്യൂമിഗേഷൻ (fumigation

- ഓപ്പറേഷൻ മുറി രോഗാണുമുക്തമാക്കുന്ന പ്രക്രിയ ചെയ്ത് അണുമുക്തമാക്കാനും ഉയർന്ന മാനദണ്ഡമുള്ള സംവിധാനമില്ലാത്തതിനാൽ പലപ്പോഴും ശസ്ത്രക്രിയയ്ക്കുശേഷം രോഗാണുബാധയും പഴുപ്പും വരാം. മാത്രമല്ല താത്ക്കാലിക വാർഡുകളുടെ അപര്യാപ്തത മൂലം ഓപ്പറേഷനു ശേഷമുള്ള അണുബാധയും മറ്റു വരാഴികകളും കൂടാം. എന്നാൽ റോട്ടറി, ലയൺസ്, ജൂനിയർ ചേംബർ, ഫ്രീ മേസൺസ് എന്നീ ഉയർന്ന മാനദണ്ഡങ്ങളുള്ള സേവന സംഘടനകൾ നടത്തുന്ന ക്യാമ്പുകൾ ഉന്നതനിലവാരം പുലർത്തി പോരുന്നുണ്ട്. സംഭാവന പിരിച്ച് നടത്തുന്ന ധാരാളം ക്യാമ്പുകളുണ്ട്. അവരുടെ ആദ്യശ്രദ്ധ സംഭാവനയിലാണ്. ആസ്പത്രികൾ നേരിട്ട് നടത്തുന്ന ക്യാമ്പുകളിലെ രോഗികൾ അതിനുശേഷം ആ ആസ്പത്രിയിൽ തന്നെ പോകേണ്ടി വരും. രോഗിക്ക് ശരിയായ അറിവ് ലഭിക്കാതെ വരുമ്പോഴാണ് ചൂഷണത്തിന് ഇരയാകുന്നത്. ഇന്ന് അതിന് ധാരാളം മാർഗ്ഗങ്ങളുണ്ട്.

ആസ്പത്രി സന്ദർശനം

നമ്മുടെ ബന്ധുക്കളും സുഹൃത്തുക്കളും ആസ്പത്രിയിൽ കിടക്കുമ്പോൾ പിന്തുണയ്ക്കും സഹായത്തിനുമായി നാം ആസ്പത്രിയിൽ പോയി അവരെ സന്ദർശിക്കാറുണ്ട്. അത് പലപ്പോഴും ഗുണത്തേക്കാൾ ദോഷം ചെയ്യുന്നത് നാം ഓർക്കാറില്ല.

1. നാം എപ്പോഴും പ്രത്യേകം ഓർമ്മിക്കേണ്ടത് പോകുന്നതിനുമുമ്പ് രോഗിയുടെ/ബന്ധുവിന്റെ/ഡോക്ടറുടെ/ആസ്പത്രിയുടെ സമ്മതം വാങ്ങിയിരിക്കണം എന്ന കാര്യമാണ്. രോഗിക്ക് സമ്മതമുണ്ടെങ്കിൽ പറ്റിയ സമയം ചോദിക്കണം. അദ്ദേഹത്തിന് വിശ്രമവും ശാന്തിയും ആവശ്യമാണ്. അതിന് ഒരിക്കലും ഭംഗം വരുത്താൻ പാടില്ല. സന്ദർശകരെ സ്വാഗതം ചെയ്യുന്ന രോഗികളും, മറിച്ച് അവരുടെ സ്വകാര്യതയിൽ മറ്റുള്ളവർ കടന്നുകയറുന്നത് ഇഷ്ടമില്ലാത്ത രോഗികളുമുണ്ട്.

2. രോഗിയെ ശാരീരികമായി തൊടുകയും ഹസ്തദാനം ചെയ്യുകയുമാണെങ്കിൽ എപ്പോഴും കൈ നല്ലവണ്ണം കഴുകിയിരിക്കണം. രോഗാണു എവിടെനിന്നും വരാം. അത് കുറേ ദിവസത്തേക്ക് ചാവാതെ മറ്റുള്ളവരിലേക്ക് പകരുകയും ചെയ്യും. അപ്രകാരം നിങ്ങൾക്ക് വേണ്ടപ്പെട്ട രോഗിക്ക് വേറൊരു രോഗംകൂടി കൊടുത്ത് കുഴപ്പത്തിലാക്കരുത്. രോഗാണു രോഗിയിൽനിന്ന് നമ്മുടെ ശരീരത്തിലേക്കും വരാം.

   അതുകൊണ്ട് ഹസ്തദാനത്തിന് ശേഷവും കൈ കഴുകുന്നത് നല്ലതാണ്. നിങ്ങൾക്ക് ഏതെങ്കിലും വൈറസ് രോഗമോ മറ്റോ ഉണ്ടെങ്കിൽ അത് നിങ്ങളുടെ ബന്ധുവായ രോഗിക്ക് സമ്മാനമായി കൊടുക്കുന്നത് അദ്ദേഹത്തിന്റെ ആരോഗ്യത്തിന് ഒട്ടും നന്നല്ല.

3. സമ്മാനമായി പൂക്കൾ, ബലൂൺ എന്നിവ കൊണ്ടുപോകുമ്പോൾ അവ രോഗിക്ക് അലർജി ഉണ്ടാക്കുന്നില്ല എന്ന് ഉറപ്പ് വരുത്തണം. രോഗം മൂലം അവശനായ വ്യക്തിക്ക് ഇവ മൂലം പ്രശ്നം സൃഷ്ടിക്കരുത്.

4. രോഗിക്ക് അലർജി സംശയിക്കുന്നുവെങ്കിൽ പകരം ഒരു ഗെറ്റ് വെൽ കാർഡ് കൊടുക്കാം. വായിക്കാൻ പുസ്തകം കൊടുക്കാം. അല്ലെങ്കിൽ വിശ്രമിക്കുമ്പോഴിടുന്ന നൈറ്റ് ഗൗൺ, ആസ്പത്രിയിലിടാൻ ചെരുപ്പ് അപ്രകാരം എത്രയോ ഉപകാരപ്രദമായവയുണ്ട്. അവയിലേതെങ്കിലും കൊടുക്കാമല്ലൊ.

   ആസ്പത്രിയുടെ നിശ്ശബ്ദതയ്ക്ക് ഭംഗം വരുത്തരുത്. നിങ്ങളുടെ സെൽഫോൺ വൈബ്രേഷനിലിടണം. ഫോൺബെല്ലടി ഉറങ്ങുന്നവരെയും വിശ്രമിക്കുന്നവരെയും അലോസരപ്പെടുത്തും.

5. എപ്പോഴും സന്ദർശനം കഴിയുന്നത്ര ചുരുക്കിയാലും. നീണ്ട സംഭാഷണങ്ങൾക്കും പൊട്ടിച്ചിരികൾക്കും പറ്റിയ സ്ഥലമല്ല ആസ്പത്രി അന്തരീക്ഷം എന്ന് എപ്പോഴും ഓർമ്മയിൽ വേണം.

6. ആസ്പത്രിഡോക്ടർ പരിശോധിക്കാൻ വരിക, നഴ്സ് പനി പൾസ് എന്നിവ നോക്കാനും ചികിത്സ കൊടുക്കാനും വരിക, എന്നീ സന്ദർഭങ്ങളിൽ അവരുടെ കർത്തവ്യത്തിന് ഭംഗം വരുത്താതെ നിശ്ശബ്ദം പുറത്തേക്ക് പോരിക.

7. രോഗിയുടെ സ്വകാര്യതയിൽ ഒരു കാരണവശാലും ഇടപെടരുത്. ഡോക്ടറും നഴ്സും രോഗിയോടും ബന്ധുക്കളോടും സംസാരിക്കുമ്പോൾ ഇടയിൽ കയറി ഒന്നും പറയരുത്.

അവിടെ ചെയ്യാൻ പാടില്ലാത്ത കാര്യങ്ങൾ

ആസ്പത്രിയിൽ രോഗിയെ സന്ദർശിക്കാൻ പോകുമ്പോൾ അവിടെ ചെയ്യാൻ പാടില്ലാത്തതെന്ത് എന്ന് പലരും ഓർക്കാറില്ല. പകർച്ചവ്യാധികൾ ആസ്പത്രിയിലെ രോഗികൾക്ക് പകർത്തൽ, രോഗിയുടെ ചികിത്സ അവതാളത്തിലാക്കൽ എന്നിവ ഈ സന്ദർശനംകൊണ്ട് സംഭവിക്കരുത്.

1. പകരുന്ന നീർദോഷം, ഫ്ളു തുടങ്ങിയ രോഗങ്ങളുണ്ടെങ്കിൽ ആസ്പത്രിയിൽ ഒരിക്കലും പോകരുത്. ചുമ, മൂക്കൊലിപ്പ്, ശരീരം തടിപ്പ്, പനി, വയറിളക്കം എന്നിവയുണ്ടെങ്കിലും പോകരുത്. ഫോൺ ചെയ്യുകയോ, കാർഡ് അയയ്ക്കുകയോ മാത്രം മതി.

2. ചെറിയ കുട്ടികൾക്ക് ഓടിച്ചാടി നടക്കാനും കളിക്കാനുമുള്ള സ്ഥലമല്ല ആസ്പത്രി. അത്യാവശ്യമെങ്കിൽ മാത്രം സന്ദർശനത്തിന് കുട്ടികളെ ആസ്പത്രിയിൽ കൊണ്ടു പോയാൽ മതി.

3. രോഗിക്ക് ഭക്ഷണം കൊടുക്കരുത്. ചില രോഗങ്ങളുള്ളവരും മയക്കം കൊടുക്കപ്പെട്ടവരും ഭക്ഷണനിയന്ത്രണത്തിലായിരിക്കും. പ്രത്യേക

ഭക്ഷണത്തിൽ കഴിയുന്ന രോഗി അതു തന്നെ കഴിച്ചുകൊണ്ടിരിക്കണം. പുറമെ നിന്നുള്ള ഭക്ഷണം കൊടുക്കരുത്.

4. രോഗിക്ക് ഉൽക്കണ്ഠയും പ്രശ്നങ്ങളുമുണ്ടാക്കുന്നുവെങ്കിൽ സന്ദർശനം ഒഴിവാക്കണം.

5. രോഗി സുഹൃത്താണെങ്കിൽപോലും രോഗഗ്രസ്തമായ അവസരത്തിൽ കൂടുതൽ സമയം സംസാരിക്കാനോ, തമാശകൾ പറയാനോ പറ്റിയ അവസരമായിരിക്കില്ല. സംസാരത്തിൽ തർക്ക വിഷയങ്ങൾ ഒഴിവാക്കുക.

6. ആസ്പത്രിയിൽ കടക്കുന്നതിന് മുമ്പോ അവിടെ വെച്ചോ ഒട്ടും പുകവലിക്കരുത്. അത് രോഗിക്കും പുകവലിക്കണമെന്ന് തോന്നിയേക്കാം. അത് വളരെ തെറ്റാണ്.

ആസ്പത്രിയിൽ പോയി ഡോക്ടറെ കാണുമ്പോൾ നാം ആ സമയവും സന്ദർഭവും ശരിക്കും ഉപയോഗിക്കണമല്ലോ. ബന്ധങ്ങളും സുപ്രധാനമാണ്.

രോഗനിർണ്ണയങ്ങൾ

Stay committed to your decisions, but stay flexible in your approach.

- Lucius Annaeus Seneca

രോഗചികിത്സയുടെ അടിസ്ഥാനം രോഗനിർണ്ണയമാണ്. രോഗം എന്താണെന്ന് ചുരുക്കത്തിൽ വിവരിക്കാനാണ് രോഗനിർണ്ണയം ശ്രമിക്കുന്നത്. രോഗനിർണ്ണയത്തിന് ഡോക്ടർമാർ ഇംഗ്ളീഷിൽ പറയുന്ന പേരാണ് ഡയഗ്നോസിസ്. ബഹുവചനം ഡയോഗ്നോസെസ് ആണ്. രോഗമോ മറ്റു തകരാറുകളോ എന്താണെന്നുള്ള അഭിപ്രായം രൂപീകരിക്കാനുള്ള പ്രക്രിയയും ആ അഭിപ്രായവുമാണ് ഡയഗ്നോസിസ് എന്ന രോഗനിർണ്ണയം. ആ പ്രക്രിയയ്ക്കും നാമത്തിനും ഒരേ പേരു തന്നെ. അത് ചെയ്യുന്ന വ്യക്തിയെ ഡയോഗ്നോസ്റ്റീഷ്യൻ എന്നു വിളിക്കുന്നു. വേർതിരിക്കുക, വീക്ഷിക്കുക എന്നീ ഗ്രീക്ക് പദങ്ങളിൽ നിന്നാണീ വാക്ക് ഉദ്ഭവിച്ചത്. രോഗം തരംതിരിച്ചറിയുന്നതിനുള്ള ശ്രമമാണിവിടെ നടക്കുന്നത്. സസ്യശാസ്ത്രജ്ഞൻ ചെടികളെയും മൃഗങ്ങളെയും പല ഇനങ്ങളായി തരംതിരിക്കുന്നതുപോലെ, ഒരു രസതന്ത്രജ്ഞൻ മൂലകങ്ങളെ തരം തിരിക്കുന്നതുപോലെ. രോഗിയിൽനിന്നും ബന്ധുക്കളിൽ നിന്നും കിട്ടുന്ന അറിവുകളും, ലക്ഷണങ്ങളും പരിശോധനയിൽ കാണുന്ന സൂചനകളുംകൊണ്ട് സാധ്യതാപട്ടിക കിട്ടുന്നു.

തുടർന്നുള്ള സ്കാനിങ്ങ്, എക്സ് റെ, ലാബറട്ടറിപരിശോധനകൾ കൊണ്ടാണ് രോഗസാധ്യതകൾ വീണ്ടും ചുരുങ്ങുന്നത്. എന്നിട്ടും

പലപ്പോഴും ഡയഗ്നോസിസ് തിട്ടപ്പെടുത്തുവാൻ പ്രയാസമേറിയേക്കാം. ടെസ്റ്റുകൾ ആവർത്തിക്കുകയും വിവിധ കേന്ദ്രങ്ങളിൽ വിശദമായ പരിശോധനവേണ്ടി വരുകയും ചെയ്യാം. ചികിത്സ തീരുമാനിക്കുന്നതും ഭാവിയിൽ രോഗിക്ക് എന്ത് സംഭവിക്കും എന്ന് അനുമാനിക്കുന്നതും ഡയഗ്നോസിസ് അനുസരിച്ചാണ്.

രോഗനിർണ്ണയം നൂറ്റാണ്ടുകളിലൂടെ

രോഗചികിത്സ ആരംഭിച്ച കാലംമുതൽ രോഗനിർണ്ണയവും ഉണ്ടായിട്ടുണ്ട്. പൗരാണിക ഇന്ത്യൻ വീക്ഷണമനുസരിച്ച് രോഗനിർണ്ണയം ത്രിദോഷസിദ്ധാന്തത്തിലധിഷ്ഠിതമാണ്. ഓരോ ദോഷത്തിന്റെയും ഏറ്റക്കുറച്ചിലനുസരിച്ച് ഓരോ രോഗങ്ങൾ സംജാതമാകുന്നു. ഗ്രീക്ക് സിദ്ധാന്തമനുസരിച്ചും ചൈനീസ് വൈദ്യമനുസരിച്ചും സമാനമായ സിദ്ധാന്തങ്ങളുണ്ട്. ഇന്ന് ഇരുപത്തൊന്നാം നൂറ്റാണ്ടിൽ പോലും ആധുനിക വൈദ്യശാസ്ത്രത്തിലും ചിലപ്പോൾ സിദ്ധാന്തങ്ങളനുസരിച്ച് രോഗനിർണ്ണയം നടത്തേണ്ടിവരാറുണ്ട്. ഏതാണ്ടെല്ലാ സമാന്തര വൈദ്യശാസ്ത്രങ്ങളിലും രോഗനിർണ്ണയം ആ സിദ്ധാന്തങ്ങളുസരിച്ച് മാത്രമാണ്.

പൗരാണിക ഈജിപ്തിലും, ഹിപ്പോക്രാറ്റിസിന്റെ കാലത്തെ ഗ്രീക്ക് തത്ത്വമനുസരിച്ചും, ചൈനീസ് വൈദ്യമനുസരിച്ചും നാല് മാർഗങ്ങളിലൂടെയാണ് രോഗനിർണ്ണയം നടത്തിയിരുന്നത്. അവ നിരീക്ഷണം, ശബ്ദം ശ്രവിക്കൽ, മണത്തു നോക്കൽ, ചോദിച്ച് വിവരം മനസ്സിലാക്കൽ, കൈയമർത്തി പരിശോധിക്കൽ എന്നിവയാണ്.

1069–1046 ബി.സി.യിൽ ജീവിച്ചിരുന്ന ബാബിലോണിയൻ ഡോക്ടറായ ഇസാജിൽ കിൻ അപ്ലി എഴുതിയ രോഗനിർണ്ണയഗ്രന്ഥത്തിൽ രോഗം കണ്ടുപിടിക്കുവാൻ ശാസ്ത്രീയ നിരീക്ഷണവും, യുക്തിചിന്തയും ആവശ്യമാണെന്ന് അടിവരയിടുന്നുണ്ട്. അദ്ദേഹം പലതരത്തിലുള്ള അപസ്മാരത്തെപ്പറ്റി വിവരിക്കുന്നുണ്ട്. ഈ രോഗങ്ങളുടെ ഭാവിഫലം എപ്രകാരമായിരിക്കുമെന്നും വിശദീകരിക്കുന്നുണ്ട്.

രോഗനിർണ്ണയ അഭിപ്രായം
(Diagnostic Opinion)

രോഗനിർണ്ണയത്തിന്റെ ഭാഗികമായ രൂപമാണിത്. ഇതിന് പൂർണ്ണമായ ശാസ്ത്രീയത ഇല്ല. കേവലം അഭിപ്രായമല്ലെ ആകുന്നുള്ളു. രോഗം, ക്ഷതം, പ്രവർത്തനക്കുറവ്, അംഗഭംഗം എന്നിവയെപ്പറ്റിയുള്ള വിവരണമോ നിർവ്വചനമോ ആണ് രോഗനിർണ്ണയം. അപാകത എത്രത്തോളമുണ്ട്, അത്തരം ഒരു കൂട്ടത്തിൽ പ്രസ്തുത അവസ്ഥയുടെ സ്ഥാനമെന്ത് എന്ന് പ്രസ്താവിക്കുന്നതും ആകാം. ഒരു മാർജിൻ വെച്ച് പറയുന്ന ഈ അഭിപ്രായം വിലപ്പെട്ടതാണ്.

രോഗനിർണ്ണയത്തെ രോഗിയുടെയും ഡോക്ടറുടെയും സാമൂഹ്യ സാമ്പത്തികസ്ഥിതിയും, സ്വാധീനവും, ധാർമ്മികതയും മറ്റു കാര്യങ്ങളും സ്വാധീനിക്കാം. ഇതിൽ ഭാഷാപരമായ വശങ്ങളുണ്ടാകാം. കംപ്യൂട്ടർ കോഡാകാം. മാനസികമായ രോഗനിർണ്ണയത്തിന് പ്രത്യേകതകളുണ്ട്. ഇവിടെ സിദ്ധാന്തങ്ങൾ കൂടുതൽ സ്വാധീനം ചെലുത്താം. ടെസ്റ്റുകൾക്കും പരിശോധനകൾക്കും പരിമിതികളുണ്ട്. (മനോരോഗ രോഗനിർണ്ണയ മാനുവലുകൾ ഇടയ്ക്കിടെ പുതുക്കേണ്ടിവരാറുണ്ട്.)

രോഗനിർണ്ണയത്തിന്റെ ആവശ്യകത ഉദ്ഭവിക്കുന്നത് ശരീരശാസ്ത്ര പരമായും ശരീരധർമ്മപരമായും രോഗശാസ്ത്രപരമായും മനശ്ശാസ്ത്ര പരമായും (Anatomical, Physiological, Pathological and Psychological) അപാകതകൾ കാണുമ്പോഴാണ്. തത്ഫലമായി രോഗിക്ക് ലക്ഷണ ങ്ങൾ ഉണ്ടാവുകയും പരിശോധനയിൽ കൂടുതൽ ലക്ഷണങ്ങളും തെളിവുകളും വ്യക്തമാവുകയും ചെയ്യുന്നു. ഡോക്ടർ പലതും നിരീ ക്ഷിച്ചും പരീക്ഷിച്ചും മനസ്സിലാക്കുന്നു. തുടർന്നാണ് രക്തപരിശോധന, സ്കാനിങ്ങ് എക്സ് റെ എന്നിവ ചെയ്യുന്നത്. ഈ അവസരത്തിൽ അപ്ര തീക്ഷിതമായി ചിലവ കണ്ടുപിടിക്കപ്പെടാറുണ്ട്. ഉദാഹരണമായി ഉദര ത്തിലെ സ്കാനിങ്ങിനിടയിൽ പിത്താശയക്കല്ല് കണ്ടുപിടിക്കപ്പെടാം. രോഗനിർണ്ണയത്തിന് പൊതുവായ ടെസ്റ്റുകളും പ്രത്യേക ടെസ്റ്റുകളുമുണ്ട്.

ഗവേഷണങ്ങളുടെയും പഠനങ്ങളുടെയും വെളിച്ചത്തിൽ ഓരോ രോഗ നിർണ്ണയത്തിന് സ്വീകരിക്കേണ്ട പ്രത്യേക മാർഗങ്ങളുണ്ട്. അവ എല്ലാ സാധ്യതകളെയും പരിഗണിച്ച് ഓരോന്നും ഒഴിവാക്കി അവസാനം ശരി യായ രോഗനിർണ്ണയത്തിലെത്തുവാൻ സഹായിക്കുന്നു.

ഈ സാധ്യതകളെ ഒഴിവാക്കുന്ന ശാസ്ത്രീയ പ്രക്രിയയാണ് വിവേചനരോഗനിർണ്ണയം. (ഇതിനെപ്പറ്റി വിശദമായി താഴെ പ്രതിപാദി ച്ചിട്ടുണ്ട്.) ധാരാളം സാധ്യതകളെ ചുരുക്കി കൊണ്ടുവന്ന് ഒരു കൃത്യരോഗ നിർണ്ണയത്തിലെത്തലാണ് ലക്ഷ്യം. ചിലപ്പോൾ ഒന്നിലധികം രോഗ ങ്ങളുണ്ടാകാം. അല്ലെങ്കിൽ പ്രധാന രോഗത്തോടൊപ്പം പല കൂടപ്പിറപ്പു കളായ രോഗങ്ങളും അവസ്ഥകളും ഉണ്ടാകാം.

മാതൃകാനിരീക്ഷണം

ഒരു കൂട്ടം രോഗലക്ഷണങ്ങളെ മാതൃകയായി പരിഗണിക്കാനാവും. ഉദാ ഹരണമായി കാലിൽ നീര്, നടക്കുമ്പോൾ കിതപ്പ്, നെഞ്ചിടിപ്പ്, കയറ്റം കയറുമ്പോൾ നെഞ്ചു വേദനയും വിശ്രമിക്കുമ്പോൾ കുറയുകയും ചെയ്യുക എന്നിവ ഹൃദ്രോഗലക്ഷണത്തിന്റെ മാതൃകയാണ്. അകാരണ മായ ഭയം, സംശയം, മിഥ്യാശ്രവണം, ഉറക്കക്കുറവ് എന്നിവ മനോരോഗ ത്തിന്റെ മാതൃകയാണ്. ഇത്തരം മാതൃകാനിരീക്ഷണങ്ങളിൽനിന്നാണ് രോഗനിർണ്ണയത്തിനുള്ള മാനദണ്ഡങ്ങൾ ഉണ്ടാകുന്നത്. ഇവ നിരവധി ഗവേഷണങ്ങളിൽനിന്നും പഠനങ്ങളിൽനിന്നുമാണ് വരുന്നത്.

രോഗനിർണ്ണയത്തിനുള്ള മാനദണ്ഡങ്ങൾ

ഈ മാനദണ്ഡങ്ങൾ ക്ലിനിക്കൽ ഡോക്ടർമാർക്ക് സൗകര്യപ്രദമാണ്. ഗവേഷണങ്ങളുടെ പിൻബലത്തോടെ പല രോഗനിർണ്ണയമാനദണ്ഡങ്ങളും (Diagnostic Criteria) വികസിച്ചുവന്നിട്ടുണ്ട്.

ഉദാഹരണമായി കോളോറെക്ടൽ അർബുദത്തിനുള്ള ആംസ്റ്റർഡാം മാനദണ്ഡം, മൾട്ടിപ്പിൾ സ്ക്ലീറോസിസിനുള്ള (multiple sclerosis) മക്ഡോനാൾഡ് മാനദണ്ഡം (Mcdonald criteria), സിസ്റ്റമിക് ലൂപസ് എറിഥമറ്റോസിസിനുള്ള (systemic lupus erythematosis)- എ.സി.ആർ. മാനദണ്ഡം (ACR criteria) എന്നിവ. ഇന്നത്തെ ആധുനിക ആസ്പത്രികളിൽ കംപ്യൂട്ടർ സോഫ്ട് വെയർ (computer software) വിവേചനരോഗനിർണ്ണയത്തിന് ഉപയോഗിക്കാവുന്നതും രോഗനിർണ്ണയത്തിലെത്താൻ സഹായകരമാവുന്നതുമാണ്.

രോഗനിർണ്ണയം പലതരത്തിലുമുണ്ട്. രോഗനിർണ്ണയത്തിന്റെ പല തലത്തിലും തരത്തിലും ഉപവിഭാഗങ്ങൾ ഉണ്ട്. അവ ഏതൊക്കെയാണെ് നോക്കാം.

ക്ലിനിക്കൽ രോഗനിർണ്ണയം (Clinical Diagnosis)

ഇതിൽ തെറ്റുകൾ കടന്നുകൂടാം. ഇത് രോഗി പറയുന്ന ലക്ഷണങ്ങളും പരിശോധനലക്ഷണങ്ങളും മാത്രം കണക്കാക്കിയുള്ള രോഗനിർണ്ണയമാണ്. തിരക്കുള്ള ഒ.പി.കളിൽ ഗൗരവതരമല്ലാത്ത രോഗങ്ങളെ ഇപ്രകാരം രോഗനിർണ്ണയം നടത്തുന്നു. ഉദാഹരണമായി സർക്കാർ പ്രാഥമിക ആരോഗ്യകേന്ദ്രങ്ങളിൽ അധികവും ഇപ്രകാരമാണ് രോഗനിർണ്ണയം നടത്തുന്നത്. എക്സ് റെയും ലാബോറട്ടറി സേവനവും ലഭ്യമല്ലാത്ത അവികസിതരാജ്യങ്ങളിലെ ഗ്രാമീണമേഖലകളിൽ ഇതിന്റെ സാംഗത്യം പ്രധാനമാണ്. പ്രാഥമിക ഡോക്ടർമാർ അവരുടെ ക്ലിനിക്കൽ അറിവും പരിചയവും കഴിയുന്നത്ര ഉപയോഗിക്കുകയും സംശയിക്കുന്ന ഗുരുതര രോഗങ്ങളെ സ്പെഷലിസ്റ്റ് സേവനത്തിന് അയയ്ക്കുകയും വേണം.

ലബോറട്ടറി രോഗനിർണ്ണയം (Laboratory Diagnosis)

ഈ രോഗനിർണ്ണയത്തിന് സമയം പിടിക്കും. രോഗലക്ഷണവും ശാരീരികപരിശോധനയും എന്നതിനേക്കാളുപരി ലാബറട്ടറി പരിശോധനാഫലത്തെ ആശ്രയിച്ചുള്ള രോഗനിർണ്ണയമാണിത്. ഉദാഹരണമായി രോഗാണുബാധ സംശയിക്കുന്ന മൂത്രാശയപ്പഴുപ്പ് നിർണ്ണയിക്കുവാൻ ഇതുപയോഗിക്കാം. മൂത്രം കൾച്ചർ പഠനം നടത്തി രോഗാണുവിനെയും അതിനെതിരെ ഉപയോഗിക്കാവുന്ന മരുന്നുകളെപ്പറ്റിയും ഇപ്രകാരം അറിയാം. സാധാരണ സംശയിക്കാത്ത പലതും ലാബറട്ടറി

പരിശോധനയിൽ കണ്ടേക്കാം. ക്ലിനിക്കൽ രോഗനിർണ്ണയവും ഇതുംകൂടി സംയോജിപ്പിച്ചിട്ടുള്ള രോഗനിർണ്ണയം ഉയർന്ന നിലവാരത്തിലുള്ളതാണ്. ലാബോറട്ടറി രോഗനിർണ്ണയത്തിന് ചില പോരായ്മകളുണ്ട്. ഇത് പുറമെ ലക്ഷണങ്ങൾ പ്രകടിപ്പിക്കാത്ത രോഗങ്ങൾക്കും ലബോറട്ടറി തെളിവുകൾ കാണിക്കാത്ത രോഗങ്ങൾക്കും പ്രയോജനകരമല്ല. കൂടാതെ സ്ഥിതിവിവരശാസ്ത്രമനുസരിച്ച് സെൻസിറ്റിവിറ്റിയും സ്പെസിഫിസിറ്റിയും (sensitivity and specificity) അനുസരിച്ചാണ് ഏതു ടെസ്റ്റുകളുടെയും പ്രയോജനം കണക്കാക്കാൻ കഴിയുന്നത്. എത്രമാത്രം സൂക്ഷ്മതയും കൃത്യതയും ടെസ്റ്റുകൾക്കുണ്ടെന്ന് ഈ മാനകങ്ങൾ പറയും.

റേഡിയോളജി രോഗനിർണ്ണയം
(Radiology Diagnosis)

ഈ രോഗനിർണ്ണയത്തിൽ ചെലവ്, റേഡിയേഷൻ എന്നീ ദോഷങ്ങളുണ്ട്. പല തരത്തിലുള്ള സ്കാനിങ്ങ് എക്സ് റെ എന്നിവ ഉപയോഗിച്ചുള്ള രോഗനിർണ്ണയമാണിത്. അതുവരെ സംശയിക്കാത്ത പലതും ഇപ്രകാരം മനസ്സിലാക്കാം. ഉദാഹരണമായി പിത്താശയം, വൃക്ക, മൂത്രാശയം എന്നിവിടങ്ങളിലെ കല്ലുകൾ മിക്കതും ഇപ്രകാരമാണ് ആദ്യമായി കണ്ടുപിടിക്കപ്പെടുന്നത്. റേഡിയോളജിയുടെ രണ്ടു ശാഖകളായ ഡയഗ്നോസ്റ്റിക്, തെറാപ്യൂട്ടിക് റേഡിയോളജികളിൽ ഡയഗ്നോസ്റ്റിക് റേഡിയോളജിരോഗനിർണ്ണയത്തിന് ഉപയോഗിക്കുന്ന വിഭാഗമാണ്. ഇതുമൂലം ശരീരത്തിനകത്തെ പ്രവർത്തനങ്ങളുടെ തകരാറുകളെ നേരിട്ട് മനസ്സിലാക്കുവാൻ കഴിയുന്നു. രോഗലക്ഷണങ്ങളുടെ കാരണം മനസ്സിലാക്കുവാൻ കഴിയുന്നു. സ്തനാർബ്ബുദം, ഹൃദ്രോഗം എന്നിവ കണ്ടുപിടിക്കാൻ കഴിയുന്നു. എക്സ് റെ കഴിഞ്ഞാൽ ഏറ്റവും കൂടുതൽ ഉപയോഗിക്കുന്നത് കംപ്യൂട്ടറൈസ്ഡ് ടോമോഗ്രാഫി എന്ന സി ടിയും സി ടി ആഞ്ജിയോഗ്രാഫിയും (Computed tomography (CT), also know as a CAT scan (computerized axial tomography) CT angiography) എക്സ്റെയിൽ അന്നനാളത്തിന്റെ മുകൾ മുതൽ താഴെ വരെ കാണുവാൻ കഴിയുന്ന ഫ്ളൂറോസ്കോപി വിത്ത് സ്കാനിങ്ങ് ഇൻക്ലൂഡിങ്ങ് അപ്പർ ജി ഐ ഏന്റ് ബേരിയം എനിമ (Fluoroscopy with scanning, including upper GI and barium enema) ഉണ്ട്. കൂടാതെ മാഗ്നറ്റിക് റിസോണൻസ് ഇമാജിങ്ങ്, മാഗ്നറ്റിക് റിസോണൻസ് ആഞ്ജിയോഗ്രാഫി, മാമ്മോഗ്രാഫി, ന്യൂക്ലിയർ മെഡിസിൻ അതിൽ തന്നെയുള്ള അസ്ഥി സ്കാൻ, തൈറോയ്ഡ് സ്കാൻ, താലിയം കാർഡിയാക് സ്കാൻ, കാർഡിയാക് സ്ട്രെസ്സ് ടെസ്റ്റ്, പ്ലെയ്ൻ എക്സ് റെ, പോസിട്രോൺ എമിഷൻ ടോമോഗ്രാഫി, അൾട്രാസൗണ്ട് (Magnetic resonance imaging (MRI)Magnetic resonance angiography (MRA),Mammography,Nuclear medicine, which includes such tests as a bone scan, thyroid scan, and thallium cardiac stress test,Plain x-rays,Positron emission tomography, also called PET imaging or a PET scan,Ultrasound) എന്നിവയുമുണ്ട്.

പ്രധാന രോഗനിർണ്ണയം
(Principal Diagnosis)

രോഗിയുടെ പരാതിയനുസരിച്ചുള്ള പ്രധാനരോഗനിർണ്ണയം. രോഗിക്ക് ഇത് കൂടാതെ വേറെയും പ്രശ്നമുണ്ടാകാം. ഉദാഹരണമായി ഹൃദ്രോഗിക്ക് രക്തക്കുറവും ബൈപ്പോളാർ രോഗിക്ക് മദ്യപാനവും ഉണ്ടാകാം. മാനസികരോഗത്തിന് ഡയഗ്നോസ്റ്റിക്കോഡ് അനുസരിച്ച് ഉപരോഗനിർണ്ണയങ്ങളെ പ്രത്യേകം പ്രസ്താവിക്കാറുണ്ട്.

ആസ്പത്രിയിൽ പ്രവേശിപ്പിക്കുമ്പോഴത്തെ രോഗനിർണ്ണയം
(Diagnosis on Hospital Admission)

ആസ്പത്രിയിൽ പ്രവേശിപ്പിച്ചതിനുമുമ്പും അതിനുശേഷവുമുള്ള നിഗമനങ്ങൾ സുപ്രധാനമാണ്. ഇവിടെ എന്തുകൊണ്ട് രോഗിയെ ആസ്പത്രിയിൽ പ്രവേശിപ്പിച്ചു എന്ന വിശദീകരണമുണ്ടാകും. ആസ്പത്രിയിൽ പ്രവേശിപ്പിച്ചതിന് ശേഷം അവിടത്തെ രോഗനിർണ്ണയസൗകര്യങ്ങളുപയോഗിച്ച് നടത്തുന്ന പൂർണ്ണരോഗനിർണ്ണയമാണ് ആസ്പത്രി രോഗനിർണ്ണയം (hospital diagnosis)

രോഗിയെ ആസ്പത്രിയിൽ നിന്നും പറഞ്ഞയയ്ക്കുമ്പോൾ ഈ രോഗനിർണ്ണയം മാറാം. അതിനെ ഡിസ്ചാർജ് രോഗനിർണ്ണയം (discharge diagnosis) എന്ന് പറയുന്നു. ഇത് കുറച്ചുകൂടി കൃത്യമായിരിക്കും.

പ്രിനാറ്റൽ രോഗനിർണ്ണയം
(Prenatal Diagnosis)

ചില ചികിത്സകൾ തീരുമാനിക്കുന്നത് ഈ രോഗനിർണ്ണയമനുസരിച്ചാണ്. ജനനത്തിന് മുമ്പുള്ള രോഗനിർണ്ണയമാണിത്. ഉദാഹരണമായി ഗർഭാവസ്ഥയിൽ ജന്മനാ ഉള്ള രോഗങ്ങളായ ഡൗൺസ് സിൻഡ്രോം (Down`s Syndrome), ജന്മനാ ഉള്ള ഹൃദ്രോഗങ്ങൾ, ടോക്സോപ്ലാസ്മോസിസ്, റൂബെല്ല, ടൈപ്പ് ഒന്ന് പ്രമേഹം എന്നിവ മനസ്സിലാക്കി യുക്തമായ ചികിത്സകൾ ചെയ്യാം. (ഇത് ഗർഭാവസ്ഥയിലുള്ള പതിവ് പരിശോധനയല്ല.)

ഒഴിവാക്കൽ രോഗനിർണ്ണയം
(Diagnostic Ruling Out)

പൂർണ്ണരോഗനിർണ്ണയത്തിനുമുമ്പുള്ള സുപ്രധാനഘട്ടങ്ങളാണ് ഒഴിവാക്കൽ രോഗനിർണ്ണയങ്ങൾ. ഇതിലൂടെ നാം ഉദ്ദേശിക്കുന്ന രോഗനിർണ്ണയം ഉറപ്പിക്കുവാൻ മറ്റു സാധ്യതകളെ ഒഴിവാക്കുവാനുള്ള പ്രത്യേക ടെസ്റ്റുകൾ ചെയ്ത് തീരുമാനത്തിലെത്തുവാൻ കഴിയുന്നു. വിവിധ

സാധ്യതകളെ കണ്ട് അവയെ ഓരോന്നായി തെളിവുകളുടെ അടിസ്ഥാനത്തിൽ ഒഴിവാക്കുന്ന പ്രക്രിയയാണ്. ഈ തെളിവുകൾ വിശ്വസനിയമായ പല ടെസ്റ്റുകളായിരിക്കും.

ഇരട്ട രോഗനിർണ്ണയം
(Double Diagnosis)

ഇത് സാധാരണ മാനസികരോഗങ്ങളിലാണ് കണ്ടുവരുന്നത്. രണ്ടു ഗൗരവമായ രോഗങ്ങൾ ഒരേ സമയം ഉണ്ടാകുന്നു. ഉദാഹരണമായി ബൈപ്പോളാർ രോഗവും മദ്യാസക്തിയും ഒരുമിച്ചുവരുന്ന അവസ്ഥ, സ്കിസോഫ്രീനിയയും മദ്യാസക്തിയും ഒരുമിച്ചുവരുന്ന അവസ്ഥ, ഉത്ക്കണ്ഠരോഗവും മയക്കുവസ്തുക്കളും ഉപയോഗിക്കുന്നതും ഒരുമിച്ച് വരുന്ന അവസ്ഥ എന്നിവയാണ്. ഇവ മാനസികരോഗങ്ങളിലാണ് സാധാരണ പറയാറുള്ളത്.

സ്വയം രോഗനിർണ്ണയം
(Self Diagnosis)

ചില സന്ദർഭങ്ങളിൽ ഇതാവശ്യമാണ്. സ്വയം രോഗം നിർണ്ണയിക്കുന്ന അവസ്ഥയാണിത്. ഉദാഹരണമായി ചിലതരം തലവേദനകൾ, ആർത്തവസംബന്ധമായ വേദനകൾ, തലയിലെ പേൻ എന്നിവ. ഇത്തരം നിഗമനങ്ങൾ ശരിയായിരിക്കും. അതുപോലെ വിദൂരമായ സ്ഥലങ്ങളിലുള്ള അതിർത്തി രക്ഷാഭടന്മാർ, ഒറ്റപ്പെട്ടുപോയവർ എന്നിവർ പെട്ടെന്ന് അസുഖം വന്നാൽ സ്വയം രോഗനിർണ്ണയവും ചികിത്സയും ചെയ്യേണ്ടി വരും. ഇതിന് ചികിത്സിക്കുന്ന ഡോക്ടർ ലക്ഷണങ്ങളുടെ പട്ടികയും അതനുസരിച്ച് എന്താണ് ചെയ്യേണ്ടതെന്നും പറഞ്ഞിട്ടുണ്ടാകും.

വിദൂര രോഗനിർണ്ണയം
(Distant Diagnosis)

ആധുനികശാസ്ത്രവും വിവരസാങ്കേതികവിദ്യയും സംയോജിപ്പിച്ച് വൈദ്യശാസ്ത്രത്തിൽ നടത്തിയ നൂതനമായ സാധ്യതയാണിത്. ദൂരം ഏറ്റവും നല്ല ചികിത്സ ലഭിക്കുന്നതിന് തടസ്സമല്ലാതായിരിക്കുന്നു. കംപ്യൂട്ടർ ഉപയോഗിച്ച് ടെലിമെഡിസിനിലൂടെ വിദൂരമായ സ്ഥലങ്ങളിലൂടെ നടത്തുന്ന രോഗനിർണ്ണയമാണിത്. ഇന്ന് വിദൂരസ്ഥരായ വിദഗ്ദ്ധരുമായി വീഡിയോയോഗം മുഖേന രോഗനിർണ്ണയം നടത്തുന്നുണ്ട്. ഏറ്റവും ആധുനികമായ വിവരങ്ങൾ രോഗനിർണ്ണയത്തിന് ഇപ്രകാരം ഉപയോഗിക്കാമെന്ന മെച്ചം ഇതിനുണ്ട്. ഇതിനെ ടെലിമെഡിസിൻ (telemedicine) എന്നും പറയുന്നു. രോഗനിർണ്ണയവും ചികിത്സയും ഓപ്പറേഷനുകളിലൂടെ ചെയ്യാം. ഭാവിയിൽ വളരെ വളരാൻ സാധ്യതയുള്ള വൈദ്യശാസ്ത്ര ശാഖയാണ് ടെലിമെഡിസിൻ.

കംപ്യൂട്ടർ രോഗനിർണ്ണയം
(Computer Diagnosis)

ഡോക്ടർമാർക്കും രോഗികൾക്കും രോഗനിർണ്ണയത്തിന്റെ നിരവധി സാധ്യതകൾ കംപ്യൂട്ടറിലൂടെ അറിയാൻ കഴിയുന്നു. ശരിയായ ലക്ഷണങ്ങൾ കൊടുക്കുന്നതോടെ കംപ്യൂട്ടറിന് പല സാധ്യതകളും ഒഴിവാക്കാൻ കഴിയുന്നു. സാധ്യതകളെക്കുറിച്ചുള്ള ഡാറ്റകൾ തരുവാനും അപ്രകാരം രോഗനിർണ്ണയത്തിലെത്തുവാനും എളുപ്പമാണ്. കംപ്യൂട്ടർ ഉപയോഗിച്ച് ലക്ഷണങ്ങളെ ഘട്ടമായി വിവേചിച്ച് അറിയാനുള്ള സംവിധാനമാണത്. മെക്സികോ തുടങ്ങിയ രാജ്യങ്ങളിൽ ഇതുപയോഗിക്കുന്നുണ്ട്. സ്തനാർബ്ബുദം, അപ്പെന്റിസൈറ്റിസ്, പഴകിയ കരൾരോഗം എന്നിവയെ ഇതിൽ രോഗനിർണ്ണയം ചെയ്യുന്നുണ്ട്. കംപ്യൂട്ടറിലേക്ക് എല്ലാ വിവരങ്ങളും ഗവേഷണ സ്ഥിതിവിവര ഡാറ്റകളും കൊടുത്തിരിക്കും.

അമിത രോഗനിർണ്ണയം
(Over Diagnosis)

പൊതുജനാരോഗ്യസർവ്വെകളുടെ കൂട്ടത്തിൽ ധാരാളം പേരെ ഒരുമിച്ച് നോക്കുമ്പോൾ അമിതരോഗനിർണ്ണയം ഉണ്ടാകുന്നു. രോഗിയുടെ ജീവിതത്തിലൊരിക്കലും ലക്ഷണങ്ങളോ, പ്രയാസമോ മരണമോ ഉണ്ടാക്കാൻ സാധ്യതയില്ലാത്ത രോഗനിർണ്ണയമാണിത്. ഉദാഹരണമായി അർബ്ബുദസ്ക്രീനിങ്ങിൽ അപ്രകാരം സംഭവിക്കാറുണ്ട്. സംശയമുള്ളവരെയെല്ലാം കണ്ടെത്താൻ കഴിയുമെന്നൊരു ഗുണം ഇതിനുണ്ട്.

ചവറ്റുകൊട്ട രോഗനിർണ്ണയം
(Waste Basket Diagnosis)

ഇത്തരം രോഗനിർണ്ണയത്തിന്റെ ഉദ്ദേശ്യം തെറ്റായിരിക്കാം. പൂർണ്ണമായും തെറ്റായ രോഗനിർണ്ണയത്തിന്റെ പേര് ചികിത്സ നടത്തുവാൻ ഉപയോഗിക്കുന്നു. ഉദാഹരണമായി വാർദ്ധക്യം എന്ന രോഗനിർണ്ണയം, സാധാരണ വിശപ്പിനെ റിയാക്ടിവ് ഹൈപ്പോഗ്ലൈസിമിയ എന്ന പേരിട്ട് വിളിക്കൽ എന്നിവ ഇതിൽ പെടുന്നു. ചികിത്സയ്ക്ക് ഒരു കാരണം കിട്ടലാണ് ഇവിടെ ഉദ്ദേശ്യം. ഈ രോഗനിർണ്ണയം ശരീരശാസ്ത്രപരമായി ശരിയാകും. പക്ഷേ, പ്രയോഗികമായും ശാസ്ത്രീയമായും ഉപയോഗശൂന്യമായിരിക്കും.

പൂർവ്വകാലപ്രാബല്യത്തോടെയുള്ള രോഗനിർണ്ണയം
(Retrospective Diagnosis)

വൈദ്യശാസ്ത്രത്തോട് ബന്ധമില്ലാത്ത ചിരിത്രഗവേഷണമാണിത്. മഹാന്മാരായ വ്യക്തികളിൽ അവരുടെ കാലശേഷം ഇന്നത്തെ അറിവ് വെച്ച് നടത്തുന്ന രോഗനിർണ്ണയമാണിത്. ഉദാഹരണമായി ദസ്തയെവ്സ്കിയുടെ രോഗത്തെപ്പറ്റിയുള്ള ഗവേഷണം. ചരിത്ര പുരുഷന്മാരുടെ

രോഗം ഇപ്പോഴത്തെ അറിവ് വെച്ച് ഊഹിക്കുന്ന പ്രക്രിയയാണ്. ഉദാഹരണമായി ചാൾസ് ഡാർവിൻ, നെപ്പോളിയൻ തുടങ്ങിയവരുടെ രോഗം കണ്ടുപിടിക്കാനുള്ള ശ്രമങ്ങൾ. ഇതിലൊരു ശാസ്ത്രീയതയുമില്ല. എയ്ഡ്സ് കണ്ടുപിടിക്കുന്നതിനുംമുമ്പ് മരിച്ച കുറെ പേരുടെ മരണകാരണം കണ്ടുപിടിക്കാൻ ശ്രമം നടന്നിട്ടുണ്ട്. അതിലല്പം ശാസ്ത്രീയ പ്രയോജനം ഉണ്ടാകാം.

പോസ്റ്റ്മാർട്ടം രോഗനിർണ്ണയം
(Postmortem Diagnosis)

വൈദ്യശാസ്ത്രത്തിന്റെ പുരോഗതിക്ക് ഇത് വളരെ സഹായിച്ചിട്ടുണ്ട്. ഇവിടെ രോഗിയുടെ മരണത്തിനുശേഷം മൃതശരീരത്തിലെ അവയവങ്ങളെടുത്ത് പഠിച്ചുനടത്തുന്ന രോഗനിർണ്ണയമാണിത്. ഇതിന് ശാസ്ത്രീയത കൂടുതലാണ്. നിയമപരമായും ഗവേഷണപരവുമായ പ്രാധാന്യം ഇതിനുണ്ട്. വൈദ്യശാസ്ത്രം വളർന്നതിന് ഇത്തരം പോസ്റ്റ്മാർട്ടം രോഗനിർണ്ണയം വളരെ സഹായിച്ചിട്ടുണ്ട്.

രോഗനിർണ്ണയ സമയം
(Diagnosis Time)

അടിയന്തരസ്വഭാവമുള്ള രോഗങ്ങൾക്ക് വളരെ വേഗത്തിൽ രോഗനിർണ്ണയം അറിയണം. ഇത് സുപ്രധാനമാണ്. ഇതിൽ ഡോക്ടറെ കാണാനും തുടർന്ന് ടെസ്റ്റുകൾ ആരംഭിച്ച് ഫലം അറിയാനുള്ള സമയവും ഉൾപ്പെടുന്നു. വേഗംതന്നെ ചികിത്സ ആരംഭിക്കേണ്ട രോഗമാണെങ്കിൽ ഇത് വളരെ പ്രാധാന്യമർഹിക്കുന്നു. ഓപ്പറേഷൻ ചെയ്തുകൊണ്ടിരിക്കുമ്പോഴാണെങ്കിൽ കാണുന്ന അവസ്ഥയനുസരിച്ച് അപ്പോൾ തന്നെ രോഗനിർണ്ണയം നടത്തി ചികിത്സ അപ്പോൾ തന്നെ ചെയ്യാം. സന്ദിഗ്ദ്ധഘട്ടത്തിലുള്ള രോഗികൾക്ക് വേഗത്തിൽ രോഗനിർണ്ണയം അറിയേണ്ടത് ജീവന്മരണപ്രശ്നമാണ്.

വിദൂരസാധ്യതമാത്രമുള്ള രോഗനിർണ്ണയത്തെ വിദൂരസാധ്യത രോഗനിർണ്ണയമെന്ന് പറയുന്നു (remote diagnosis). ഇതിനെ വിദൂരത്തിൽ രോഗനിർണ്ണയവും ചികിത്സയും ചെയ്യുന്ന ടെലിമെഡിസിനുമായി തെറ്റിദ്ധരിക്കരുത്.

ഡയഗ്നോസിസ് ഒറ്റവാക്കിൽ ഒതുങ്ങുന്നില്ല. ശാരീരികവും മാനസികവുമായ രോഗങ്ങൾ, ഓരോ വിഭാഗത്തിലെ പ്രശ്നങ്ങൾ, ഉദാ : ഹൃദ്രോഗിക്ക് രക്തക്കുറവ്, നെഞ്ചിൽ കഫക്കെട്ട്, പ്രമേഹം, രക്തസമ്മർദ്ദം, പുകവലി, മദ്യപാനം, വ്യക്തിത്വത്തകരാറ്, വിഷാദരോഗം, കുടുംബപ്രശ്നം, ജോലിപ്രശ്നം, സമൂഹത്തിൽ പ്രശ്നം എന്നിവ ഉണ്ടാകാം. ഇതുപോലെ സമഗ്രമായ വിശകലനമാണ് ആവശ്യം. ഇതെല്ലാം രോഗനിർണ്ണയത്തിൽ പറഞ്ഞിരിക്കണം.

ചികിത്സാപദ്ധതി

നീണ്ട രോഗങ്ങളാണെങ്കിൽ ചികിത്സ ആരംഭിക്കുന്നതിനുമുമ്പ് ഡോക്ടറും രോഗിയും ബന്ധുക്കളും ചർച്ചചെയ്ത് ചികിത്സപദ്ധതി ആസൂത്രണം ചെയ്യണം. ചികിത്സ എന്നത് കേവലം ഏതാനും ഗുളികകൾ കടലാസിൽ എഴുതിക്കൊടുക്കുന്നതിൽ ഒതുങ്ങുന്നില്ല. ഓപ്പറേഷനും മറ്റു പ്രവർത്തനങ്ങളും, ഭക്ഷണക്രമീകരണം, വ്യായാമം, ജീവിതശൈലി മാറ്റൽ, കുടുംബത്തിനും രോഗിക്കുമുള്ള ബോധവൽക്കരണം, പിന്നീട് ചികിത്സാകാലയളവുവരെയുള്ള കാര്യങ്ങളെപ്പറ്റി ഡോക്ടറുമായി ചർച്ച ചെയ്യൽ എന്നിവ ഉൾപ്പെടുന്നു.

രോഗനിർണ്ണയത്തിന് നാം പല സാധ്യതകളും കണക്കിലെടുത്തിരുന്നു എന്ന് ചികിത്സയിലുടനീളം ഓർക്കുന്നത് നന്നായിരിക്കും.

വിവേചന രോഗനിർണ്ണയം
(Differential Diagnosis)

To think is to differ

- Clarence Darrow

ഓരോ രോഗലക്ഷണവും നിരവധി സാധ്യതകളുമായാണ് അവതരിക്കുന്നത്. അവ ഓരോന്നായി ഒഴിവാക്കൽ രോഗനിർണ്ണയത്തിലൂടെ അരിച്ചുകളഞ്ഞ് അവസാനം കൃത്യമായ രോഗനിർണ്ണയത്തിലെത്തുന്ന പ്രക്രിയയാണ് വിവേചനരോഗനിർണ്ണയം. എല്ലാ സാധ്യതകളും പരിഗണിച്ച് വിവേചനമാർഗത്തിലൂടെ രോഗനിർണ്ണയം ശക്തിപ്പെടുത്തുകയാണ് ഓരോ ചികിത്സകനും ചെയ്യേണ്ടത്. വിവേചനം എന്നാൽ വിവേചിച്ച്, എല്ലാം പരിഗണിച്ച് തീരുമാനത്തിൽ എത്തുക എന്നാണല്ലൊ. വിശദമായ പരിശോധനകൾക്കും ടെസ്റ്റുകൾക്കുംശേഷം രോഗനിർണ്ണയം എപ്രകാരമാണെന്ന് മനസ്സിലാക്കാം. ചിലപ്പോൾ നിങ്ങളുടെ ഡോക്ടർ ഒരു രോഗനിർണ്ണയത്തിലും എത്തിയിട്ടുണ്ടാവില്ല. അല്ലെങ്കിൽ രോഗനിർണ്ണയത്തിന് വേണ്ടത്ര തെളിവുണ്ടാവുകയില്ല. അതുമല്ലെങ്കിൽ നിങ്ങൾ എല്ലാ വിവരവും കൊടുത്തിട്ടുണ്ടാവില്ല. ചിലപ്പോൾ കൂടുതൽ ടെസ്റ്റുകൾ ആവശ്യമുണ്ടായിരിക്കാം.

ഇവിടെ വിവേചനരോഗനിർണ്ണയം (Differential Diagnosis) എങ്ങനെയാണ് ഡോക്ടർമാർ നടത്തുന്നതെന്ന് നോക്കാം. ഇവിടെ ഒരു കുറ്റാന്വേഷണവിദഗ്ദ്ധനെപ്പോലെയാണ് ഡോക്ടർ ചിന്തിക്കുന്നത്. ഓരോന്നും ഒഴിവാക്കി അവസാനം സത്യത്തെ കണ്ടെത്തുന്നു. ഇതിനുള്ള തെളിവുകളാണ് നാം കൊടുക്കുന്ന രോഗവിവരം, ഡോക്ടർ കണ്ടെത്തുന്നവ, ലാബ് എക്സ്റെ പരിശോധനകളിൽ കണ്ടെത്തുന്ന വസ്തുതകൾ. ഈ തെളിവുകൾ സമാഹരിക്കുന്നു. ഇവ രോഗനിർണ്ണയത്തെ സാധൂകരിക്കണം. ഇതിനുള്ള സാധ്യതകൾ ഡോക്ടർ തന്റെ അറിവും പരിചയവും

ഉപയോഗിച്ച് ആരായുന്നു. അവസാനം നിങ്ങളുടെ ഡോക്ടർ ഒരു രോഗനിർണ്ണയത്തിലെത്തുന്നു. അപ്രകാരം ചികിത്സ നേർവഴിയിലാകുന്നു. ഒരാൾക്ക് ഒന്നിൽ കൂടുതൽ രോഗങ്ങളുണ്ടാകാം. ഹൃദ്രോഗിക്ക് കൊളസ്ട്രോളും രക്തസമ്മർദ്ദവും പ്രമേഹവും രക്തക്കുറവും ഉണ്ടാകാം. ഇതെല്ലാം പരിഗണിച്ച് രോഗിയുടെ സാഹചര്യവും കുടുംബവുമെല്ലാം കണക്കിലെടുത്ത് ഡോക്ടർ രോഗിയെ സമീപിക്കുമ്പോൾ ചികിത്സ പൂർണ്ണതയിലെത്തുന്നു.

രോഗലക്ഷണങ്ങളുമായാണല്ലോ രോഗി ഡോക്ടറെ സമീപിക്കുന്നത്. രോഗിയേയും രോഗത്തെയും സമീപിക്കുമ്പോൾ ആ ലക്ഷണം എപ്രകാരം വന്നു എന്നന്വേഷിക്കുന്നതോടെ അതിന്റെ വിശദാംശങ്ങളും ഡോക്ടർ അന്വേഷിക്കും. അപ്പോഴാണ് അഗണ്യമെന്ന് രോഗി കരുതിയിരുന്ന പല കാര്യങ്ങളും പുറത്ത് വരുന്നത്. അപ്പോൾ രോഗിയുടെ പരാതി പൂർണ്ണമാകുന്നു. ആ അവസ്ഥയിൽ എന്തെല്ലാം സാധ്യതകൾ ഉണ്ടെന്ന് ഡോക്ടർ പരിഗണിക്കുന്നു. അവിടെയാണ് വിവേചന ബുദ്ധി കടന്നു വരേണ്ടത്.

സാധ്യതകളുടെ പട്ടിക

ഈ പട്ടിക വിപുലമാവുന്നത് നല്ലതാണ്. ഇതിൽ എല്ലാ സാധ്യതകളും വരണം. ഇതിൽനിന്നുമാണ് യഥാർത്ഥരോഗനിർണ്ണയം ഉരുത്തിരിഞ്ഞ് വരേണ്ടത്. ലബോറട്ടറി, എക്സ്റേ, തുടങ്ങിയ പരിശോധനകളിലൂടെയും രോഗലക്ഷണങ്ങളുടെ സാംഗത്യവും പരിഗണിച്ച് പലതും ഒഴിവാക്കുന്നതിലൂടെ സാധ്യതകൾ കുറഞ്ഞുവരുന്നു. വിവേചനരോഗനിർണ്ണയത്തിൽ പ്രായോഗികമായി ചില പ്രധാനലക്ഷണങ്ങളും അവയിലെ രോഗസാധ്യതകളും നോക്കാം.

ഉദാഹരണമായി വയറ്റിൽവേദന എടുക്കാം. വയറ്റിൽവേദന എന്നാൽ വയറിലെ അസുഖകരമായ അനുഭവമാണ്. അരക്കെട്ടു മുതൽ നെഞ്ച് വരെയുള്ള ഭാഗത്ത് ഉണ്ടാകുന്ന ഈ അനുഭവം പല തരത്തിലാകാം. അവഗണിക്കാവുന്ന തലം തൊട്ട് വളരെ കഠിനവും അസഹ്യവുമാകാം. അത് തുടർച്ചയായുള്ളതോ ഇടവിട്ടുവരുന്നതോ ആകാം. അത് മണിക്കൂറുകളോ ആഴ്ചകളോ മാസങ്ങളോ വർഷങ്ങളോ നീണ്ടുനിൽക്കുന്നതാകാം. വയറുവേദന വളരെ സാധാരണ കണ്ടുവരുന്ന ഒരു രോഗലക്ഷണമാണ്.

ഏതൊക്കെയാണതിന്റെ കാരണങ്ങൾ എന്നു നോക്കാം. ഇതിൽ ചിലത് നിസ്സാരമാകാം. ഉദാഹരണമായി വയറ്റിലെ ഗ്യാസ് എന്നു പറയുന്ന അമ്ലാധിക്യം, വയറിനു മുകളിലുള്ള പേശിവേദന. വയർ എന്നു പറയുന്നതിനു തന്നെ ആശയക്കുഴപ്പം ഉണ്ടാകാം. നെഞ്ചു മുതൽ അരക്കെട്ടുവരെയുള്ള ശരീരഭാഗത്തെ വയർ എന്നു പറയാറുണ്ട്. അതുപോലെ അതിനുള്ളിലുള്ള അവയവമായ ആമാശയത്തെയും വയറെന്നു

പറയാറുണ്ട്. ശരീരശാസ്ത്രം പഠിച്ച ഡോക്ടർമാർ ഓരോ അവയവത്തെയും ശരീരശാസ്ത്രപരമായാണ് (anatomical & physiological) പരിഗണിക്കുന്നത്. എന്നാൽ ആ അറിവ് ഇല്ലാത്ത രോഗികൾ അത് അവതരിപ്പിക്കുമ്പോൾ ആശയവിനിമയത്തിൽ പ്രശ്നമുണ്ടാകരുത്. അതുകൊണ്ട് രോഗികൾ വിവരം പറയുമ്പോൾ കൃത്യത പാലിക്കുന്നത് നല്ലതാണ്. കഠിനമായ വയറുവേദനയാണെങ്കിൽ പൂർണ്ണമായ രോഗനിർണ്ണയത്തിന് കാത്തുനിൽക്കാതെ ചികിത്സ ഉടനെ ആരംഭിക്കണം. അതിന് സമയം കളയാതെ ആസ്പത്രിയിൽ പോയി ഡോക്ടറെ കാണണം. അതുപോലെ വയറുവേദനയ്ക്കൊപ്പം വയറിളക്കവും നെഞ്ചുവേദനയുമുണ്ടെങ്കിലും രോഗത്തിന്റെ ഗൗരവം പരിഗണിച്ച് വേഗംതന്നെ ഡോക്ടറെ കാണണം.

ഏതൊക്കെയാണ് വയറുവേദനയുടെ കാരണങ്ങളെന്ന് നോക്കാം. ചില ഭാഗത്ത് മാത്രം വേദനയുണ്ടാകുന്ന വയറുവേദനകളുണ്ട്. ഉദാ: അപ്പെൻഡിസൈറ്റിസ്, ക്രോൺസ് രോഗം, ഡൈവെർട്ടിക്കുലൈറ്റിസ് എന്നിവ.

പൊതുവായ വയറുവേദനയുടെ കാരണങ്ങൾ

ഇത് ആർക്കുമുണ്ടാകാവുന്ന പൊതുസാധ്യതകളാണ്. പ്രമേഹത്തിലുണ്ടാകുന്ന കീറ്റോ അസിഡോസിസ് (ketoacidosis), ആഘാതങ്ങൾ, കുടലിന്റെ ചലനതടസ്സം, കുട്ടികളിൽ കാണപ്പെടുന്ന കുടൽ സോക്സ്പോലെ ഉള്ളിൽ കയറി തടസ്സമുണ്ടാകൽ, ഇറിട്ടബിൾ കുടൽ രോഗം, ഈയം ശരീരത്തിനകത്തു അധികം കടന്നാൽ ഉള്ള രോഗം, കുടലിനടുത്തുള്ള കഴലവീക്കം, യകൃത്ത് രോഗം, പെൽവിസിലെ രോഗാണുബാധ, പെരിട്ടോണിയത്തിലെ പഴുപ്പ്, രക്തത്തിലെ അരിവാൾ രോഗം, വയറിലെ പേശിവേദന, മഹാധമനിയിലെ ഭിത്തികൾ വികസിക്കുന്ന രോഗം, വൃക്കരോഗം, വയറിൽ വരുന്ന വൈറസ് രോഗം എന്നിവയാണ് പൊതുവായ വയറുവേദനയുടെ കാരണങ്ങൾ, അടിവയറ്റിലെ വേദനകൾ ഉണ്ടാക്കുന്നത് മൂത്രാശയ രോഗാണുബാധ, ഡൈവർടിക്കുലൈറ്റിസ് (diverticulitis), സ്ഥാനം തെറ്റിയ ഗർഭധാരണം, ഗർഭപാത്രത്തിലെ എൻഡോമെട്രിയോസിസ് (endometriosis), കുടലിലെ തടസ്സം, അണ്ഡാശയരോഗങ്ങൾ, പെൽവിസിലെ രോഗങ്ങൾ, അണ്ഡവാഹിനിക്കുഴലിലെ പഴുപ്പ് എന്നിവയാണ്.

വേദന ഉദരത്തിന്റെ മുകൾവശത്താണെങ്കിൽ പരിഗണിക്കേണ്ട കാരണങ്ങൾ

വേദന അനുഭവപ്പെടുന്ന സ്ഥലം പ്രധാനമാണ്. അഞ്ചൈന (angina) എന്ന ഹൃദ്രോഗം മൂലമുള്ള വേദന, അപ്പെൻഡിസൈറ്റിസ് (appendicitis), പിത്തക്കുഴൽ പഴുപ്പ്, പിത്താശയപ്പഴുപ്പ്, ഡുവോഡിനം (duodenum) പഴുപ്പ്, പിത്താശയക്കല്ല്, വയറിലെ അമ്ലാധിക്യം, ഹൃദ്രോഗം, കരൾരോഗം,

കുടലിലെ രക്തക്കുഴലിലെ രക്തഓട്ടം കുറയൽ, ഹോഡ്കിൻസ് രോഗം, പെരികാർഡിയൽ രോഗം, പ്ലൂരസി (pleurisy), ന്യൂമോണിയ, ന്യൂമോതൊറാക്സ് (pnumonia, pneumothorax), പൈലോറിക് ദ്വാരം അടയൽ, തൊറാസിക് മഹാധമനി വികാസം എന്നിവയാണ്.

ഉദരത്തിന്റെ മദ്ധ്യഭാഗത്തുള്ള വേദനയാണെങ്കിൽ

ഇതിലുള്ള സാധ്യതകൾ അപ്പെൻഡിസൈറ്റിസ്, പ്രമേഹം മൂലമുള്ള കീറ്റോഅസിഡോസിസ് (ketoacidosis), കുടൽതടസ്സം, മിസെൻടെറിക് (mysenteric) ധമനി തടസ്സം, യകൃത്ത് രോഗം, മധ്യമഹാധമനിയിലെ വികാസരോഗം, വൃക്കരോഗം എന്നിവയാണ്.

ഉദരത്തിന്റെ താഴെ ഇടതുവശത്താണെങ്കിൽ

ഈ സ്ഥലത്ത് അപ്പെൻഡിസൈറ്റിസ്, അർബ്ബുദം, ക്രോൺസ് രോഗം (Crohn`s Disease),സ്ഥാനം തെറ്റിയ ഗർഭധാരണം, ഗർഭാശയത്തിലെ എൻഡോമെട്രിയോസിസ് (endometriosis), ഡൈവെർടിക്കുലൈറ്റിസ്, ഇൻഗ്വയ്നൽ ഹെർണിയ (inguinal hernia), കുടൽ തടസ്സം, വൃക്കയിൽ പഴുപ്പ്, വൃക്കക്കല്ല്, അണ്ഡാശയത്തിലെ രോഗം, മധ്യമഹാധമനി വികസനരോഗം, അണ്ഡവാഹിനിക്കുഴലിലെ പഴുപ്പ്, വൻകുടലിലെ വ്രണത്തോടുകൂടിയുള്ള രോഗം എന്നിവയാണ്.

ഉദരത്തിന്റെ മുകളിൽ ഇടതുവശത്തുള്ള വേദന

ഈ ഭാഗത്തുവരുന്നവ അഞ്ചൈന, അർബ്ബുദം, ഡൈവെർടിക്കുലൈറ്റിസ്, ശ്വാസകോശത്തിന്റെ ഉൾആവരണത്തിലെ പഴുപ്പ്, പ്ലീഹരോഗം, മലബന്ധം കൊണ്ട് വൻകുടൽ അടയൽ, ഹൃദ്രോഗം, വയറിൽനിന്നും നെഞ്ചിലേക്കുള്ള ഹെർണിയ, വൃക്കയിലെ രോഗാണുബാധ, വൃക്കയിലെ കല്ല്, യകൃത്തിലെ രോഗാണുബാധ, ന്യൂമോണിയ, ശ്വാസകോശത്തിലേക്ക് രക്തഓട്ടം തടസ്സപ്പെടൽ, കുഞ്ഞുങ്ങളിൽ പൈലോറസിൽ തടസ്സം, പ്ലീഹ ആഘാതം മൂലം തകരുക, അവിടെ ചലം കെട്ടിക്കിടക്കുക, മധ്യമഹാധമനി വികസന രോഗം, വൻകുടലിലെ ആഘാതം എന്നിവയാണ്.

ഉദരത്തിന്റെ താഴെ വലതുവശത്തുള്ള വേദന

ഇവിടെ കാണുന്നത് അപ്പെൻഡിസൈറ്റിസ്, അർബ്ബുദം, പിത്തസഞ്ചി രോഗാണുബാധ, ഡൈവെർടിക്കലൈറ്റിസ്, സ്ഥാനം തെറ്റിയുള്ള ഗർഭധാരണം, ഗർഭപാത്രത്തിലെ എൻഡോമെട്രിയോസിസ്, ഇൻഗ്വയ്നൽ

ഹെർണിയ, കുടൽ തടസ്സം, വൃക്കയിൽ പഴുപ്പ്, വൃക്കക്കല്ല്, അണ്ഡാശയത്തിലെ രോഗം മധ്യമഹാധമനി വികസനരോഗം, അണ്ഡവാഹിനിക്കുഴലിലെ പഴുപ്പ്, ആമാശയ ഫ്ളു എന്നു പറയുന്ന വൈറസ് രോഗം എന്നിവയാണ്.

ഉദരത്തിന്റെ മുകളിൽ വലതുവശത്തുള്ള വേദന

അപ്പെൻഡിസൈറ്റിസ്, പിത്തക്കുഴൽ പഴുപ്പ്, പിത്താശയ അർബ്ബുദം, പിത്താശയക്കല്ല്, ഗാസ്ട്രൈറ്റിസ് (gastritis), കരൾ രോഗം, ഡൈവെർടിക്കുലൈറ്റിസ്, വൻകുടലിൽ മലബന്ധംകൊണ്ട് കട്ടിയുള്ള മലം വരുന്ന അവസ്ഥ, വയറിൽനിന്നും നെഞ്ചിലേക്കുള്ള ഹെർണിയ, കുടൽ തടസ്സം, കരൾ അർബ്ബുദം, യകൃത്തിലെ അർബ്ബുദം. യകൃത്തിലെ രോഗാണുബാധ, വയറിലെ അമ്ലാധിക്യം, പെരികാർഡിയത്തിലെ രോഗാണുബാധ, പ്ലൂരസി, ന്യൂമോണിയ, ശ്വാസകോശത്തിലേക്കുള്ള രക്തഓട്ടം നിലയ്ക്കുക, കുഞ്ഞുങ്ങളിലെ പൈലോറസിൽ തടസ്സം, ആമാശയ അർബ്ബുദം, അഞ്ചാംപനിയും അതു പോലുള്ള വൈറസ് രോഗങ്ങളും എന്നിവയാണവ.

വയറുവേദന ഒരു പരാതി മാത്രമാണെങ്കിലും അതുവെച്ച് രോഗനിർണ്ണയം വളരെ സങ്കീർണ്ണമാണ്. ഇതിലെ ഓരോ സാധ്യതയേയും ലബോറട്ടറി, എക്സ് റെ, സ്കാനിങ്ങ് തുടങ്ങിയ പരിശോധനകളുടെ തെളിവുകളുടെ അടിസ്ഥാനത്തിൽ, ഒഴിവാക്കി കൃത്യമായ രോഗനിർണ്ണയത്തിലെത്തുകയാണ് ചെയ്യുന്നത്. ഇവിടെ ഡോക്ടറുടെ യുക്തിചിന്തയും കഴിവും ഭാവനയും അറിവും ഉപയോഗിക്കേണ്ടി വരും. ഇതുപോല ഓരോതരം ലക്ഷണങ്ങളുമായി വരുന്നവരെയും പരിഗണിച്ചാണ് ശരിയായ രോഗനിർണ്ണയത്തിലെത്തുന്നത്. വിവേചനരോഗനിർണ്ണയത്തിൽ പല ഘട്ടങ്ങളിലും പുനഃപരിശോധനകൾ വേണ്ടിവരാം.

വിവേചന രോഗനിർണ്ണയത്തിലെ പുനഃപരിശോധനകൾ

വയറുവേദന, പനി, തലചുറ്റൽ എന്നി ലക്ഷണങ്ങളിൽനിന്ന് രോഗനിർണ്ണയത്തിലേക്ക് എത്തുന്നത് മറ്റു രോഗസാധ്യതകളെ പരിശോധനഫലങ്ങളുടെ തെളിവുകളുടെ അടിസ്ഥാനത്തിൽ യുക്തിപൂർവ്വം ഒഴിവാക്കുന്നതിലൂടെയാണ്. ഇനി നിങ്ങൾക്ക് ലഭിച്ചിട്ടുള്ള രോഗനിർണ്ണയത്തിൽ അവ്യക്തതയോ അപാകതയോ തെറ്റോ കടന്നുകൂടിയെന്ന് നിങ്ങൾക്ക് തോന്നുകയാണെങ്കിൽ നിങ്ങളുടെ ഡോക്ടറോട് രോഗനിർണ്ണയത്തെ പുനഃപരിശോധനയ്ക്ക് വിധേയമാക്കുവാൻ ആവശ്യപ്പെടാം. ടെസ്റ്റുകൾ ആവർത്തിക്കാം. ടെസ്റ്റുകൾ വേറെ സ്ഥലത്ത് ചെയ്യാം. ആദ്യം ഒഴിവാക്കിയ രോഗനിർണ്ണയങ്ങൾ ഒന്നുകൂടി പരിഗണിക്കാം. അടുത്തത് സ്പെഷലിസ്റ്റിനെ കാണുകയാണ്.

സ്പെഷലിസ്റ്റിനെ കാണുവാൻ തയ്യാറെടുക്കൽ

അധികം തിരക്കില്ലാത്ത പരിചയവും പക്വതയുമുള്ള സ്പെഷലിസ്റ്റിനെയായിരിക്കണം തെരഞ്ഞെടുക്കേണ്ടത്. ഇതിന് തയ്യാറെടുക്കുന്നതിനായി എക്സ് റെ, സ്കാൻ, രക്തപരിശോധനകൾ തുടങ്ങിയവ ഇതുവരെ ചെയ്ത എല്ലാത്തിന്റെയും പട്ടിക തയ്യാറാക്കി അവയെല്ലാം പോകുമ്പോൾ കൂടെ കരുതണം.

നിങ്ങളുടെ ഓരോ ലക്ഷണങ്ങളും വിശദമായി എഴുതണം.

നിങ്ങളുടെ ഇതുവരെയുള്ള രോഗത്തിന്റെ പൂർണ്ണചരിത്രം എഴുതണം

കുടുംബചരിത്രം മൂന്നു തലമുറ മുകളിലേക്കും താഴേക്കും നോക്കണം. അറിയാത്തവ കുടുംബാംഗങ്ങളോടും ബന്ധുക്കളോടും ചോദിച്ച് മനസ്സിലാക്കണം. അർബ്ബുദങ്ങൾ, ഹൃദ്രോഗം, മനോരോഗങ്ങൾ തുടങ്ങി ധാരാളം രോഗങ്ങൾക്ക് ജനിതകകാരണങ്ങളുണ്ടെന്ന് ഓർക്കണം.

നിങ്ങൾ കഴിക്കുന്ന എല്ലാ മരുന്നുകളും കൊണ്ടുപോകണം

ഡോക്ടർ എഴുതിത്തന്നതും അല്ലാത്തതുമെല്ലാം കൊണ്ടുപോകണം. ചിലപ്പോൾ പായ്ക്കറ്റുകളിൽ ഗുളിക മാറിക്കിടക്കുന്നുണ്ടാകാം. തെറ്റായ മരുന്നുകൾ കഴിച്ച് ലക്ഷണങ്ങൾ മാറിവരുന്നതും ഗുളിക മുടങ്ങുകയോ കൂടുതൽ കഴിച്ചതുകൊണ്ടോ എന്തെങ്കിലും പ്രശ്നമുണ്ടായിട്ടുണ്ടോ എന്നും വിലയിരുത്തണം.

ലക്ഷണങ്ങൾ വിവരിച്ചാൽ മാത്രം മതി

അതിൽ വിശേഷണങ്ങളും അതിശയോക്തികളും ഒഴിവാക്കണം. ഭയങ്കരം, അസഹ്യം തുടങ്ങിയ പദങ്ങൾ ഉപയോഗിക്കുമ്പോൾ നിങ്ങളതിൽ വൈകാരികമായി പ്രതികരിക്കുന്നുവോ എന്ന് നോക്കണം. അതുപോലെ ചെവിവേദനയ്ക്ക് ചെവിപഴുപ്പ്, ചെവിയിലെ രോഗാണുബാധ, ഓട്ടൈറ്റിസ് മീഡിയ എന്നെല്ലാം പറയരുത്. അത് ഡോക്ടർ പരിഗണിക്കണമെന്ന് കരുതിയാണല്ലോ നിങ്ങൾ ഡോക്ടറെ കാണാൻ വന്നിരിക്കുന്നത്. മാത്രമല്ല ചെവിവേദന ഒരു രോഗാണുബാധയുമില്ലാതെ പല രോഗങ്ങൾകൊണ്ടും വരാം. അവ ശരിയായും കൃത്യമായും യുക്തിപൂർവ്വം പരിഗണിക്കുന്നതിന് ഡോക്ടറെ സഹായിക്കുവാൻ നിങ്ങളുടെ ലക്ഷണങ്ങൾ ശരിയായി വിവരിച്ചാൽ മാത്രം മതി.

ലക്ഷണങ്ങൾ അവതരിപ്പിക്കുന്നതിൽ കൃത്യതയുണ്ടാകണം

നിങ്ങളുടെ ലക്ഷണങ്ങൾ ഡോക്ടറോട് വിശദീകരിക്കുമ്പോൾ അത് തെറ്റിദ്ധരിക്കുന്ന വിധത്തിലാകരുത്. കൃത്യമായിരിക്കണം. ഉദാഹരണമായി വേദനയാണെങ്കിൽ അത് കുത്തിക്കയറ്റുന്നതുപോലെയാണോ? അല്ലെങ്കിൽ വിങ്ങുന്നതാണോ? മൃദുവായതാണോ? അത് ഭക്ഷണത്തിന് ശേഷമുണ്ടായതാണോ? എത്ര സമയത്തേക്കാണ് അത് നീണ്ടുനിൽക്കുന്നത്? ഏതാനും സെക്കന്റുകളോ? മിനിറ്റുകളോ? ഈ അസുഖങ്ങൾ തുടങ്ങിയിട്ട് എത്രകാലമായി? ഒരാഴ്ചയോ, ഒരു മാസമോ, ഒരു വർഷമോ? ഏതെങ്കിലും കഴിച്ചാൽ വേദന കുറയുമോ? അതേതാണ്?

എന്താണ് വരാൻ പോകുന്നതെന്ന് ചോദിച്ചു മനസ്സിലാക്കിയാലും

ഡോക്ടർ നിങ്ങൾക്കൊരു രോഗനിർണ്ണയം തരുന്നു. അതിന്റെ ഭവിഷ്യത്ത് എന്താണെന്നും എന്താണ് പ്രതീക്ഷിക്കേണ്ടതെന്നും അതിനെന്ത് നടപടികളാണ് എടുക്കേണ്ടതെന്നും ചോദിച്ച് മനസ്സിലാക്കണം.

ചോദിക്കുക, ചോദിക്കുക, ചോദിക്കുക

ചോദിക്കുക. സംശയനിവാരണം വരുത്തുക. ചോദിക്കുന്നതും വസ്തുതകൾ മനസ്സിലാക്കുന്നതും നിങ്ങളുടെ അവകാശവും രോഗവിമുക്തിക്ക് ആവശ്യവുമാണ്. ഡോക്ടറെ ഭയപ്പെടുകയോ ചോദ്യം ചോദിക്കുവാൻ ലജ്ജിക്കുകയോ ചെയ്യേണ്ടതില്ല.

ഡോക്ടറോട് ചോദിക്കാം. *'രോഗനിർണ്ണയത്തിന് ഇനിയും കൂടുതൽ എന്താണ് അറിയാനുള്ളത്? ഡോക്ടറുടെ വിവേചനരോഗനിർണ്ണയമേതെല്ലാമാണ്? വേറെ സ്പെഷലിസ്റ്റ് പരിശോധനയോ കൂടുതൽ ടെസ്റ്റുകളോ പരിശോധനാർത്ഥമുള്ള ഓപ്പറേഷനുകളോ ആവശ്യമാണോ? എന്നാണ് ഡോക്ടറെ ഞാൻ വീണ്ടും വന്ന് കാണേണ്ടത്? അപ്പോൾ കൂടുതൽ ഏതെല്ലാം വിവരങ്ങളാണ് ഞാൻ കൊണ്ടുവരേണ്ടത്? ഇനി ഞാൻ കാണേണ്ട സ്പെഷലിസ്റ്റുകൾ ഏതാണ്? എന്തുകൊണ്ടാണ് ഈ രോഗനിർണ്ണയത്തിലെത്തിയത്? വേറെ സാധ്യതകളുണ്ടോ?'*

അതുപോലെ വേറെ ഒരു ഡോക്ടറുടെ അഭിപ്രായം തേടുന്നതിനും മടിക്കേണ്ട ആവശ്യമില്ല. ഡോക്ടർമാർ അതിന് മടിക്കേണ്ട കാര്യമില്ല. പ്രകൃതിയും ജൈവശാസ്ത്രവും മാറിക്കൊണ്ടിരിക്കുന്നു. രോഗനിർണ്ണയവും മാറുകയോ തെറ്റുകയോ ചെയ്യാം. നല്ല ഡോക്ടർമാർ രണ്ടാമതൊരു അഭിപ്രായം തേടുന്നതിൽ സന്തോഷിക്കുകയേ ചെയ്യുകയുള്ളൂ. അതവർക്ക് കൂടുതൽ ശക്തിയും അറിവും പകരുകയേ ഉള്ളൂ.

ചെറിയ കാര്യങ്ങൾ വലിയ പ്രയോജനങ്ങൾ

ഡോക്ടർരോഗിബന്ധങ്ങളിൽ കൂടുതൽ ഊഷ്മളതയും പ്രതിബദ്ധതയും ആത്മാർത്ഥതയും ആവശ്യമാണ്. ആസ്പത്രികളിലും ക്ലിനിക്കുകളിലും ചെറിയ നടപടികൾകൊണ്ട് പലപ്പോഴും വലിയ അസൗകര്യങ്ങൾ കുറയ്ക്കാനാകും. അവശരായ രോഗികൾ ക്യൂ നിൽക്കുന്നത് മാനുഷികമായ രീതിയല്ല. അതിന് പകരം ടോക്കൺസമ്പ്രദായം എല്ലാ സർക്കാർ ആസ്പത്രികളിലും നടപ്പാക്കണം. സ്വകാര്യ ആസ്പത്രികളിൽ ഇത് നിലവിലുണ്ട്. ആസ്പത്രികളിലും ക്ലിനിക്കുകളിലും കംപ്യൂട്ടർവൽക്കരണം വ്യാപകമാക്കണം. അത്തരം കഴിവ് കൂടിയ ഭരണസംവിധാനത്തിലൂടെ മിക്ക പരാതികളും പരിഹരിക്കാനാകും. ലബോറട്ടറി എക്സ് റെ എന്നി പരിശോധനഫലങ്ങൾ കംപ്യൂട്ടർവൽക്കരണത്തിലൂടെ സമയനഷ്ടം ഉണ്ടാകാതെ അതത് വിഭാഗങ്ങളിലേക്കും ഡോക്ടർമാർക്കും എത്തിക്കാൻ കഴിയും. ആസ്പത്രിയിൽ കിടക്കുമ്പോൾ ഇടയ്ക്കിടെ മരുന്നു വാങ്ങിപ്പിക്കുന്ന അസൗകര്യം ഒഴിവാക്കേണ്ടതാണ്. അഡ്വാൻസ് വാങ്ങിയതിന് ശേഷം ആസ്പത്രികൾ രോഗികൾക്കുള്ള എല്ലാം സജ്ജീകരിക്കുവാൻ ബാധ്യസ്ഥരാണ്.

ബോധവൽക്കരണവും പിന്തുണയും

വ്യാപകമായ പൊതുജനാരോഗ്യബോധവൽക്കരണം വളരെ ആവശ്യമാണ്. നീണ്ടുനിൽക്കുന്ന രോഗങ്ങളായ ഹൃദ്രോഗം, മസ്തിഷ്കാഘാതങ്ങൾ, മാനസികരോഗങ്ങൾ, സന്ധിരോഗങ്ങൾ, ഹീമോഫീലിയ, പ്രമേഹം, ആസ്തമ, കരൾരോഗങ്ങൾ, വൃക്കരോഗങ്ങൾ തുടങ്ങിയവയ്ക്ക് പിന്തുണ നൽകുന്ന സംഘങ്ങൾ നമ്മുടെ സാക്ഷരകേരളത്തിൽ എളുപ്പത്തിൽ വേരുപിടിപ്പിച്ച് വളർത്താവുന്നതാണ്. പിന്തുണസംഘങ്ങളുടെ സേവനം രോഗത്തിനും രോഗികൾക്കും പ്രതീക്ഷിക്കുന്നതിലും കൂടുതൽ പ്രയോജനം നൽകും. വലിയ വേദനയും കഷ്ടപ്പാടും പ്രതീക്ഷയില്ലായ്മയും സാമ്പത്തികബുദ്ധിമുട്ടും സഹായമില്ലായ്മയുമടക്കം നിരവധി പ്രശ്നങ്ങളുമായി നരകിക്കുന്ന ഹതഭാഗ്യർക്ക് ആവശ്യത്തിനുള്ള പിന്തുണ അനുഗ്രഹങ്ങളുടെ തേൻമഴ പെയ്യിക്കും.

രണ്ട്

പകർച്ചവ്യാധികൾ

കേരള ആരോഗ്യമാതൃക മറ്റു രംഗങ്ങളിലെന്നപോലെ വളരെ പുകഴ്ത്തപ്പെടുന്നുണ്ടെങ്കിലും അതിൽ ധാരാളം പോരായ്മകളുണ്ട്. അത് കൂടുതലായി ഇപ്പോൾ മനസ്സിലായി വരുന്നു. പലരോഗങ്ങളും തിരിച്ചുവരവ് ആഘോഷിക്കുന്നുണ്ട്. അവയിൽ പ്രധാനപ്പെട്ടതാണ് നമ്മെ ഭയപ്പെടുത്തുന്ന പകർച്ചവ്യാധികൾ. സാധാരണ രോഗങ്ങളെക്കൂടാതെ കേരളത്തിലെ ആരോഗ്യരംഗത്ത് ഇന്ന് ഭീഷണി ഉയർത്തുന്ന പകർച്ചവ്യാധികൾ പതിനൊന്നോളം വരും. ഇവ കൂടാതെ ആറിൽപരം പകരുന്ന രോഗങ്ങളുമുണ്ട്.

> Thought is an infection. In the case of certain thoughts, it becomes an epidemic.
>
> - Wallace Stevens

ഈ രോഗങ്ങളുടെ പെട്ടെന്നുള്ള പടർന്നുപിടിക്കുന്ന സ്വഭാവം പരിഗണിച്ച് ഇവയെ മഹാമാരികൾ എന്നും പറയുന്നു. ഇത് അടുത്ത വ്യക്തിയിലേക്ക് തൊടുന്നതിലൂടെയോ തൊടുന്ന വസ്തുക്കളെ തൊടുന്നതിലൂടെയോ തുമ്മൽ-തുപ്പൽ തുള്ളികളിലൂടെ വായുവിലൂടെയോ പകരുന്നു. അപ്രകാരം ഇവ ധാരാളം പേർക്ക് പടർന്നുപിടിക്കുന്നു. കാലാവസ്ഥയനുസരിച്ച് ചില രോഗങ്ങൾ, ഉദാഹരണമായി മഴക്കാലത്ത്, പടർന്നുപിടിക്കുന്നു. അവയെ മഴക്കാലരോഗങ്ങൾ എന്നു പറയുന്നു. രോഗം പരത്തുന്ന കൊതുക് മുതലായ കീടങ്ങളുടെ സാന്നിധ്യവും പരിസര ശുചീകരണത്തിന്റെ അഭാവവുംമൂലം ചില സ്ഥലങ്ങളിലും രാജ്യങ്ങളിലും അവ എന്റമിക് (endemic) ആയി വരുന്നു. ഫ്ളൂ പോലുള്ള ചില രോഗങ്ങൾ പല രാജ്യങ്ങളിൽ ഒരുമിച്ച് പടരുന്നു. ഇതിനെ പാന്റെമിക് (pandemic) എന്നു പറയുന്നു.

പക്ഷേ, കോളറയും ടൈഫോയ്ഡും പോലുള്ള രോഗങ്ങളെ പരിഗണിക്കുമ്പോൾ പകരുന്ന രോഗങ്ങൾക്കും പകർച്ചവ്യാധികൾക്കും

ഇടയിലാണ് അവയുടെ സ്ഥാനം എന്നു കാണാം. അവ ശുചിത്വമില്ലാത്ത പരിസരത്തിൽ ജലത്തിലൂടെയും ഭക്ഷണത്തിലൂടെയുമാണ് പകരുന്നത്.

- ലെപ്റ്റോസ്പൈറോസിസ് (Leptospirosis) എന്ന എലിപ്പനി
- ഡെങ്കി പനി (Dengue Fever)
- വൈറൽ ഹിപ്പറ്റൈറ്റിസ് (Viral Hepatitis)
- ടൈഫോയ്ഡ് പനി (Typhoid fever)
- ഫ്ളൂവും മറ്റു ശ്വാസകോശരോഗങ്ങളും (Respiratory infections (including Influenza))
- മലേറിയ (Malaria)
- ചിക്കുൺഗുന്യ പനി (Chikungunya Fever)
- ജപ്പാനീസ് എൻകഫലൈറ്റിസ് (Japanese Encephalitis)
- വയറിളക്കരോഗങ്ങൾ (Diarrhoeal Diseases)
- അഞ്ചാംപനി (Measles)
- സ്ക്രബ് ടൈഫസ് (Scrub Typhus)

പകരുന്ന രോഗങ്ങൾ

പകർച്ചവ്യാധികളേക്കാൾ പകരുന്നതിന്റ ശക്തി കുറവായവയാണ് പകരുന്ന രോഗങ്ങൾ. ഇവ ഒരു വ്യക്തിയിൽനിന്ന് വേറൊരു വ്യക്തിയിലേക്ക് പകരുന്നു. ഉദാഹരണമായി ക്ഷയരോഗം വായുവിലൂടെയും എയ്ഡ്സ് ലൈംഗികബന്ധത്തിലൂടെയുമാണ് പകരുന്നത്.

- എയ്ഡ്സ്
- ക്ഷയരോഗം
- കുഷ്ഠരോഗം
- ലൈംഗികമായി പകരുന്ന രോഗങ്ങൾ
- പേപ്പട്ടിവിഷബാധ (Rabies)
- ടെറ്റനസ്

ലെപ്റ്റോസ്പൈറോസിസ് (Leptospirosis) എന്ന എലിപ്പനി

The greatest gift is not being afraid to question.

- Ruby Dee

ഇതൊരു ബാക്ടീരിയൽ രോഗബാധയാണ്. മൃഗങ്ങളിലൂടെ, പ്രധാനമായും എലികളിലൂടെ പകരുന്ന രോഗമാണിത്. ഇതിന് കാരണമായ രോഗാണു ലെപ്റ്റോസ്പൈറ ആണ്. ഈ രോഗാണു രക്തസ്രാവവും മഞ്ഞപ്പിത്തവും ഉണ്ടാക്കുന്നതിനാൽ ലെപ്റ്റോസ്പൈറ ഇക്റ്ററോഹിമ

റാജിയെ (leptospira icterohaemorrhagiae) എന്ന പേരിൽ അറിയപ്പെടുന്നു. ഈ രോഗത്തിൽ തൊണ്ണൂറുശതമാനംപേരിലും ചെറിയ ഫ്ളൂ പോലുള്ള ലക്ഷണങ്ങൾ മാത്രമെ ഉണ്ടാകാറുള്ളൂ. അതായത് തലവേദന, പനിയും കുളിരും, പേശിവേദന എന്നിവ മാത്രമാണവ. എന്നാൽ രോഗത്തിനെതിരെ ശരീരത്തിന് പിടിച്ചുനിൽക്കാനുള്ള പ്രതിരോധശക്തി ഇല്ലാതെ വന്നാൽ ലക്ഷണങ്ങൾ മാറും. എലിപ്പനി ജീവന് ഭീഷണിയാകും. അവയവങ്ങളുടെ പ്രവർത്തനം തകരാറിലാകും. ആന്തരികരക്തസ്രാവമുണ്ടാകും. എലിപ്പനി അതിന്റെ കരാളരൂപത്തിൽ അതിശക്തമായി വരുമ്പോഴതിനെ വീൽസ് രോഗം (Weil's disease) എന്നു പറയുന്നു.

ഡോക്ടറോട് ചോദിക്കേണ്ട ചോദ്യങ്ങൾ

രക്തം വരാവുന്ന വൈറൽ പനികൾ ഡെങ്കുപനി, ഇബോള, ലാസ്സ, മഞ്ഞപ്പനി എന്നിവയാണ്. അതുകൊണ്ട് ഡോക്ടറോട് ചോദിക്കാം.

- എനിക്ക് ഏതെങ്കിലും തരം വൈറൽ പനി ഡോക്ടർ സംശയിക്കുന്നുണ്ടോ?
- ഏതെങ്കിലും തരം രക്തസ്രാവമുണ്ടാകുന്ന പനി സംശയിക്കുന്നുണ്ടോ?
- ഏതെല്ലാം പരിശോധനകളാണ് ഡോക്ടർ നിർദ്ദശിക്കുന്നത്?
- ഏത് തരം ചികിത്സയാണ് ഡോക്ടർ നിർദ്ദേശിക്കുന്നത്?
- ഇതിനേക്കാൾ മെച്ചമായ വേറെ ഏതെങ്കിലും നിർദ്ദേശിക്കാനുണ്ടോ?
- ഏതുതരം പ്രതിരോധനടപടികളാണ് ഞാൻ എടുക്കേണ്ടത്?
- എന്റെ വീട്ടിലുള്ളവർ ഏതുതരം പ്രതിരോധമാണ് എടുക്കേണ്ടത്?

രോഗനിർണ്ണയത്തിനുള്ള ബുദ്ധിമുട്ട്

തൊണ്ണൂറുശതമാനം.പേരിലുമുണ്ടാകുന്ന ലഘുവായ ഫ്ളൂപോലുള്ള ലക്ഷണങ്ങൾ ഏതാണ്ട് എല്ലാവരും അവഗണിക്കുകയാണ് പതിവ്. ഒരു ഗുരുതരമായ രോഗസാധ്യതയെ ലഘുവായ ലക്ഷണങ്ങളല്ലെ എന്നു കരുതി അവഗണിക്കുന്നതാണ് പ്രശ്നം. ഇത്തരം ലഘുവായ ലക്ഷണങ്ങൾ മാത്രമുള്ളപ്പോഴും എലിപ്പനിസാധ്യത മനസ്സിൽ വെയ്ക്കണം. പ്രത്യേകിച്ച് കാർഷികവൃത്തിയിലും തോട്ടപ്പണിയിലുമൊക്കെ ഏർപ്പെടുന്നവരും ജലാശയങ്ങളിലും സ്വിമ്മിങ്ങ് പൂളിലും പോകുന്നവരും സൂക്ഷിക്കണം. അവർ അവരുടെ മുറിവുള്ള ശരീരഭാഗം രോഗാണു അടങ്ങിയ വെള്ളവുമായി ബന്ധപ്പെടുന്നുവെങ്കിൽ രോഗാണു വേഗം ശരീരത്തിലേക്ക് പ്രവേശിക്കുന്നു. മൃഗങ്ങളിലൂടെ ഇവ നേരിട്ടു പകരുന്നത് രോഗാണുവുള്ള അവയുമായി കളിക്കുകയോ കുളിപ്പിക്കുകയോ ലാളിക്കുകയോ ചെയ്യുമ്പോഴാണ്. വീട്ടുമൃഗങ്ങളെ ഈ രോഗത്തിനെതിരെ കുത്തിവെപ്പെടുത്ത് രോഗപ്രതിരോധശക്തി വരുത്താം.

ഡോക്ടർ നിങ്ങളോട് വിശദമായി രോഗവിവരം ചോദിക്കുന്നതിലൂടെ രോഗനിർണ്ണയം എളുപ്പമാകും. പരിസരമലിനീകരണം പ്രധാനപ്രശ്ന മാണ്. അത് രോഗാണു എല്ലായിടത്തും പരക്കുന്നതിന് ഇടയാക്കുന്നു. ഖരമാലിന്യവും ജലമാലിന്യവും ഇപ്രകാരം അപകടകരമാണ്.

ലക്ഷണങ്ങൾ

രോഗാണു ശരീരത്തിൽ പ്രവേശിച്ചാൽ ഒന്നുരണ്ടാഴ്ചകൾക്കകം ലക്ഷണങ്ങൾ ആരംഭിക്കുകയായി. എന്നാൽ രണ്ടുദിവസംമുതൽ മുപ്പത് ദിവസംവരെ സമയത്തിനുള്ളിലും രോഗം വരാം. രോഗലക്ഷണങ്ങൾ ഇവയാണ്.

100.4 മുതൽ 104 ഡിഗ്രി വരെയുള്ള പനിയുണ്ടാകും. ഏതു പനി വന്നാലും രണ്ടു നേരവും പനി തെർമോമീറ്റർ വെച്ച് പരിശോധിച്ച് എഴുതി വെയ്ക്കണം. കഴിയുമെങ്കിലത് ഗ്രാഫിൽ രേഖപ്പെടുത്തുക.

- പനിയോടൊപ്പമുള്ള കുളിര്
- പെട്ടെന്നുള്ള തലവേദനകൾ
- ഓക്കാനവും ഛർദ്ദിയും
- വിശപ്പ് കുറവ്
- പേശി വേദന, ഇത് പ്രത്യേകിച്ചും കാൽമുട്ടിന് താഴെയുള്ള വലിയ പേശികൾ, പുറകുവശത്ത് താഴെയുള്ള പേശികൾ എന്നിവയേയാണ് ബാധിക്കുക
- കണ്ണിലെ പുറംപാടയായ കൺജങ്ടൈവയിൽ ചൊറിച്ചിലും വേദന യുമുണ്ടാക്കുന്ന കൺജങ്ടിവൈറ്റിസ് (conjunctivitis)
- ചുമ
- കുറച്ചുദിവസം മാത്രം നീണ്ടുനിൽക്കുന്ന ശരീരത്തിലെ തടിപ്പ്.

രോഗം ലഘുവായിവരുന്ന 90 ശതമാനം പേരിലും ഇത് 5–7 ദിവസ ത്തിനകം മാറും. എന്നാൽ പത്തു ശതമാനം പേരിൽ രോഗം ഗുരുതര മാകും. അതാണ് കടുത്ത ലക്ഷണങ്ങളുള്ള എലിപ്പനി എന്ന വീൽസ് രോഗം. ലഘുവായ ലക്ഷണങ്ങൾ കുറഞ്ഞ് 1–3 ദിവസത്തിനകം വീൽസ് രോഗം ആരംഭിക്കുന്നു. ഇതിന്റെ ലക്ഷണങ്ങൾ ഇവയാണ്. കരൾ, വൃക്ക കൾ, ഹൃദയം എന്നിവയെ ബാധിക്കുന്നതനുസരിച്ച് ഇവയെ മൂന്നുതര മായി തിരിക്കാം. ചുരുക്കമായി ഈ മൂന്നു അവയവങ്ങളെ ഒരുമിച്ച് രോഗം ബാധിക്കാം.

ലക്ഷണങ്ങൾ

മഞ്ഞപ്പിത്തം. ഇതൊരു രോഗമല്ല. രോഗലക്ഷണം മാത്രമാണ്. കരളിനെ ബാധിക്കുന്നതുകൊണ്ട് രക്തത്തിലെ ബിലുറുബിൻ ഉപയോഗിക്കാനാ കാതെ വളരെ കൂടുന്നു. അപ്രകാരം കണ്ണിലും വെളുത്ത നിറമുള്ളവരുടെ

ചർമ്മത്തിലും മഞ്ഞനിറം പകരുന്നു. ഇത് തെളിഞ്ഞ സൂര്യപ്രകാശത്തിൽ നോക്കിയാൽ വ്യക്തമായി കാണാം.

- കരൾ തകരാറുകൊണ്ട് വരുന്ന വിശപ്പ് കുറവ്
- ക്ഷീണം
- ശ്വാസം കിട്ടായ്ക
- നെഞ്ചുവേദന
- വേഗത്തിലും താളംതെറ്റിയുമുള്ള ഹൃദയമിടിപ്പ്
- കണങ്കാലിലും കൈയിലും നീര്. ഈ നാല് ലക്ഷണങ്ങളും രോഗം ഹൃദയത്തെ ബാധിക്കുന്നതിന്റെ ലക്ഷണങ്ങളാണ്.
- പേശിവേദന, ഓക്കാനം
- ഉദരത്തിൽ വലത് മുകൾവശത്തായി വീക്കം. ഇത് കരൾരോഗം വന്ന് കരൾ വികസിക്കുന്നതിന്റെ സൂചനയാണ്.
- മൂത്രം പോകുന്നതിന്റെ അളവ് കുറവായിരിക്കും. ദിവസത്തിൽ ആറു പ്രാവശ്യമെങ്കിലും മൂത്രമൊഴിച്ചിരിക്കണം. ഇതിൽ കുറവുണ്ടെങ്കിൽ വൃക്കയുടെ പ്രവർത്തനം വിലയിരുത്തണം. ചികിത്സ വൈകിയാൽ വൃക്കകളും കരളും സ്ഥിരമായി പ്രവർത്തനരഹിതമാകും.

മസ്തിഷ്കത്തെ ബാധിച്ചാലുള്ള ലക്ഷണങ്ങൾ

മസ്തിഷ്കത്തിന്റെ പുറംപാടയായ മെനിഞ്ജസിനെ രോഗം ബാധിച്ചാൽ മെനിഞ്ജൈറ്റിസും (meningitis) അതും കടന്ന് മസ്തിഷ്കം രോഗബാധിതമായാൽ എൻസിഫലൈറ്റിസും (encephalitis) വരുന്നു. അപ്പോൾ 100.4 ഡിഗ്രിയോ അതിനെക്കാൾ കൂടുതൽ പനിയോ ഉണ്ടാകാം. അവ കൂടാതെ,

- ഓക്കാനവും ഛർദ്ദിയും
- മാനസികാവസ്ഥയിൽ മാറ്റം, പരിസരബോധം നഷ്ടപ്പെടൽ, ആശയക്കുഴപ്പം, തൂങ്ങിയിരിപ്പ്
- അസാധാരണമായ പെരുമാറ്റം, അക്രമാസക്തമാകുക, ചുഴലി ബാധകൾ
- തെളിഞ്ഞ പ്രകാശത്തിനോട് അകൽച്ച (photophobia)
- സംസാരിക്കാൻ കഴിയാതാവുക
- അനിയന്ത്രിതമായ ശാരീരികചലനങ്ങൾ
- കഴുത്തിലെ പേശികളിൽ ബലംവന്ന് കഴുത്ത് മുന്നോട്ടു കൊണ്ടുവരാൻ കഴിയാതെ വരിക എന്നിവ ഉണ്ടാകുന്നു.
- ഈ ലക്ഷണങ്ങൾ ആരംഭിച്ച ഉടനെ ചികിത്സ ലഭിക്കാതിരുന്നാൽ മസ്തിഷ്കത്തിന് ഗുരുതരമായ കേട് സംഭവിക്കുകയും മരണത്തിലെത്തുകയും ചെയ്യാം.

ശ്വാസകോശത്തെ ബാധിച്ചാലുള്ള ലക്ഷണങ്ങൾ

രോഗാണു ശ്വാസകോശത്തെ ബാധിക്കുന്നതാണ് ഏറ്റവും അപകടം. ഇതിൽ മരണം വളരെ കൂടുതലാണ്. രോഗാണു ശ്വാസകോശത്തെ തിന്ന് നശിപ്പിക്കുന്നതോടെ അവിടത്തെ രക്തക്കുഴലുകളിലൂടെ വലിയ ആന്തരികരക്തസ്രാവമുണ്ടാകുന്നു. ലക്ഷണങ്ങൾ ഇവയാണ്.

- 105 ഡിഗ്രി വരെ ഉയരുന്ന താപനില
- ശ്വാസം കിട്ടാതെ വരിക
- രക്തം ചുമച്ച് തുപ്പുക. ചിലപ്പോൾ വരുന്ന രക്തം അധികമാകുന്നത് മൂലം ശ്വാസം കിട്ടാതെ വരും.

രോഗനിർണ്ണയം

രോഗാരംഭത്തിലാണ് രോഗനിർണ്ണയം സുപ്രധാനമാകുന്നത്. ആദ്യ ഘട്ടത്തിലെ ലക്ഷണങ്ങൾ പല ലഘുതരമായ തനിയെമാറുന്ന നീർദ്ദോഷം, ഫ്ളൂ എന്നിവയുമായി തെറ്റിദ്ധരിക്കപ്പെടുന്നതിനാൽ രോഗം മനസ്സിലാകാതെ പോകുന്നു. ഇത് എലിപ്പനിയിലെ അപകടമാണ്. അതുകൊണ്ട് ഈ രോഗം ഭൂരിഭാഗവും മൂർദ്ധന്യാവസ്ഥയിലെ അടിയന്തര ഘട്ടങ്ങളിൽ മാത്രമാണ് രോഗനിർണ്ണയം ചെയ്യപ്പെടുന്നത്. അതുകൊണ്ട് എലിപ്പനി പടരുന്ന ഘട്ടത്തിലും അതുള്ള സ്ഥലത്തേക്ക് യാത്രചെയ്തിട്ടുണ്ടെങ്കിലും ബന്ധപ്പെട്ട എല്ലാവിവരങ്ങളും നിങ്ങളുടെ ഡോക്ടറോട് പറയണം. കുളം, പുഴ, മറ്റു ജലാശയങ്ങൾ എന്നിവയിൽ പോയിട്ടുണ്ടോ, മൃഗങ്ങളെ നോക്കിയിട്ടുണ്ടോ, അവയുടെ മൂത്രം ശരീരത്തിലായിട്ടുണ്ടോ, കൃഷിയിലും തോട്ടപ്പണിയിലും ഏർപ്പെട്ടിട്ടുണ്ടോ എന്നിവ ഡോക്ടർ ചോദിക്കും. രക്തവും മൂത്രവും പരിശോധിച്ചാൽ എലിപ്പനി രോഗാണുവിന്റെ സാന്നിധ്യം ഉറപ്പുവരുത്തുവാൻ കഴിയും. എക്സ് റെ പരിശോധനകൊണ്ട് ലെപ്റ്റോസ്പൈറ അവയവങ്ങളെ ബാധിച്ചിട്ടുണ്ടോ എന്നും അറിയാം.

ഈ രോഗം പകരുന്നവിധം

മൃഗങ്ങളിൽനിന്നാണ് ഈ രോഗം മനുഷ്യനിലേക്ക് പകരുന്നത്. മണ്ണും ജലവും മൃഗങ്ങളുടെ മൂത്രം കലർന്നതാകാം. ഇത് മുറിവുള്ള ശരീരഭാഗവുമായി ബന്ധമുണ്ടാകുമ്പോൾ രോഗാണു ശരീരത്തിലേക്ക് പ്രവേശിക്കുന്നു. കുറച്ചു ദിവസം കഴിഞ്ഞ് ശരീരം അതിന് കീഴ്പ്പെടുമ്പോഴാണ് ലക്ഷണങ്ങൾ ആരംഭിക്കുന്നത്. ലക്ഷണങ്ങൾ ഉണ്ടാക്കാതെ അണുവിന്റെ വാഹകരാകുന്ന മൃഗങ്ങളാണ് കന്നുകാലികൾ, പന്നികൾ, നായ്ക്കൾ, എലികൾ എന്നിവ. എലികൾ പ്രത്യേകിച്ച് അപകടകാരികളാണ്. മൃഗഡോക്ടർമാർക്കും മൃഗങ്ങളെ പരിപാലിക്കുന്നവർക്കും ഇത്

വരാനുള്ള സാധ്യത കൂടുതലാണ്. വെള്ളത്തിലുള്ള ജോലികളായ മണൽ വാരൽ, മീൻപിടുത്തം, ജലാശയങ്ങളിലെ കളികളും, കുളി എന്നിവയും രോഗം വരുത്താം. മനുഷ്യരിൽനിന്ന് മനുഷ്യരിലേക്ക് പകരുന്നത് അവ ഗണിക്കാവുന്നത്ര ചുരുക്കമാണ്. കന്നുകാലികളെ പരിപാലിക്കുന്നവരിൽ രോഗസാധ്യത കൂടുതലാണ്. അവയുടെ മലത്തിലൂടെ രോഗം പകരുന്നത് സാധാരണമാണ്. ശുദ്ധജലത്തിലൂടെയും രോഗം പകരാം.

എലിപ്പനിയുടെ പ്രതിരോധം

പ്രതിരോധത്തിന് മൂന്നു കാര്യങ്ങൾ ചെയ്യാം. വീട്ടുമൃഗങ്ങൾക്ക് വാക്സിനേഷനുണ്ട്. അതെടുത്ത് അവയെ സംരക്ഷിക്കാം. മനുഷ്യന് വാക്സിനേഷനില്ല. കുടിക്കുന്നത് തിളപ്പിച്ചാറിയ വെള്ളമായിരിക്കണം. ഹിപ്പറ്റൈറ്റിസ് എ, ഗിയാർഡിയാസിസ്, പോളിയോ, അമീബ, വയറിളക്കരോഗ വൈറസുകൾ തുടങ്ങിയ വെള്ളത്തിലൂടെ പകരുന്ന നിരവധി രോഗങ്ങൾക്കെടുക്കുന്ന മുൻകരുതൽ ഇവിടെയും എടുക്കണം. കൈയിലോ കാലിലോ മുറിവുണ്ടെങ്കിൽ വെള്ളം കടക്കാത്തപോലെ പ്ലാസ്റ്റർ വെച്ചതിനുശേഷം മാത്രമെ വെള്ളം തൊടാൻ പാടുള്ളൂ. ഖരമലിന്യവും ജലമാലിന്യവും ഇല്ലാതെ പരിസരം ശുചീകരിച്ച് വെയ്ക്കുന്നത് എലികളുടെ എണ്ണം കുറയ്ക്കും. അപ്രകാരം രോഗം പകരുന്നത് തടയും.

ചികിത്സ

ലഘുവായ എലിപ്പനി നേരത്തെ രോഗനിർണ്ണയം ചെയ്യുകയാണെങ്കിൽ വായിലൂടെ കഴിക്കുന്ന ആന്റിബയോട്ടിക്കുകൾ ഒരാഴ്ച കഴിച്ചാൽ മതിയാകും. അതിന് പെൻസിലിൻ, ടെട്രാസൈക്ലിൻ, ഡോക്സിസൈക്ലിൻ തുടങ്ങിയ ആന്റിബയോട്ടിക്കുകൾ മതി. അവയ്ക്ക് വയറിനെ ബാധിക്കുന്ന പാർശ്വഫലങ്ങളായ ദഹനക്കേട്, വയറിളക്കം, ഓക്കാനം, ഛർദ്ദി എന്നിവ ഉണ്ടാകാം. അവ ശല്യമുണ്ടാക്കുന്നുവെങ്കിൽ പകരം എറിത്രോമൈസിൻ ഉപയോഗിക്കാം. ലക്ഷണങ്ങൾ കുറഞ്ഞാലും നിഷ്കർഷിച്ച ദിവസം മുഴുവനും മരുന്ന് കഴിക്കണം. കുറച്ച് ദിവസം കഴിഞ്ഞ് ഗുരുതരമായി രോഗത്തിന്റെ ആവർത്തനം വരാതെ കഴിക്കാൻ ഇതാവശ്യമാണ്. വേദനകൾക്ക് പാരാസെറ്റമോൾ, ഐബുപ്രോഫൻ തുടങ്ങിയ വേദനസംഹാരികൾ ഉപയോഗിക്കാം. ഇവ തലവേദന, പനി, പേശിവേദന എന്നിവയ്ക്ക് നല്ലതാണ്. ഏഴു ദിവസങ്ങൾക്കകം രോഗം ഭേദമാകാതെ വരികയാണെങ്കിൽ ഡോക്ടറോട് വിവരം പറയണം.

കടുത്ത എലിപ്പനിയായ വീൽസ് രോഗഘട്ടത്തിലേക്ക് വരികയാണെങ്കിൽ ആസ്പത്രിയിൽ പ്രവേശിപ്പിച്ച് ചികിത്സിക്കേണ്ടി വരും. അത് ഞരമ്പിലൂടെ കുത്തിവെപ്പുകളെടുക്കുന്നതിനും വിശ്രമത്തിനും അവയവങ്ങളുടെ ആരോഗ്യം വിലയിരുത്തി ഉടനെ ചികിത്സിക്കുന്നതിനും

അനുപേക്ഷണീയമാണ്. ആന്റിബയോട്ടിക്കുകളുടെ രോഗനിവാരണ ശക്തി പൂർണ്ണമായി തെളിഞ്ഞിട്ടില്ല. അവയവങ്ങൾക്ക് കേടുപറ്റുകയാണെങ്കിൽ പ്രത്യേക ഉപകരണങ്ങൾ ഘടിപ്പിച്ച് ചികിത്സിക്കേണ്ടി വരും. ഉദാഹരണമായി ശ്വാസതടസ്സമുണ്ടെങ്കിൽ വെന്റിലേറ്റർ ഉപയോഗിക്കേണ്ടി വരും. അതുപോലെ വൃക്കകളുടെ പ്രവർത്തനം മോശമായാൽ ഡയലിസിസ് വേണ്ടി വരും. ആവശ്യത്തിന് പോഷകം കൊടുക്കുവാൻ ഞരമ്പിലൂടെ ഗ്ലൂക്കോസും മറ്റും കൊടുക്കേണ്ടി വരും. രോഗത്തിന്റെ കാഠിന്യവും അവയവങ്ങളുടെ തകരാറും അനുസരിച്ചാണ് ആസ്പത്രിയിൽ കിടക്കേണ്ട സമയം തീരുമാനിക്കുന്നത്. ആന്റിബയോട്ടിക്കുകൾക്ക് രോഗാണുക്കളെ വേഗം നശിപ്പിക്കുവാൻ കഴിയുന്നെങ്കിൽ അസുഖം വേഗം മാറും. ഏതാനും ആഴ്ചകൾ മുതൽ പല മാസങ്ങളും ആസ്പത്രിയിൽ കഴിച്ചുകൂട്ടേണ്ടി വരും.

ഡെങ്കുപനി

One of the very important characteristics of a student is to question. Let the students ask questions.

- A.P.J. Abdul Kalam

ഉഷ്ണമേഖലരാജ്യങ്ങളിലും ഉപഉഷ്ണമേഖലരാജ്യങ്ങളിലും കാണപ്പെടുന്ന കൊതുക് വഴി പകരുന്ന രോഗമാണ് ഡെങ്കുപനി. ലഘുവായ ഡെങ്കുവിന്റെ ലക്ഷണങ്ങൾ ഉയർന്ന പനിയും ശരീരമാകെ തടിപ്പും പേശികളിലും സന്ധികളിലും വേദനയുമാണ്. കടുത്ത ഡെങ്കുപനിയിലാകട്ടെ കടുത്ത ലക്ഷണങ്ങളോടൊപ്പം രക്തസ്രാവവുമുണ്ടാകുന്നു. ശക്തിയായ രക്തസ്രാവമുണ്ടാകുന്നതിനാൽ രക്തസമ്മർദ്ദം കറഞ്ഞ് അപകടകരമാവുകയും തത്ഫലമായുണ്ടാകുന്ന ഷോക്ക് മൂലം മരണമുണ്ടാവുകയും ചെയ്തേക്കാം. ലോകമെങ്ങും ദശലക്ഷക്കണക്കിനാളുകൾക്ക് വർഷം തോറും ഈ രോഗം വരുന്നുണ്ട്. തെക്കുകിഴക്കനേഷ്യയിൽ വ്യാപകമായ ഈ വൈറസ് രോഗം ഇപ്പോൾ ലാറ്റിൻ അമേരിക്കൻ രാജ്യങ്ങളിലും കരീബിയൻ നാടുകളിലും കണ്ടുവരുന്നുണ്ട്.

ഡോക്ടറോടു ചോദിക്കേണ്ട ചോദ്യങ്ങൾ

- എന്റെ ലക്ഷണങ്ങളും രോഗവും എന്തുകൊണ്ടാണ്?
- ഏതെല്ലാം ടെസ്റ്റുകളും പരിശോധനകളുമാണ് എനിക്കാവശ്യമുള്ളത്?
- ലഭ്യമായ ഏറ്റവും നല്ല ചികിത്സ ഏതാണ്?
- എനിക്ക് സുഖം പ്രാപിക്കുവാൻ എത്രസമയം പിടിക്കും?
- ഇതിന് നീണ്ടകാലത്തേക്ക് എന്തെല്ലാം വൈഷമ്യങ്ങളാണ് വരാനിടയുള്ളത്?

- ഈ രോഗത്തെപ്പറ്റി കൂടുതൽ അറിയുവാൻ ഞാൻ എന്താണ് ചെയ്യേണ്ടത്?
- പറ്റിയ പുസ്തകങ്ങളോ വെബ്സൈറ്റുകളോ ഉപദേശിക്കാമോ?

ലക്ഷണങ്ങൾ

കൗമാരക്കാരിലും കുട്ടികളിലും ലഘുവായ രോഗമുണ്ടായാൽ അതറിയാതെ പോകുന്നു. ലക്ഷണങ്ങളുണ്ടാകുന്നവരിൽ അത് കൊതുക് കടിച്ച് 4–10 ദിവസം കഴിഞ്ഞതിന് ശേഷമാണ് കാണുന്നത്. ഏറ്റവും കൂടുതൽ കാണുന്ന ലക്ഷണങ്ങൾ ഇവയാണ്.

- 106 ഡിഗ്രി വരെ പോകുന്ന പനി
- തലവേദന, ചിലപ്പോൾ ശക്തിയാകും
- പേശികൾ, അസ്ഥികൾ, സന്ധികൾ എന്നിവടങ്ങളിൽ വേദന
- കണ്ണിന് പിറകിൽ വേദന
- ഇവ കൂടാതെ ഈ ലക്ഷണങ്ങളും ഉണ്ടാകാം
- ദേഹമാസകലം തടിപ്പ്
- ഓക്കാനവും ഛർദ്ദിയും
- മോണയിൽനിന്നും മൂക്കിൽനിന്നും രക്തസ്രാവം

പലരുടെയും അസുഖം ഒരാഴ്ചയ്ക്കകം മാറും. ചിലരിൽ രോഗം മോശമാവുകയും ജീവന് ഭീഷണിയാവുകയും ചെയ്യുന്നു. അപ്പോൾ രക്തക്കുഴലുകളിൽനിന്നും രക്തസ്രാവം ഉണ്ടാകും. രക്തസ്രാവം തടയുന്ന രക്തത്തെ കട്ടപിടിപ്പിക്കുന്ന കോശങ്ങൾ കുറയുന്നു. തന്മൂലമാണ് ഈ ലക്ഷണങ്ങൾ ഉണ്ടാകുന്നത്.

- മൂക്കിൽനിന്നും വായയിൽനിന്നും രക്തം വരുന്നു.
- കടുത്ത വയറ്റിൽ വേദന
- നിൽക്കാതെയുള്ള ഛർദ്ദി
- ചർമ്മത്തിനടിയിലെ കട്ടിപിടിച്ച രക്തസ്രാവം. ഇത് കണ്ടാൽ ഏതോ അടികിട്ടിയതാണെന്നെ തോന്നൂ.
- ശ്വാസകോശം, കരൾ, ഹൃദയം എന്നിവയിലെ രോഗം
- ഡെങ്കുപനി പടരുന്ന സമയത്തും അതുള്ള സ്ഥലത്ത് യാത്ര ചെയ്തതിന് ശേഷവും പെട്ടെന്ന് പനി വന്നാൽ ഡെങ്കു സംശയിക്കണം. വേഗം ഡോക്ടറെ കാണണം.

ഡോക്ടർ നിങ്ങളോട് ചോദിക്കുന്ന ചോദ്യങ്ങൾ

അവ ഏതൊക്കെയാണെന്ന് മുൻകൂട്ടി മനസ്സിലാക്കിവെച്ചാൽ വേഗം മറുപടി പറയുവാൻ കഴിയും. നിങ്ങളുടെ കൃത്യമായ മറുപടി രോഗ

നിർണ്ണയത്തെയും അതുവഴി നിങ്ങളുടെ രോഗവിമുക്തിയേയും വളരെയധികം സഹായിക്കും.

- എന്നാണ് നിങ്ങളുടെ ലക്ഷണങ്ങൾ ആരംഭിച്ചത്?
- ഈ ലക്ഷണങ്ങൾ തുടർച്ചയായുള്ളതോ ഇടയ്ക്കുമാത്രം വരുന്നതോ ആയിരുന്നോ?
- നിങ്ങളുടെ ലക്ഷണങ്ങൾക്ക് കാഠിന്യം എത്രത്തോളമുണ്ടായിരുന്നു?
- ഏതെങ്കിലും കാര്യങ്ങൾ നിങ്ങളുടെ ലക്ഷണങ്ങൾ കൂട്ടുകയോ കുറയ്ക്കുകയോ ചെയ്തിരുന്നോ?
- നിങ്ങൾ ഏതെങ്കിലും കൊതുകുള്ള സ്ഥലത്തേക്ക് യാത്ര ചെയ്തിരുന്നോ?
- ഏതെങ്കിലും ഈ രോഗമുള്ള വ്യക്തിയുമായി നിങ്ങൾ അടുത്ത് പെരുമാറിയിരുന്നോ?

രോഗസാധ്യതകൾ

രോഗസാധ്യതയുള്ള സ്ഥലങ്ങളും പടർന്നുപിടിക്കാൻ സാധ്യതയുള്ള സമയവും രോഗസാധ്യത കൂട്ടുന്നു. അപ്പോൾ കൊതുക് കടി കൊള്ളാതെ നോക്കണം.

മറ്റു വൈറസ് രോഗങ്ങളിൽനിന്ന് വ്യത്യസ്തമായി ഡെങ്കുപനി ഒരിക്കൽ വന്നാൽ രണ്ടാമത് വരാനുള്ള സാധ്യത കൂടുതലാണ്. ഇത് പ്രത്യേകിച്ചും കുട്ടികളിൽ കാണപ്പെടുന്ന അപകടസാധ്യതയാണ്.

ചികിത്സ

വൈറസ് രോഗമായതിനാൽ ഇതിന് പ്രത്യേക ചികിത്സയില്ല. ലക്ഷണമനുസരിച്ച് ആശ്വാസത്തിനുള്ള ചികിത്സയും വിശ്രമവും അവയവങ്ങൾക്ക് കേട് പറ്റാതെ നോക്കലും നിർജലീകരണം വരാതെ നോക്കലും സുപ്രധാനമാണ്. വായിലൂടെ ധാരാളം പുനർജലനീകരണലായനി (ഓ ആർ ടി) കുടിച്ചുകൊണ്ടേയിരിക്കണം. പനിയും വേദനയും കുറയ്ക്കാൻ പാരാസെറ്റമോൾ കഴിക്കാം.

രക്തസ്രാവമുണ്ടാക്കാൻ സാധ്യതയുള്ള ആസ്പിരിൻ, ഐബുപ്രോഫൻ, നപ്രോക്സെൻ എന്നിവ കഴിക്കരുത്. കടുത്ത ഡെങ്കുപനിയുണ്ടെങ്കിൽ ഈ പ്രത്യേക ചികിത്സകൾ ആവശ്യമായി വരും.

- ആസ്പത്രിയിൽ പ്രവേശിപ്പിക്കേണ്ടിവരും.
- ഞരമ്പിലൂടെ ലവണവും ജലവുമെല്ലാം വേണ്ടിവരും.
- രക്തസമ്മർദ്ദം നോക്കിക്കൊണ്ടിരിക്കണം.
- രക്തം പോകുന്നെങ്കിൽ പകരം രക്തം കുത്തിവെക്കേണ്ടിവരും.

പ്രതിരോധം

ഇതിനുള്ള വാക്സിൻ ഗവേഷണഘട്ടത്തിലാണ്. കൊതുകുകളെ നിയന്ത്രിക്കുകയാണ് ഇപ്പോൾ പ്രായോഗികമായ പ്രതിരോധമാർഗ്ഗം. രാത്രി കൊതുകുകളെ കിടപ്പുമുറിയിൽ കടക്കാതെ സൂക്ഷിക്കണം. കൊതുക് വരാതിരിക്കാനുള്ള ലേപനങ്ങളും തിരികളും സുലഭമാണ്. അവ ഉപയോഗിക്കാം. ശരീരം കഴിയുന്നത്ര മൂടുന്ന വസ്ത്രധാരണം നല്ലതാണ്. പെർമിത്രിൻ എന്ന കൊതുകുകളെ തുരത്തുന്ന മരുന്ന് വസ്ത്രത്തിലും കൊതുക് വലയിലും ഉപയോഗിക്കാം. ചർമ്മത്തിൽ 10 ശതമാനം ഡി ഇ ഇ ടി പുരട്ടാം. വൈകീട്ട് പുറത്തിറങ്ങുമ്പോൾ സൂക്ഷിക്കണം. കൊതുകുകൾ പുറത്തിറങ്ങി കടിക്കുന്ന സമയമാണത്. വീടിനകത്തും പുറത്തും വെള്ളം കെട്ടിനിന്ന് കൊതുകുകൾ വളരുന്ന ചിരട്ട, പഴയ ടയറുകൾ, കൂളറുകൾ എന്നിവയിൽനിന്ന് കൊതുക് വളരാതെ സൂക്ഷിക്കണം. കൊതുകുവല ഉപയോഗിക്കുന്നത് നല്ലതാണ്.

കൊതുക് നിയന്ത്രണത്തിന് ജീൻ സാങ്കേതികവിദ്യ

കൊതുക് നിയന്ത്രണത്തിന് സ്പ്രേകളും ജൈവതന്ത്രങ്ങളും പരാജയപ്പെടുന്നതിനാൽ ഗവേഷകർ ആൺകൊതുകുകളിൽ സ്വയം നശിക്കുന്ന ജീനുകളെ സന്നിവേശിപ്പിച്ച് പരീക്ഷണങ്ങൾ നടത്തി. ഡെങ്കു പരത്തുന്ന ഈഡിസ് ഈജിപ്റ്റൈ കൊതുകുകളിലെ ആണുങ്ങളിലാണ് ഈ ജീൻ സന്നിവേശിപ്പിക്കുന്നത്. സ്പ്രേ ചെയ്യുന്നതിന്റെ ദോഷഫലം അതെല്ലാ സ്ഥലങ്ങളിലും എത്തിക്കുവാൻ ആവുകയില്ല എന്ന പ്രായോഗിക ബുദ്ധിമുട്ടാണ്. കൊതുകുകൾക്ക് പല സ്ഥലത്തും സമർത്ഥമായി ഒളിച്ചിരിക്കാൻ കഴിയും. അമേരിക്കയിലെ ഫ്ളോറിഡയിലാണ് ഇപ്പോൾ പഠനം നടന്നുകൊണ്ടിരിക്കുന്നത്. പുതിയ മാർഗ്ഗങ്ങളോട് പൊതുജനങ്ങൾക്കുള്ള സംശയം ഇതിനോടുമുണ്ട്. ചിലർ ഇതിനെതിരെ കോടതിയിൽ കേസ് കൊടുത്തിട്ടുണ്ട്.

ഫ്ളോറിഡയിലെ 44 ദ്വീപുകളിലെ കൊതുകുകളെ നശിപ്പിക്കുകയാണ് അവരുടെ ദൗത്യം. ഈ ജീനുകൾ മൂലം അടുത്ത തലമുറയിലെ ആൺകൊതുകുകൾ പ്രായപൂർത്തിയാവുന്നതിന് മുമ്പെ ചത്തുപോവുന്നു. ലക്ഷക്കണക്കിന് ഈ ജീനുകളുള്ള ആൺകൊതുകുകളെ ഇറക്കിയാൽ പിന്നീടുണ്ടാകുന്നവയിൽ വംശവർദ്ധനയ്ക്ക് ആൺ കൊതുകുകൾ ഇല്ലാതെ കൊതുകുകുലം മുടിയും. ഇതാണ് ഗവേഷകരുടെ ആശയം. മഞ്ഞപ്പനിയും ചിക്കുൺഗുന്യയും ഡെങ്കുവും ഈഡിസ് കൊതുകുകളാണ് പരത്തുന്നത്. അതുകൊണ്ട് ഇതിനെ നശിപ്പിക്കുന്നതിലൂടെ ഈ മൂന്നുരോഗങ്ങളെയും നിർമ്മാർജ്ജനം ചെയ്യാം. ലോകമാകമാനം ഇപ്പോഴത്തെ അഞ്ചുകോടിയിൽനിന്ന് പത്തുകോടി പേർക്ക് ഡെങ്കു വരാം എന്ന ഭീഷണി നിലനിൽക്കുന്നുണ്ട്.

ബ്രിട്ടനിലെ ഒക്സിടെക് എന്ന ബയോഎഞ്ചിനീയറിങ്ങ് കമ്പനിയാണ് ഈ ഗവേഷണങ്ങൾ തുടരുന്നത്. കേമാൻ ദ്വീപുകളിൽ 33 ലക്ഷം ഇത്തരം കൊതുകുകളെ ഇറക്കി അവിടത്തെ 80 ശതമാനം കൊതുകുകളെയും നശിപ്പിക്കുവാൻ കമ്പനിക്ക് കഴിഞ്ഞു. ഇപ്പോൾ മലേഷ്യയിലും ബ്രസീലിലും അവർ പ്രവർത്തനങ്ങൾ തുടങ്ങിക്കഴിഞ്ഞു. ബ്രസീലിലെ ബഹിയയിൽ ഇത്തരം ഒരു വലിയ കൊതുക് നിർമ്മാണകേന്ദ്രം തുടങ്ങുവാൻ പരിപാടി ആരംഭിച്ചിട്ടുണ്ട്. പരിസ്ഥിതിവാദികളുടെ എക്കോസിസ്റ്റം തകരാറാകുമെന്ന വാദം ഒരു വശത്തുണ്ട്.

ഹിപ്പറ്റൈറ്റിസ് എ

By doubting we are led to question, by questioning we arrive at the truth.

- Peter Abelard

വളരെയധികം വേഗത്തിൽ വെള്ളത്തിലൂടെ പരക്കുന്ന രോഗമാണ് ഹിപ്പറ്റൈറ്റിസ് എ. പല തരത്തിലുള്ള ഹിപ്പറ്റൈറ്റിസ് വൈറസുകളുണ്ട്, ബി, സി, ഡി, ഇ, ഹിപ്പറ്റൈറ്റിസ് എഫ് വൈറസ്, ജി ബി വൈറസ് സി എന്നിവയാണവ. ഹിപ്പറ്റൈറ്റിസ് എ വൈറസ് കരളിനെ ബാധിക്കുകയും കരളിന്റെ പ്രവർത്തനത്തെ തകരാറിലാക്കുകയും ചെയ്യുന്നു. ഭക്ഷണത്തിലൂടെയോ വെള്ളത്തിലൂടെയോ ആണ് ഈ വൈറസ് അധികവും പരക്കുന്നത്. രോഗമുള്ളവരിൽനിന്ന് നേരിട്ടും രോഗം വരാം. ലഘുവായ ഹിപ്പറ്റൈറ്റിസിന് ചികിത്സ ആവശ്യമില്ല. ലഘുവായ രോഗമുള്ളവർ സ്ഥിരമായ കരൾത്തകരാറില്ലാതെ പൂർണ്ണമായി രോഗവിമുക്തി നേടാറുണ്ട്. വ്യക്തിപരമായ ശുചിത്വം പാലിക്കുന്നത് രോഗപ്രതിരോധത്തിന് വളരെ സുപ്രധാനമാണ്. കൈകഴുകൽ ഇതിൽ വളരെ പ്രാധാനമാണ്. ഇടയ്ക്ക് കൈകഴുകുന്നതുകൊണ്ട് ശുചിയായ തിളപ്പിച്ചാറിയ വെള്ളം മാത്രം കുടിക്കുന്നതുകൊണ്ട് മാത്രം രോഗം തടയാം. രോഗം വരാനിടയുള്ളവർക്ക് വാക്സിനെടുക്കുന്നത് നല്ലതാണ്.

ഡോക്ടറോടു ചോദിക്കേണ്ട ചോദ്യങ്ങൾ

- എനിക്ക് ഹിപ്പറ്റൈറ്റിസ് രോഗമുണ്ടോ? എന്നിൽനിന്ന് ഇത് മറ്റുള്ളവരിലേക്ക് പകരുമോ?
- എന്റെ കുടുംബാംഗങ്ങളിലേക്കും സുഹൃത്തുക്കളിലേക്കും പകരാതിരിക്കാൻ എന്താണ് ചെയ്യേണ്ടത്?
- എന്റെ കുടുംബാംഗങ്ങളും സുഹൃത്തുക്കളും വാക്സിൻ എടുക്കേണ്ട ആവശ്യകതയുണ്ടോ?
- രോഗമുള്ള ഈ അവസ്ഥയിൽ ജോലിസ്ഥലത്തും പഠിക്കുന്ന സ്ഥലത്തും പോകാമോ?

- ഹിപ്പറ്റൈറ്റിസിന്റെ ലക്ഷണങ്ങളും രോഗത്തെളിവുകളും എപ്രകാരമാണ്?
- ഈ രോഗം വർദ്ധിക്കുകയും ഗൗരവതരമായ അവസ്ഥയിലേക്ക് പോവുകയും ചെയ്യുന്നതിന്റെ പ്രാരംഭലക്ഷണങ്ങൾ ഏതൊക്കെയാണ്?
- എന്റെ ഹിപ്പറ്റൈറ്റിസ് രോഗം മറ്റുള്ളവരിലേക്ക് പകരുകയില്ല എന്ന് എപ്രകാരം ഉറപ്പിക്കാം?
- ഞാൻ അടുത്ത പരിശോധനയ്ക്കായി ഇനി എന്നാണ് വരേണ്ടത്?

രോഗസാധ്യത

- രോഗം നിലനിൽക്കുന്ന സ്ഥലങ്ങളിൽ താമസിക്കുക.
- അത്തരം സ്ഥലങ്ങളിലേക്ക് യാത്ര പോവുക.
- സ്വവർഗാനുരാഗികൾ
- എച്ച് ഐ വി രോഗാണുബാധയുള്ളവർ
- മയക്കുമരുന്നു കുത്തി വെയ്ക്കുന്നവർ
- ഈ രോഗമുള്ളവരുടെ കൂടെ താമസിക്കുന്നവർ
- രക്തമോ മറ്റു രക്തഉൽപന്നങ്ങളോ സ്വീകരിക്കുമ്പോൾ

സങ്കീർണ്ണതകൾ

ചിലരിൽ ഈ ലക്ഷണങ്ങളും രോഗത്തിന്റെ തെളിവുകളും സാധാരണയിൽ കൂടുതൽ കാലം തുടരും. പല ആഴ്ചകളും ഇവ നീണ്ടുനിന്നേക്കാം. ഇത്തരക്കാരിൽ ആദ്യം ലക്ഷണങ്ങളെല്ലാം പോയതിന് ശേഷം കുറെക്കഴിഞ്ഞ് വീണ്ടും വരാം.

പെട്ടെന്നുള്ള കരൾ പരാജയം. ചിലപ്പോൾ ഇത് പെട്ടെന്ന് സംഭവിക്കാം. ഇത് അധികവും പഴകിയ കരൾ രോഗങ്ങളുള്ളവരിലാണ്. ഇപ്രകാരമുള്ള ലക്ഷണങ്ങൾ കാണുകയാണെങ്കിൽ വേഗം ആസ്പത്രിയിൽ പ്രവേശിപ്പിക്കണം. ഇവർക്ക് ചിലപ്പോൾ കരൾ മാറ്റിവെക്കേണ്ടിവരും.

പരിശോധനയും രോഗനിർണ്ണയവും

രക്തപരിശോധനയിൽ വൈറസിന്റെ ലക്ഷണങ്ങൾ കണ്ടുപിടിക്കാൻ കഴിയും. അതോടൊപ്പം ഡോക്ടർ ശാരീരികപരിശോധന നടത്തുമ്പോഴുള്ള തെളിവുകളും മറ്റു ലക്ഷണങ്ങളും രോഗനിർണ്ണയത്തിന്റെ തെളിവുകളാണ്.

ചികിത്സ

ഇതിന് പ്രത്യേകമായ വൈറസിനെതിരായ ചികിത്സകളില്ല. ഇവിടെ ശരീരത്തിന്റെ പ്രതിരോധശക്തിയാണ് സുപ്രധാനം. ഭൂരിഭാഗം രോഗി കളിലും ഒന്നുരണ്ടു മാസത്തിനകം പൂർണ്ണരോഗവിമുക്തി ഉണ്ടാകാറുണ്ട്. ഈ രോഗമുണ്ടാകുമ്പോൾ ക്ഷീണമുണ്ടാവുക സ്വാഭാവികമാണ്. ദൈനം ദിനകാര്യങ്ങൾ ചെയ്യുവാൻ പ്രയാസമാകും. അതുകൊണ്ട് ഈ ക്ഷീണം മാറുന്നതുവരെ വിശ്രമം ആവശ്യമാണ്. ഏതാനും മാസത്തെ വിശ്രമം ഗുണം ചെയ്യുമെന്ന കാര്യത്തിൽ സംശയമില്ല.

ഓക്കാനം പ്രശ്നമാകാറുണ്ട്. അതുകാരണം ഭക്ഷണം കഴിക്കാൻ പ്രശ്നമാകും. ഭക്ഷണം കൂടുതൽ ആകർഷമാക്കുന്നതിനെക്കുറിച്ച് ആലോചിക്കുന്നത് നന്നായിരിക്കും. ചെറിയ ഭക്ഷണങ്ങളായ ബിസ്കറ്റു കളൊ പഴങ്ങളോ ഇടയ്ക്ക് കഴിക്കുന്നത് നന്നായിരിക്കും. കലോറി കൂടുതൽ ആവശ്യമാണെങ്കിൽ കലോറി കൂടുതലുള്ളവ ഉപയോഗിക്കാം. അതിനായി ഭക്ഷണവിദഗ്ധനായ ഒരു ഡയറ്റീഷ്യനെ കാണുന്നത് നന്നാ യിരിക്കും. പഴച്ചാറുകൾ, പാല് എന്നിവ വെള്ളത്തിന് പകരം ഉപയോ ഗിക്കാം.

കരളിന് വിശ്രമം കൊടുക്കുക. മഞ്ഞപ്പിത്തം വന്നവർ മദ്യം, പുകവലി എന്നിവ നിർത്തണം. ഇത് കരളിന് പുനർജ്ജീവനത്തിന് അവസരം തരുന്നു. കരളിന് തകരാറുള്ള ഏതെങ്കിലും മരുന്നുണ്ടെങ്കിൽ അത് നിർത്തണം. അതിന് പകരം കരളിന് തകരാറില്ലാത്തവ ഡോക്ടർ എഴുതിത്തരും. ഡോക്ടറോട് കഴിക്കുന്ന മരുന്നുകളുടെ വിവരമെല്ലാം പറയണം. ഡോക്ടറുടെ കുറിപ്പടി ഇല്ലാതെ കഴിക്കുന്നവയെപ്പറ്റിയും പറയണം.

പ്രതിരോധം

ഇതിന് വാക്സിനുണ്ട്. ഇത് ആറു മാസം ഇടവിട്ട് രണ്ട് ഘട്ടങ്ങളിലാ യാണ് കൊടുക്കുന്നത്. ആദ്യത്തെ ഡോസിന് ശേഷമുള്ളത് ബൂസ്റ്റർ ഡോസാണ്. അത് പ്രതിരോധ ആന്റിബോഡികളെ ശരീരത്തിൽ കൂടു തലാക്കാനുള്ളതാണ്. വാക്സീൻ ഏതൊക്കെ വിഭാഗങ്ങൾക്കാണ് കൊടുക്കേണ്ടതെന്ന് നോക്കാം.

- ഒരു വയസ്സുള്ള എല്ലാ കുട്ടികൾക്കും.
- അതിലും മുതിർന്ന അതുവരെ വാക്സിൻ ലഭിക്കാത്ത കുട്ടികൾക്കും.
- വൈറസുമായി ബന്ധമുണ്ടാകാൻ സാധ്യതയുള്ള ലബോറട്ടറികളിൽ ജോലി ചെയ്യുന്നവർക്ക്.
- സ്വവർഗാനുരാഗികളിൽ വൈറസ് പകരാൻ സാധ്യതയുള്ളതിനാൽ അവർക്ക്.

- വൈറസ് ബാധയുള്ള സ്ഥലങ്ങളിലേക്ക് യാത്ര ചെയ്യാൻ ഉദ്ദേശിക്കുന്നവർക്ക്.
- മയക്കുമരുന്നുകൾ കഴിക്കുകയും കുത്തിവെയ്ക്കുകയും ചെയ്യുന്നവർക്ക്
- പതിവായി രക്തമോ രക്തഉൽപന്നങ്ങളോ ചികിത്സയുടെ ഭാഗമായി കുത്തിവെയ്ക്കേണ്ടി വരുന്നവർക്ക്
- നീണ്ടുനിൽക്കുന്ന കരൾരോഗമുള്ളവർക്ക്

ചുരുക്കത്തിൽ പ്രതിരോധശക്തി കുറയുകയും രോഗസാധ്യത നിലനിൽക്കുകയും ചെയ്യുമ്പോഴാണ് വാക്സിൻ കൊടുക്കേണ്ടി വരുന്നത്. നിങ്ങൾക്ക് വ്യക്തിപരമായി അപ്രകാരം സംശയം തോന്നുന്നുവെങ്കിൽ ഡോക്ടറോട് ചോദിച്ച് തീരുമാനമെടുക്കാം.

കേരളം അഭിമുഖീകരിക്കുന്ന പ്രശ്നങ്ങൾ

കേരളത്തിലെ ഉയർന്ന മദ്യപാനശീലം കൂടുതൽ കരൾരോഗങ്ങളിലേക്കും ഹിപ്പറ്റൈറ്റിസ് വന്നാൽ വലിയ രോഗസങ്കീർണ്ണതകളിലേക്കും നയിക്കുന്നു.

മഞ്ഞപ്പിത്തത്തിന് പച്ചമരുന്ന് എന്ന അബദ്ധധാരണമൂലം പല ഓപ്പറേഷൻ ചെയ്യേണ്ടതും കൂടുതൽ വിദഗ്ധപരിശോധനയും ചികിത്സയും ആവശ്യവുമായ രോഗങ്ങൾ യഥാസമയം അറിയാതെയും ശരിയായി ചികിത്സിക്കാതെയും ഗുരുതരമാകുന്നു.

കേരളത്തിനകത്തും പുറത്തുമുള്ള യാത്രകൾ കൂടുതലാണ്. അതനുസരിച്ച് അനാരോഗ്യകരമായ ഭക്ഷണം കഴിക്കാനുള്ള സാധ്യത കൂടുതലാണ്.

പൗരബോധവും പരിസരശുചിത്വവും വ്യക്തിപരമായ ശുചിത്വവും മെച്ചപ്പെടുത്തേണ്ടതായിട്ടുണ്ട്.

പകർച്ചവ്യാധികൾ വരുമ്പോൾ അവരെ മാറ്റിക്കിടത്താനുള്ള സൗകര്യം ആസ്പത്രികളിലും സ്ഥാപനങ്ങളിലും കുറവാണ്.

ഇപ്രകാരം മാറിക്കിടക്കുവാൻ കുട്ടികളും മുതിർന്നവരും മടിക്കുന്നു.

പ്രത്യേകചികിത്സകളുടെ ലഭ്യത തൃപ്തികരമല്ല.

ഈ കാര്യങ്ങൾ പരിഗണിച്ച് ആരോഗ്യബോധവൽക്കരണപരിപാടികൾ ആസൂത്രണം ചെയ്ത് നടപ്പാക്കേണ്ടതായിട്ടുണ്ട്.

ആസ്പത്രികളിൽ രോഗനിർണ്ണയത്തിലെ തകരാറുകളും ചികിത്സയിലെ പിഴവുകളും ഇല്ലാതാക്കുവാൻ ഡോക്ടർമാർക്ക് പരിശീലനം.

ചികിത്സാകേന്ദ്രങ്ങളിൽ ശരിയായ രോഗനിർണ്ണയസംവിധാനങ്ങൾ ഏർപ്പെടുത്തണം.

യാത്രയിൽ ശ്രദ്ധിക്കേണ്ടവ

വൈറസ് ബാധയുള്ള സ്ഥലങ്ങളിലേക്ക് യാത്ര ചെയ്യേണ്ടിവരിക, താമസിക്കുന്ന പ്രദേശത്ത് വൈറസ് ബാധയുണ്ടാവുക എന്നി അവസ്ഥകളിൽ എടുക്കേണ്ട മുൻകരുതലുകൾ ഇവയാണ്.

- പഴങ്ങളും പച്ചക്കറികളും നല്ലവണ്ണം കഴുകിയതിനുശേഷം മാത്രം ഉപയോഗിക്കുക
- നല്ലവണ്ണം പാകം ചെയ്ത മത്സ്യമാംസങ്ങൾ മാത്രം കഴിക്കുക
- അഞ്ചുമിനിറ്റ് തിളപ്പിച്ചാറിയ വെള്ളം മാത്രം കുടിക്കുക
- വായ കഴുകുവാനും ഈ വെള്ളം മാത്രം ഉപയോഗിക്കുക
- അശുദ്ധജലത്തിൽനിന്നുണ്ടാക്കിയ ഐസ് കട്ടകൾ ഉപയോഗിക്കരുത്

ശുചിത്വം പാലിക്കുക

വ്യക്തിപരമായ ശുചിത്വം ഹിപ്പറ്റൈറ്റിസ് മാത്രമല്ല ജലത്തിലൂടെ പകരുന്ന എല്ലാ രോഗങ്ങളെയും തടയും. കൈകൾ നല്ലവണ്ണം സോപ്പുപയോഗിച്ച് കഴുകുന്നത് വളരെ പ്രയോജനകരമാണ്. ടോയ്ലറ്റിൽ പോയതിന് ശേഷവും ഭക്ഷണം പാകം ചെയ്യുന്നതിന് മുമ്പും കഴിക്കുന്നതിന് മുമ്പും കുഞ്ഞിന്റെ ഡയാപ്പർ മാറ്റിയതിന് ശേഷവും ഇപ്രകാരം കൈകൾ കഴുകണം. ടവലുകളും ഭക്ഷണം കഴിക്കുന്ന പാത്രങ്ങളും മറ്റും മറ്റുള്ളവരുമായി പങ്കുവെയ്ക്കരുത്.

ഡോക്ടർ നിങ്ങളോട് ചോദിക്കുന്ന ചോദ്യങ്ങൾ

- എന്നാണ് നിങ്ങളുടെ ഈ ലക്ഷണങ്ങൾ അനുഭവപ്പെട്ട് തുടങ്ങിയത്?
- ഈ ലക്ഷണങ്ങൾ തുടർച്ചയായുള്ളതോ ഇടയ്ക്കുമാത്രം വരുന്നതോ ആണോ?
- ഈ ലക്ഷണങ്ങൾ എത്രമാത്രം കാഠിന്യമുള്ളതാണ്?

ടൈഫോയ്ഡ്

It is not the answer that enlightens, but the question.

- Eugene Lonesco

ഇതൊരു ബാക്ടീരിയ രോഗമാണ്. ഇത് ശരീരമാകെ പടർന്ന് പല അവയവങ്ങളെയും ഗുരുതരമായി ബാധിക്കുന്നു. വേഗം ചികിത്സിച്ചില്ലെങ്കിൽ ടൈഫോയ്ഡ് ഗൗരവതരമായ രോഗസങ്കീർണ്ണതകളിലേക്ക് നയിക്കുകയും മരണംവരെ സംഭവിക്കുകയും ചെയ്യും. വളരെയധികം

പകരുന്ന രോഗമാണ് ടൈഫോയ്ഡ്. രോഗിയുടെ മലത്തിലും മൂത്ര ത്തിലും ധാരാളം രോഗാണുക്കളുണ്ടാകും.

ഡോക്ടറോട് ചോദിക്കേണ്ട ചോദ്യങ്ങൾ

- എന്റെ രോഗം എന്താണെന്നാണ് ഡോക്ടർ കരുതുന്നത്?
- എനിക്ക് ഒന്നിൽക്കൂടുതൽ രോഗമുണ്ടാകുമോ?
- എന്റെ ഈ ലക്ഷണങ്ങളുടെ സാധ്യതയുള്ള കാരണങ്ങൾ ഏതൊക്കെയാണ്?
- ഏതെങ്കിലും രോഗത്തിനുള്ള എന്റെ സാധ്യത എപ്രകാരമാണ് തീരുമാനിക്കുന്നത്?
- ഏതു ലക്ഷണങ്ങളാണ് ഞാൻ ശ്രദ്ധിക്കേണ്ടത്?
- ഏതെങ്കിലും പ്രത്യേകരോഗത്തിന് ഞാൻ പരിശോധിക്കേണ്ടതുണ്ടോ?
- ഏതെല്ലാം പരിശോധനകളാണ് ഞാൻ ചെയ്യേണ്ടത്?
- എപ്രകാരമാണ് എനിക്ക് ഈ ടെസ്റ്റുകൾ ചെയ്യുന്നത്?
- ഏതെല്ലാം ടെസ്റ്റുകളാണ് ഈ രോഗം നിർണ്ണയിക്കുവാൻ ആവശ്യമായിട്ടുള്ളത്? അവ എന്താണ് അറിയിക്കുന്നത്?
- എന്നാണ് അതിന്റെ ഫലങ്ങൾ അറിയുന്നത്?
- ടെസ്റ്റുകൾക്കുവേണ്ടി എന്തെല്ലാം ഒരുക്കങ്ങളാണ് ചെയ്യേണ്ടത്?
- ടെസ്റ്റുകളുടെ സുരക്ഷിതത്വവും കൃത്യതയും എത്രത്തോളമുണ്ട്?
- കൂടുതൽ ടെസ്റ്റുകൾ ആവശ്യമായി വരുമോ?
- എപ്രകാരമാണ് ഈ രോഗനിർണ്ണയം ഉറപ്പിക്കുവാൻ കഴിയുന്നത്?
- എപ്രകാരമാണ് ഈ രോഗം ചികിത്സിക്കുന്നത്?
- ഈ ചികിത്സകൾകൊണ്ട് എന്റെ രോഗം ഭേദമാകുമോ?
- എപ്രകാരമാണ് എന്റെ രോഗം മോശമാകുന്നു എന്നറിയുന്നത്?
- അപ്രകാരം രോഗം മോശമാവുകയാണെങ്കിൽ ഞാൻ എന്താണ് ചെയ്യേണ്ടത്?
- അടുത്ത കാലത്തേക്കും നീണ്ടകാലത്തേക്കും ഈ രോഗത്തിൽനിന്ന് എന്താണ് പ്രതീക്ഷിക്കാവുന്നത്?
- പൂർണ്ണമായി രോഗം ഭേദമാകുവാൻ എനിക്ക് എത്ര സമയം വേണ്ടിവരും?
- എനിക്ക് ജോലിയിലും പഠിപ്പിലും തിരിച്ചുചേരാൻ ഇനി എത്ര സമയം പിടിക്കും? ഡോക്ടറെ ഇനി എത്ര കാലം ഇടവിട്ടാണ് കാണേണ്ടത്? അത് എപ്പോഴാണ്?

- എനിക്ക് ടൈഫോയ്ഡിൽനിന്ന് നീണ്ട കാലത്തിന് ശേഷമുള്ള ഏതെങ്കിലും രോഗസങ്കീർണ്ണതകൾ വരുമോ?
- മറ്റുള്ളവരിലേക്ക് ഈ രോഗം പകരാതിരിക്കുവാൻ ഞാൻ എന്താണ് ചെയ്യേണ്ടത്?

ടൈഫോയ്ഡ് പകരുന്നവിധം

ടൈഫോയ്ഡ് രോഗികളുടെ മലം, മൂത്രം എന്നിവകൊണ്ട് അശുദ്ധമാക്കപ്പെട്ട ജലത്തിലൂടെയാണ് രോഗാണു പരക്കുന്നത്. ഈ വെള്ളം തിളപ്പിക്കാതെ കുടിക്കുമ്പോൾ രോഗബാധ ഉണ്ടാകുന്നു. അധികവും പരക്കുന്നത് മലത്തിലൂടെയാണ്. ഭക്ഷണം പാകം ചെയ്യുന്നവരും വിളമ്പുന്നവരും ടോയ്‌ലറ്റിൽ പോയതിന് ശേഷം കൈകൾ ശരിക്ക് കഴുകാതിരുന്നാൽ അവരുടെ കൈകളിലുള്ള രോഗാണു ഭക്ഷണത്തിലൂടെ പകരുന്നു. മൂത്രത്തിലെ രോഗാണുവും ഇതുപോലെ പകരാം. രോഗാണുവുള്ള വെള്ളത്തിലെ മത്സ്യങ്ങളിലൂടെയും രോഗാണുബാധയുണ്ടാകും. രോഗമുള്ളവരുമായി ലൈംഗികബന്ധത്തിലൂടെയും ടൈഫോയ്ഡുവരാം. രോഗമില്ലാത്തവരുടെ ശരീരത്തിൽ രോഗാണു ഉണ്ടാകില്ല എന്നാണല്ലോ നമ്മുടെ ധാരണ. എന്നാൽ രോഗമില്ലാതെ കാരിയഴ്സായി (carriers) ടൈഫോയ്ഡ് വന്നു മാറിയവരിൽ 5 ശതമാനം പേരുണ്ട്. അവർ അവരുടെ മലത്തിലൂടെയും മൂത്രത്തിലൂടെയും രോഗാണുവിനെ വിസർജ്ജിച്ചുകൊണ്ടേയിരിക്കും. ഇത് അശുദ്ധമാക്കുന്ന ജലത്തിലൂടെ രോഗം ഒരു പ്രദേശം മുഴുവൻ പരക്കാം. അമേരിക്കയിലൊരു കാരിയർ ടൈഫോയ്ഡ് മേരി എന്ന പേരിൽ ഉണ്ടായിരുന്നു. പാചകക്കാരിയായിരുന്ന അവർ 49 പേരെ രോഗം പരത്തിയിരുന്നു. അതിൽ മൂന്നു പേർ മരിച്ചു. പിന്നീട് അവരെ നിർബന്ധമായി ഏകാന്തമായ സ്ഥലത്ത് താമസിപ്പിക്കുകയും ആറു വർഷത്തിന് ശേഷം അവർ മരിക്കുകയും ചെയ്തു. അവരുടെ ശരീരം പോസ്റ്റ് മോർട്ടം ചെയ്തപ്പോൾ പിത്താശയത്തിൽ ജീവനുള്ള ടൈഫോയ്ഡ് രോഗാണുക്കൾ ഉണ്ടായിരുന്നു.

ശരീരത്തിനകത്തെ രോഗാണുവിന്റെ പ്രവർത്തനം

ഭക്ഷണത്തിലൂടെയും വെള്ളത്തിലൂടെയും ടൈഫോയ്ഡ് രോഗാണു ആമാശയത്തിലെത്തുന്നു. ആമാശയത്തിലെ അമ്ലമാണ് ആദ്യം രോഗാണുക്കളെ നശിപ്പിക്കുന്നത്. ആമാശയത്തിൽനിന്ന് രക്തത്തിലെത്തുമ്പോഴാണ് പ്രതിരോധആന്റിബോഡികൾ രോഗാണുക്കളെ നേരിടുന്നത്. ആമാശയത്തിൽനിന്ന് കുടലിലെത്തിയാൽ ടൈഫോയ്ഡ് രോഗാണു വളരെ വേഗം ഇരട്ടിച്ചുകൊണ്ടിരിക്കുന്നു. അപ്പോഴാണ് ആദ്യത്തെ ലക്ഷണമായ പനി ഉണ്ടാകുന്നത്. തുടർന്ന് വയറുവേദനയും, വയറിളക്കമോ മലബന്ധമോ ഉണ്ടാകും. തുടർന്ന് രോഗാണുക്കൾ രക്തത്തിലേക്ക്

കടക്കുന്നു. അപ്പോഴാണ് ടൈഫോയ്ഡ് ലക്ഷണങ്ങൾ ഉണ്ടാകുന്നത്. ഈ അവസരങ്ങളിൽ ചികിത്സ ലഭിക്കാതിരുന്നാൽ പനി കലശലാകുന്നു. അവയവങ്ങളെ ബാധിക്കുന്നതോടെ അതനുസരിച്ച് കടുത്ത ലക്ഷണങ്ങളുണ്ടാകുന്നു. കുടലിനെ ബാധിക്കുന്നതോടെ അവിടെനിന്നും ശക്തമായ രക്തവാർച്ച ഉണ്ടാകാം. കുടലിലെ വ്രണം പുറത്തേക്ക് പൊട്ടി പെരിട്ടോണൈറ്റിസ് (peritonitis) ഉണ്ടാകാം. ഇത് വളരെ ഗൗരവമുള്ള അവസ്ഥയാണ്.

ഡോക്ടറോട് ചോദിക്കുന്ന ചോദ്യങ്ങൾ

- നിങ്ങളുടെ ലക്ഷണങ്ങൾ ഏതൊക്കെയാണ്?
- എന്നു മുതലാണ് നിങ്ങൾക്ക് ഈ ലക്ഷണങ്ങൾ ആരംഭിച്ചത്?
- ഈ ലക്ഷണങ്ങൾ ഇടയ്ക്ക് കൂടിയും കുറഞ്ഞു വന്നിരുന്നോ?
- നിങ്ങളുടെ സ്ഥലത്ത് ടൈഫോയ്ഡ് ഉണ്ടോ?
- നിങ്ങൾ ടൈഫോയ്ഡ് ഉള്ള ഏതെങ്കിലും സ്ഥലത്തേക്ക് യാത്ര ചെയ്തിരുന്നോ?
- നിങ്ങൾ ടൈഫോയ്ഡ് വാക്സിനേഷൻ എടുത്തിട്ടുണ്ടോ? ഉണ്ടെങ്കിൽ അത് എന്നൊക്കെയാണ്?
- നിങ്ങൾക്ക് മറ്റ് ഏതെങ്കിലും മെഡിക്കൽ രോഗങ്ങളുണ്ടോ?
- ഇപ്പോൾ ഏതെങ്കിലും മരുന്നുകൾ കഴിച്ചുകൊണ്ടിരിക്കുന്നുണ്ടോ?

ചികിത്സ

രോഗം ടൈഫോയ്ഡാണെന്ന് മനസ്സിലായാൽ വേഗം ആന്റിബയോട്ടിക്സ് ചികിത്സ ആരംഭിക്കണം. നേരത്തെ രോഗനിർണ്ണയം ചെയ്യുകയും ചികിത്സ ആരംഭിക്കുകയുമാണെങ്കിൽ വീട്ടിൽവെച്ചു ചികിത്സ തുടർന്നാൽ മതിയാകും. ഒന്നു രണ്ടാഴ്ചത്തെ ആന്റിബയോട്ടിക്സ് ചികിത്സ ചെയ്താൽ മതിയാകും. കൂടുതൽ ഗൗരവമുള്ള അവസ്ഥയാണെങ്കിൽ കുത്തിവെപ്പുകളും ആസ്പത്രിപ്രവേശനവും വേണ്ടിവരും. വേഗം ആന്റിബയോട്ടിക് ചികിത്സ ആരംഭിക്കുന്നതോടെ ഭൂരിഭാഗവും ഏതാനും ദിവസത്തിനകം സുഖം പ്രാപിക്കും. ടൈഫോയ്ഡ് ചികിത്സിക്കാതിരുന്നാൽ ഇരുപതു ശതമാനം പേരെങ്കിലും മരിക്കും. രക്ഷപ്പെടുന്നവരിൽ ചിലർക്കെങ്കിലും ശാരീരികവും മാനസികവുമായ തകരാറുകൾ ഉണ്ടാകും. ഇത് മസ്തിഷ്കത്തെയും അവയവങ്ങളെയും ബാധിക്കുന്നതുകൊണ്ടാണ്.

ചികിത്സ വൈകുന്നതുകൊണ്ടോ ലഭിക്കാത്തതുകൊണ്ടോ ഉണ്ടാകുന്ന സങ്കീർണ്ണതകൾ

ഈ രോഗസങ്കീർണ്ണതകൾ ആരംഭിക്കുന്നത് പത്തു ശതമാനം പേരിലാണ്. അത് സാധാരണ മൂന്നാമത്തെ ആഴ്ചയോടെയാണ് ഉണ്ടാകുന്നത്. സാധാരണ കാണുന്ന രോഗസങ്കീർണ്ണതകൾ ഇവയാണ്.

അന്നനാളത്തിനകത്തെ രക്തസ്രാവം

അന്നനാളത്തിലെ വ്രണങ്ങൾ തുളയായി പുറത്തേക്ക് പൊട്ടുന്നു. അപ്പോൾ തൊട്ടടുത്ത അവയവങ്ങളിലേക്ക് രോഗാണുബാധ ഉണ്ടാകുന്നു.

- ഉള്ളിലെ രക്തവാർച്ചമൂലം വലിയ ക്ഷീണം ഉണ്ടാകുന്നു.
- ശ്വാസം കിട്ടായ്മ ഉണ്ടാകുന്നു.
- ചർമ്മത്തിൽ വിളർച്ച ഉണ്ടാകുന്നു.
- താളം തെറ്റിയ ഹൃദയമിടിപ്പ്
- രക്തം ഛർദ്ദിക്കൽ
- അന്നനാളത്തിലെ രക്തവാർച്ചമൂലം മലം കറുത്ത് ടാർ പോലെ പോവുക.

ഇത്തരം ഘട്ടങ്ങളിൽ രക്തം കുത്തിവെയ്ക്കുകയും അന്നനാളത്തിലെ തുള നേരെയാക്കുവാൻ അടിയന്തരമായ സർജറിയും വേണ്ടിവരും.

അന്നനാളത്തിലെ തുളയും പെരിട്ടോണൈറ്റിസും

ടൈഫോയ്ഡ് മൂലമുണ്ടാകുന്ന അന്നനാളത്തിലെ തുളയുണ്ടാകൽ (Perforation) വളരെ ഗൗരവതരമായ അവസ്ഥയാണ്. അതിലൂടെ കുടലിൽനിന്നും പെരിട്ടോണിയത്തിലേക്ക് വരുന്ന രോഗാണുക്കൾക്ക് ഒരു തടസ്സവുമില്ലാതെ പെരിട്ടോണിയത്തിൽനിന്ന് ഏത് അവയവത്തെയും ആക്രമിക്കാം എന്ന അവസ്ഥ സംജാതമാകുന്നു. സാധാരണ പെരിട്ടോണിയത്തിൽ രോഗാണുക്കളൊന്നുമുണ്ടാകില്ല. ചർമ്മത്തെപ്പോലെ പെരിട്ടോണിയത്തിന് പ്രതിരോധശക്തിയൊന്നുമില്ല. പെരിട്ടോണിയത്തിൽ രോഗാണുബാധയുണ്ടായാൽ അത് പെരിട്ടോണൈറ്റിസ് (peritonitis) എന്നു പറയുന്നു. പെരിട്ടോണൈറ്റിസിന്റെ ഏറ്റവും പ്രധാനലക്ഷണം പെട്ടെന്നുള്ള വയറുവേദന കൂടിക്കൂടി വരുന്നതാണ്. അതിനെത്തുടർന്ന് രോഗാണുക്കൾ എളുപ്പത്തിൽ രക്തത്തിലേക്ക് വരുന്നു. ഈ അവസ്ഥയാണ് സെപ്റ്റിസീമിയ (septicemia). രക്തത്തിലൂടെ രോഗാണുക്കൾ എല്ലാ അവയവങ്ങളിലേക്കും പടരുന്നു. അത് അവയവപരാജയങ്ങളിലേക്കു നയിക്കുന്നു. അതീവ ഗുരുതരാവസ്ഥയാണിത്. വളരെ ശക്തമായും ഫലപ്രദമായും ചികിത്സിച്ചില്ലെങ്കിൽ മരണം സംഭവിക്കാം.

പെരിട്ടോണൈറ്റിസ് മനസ്സിലായാൽ ഉടനെ ആസ്പത്രിയിൽ പ്രവേശിപ്പിച്ച് ആന്റിബയോട്ടിക്സ് കുത്തിവെപ്പുകൾ ആരംഭിക്കണം. കുടലിന്റെ ഭിത്തിയിലുള്ള തുളയ്ക്ക് അടിയന്തരമായ സർജറി വേണ്ടിവരും.

ആന്റിബയോട്ടിക്സ് ചികിത്സ രണ്ടാഴ്ചയോളം ചെയ്യേണ്ടി വരും. ഇവ കൂടാതെ ഹൃദയവും ശ്വാസകോശവും വൃക്കകളും തുടങ്ങിയുള്ള അവയവങ്ങളുടെ തകരാറുകളുണ്ടെങ്കിൽ അവയുടെ ചികിത്സയും വേണ്ടി വരും. പോഷകങ്ങളും ജലവും ഞരമ്പിൽകൂടി കൊടുത്തുകൊണ്ടിരിക്കേണ്ടിവരും. പെരിട്ടോണൈറ്റിസിനെത്തുടർന്ന് ഉദരത്തിൽ പഴുപ്പുണ്ടെങ്കിൽ അത് സർജറിയിലൂടെ കളയേണ്ടി വരും.

വാക്സിൻ

വാക്സിനേഷൻ പൂർണ്ണസുരക്ഷിതത്വം ഉറപ്പു നൽകുന്നില്ല. രണ്ടു വയസ്സിന് ശേഷമാണ് ഇതെടുക്കുന്നത്. 0.5 എം എൽ പോളിസാക്കറൈഡ് വാക്സിനാണ് ഉപയോഗിക്കേണ്ടത്. മൂന്നു വയസ്സു കഴിഞ്ഞാൽ ഇത് ആവർത്തിക്കണം. ആഫ്രിക്ക, മദ്ധ്യ അമേരിക്ക, ഇന്ത്യൻ ഉപഭൂഖണ്ഡം, മദ്ധ്യകിഴക്കൻ രാജ്യങ്ങൾ, തെക്കൻ അമേരിക്ക, തെക്കുകിഴക്കനേഷ്യ എന്നിവടങ്ങളിൽ ടൈഫോയ്ഡ് നിലവിലുണ്ട്. ആ പ്രദേശങ്ങളിൽ വാക്സിനേഷൻ ആവശ്യമാണ്. ഇവ കൂടാതെ രണ്ടു തരത്തിലുള്ള വാക്സിനുണ്ട്.

വി1 വാക്സിൻ. ഇത് ഒറ്റ കുത്തിവെപ്പിലൂടെ കൊടുക്കുന്നതാണ്. ഇത് കൂടുതൽ ഫലപ്രദമാണ്. ഇത് രണ്ട് വയസ്സിന് ശേഷം കൊടുക്കാം. മൂന്നു വർഷത്തോളം ഇത് സംരക്ഷണം നൽകും. അതിന് ശേഷം ബൂസ്റ്റർ ഡോസ് വേണം.

ടിവൈ21 എ വാക്സിൻ. ഇത് മൂന്നു കാപ്സൂളുകളായി ഒന്നിടവിട്ട് ദിവസങ്ങളിൽ കൊടുക്കുന്നു. രോഗപ്രതിരോധസംവിധാനം ദുർബലമായ എയ്ഡ്സ് വൈറസ് ശരീരത്തിലുള്ളവർക്ക് ഇത് കൊടുക്കാൻ പാടില്ല. ഇതുപോലെ ദുർബലമായ രോഗപ്രതിരോധസംവിധാനം ദുർബലമായവർക്കും ഇത് അനുവദനീയമല്ല. ആറു വയസ്സിന് താഴെയുള്ള കുട്ടികൾക്കും ഇത് പാടില്ല. ഈ കാപ്സൂളുകളിൽ സാൽമൊണല്ല ടൈഫി ബാക്ടീരിയ ഉള്ളതുകൊണ്ടാണിത്. ഇതിന് ഒരു വർഷം കഴിഞ്ഞ് ബൂസ്റ്റർ വേണം.

ടൈഫോയ്ഡിനും ഹിപ്പറ്റൈറ്റിസിനും ഒരുമിച്ച് കൊടുക്കുന്ന വാക്സീൻ. ഇത് 15-16 വയസ്സിന് ശേഷമാണ് കൊടുക്കുന്നത്. രണ്ടോ അതിലധികമോ രോഗങ്ങൾക്കുള്ള വാക്സിനുകൾ ഒരുമിച്ച് കൊടുക്കുന്നത് സൗകര്യപ്രദമാണ്. മാത്രമല്ല ഇത് പ്രതിരോധസംവിധാനത്തെ കൂടുതൽ ഫലപ്രദമായി പ്രചോദിപ്പിക്കുന്നു. രോഗമുള്ള സ്ഥലത്തേക്ക് യാത്ര ചെയ്യുന്നവർ ഒരു മാസം മുമ്പ് വാക്സിൻ എടുക്കണം. പാർശ്വഫലങ്ങൾ പ്രധാനമായും പനിയാണ്. കുത്തി വെച്ച സ്ഥലത്ത് അല്പം തടിപ്പും ചുകപ്പുമുണ്ടാകും. ഇതെല്ലാം വേഗം പോകും. ചിലർക്ക് ചുരുക്കമായി വയറുവേദന, തലവേദന, വയറിളക്കം എന്നിവ ഉണ്ടാകാം.

ശ്വാസനാളരോഗാണുബാധകൾ

Find a place inside where there's joy, and the joy will burn out the pain.

- Joseph Campbell

സൈനസുകൾ, തൊണ്ട, ശ്വാസക്കുഴൽ, ശ്വാസകോശം എന്നിവടങ്ങളിലെ രോഗാണുബാധയാണ് ശ്വാസനാളരോഗാണുബാധകൾ. ഇവ അധികവും വൈറസ് രോഗങ്ങളാണ്. എന്നാൽ ബാക്ടീരിയകളും രോഗങ്ങളുണ്ടാക്കാം. വൈറസുകൾക്കെതിരെ പ്രത്യേകമായ ആന്റിബയോട്ടിക്കുകളില്ല. അതുകൊണ്ട് വൈറസ് ബാധകൊണ്ടുള്ള രോഗമാണെങ്കിൽ ലക്ഷണത്തിനുള്ള ചികിത്സയും വിശ്രമവുമാണ് പ്രധാനം. ബാക്ടീരിയകൊണ്ടുള്ള രോഗമാണെങ്കിൽ ആവശ്യമുള്ളപ്പോൾ ആന്റിബയോട്ടിക്കുകൾ ഉപയോഗിക്കാം. പലപ്പോഴും വൈറസ് ബാധയ്ക്ക് ശേഷം ബാക്ടീരിയ ആക്രമിക്കാം. അപ്പോൾ ബാക്ടീരിയബാധയെ പരിഗണിച്ചാണ് ചികിത്സിക്കേണ്ടത്. സൈനസുകൾ, തൊണ്ട, ശ്വാസക്കുഴൽ എന്നിവടങ്ങളിലെ രോഗാണുബാധയെ ശ്വാസനാളത്തിലെ മുകൾവശത്തെ രോഗാണുബാധയെന്നും അതിന് താഴെയുള്ള ഭാഗങ്ങളിലെ രോഗാണുബാധയെ താഴെയുള്ള ശ്വാസനാളത്തിലുള്ള രോഗാണുബാധയെന്നും പറയുന്നു. ഡോക്ടർമാരെ കാണേണ്ടി വരുന്നതിനുള്ള ഒരു പ്രധാന കാരണം ഈ തരം രോഗങ്ങളാണ്. ഏറ്റവും പ്രധാനമായ ശ്വാസനാളരോഗാണുബാധ നീർദ്ദോഷമാണ്. കുട്ടികളിൽ മുകളിലെ ശ്വാസനാളരോഗാണുബാധ മുതിർന്നവരെ അപേക്ഷിച്ച് കൂടുതലാണ്. അതിന് കാരണം അവരുടെ രോഗപ്രതിരോധസംവിധാനം വികസിച്ചുവരുന്നതേയുള്ളൂ എന്നതിനാലാണ്. വൃദ്ധന്മാരിലും ശ്വാസനാളരോഗങ്ങൾ കൂടുതലാണ്. അതിന് കാരണം അവരുടെ രോഗപ്രതിരോധസംവിധാനം ക്ഷയിച്ചുവരുന്നതിനാലാണ്.

ഡോക്ടറോട് ചോദിക്കാനുള്ള ചോദ്യങ്ങൾ

- നീർദ്ദോഷത്തിന്റെ ലക്ഷണങ്ങൾ ഏതൊക്കെയാണ്?
- ഫ്ളൂവിന്റെ ലക്ഷണങ്ങൾ ഏതൊക്കെയാണ്?
- ഇവ തമ്മിൽ എപ്രകാരമാണ് തിരിച്ചറിയുന്നത്?
- ഇവ വന്നാൽ എനിക്ക് പനിയുണ്ടാകുമോ? എത്രത്തോളം?
- ഉയർന്ന പനി അപകടകരമാണോ?
- എനിക്ക് ചുമയുണ്ടാകുമോ? തൊണ്ട വേദനയുണ്ടാകുമോ? മൂക്കൊലിപ്പുണ്ടാകുമോ? തലവേദന? മറ്റു ലക്ഷണങ്ങൾ?
- അവ എത്രത്തോളം നീണ്ടുനിൽക്കും?
- അവ ക്ഷീണവും വേദനയും ഉണ്ടാക്കുമോ?

- എനിക്ക് ചെവി പഴുപ്പുണ്ടോ എന്നറിയുന്നതെങ്ങനെയാണ്?
- എനിക്ക് ന്യൂമോണിയ ആരംഭിച്ചിട്ടുണ്ടോ എന്നറിയുന്നതെങ്ങനെ യാണ്?
- എനിക്ക് എച്ച്1 എൻ1 ഫ്ളൂവോ മറ്റേതെങ്കിലും ഫ്ളൂവോ ഉണ്ടെങ്കിൽ എപ്രകാരമാണ് അറിയുന്നത്?
- എന്റെ അസുഖം മറ്റുള്ളവർക്ക് പകരാതിരിക്കാൻ എന്താണ് ചെയ്യേണ്ടത്?
- കുട്ടികളെയും പ്രായമായവരെയും എപ്രകാരമാണ് സംരക്ഷി ക്കേണ്ടത്?
- എത്ര ദിവസം കഴിഞ്ഞാണ് സുഖമാകുന്നത്?
- എനിക്ക് ഭക്ഷണവും പാനീയങ്ങളും കഴിക്കാമോ? എത്രത്തോളം?
- ഏതെല്ലാം മരുന്നുകളാണ് ഇതിന് ഉപയോഗിക്കേണ്ടത്?
- ആസ്പിരിൻ, ബ്രൂഫൻ (ഐബുപ്രോഫൻ), പാരസെറ്റമോൾ എന്നീ മരുന്നുകൾ ഉപയോഗിക്കാമോ? നീർദ്ദോഷമരുന്നുകൾ ഉപയോഗി ക്കാമോ?
- ഡോക്ടർ എഴുതിത്തരുന്ന ശക്തി കൂടിയ മരുന്നുകൾകൊണ്ട് എന്റെ ലക്ഷണങ്ങൾ വേഗം മാറുമോ?
- വിറ്റമിനുകളും സസ്യജന്യഔഷധങ്ങളും ഉപയോഗിച്ച് ഈ നീർദ്ദോ ഷവും ഫ്ളൂവും വേഗം മാറ്റാൻ കഴിയുമോ?
- അവ സുരക്ഷിതമാണോ?
- ആന്റിബയോട്ടിക്കുകൾ ഉപയോഗിച്ചാൽ ഇവ വേഗം മാറുമോ?
- ഫ്ളൂ വേഗം മാറുവാൻ വേറെ മരുന്നുകളുണ്ടോ?
- നീർദ്ദോഷവും ഫ്ളൂവും വരാതിരിക്കുവാൻ മാർഗ്ഗമുണ്ടോ?
- ഫ്ളൂ വാക്സിൻ എടുക്കണോ? വർഷത്തിൽ ഏതുമാസമാണ് അതെടുക്കേണ്ടത്? അത് ഒന്നോ രണ്ടോ വർഷം തോറും എടു ക്കണോ?
- ആ വാക്സിന്റെ തകരാറുകളേതൊക്കെയാണ്? അതെടുത്തിട്ടി ല്ലെങ്കിൽ എന്താണ് സംഭവിക്കുക?
- പതിവായി ഫ്ളൂ വാക്സിൻ എടുത്താൽ പന്നിപ്പനിയിൽനിന്ന് രക്ഷ ലഭിക്കുമോ?
- ഗർഭിണികൾക്ക് ഫ്ളൂ വാക്സിൻ സുരക്ഷിതമാണോ?
- ഫ്ളൂ വാക്സിൻ എടുത്താൽ നീർദ്ദോഷം ആ വർഷത്തിൽ വരാതി രിക്കുമോ?
- പുകവലിക്കുകയോ അവരുടെ അടുത്തിരിക്കുകയോ ചെയ്താൽ ഫ്ളൂ വേഗം വരുമോ?
- വിറ്റമിനുകളും സസ്യമരുന്നുകളും കഴിച്ചാൽ ഫ്ളൂ വരാതിരിക്കുമോ?

കുഞ്ഞുങ്ങളിലെ ബ്രോങ്കിയോലൈറ്റിസ് സംബന്ധിച്ച ചോദ്യങ്ങൾ

- എന്റെ കുഞ്ഞിന് മരുന്നുകൾ കൊടുക്കാമോ? അവ എത്ര ദിവസം, ദിവസത്തിൽ എത്രനേരം കൊടുക്കണം?
- ഈ മരുന്നുകൾ എപ്രകാരമാണ് സൂക്ഷിക്കേണ്ടത്? ഫ്രിഡ്ജിൽ സൂക്ഷിക്കണോ?
- എന്റെ കുഞ്ഞ് എപ്പോഴാണ് സുഖം പ്രാപിക്കുക?
- എപ്പോഴാണ് ഞാൻ എന്റെ കുഞ്ഞിനെ വീണ്ടും പരിശോധനയ്ക്കായി കൊണ്ടു വരേണ്ടത്?
- എന്റെ കുഞ്ഞിനെ ഡെ കെയറിൽനിന്നും വീട്ടിലേക്ക് മാറ്റണോ?
- അവന്റെ ചില പ്രവർത്തനങ്ങളിൽ നിയന്ത്രണം വേണോ? വേണമെങ്കിൽ ഏതൊക്കെയാണ് നിയന്ത്രിക്കേണ്ടത്?
- ഏതെങ്കിലും ഭക്ഷണമോ പാനീയമോ നിയന്ത്രിക്കണോ?
- ഏത് മരുന്നുകളാണ് കുഞ്ഞിന് നിർദ്ദേശിക്കുന്നത്?
- ഏതെങ്കിലും ലക്ഷണം കണ്ടാൽ ഡോക്ടറെ വിവരം അറിയിക്കണോ? അവ ഏതെല്ലാമാണ്?

ഡോക്ടർ ചോദിക്കുന്ന ചോദ്യങ്ങൾ

ഈ രോഗത്തിന് നിങ്ങളുടെ ഡോക്ടർ ചില ചോദ്യങ്ങൾ ചോദിക്കാനിടയുണ്ട്. അവ ഏതൊക്കെയാണെന്ന് നോക്കാം.

- എന്നാണ് ഈ ലക്ഷണങ്ങൾ ആരംഭിച്ചത്?
- ഇവ തുടർച്ചയായുള്ളതോ ഇടയ്ക്കുമാത്രം വരുന്നവയോ ആയിരുന്നോ?
- നിങ്ങൾക്ക് ഇതിന് മുമ്പ് ബ്രോങ്കൈറ്റിസ് വന്നതിന് ശേഷം മൂന്നാഴ്ചയിൽ കൂടുതൽ നീണ്ടുനിന്നിരുന്നോ?
- ഓരോ അസുഖം വരുന്നതിനിടയ്ക്ക് കഴിഞ്ഞ വർഷത്തേക്കാൾ കൂടുതൽ ശ്വാസം കിട്ടായ്മ അനുഭവപ്പെട്ടിരുന്നുവോ?
- നിങ്ങളുടെ ലക്ഷണങ്ങൾ ഉറക്കത്തെയോ ജോലിയെയോ ബാധിച്ചിട്ടുണ്ടോ?
- നിങ്ങൾ പുകവലിക്കാറുണ്ടോ? അത് എത്രത്തോളമാണ്? എത്രകാലമായി?
- നിങ്ങൾ മയക്കുമരുന്നുകൾ ഉപയോഗിക്കാറുണ്ടോ?
- കഴിഞ്ഞ വർഷത്തേക്കാൾ നിങ്ങളുടെ ഊർജ്ജം എത്രത്തോളം കുറഞ്ഞിട്ടുണ്ട്?

- വ്യായാമം ചെയ്യാറുണ്ടോ? കോണിപ്പടികൾ നിങ്ങൾക്ക് ബുദ്ധിമുട്ടില്ലാതെ കയറാൻ കഴിയുമോ? പഴയതുപോലെ നിങ്ങൾക്ക് വേഗത്തിൽ നടക്കാൻ കഴിയുമോ?
- ഏതെങ്കിലും നിങ്ങളുടെ ലക്ഷണങ്ങൾ കൂട്ടുകയോ കുറയ്ക്കുകയോ ചെയ്യുന്നുണ്ടോ?
- തണുപ്പുള്ള കാറ്റടിക്കുമ്പോൾ പ്രയാസം തോന്നാറുണ്ടോ?
- എപ്പോഴെങ്കിലും നിങ്ങൾക്ക് ഏക്കം അനുഭവപ്പെടാറുണ്ടോ?
- വർഷം തോറുമുള്ള ഫ്ളൂ വാക്സിൻ നിങ്ങൾ എടുത്തുവോ?
- ന്യൂമോണിയക്കെതിരായ വാക്സിൻ നിങ്ങൾ എടുത്തുവോ?

ശ്വാസകോശരോഗങ്ങൾ പകരുന്ന വിധങ്ങൾ

ശ്വാസകോശരോഗങ്ങൾ പല വിധത്തിൽ പകരാം. ഉദാഹരണത്തിന് നിങ്ങൾക്ക് നീർദ്ദോഷമുണ്ടെങ്കിൽ ഓരോ പ്രാവശ്യം തുമ്മുമ്പോഴും നീർദ്ദോഷവൈറസടങ്ങുന്ന കൊച്ചുതുള്ളികൾ അന്തരീക്ഷത്തിലേക്ക് തെറിക്കുന്നു. അത് ആരെങ്കിലും ശ്വസിക്കാനിടയായാൽ അവർക്കും ആ വൈറസ് ബാധയുണ്ടാകുന്നു. നേരിട്ടല്ലാതെയും വൈറസ് ബാധിക്കാം. നീർദ്ദോഷമുള്ള നിങ്ങൾ നിങ്ങളുടെ മൂക്കിലും കണ്ണിലുമൊക്കെ തൊട്ടിരിക്കും. തുടർന്ന് ആ വിരലുകൾകൊണ്ട് ഏതെങ്കിലും വസ്തുവിലോ കൈകളിലോ തൊടുന്നു. ആ വസ്തുക്കളിൽ തൊടുന്നവർക്കും നിങ്ങൾ ഹസ്തദാനം ചെയ്തവർക്കും വൈറസ് ബാധയുണ്ടാകുന്നു. അവരിൽ പ്രതിരോധമില്ലാത്തവർക്ക് രോഗബാധയുണ്ടാകുന്നു. ഈ മാർഗ്ഗത്തിലൂടെ രോഗബാധ തടയാനുള്ള മാർഗം ചൂടുവെള്ളവും സോപ്പുമുപയോഗിച്ച് പതിവായി കൈകൾ കഴുകുകയാണ്. ലോക കൈകഴുകൽദിനത്തിന്റെ പ്രാധാന്യമതാണ്. വൈറസ് മുഖേന പകരുന്ന നിരവധി രോഗങ്ങൾ ഇപ്രകാരം തടയാനാകും. സാധാരണ കണ്ടുവരുന്ന മുകൾവശത്തെ ശ്വാസനാളരോഗാണുബാധകൾ ഇവയാണ്.

- നീർദ്ദോഷം
- ടോൺസിലൈറ്റിസ്
- സൈനസൈറ്റിസ്
- ലരിഞ്ജൈറ്റിസ്
- ഫ്ളൂ

മുകൾവശത്തെ ശ്വാസനാളരോഗാണുബാധകളുടെ പ്രധാന ലക്ഷണം ചുമയാണ്. ഇവ കൂടാതെ തലവേദന, മൂക്കടപ്പ്, മൂക്കൊലിപ്പ്, തൊണ്ടവേദന, തുമ്മൽ, പേശിവേദന എന്നിവയുണ്ടാകുന്നു. ഇനി താഴെയുള്ള ശ്വാസനാളരോഗാണുബാധകളേതൊക്കെയാണെന്ന് നോക്കാം.

- ഫ്ളൂ
- ബ്രോങ്കൈറ്റിസ്
- ന്യൂമോണിയ
- ബ്രോങ്കിയോലൈറ്റിസ്
- ട്യൂബർക്കുലോസിസ് (ക്ഷയം)

ഇതിൽ ഫ്ളൂ മുകളിലും താഴെയും ബാധിക്കുന്നു. ബ്രോങ്കിയോലൈറ്റിസ് രണ്ടു വയസ്സിന് താഴെയുള്ള കുട്ടികളിലാണ് ബാധിക്കുക. താഴെയുള്ള ശ്വാസനാളരോഗാണുബാധകളുടെ പ്രധാനലക്ഷണം ചുമയാണ്. ചുമയ്ക്കുമ്പോൾ ധാരാളം കഫവും മൂക്കിൽ പറ്റിപ്പിടിക്കുന്ന മൂക്കസും വരാം. ഇവ കൂടാതെ നെഞ്ചിൽ മുറുക്കവും ശ്വാസം വേഗത്തിലാകലും ശ്വാസം കിട്ടാതാകലും ഏക്കവും ഉണ്ടാകാം.

ഈ ലക്ഷണങ്ങളെല്ലാം വീട്ടിൽ വെച്ചുതന്നെ ചികിത്സിക്കാവുന്നതാണ്. ഭൂരിഭാഗം ശ്വാസനാളരോഗാണുബാധകളും യാതൊരു ചികിത്സയും ചെയ്യാതെ മാറും. ഡോക്ടറെ കാണേണ്ട ആവശ്യം വരാറില്ല.

- ധാരാളം വെള്ളം കുടിക്കുക
- വിശ്രമിക്കുക

പാരാസെറ്റമോൾ, ഐബുപ്രോഫൻ എന്നിവ പനിക്കും വേദനയ്ക്കും കഴിക്കുക ഇവ മാത്രം ചെയ്താൽ മതി. ബാക്ടീരിയ മൂലമുള്ള ശ്വാസനാളരോഗാണുബാധകൾക്ക് മാത്രമെ ആന്റിബയോട്ടിക്കുകളുടെ ആവശ്യമുള്ളൂ. സാധാരണ ശ്വാസനാളരോഗാണുബാധകൾക്ക് ഈ മൂന്നു ചികിത്സകൾ മാത്രമെ ആവശ്യമുള്ളൂ. രണ്ടാഴ്ചയ്ക്കുള്ളിൽ അവ മാറും. അപ്രകാരം കുറഞ്ഞില്ലെങ്കിൽ ഡോക്ടറെ കാണണം. ഇതുകൂടാതെ ഡോക്ടറെ കാണേണ്ടത് എപ്പോഴെല്ലാമെന്ന് നോക്കാം.

വളരെ അസുഖമുണ്ടെന്ന് തോന്നുക

- നിങ്ങളുടെ ലക്ഷണങ്ങൾ ന്യൂമോണിയയുണ്ടെന്ന് സംശയം ജനിപ്പിക്കുന്നുവെങ്കിൽ. ഉദാഹരണമായി നിറം മാറിയ കട്ടികൂടിയ കഫവും അതോടൊപ്പം രക്തം കലർന്നും ഉണ്ടാകും.
- ഹൃദ്രോഗം, ശ്വാസകോശരോഗം, വൃക്കരോഗം, കരൾരോഗം എന്നിവയുണ്ടെങ്കിൽ. ഇവ രോഗാണുബാധകൾ അപകടകരമാക്കിയേക്കാം.
- ഞരമ്പുകളെയും മസ്തിഷ്കത്തെയും ബാധിക്കുന്ന മൾട്ടിപ്പിൾ സ്ക്ലിറോസിസ് (multiple sclerosis) എന്ന രോഗമുണ്ടെങ്കിൽ
- പല അവയവങ്ങളെയും ബാധിക്കുന്ന സിസ്റ്റിക് ഫൈബ്രോസിസ് (cystic fibrosis) ഉണ്ടെങ്കിൽ
- രോഗപ്രതിരോധശക്തി കുറയ്ക്കുന്ന എയ്ഡ്സ് തുടങ്ങിയ ഏതെങ്കിലും രോഗമുണ്ടെങ്കിൽ, കോർട്ടിസോൺ തുടങ്ങിയ മരുന്നുകൾ കഴിക്കുന്നുവെങ്കിൽ

- ശ്വാസകോശസംബന്ധിയായ ക്രോണിക് ഒബ്സ്ട്രക്ടീവ് പൾമൊണറി രോഗമോ ആസ്ത്മയോ (chronic obstructive pulmonary disease or asthma) ഉണ്ടെങ്കിൽ
- അറുപത്തഞ്ചു വയസ്സിന് മുകളിലാവുക, ഈ അവസ്ഥകളിൽ ഏതെങ്കിലും രണ്ടെണ്ണം ഉണ്ടായിരിക്കുക.
- എൺപതു വയസ്സിന് മുകളിലാവുക, ഇവയിൽ ഏതെങ്കിലും ഒരെണ്ണം കൂടെ ഉണ്ടായിരിക്കുക.
- അതായത് പ്രമേഹമോ ഹൃദയ പരാജയമോ എപ്പോഴെങ്കിലും ഉണ്ടായിരിക്കുക, ഗ്ലൂക്കോകോർട്ടിക്കോയ്ഡ് എന്ന കോർട്ടിസോൺ മരുന്നു കഴിക്കുക.
- ശ്വാസകോശരോഗാണുബാധ കുറയ്ക്കുവാനും പ്രതിരോധശേഷി കൂട്ടുവാനും നിങ്ങൾക്ക് വാക്സിന്റെ ആവശ്യം ഉണ്ടോ എന്ന് ഡോക്ടറോട് ചോദിക്കാം.

മലേറിയ

In all affairs it s a healthy thing now and then to hang a question mark on the things you have long taken for granted.

- Bertrand Russell

മലേറിയ വളരെ ഗൗരവമായ രോഗാണുബാധയാണ്. ഇത് കൊതുക്കടി മൂലം പകരുന്നു. ആദ്യലക്ഷണങ്ങൾ പനിയും ഫ്ളൂ പോലുള്ള ലക്ഷണങ്ങളുമാണ്. കൊതുകിന്റെ കടിയേറ്റതിന് ശേഷം ഒരു കൊല്ലം കഴിഞ്ഞും രോഗം വരാം. രോഗം മനസ്സിലായാൽ ഉടനെ ചികിത്സ ആരംഭിക്കണം. ചികിത്സയില്ലാതിരുന്നാൽ മരണം സംഭവിക്കാം.

ഉഷ്ണമേഖലരാജ്യങ്ങളായ ആഫ്രിക്ക, ഏഷ്യ, തെക്കൻ അമേരിക്ക എന്നിവിടങ്ങളിൽ ഇപ്പോഴും ഇത് സാധാരണമാണ്. പ്ലോസ്മോഡിയം വിഭാഗത്തിലുള്ള സൂക്ഷ്മാണുവാണ് ഈ രോഗത്തിന് കാരണം. കൊതുകാണ് ഇത് കടിയിലൂടെ മനുഷ്യരിലേക്ക് പകർത്തുന്നത്. രക്തം കുടിക്കുമ്പോൾ അതിന്റെ തുപ്പലിലുള്ള രോഗാണുക്കൾ മനുഷ്യരിലേക്ക് പകരുന്നു. നാലുതരം പ്ലാസ്മോഡിയങ്ങളുണ്ട്. പ്ലോസ്മോഡിയം ഫാൽസിപ്പോറം, പ്ലോസ്മോഡിയം വൈവാക്സ്, പ്ലോസ്മോഡിയം ഒവേൽ, പ്ലോസ്മോഡിയം മലേറിയേ എന്നിവയാണവ. ഇവയിൽ പ്ലോസ്മോഡിയം ഫാൽസിപ്പോറം ഉണ്ടാക്കുന്ന മാലിഗ്നന്റ് മലേറിയ ആണ് ഏറ്റവും ഗുരുതരം. ലോകത്തെ 40 ശതമാനം ജനങ്ങളും ഇത് വരാൻ സാധ്യതയുള്ളവരാണ്. ഓരോ വർഷവും 3-5 കോടി പേർക്ക് മലേറിയ വരുന്നുണ്ട്. നിങ്ങൾ മലേറിയ ഉള്ള സ്ഥലത്ത് യാത്ര ചെയ്തിട്ടുണ്ടെങ്കിൽ മരുന്നുകൾ കഴിച്ചിട്ടുണ്ടെങ്കിലും ആദ്യലക്ഷണങ്ങൾ കാണുകയാണെങ്കിൽ ഉടനെ ഡോക്ടറോട് വിവരം പറയണം.

ഡോക്ടറോട് ചോദിക്കേണ്ട ചോദ്യങ്ങൾ

- എന്റെ പനി മലേറിയ ആണോ?
- മലേറിയ ഉള്ള സ്ഥലങ്ങളിലേക്ക് പോകുമ്പോൾ എടുക്കേണ്ട പ്രതിരോധനടപടികൾ ഏതൊക്കെയാണ്?
- ഏതെല്ലാം സംസ്ഥാനങ്ങളിലാണ് മലേറിയ പകരാൻ സാധ്യതയുള്ളത്?
- ഏതെല്ലാം രാജ്യങ്ങളിലാണ് മലേറിയ പകരാൻ സാധ്യതയുള്ളത്?
- വേറെ ഏതെങ്കിലും രോഗമാകാനുള്ള സാധ്യതയുണ്ടോ?
- ഏതെല്ലാം അവയവങ്ങളിലാണ് മലേറിയ ബാധിക്കുന്നത്?
- ഇതിന് ഏറ്റവും പറ്റിയ ചികിത്സ ഏതാണ്?
- ചികിത്സിച്ചില്ലെങ്കിൽ എന്താണ് സംഭവിക്കുക?
- ഈ രോഗം പകരാതിരിക്കുവാൻ എന്താണ് ചെയ്യേണ്ടത്?
- പ്രതിരോധത്തിന് എന്തെല്ലാം നടപടികളാണ് എടുക്കേണ്ട്?
- ഇതിന് പറ്റിയ വാക്സിൻ ഉണ്ടോ?

മലേറിയ പകരുന്ന വിധം

അനോഫിലസ് കൊതുകുകളാണ് മലേറിയ പരത്തുന്നത്. അവയിലെ സ്ത്രീകൊതുകുകളിൽ രോഗാണു ഉണ്ടെങ്കിൽ ആ കൊതുക് നമ്മെ കടിക്കുമ്പോഴാണ് രോഗം പകരുന്നത്. ആ കൊതുകുകൾക്ക് രോഗാണുക്കളെ ലഭിക്കുന്നത് രോഗമുള്ള ആളുടെ രക്തം കുടിക്കുമ്പോഴാണ്. ഈ രോഗാണുക്കൾ നിങ്ങളുടെ രക്തത്തിൽ പ്രവേശിച്ചുകഴിഞ്ഞാൽ അത് കരളിലേക്ക് വേഗം എത്തുന്നു. കരളിനകത്ത് അതിനൊരു ജീവിതചക്രമുണ്ട്. കരളിലുള്ള അരുണരക്താണുക്കളെ അത് ആക്രമിക്കുന്നു. അത് കഴിഞ്ഞ് അവ രക്തത്തിലേക്ക് വീണ്ടും വരുന്നു. ആ സമയത്താണ് നിങ്ങൾക്ക് പനി കൂടുതലാകുന്നത്. വിറയലും വിയർപ്പും ആ സമയത്താണ് ഉണ്ടാകുന്നത്. അത് 48-72 മണിക്കൂർ ഇടവേളകളിലാണ് സംഭവിക്കുന്നത്. രോഗാണുക്കളുള്ള അരുണരക്താണുക്കൾ പൊട്ടി രോഗാണുക്കൾ ഈ ഇടവേളകളിൽ പുറത്തു വരുന്നു. അപ്പോഴാണ് ഈ വിറയലും വിയർപ്പും ഉണ്ടാകുന്നതും പനി കൂടുന്നതും. ഇത് രോഗാണുവിന്റെ ടോക്സീൻ രക്തത്തിലേക്ക് വരുന്നത് കൊണ്ടാണ്.

മലേറിയയുടെ ലക്ഷണങ്ങൾ

മലേറിയ പ്രധാനമായും രണ്ടുതരത്തിലുണ്ട്. ബിനൈൻ എന്ന പ്രായേണ അപായം കുറഞ്ഞതും മാലിഗ്നന്റ് (benign and malignant) എന്ന അപായകാരിയായതും ആണവ. ബിനൈൻ മലേറിയ ചികിത്സിക്കുവാൻ പ്രായേണ എളുപ്പമാണ്. മാലിഗ്നന്റ് മലേറിയ വളരെ കടുത്തതും ചിലപ്പോൾ

മാരകവുമാകാം. കൊതുക് കടിയേറ്റ് 1–4 ആഴ്ചകൾക്ക് ശേഷം മാത്രമാണ് ലക്ഷണങ്ങൾ ആരംഭിക്കുന്നത്. ഏതുതരം പ്ലാസ്മോഡിയം ആണ് ശരീരത്തിനകത്ത് കടന്നത് എന്നതനുസരിച്ച് ചിലപ്പോൾ കൊതുകു കടിയേറ്റ് ഒരു വർഷത്തിന് ശേഷം മാത്രമെ ലക്ഷണങ്ങൾ ആരംഭിക്കുകയുള്ളൂ. ഇതിന്റെ പ്രായോഗികപ്രാധാന്യം ഇതാണ്. മലേറിയ പ്രദേശത്ത് താമസിക്കുകയോ അവിടേക്ക് ഒരു വർഷത്തിലധികം പോവുകയോ ചെയ്തവർക്ക് പനി വന്നാൽ എപ്പോഴും മലേറിയ ആകാനുള്ള സാധ്യത ഓർമ്മവെയ്ക്കണം. മൂന്നുമാസത്തിനകത്താണ് സാധ്യത കൂടുതലുള്ളത്.

ബിനൈൻ മലേറിയ

ബിനൈൻ മലേറിയയുടെ പ്രധാനലക്ഷണം ഉയർന്ന പനിയാണ്. പനിയില്ലെങ്കിലും മലേറിയ ഉണ്ടാകാം. മറ്റു ലക്ഷണങ്ങൾ തലവേദന, പേശിവേദന, വയറുവേദന, ചുമ, സാധാരണയിൽകൂടുതൽ ക്ഷീണം, ആകെ സുഖമില്ല എന്ന തോന്നൽ എന്നിവയാണ്. കുട്ടികളിൽ കൂടുതൽ ക്ഷീണവും കൂടാതെ വയറിളക്കവും ഛർദ്ദിയുമുണ്ടാകാം. മലേറിയ മരുന്നുകഴിച്ചതിനുശേഷം വരുന്ന രോഗമാണെങ്കിൽ പുറം വേദന മാത്രമാണ് ലക്ഷണമായുണ്ടാകുക. മലേറിയയ്ക്ക് പലരും കരുതുന്നതുപോലെ കൃത്യമായി ആവർത്തിച്ചുള്ള സമയങ്ങളിൽ പനി വരണമെന്നില്ല. ലക്ഷണം ആരംഭിച്ചതിനുശേഷം 1–2 ദിവസം കഴിഞ്ഞതിന് ശേഷമാണ് പനി വരുന്നത്. കുറച്ചു ദിവസം കഴിഞ്ഞ് രോഗം പ്രബലമാകുമ്പോൾ 2–3 ദിവസം ഇടവിട്ട് പനി വരും. ഏത് പനി ഉണ്ടായാലും അത് തെർമ്മോമീറ്റർകൊണ്ട് അളന്നു പനിയും ആ സമയവും മരുന്നുകൾ കഴിച്ചതും അപ്പോഴത്തെ രക്തസമ്മർദ്ദവും പൾസും രേഖപ്പെടുത്തുന്നത് നല്ലതാണ്. സമയവും പനിയും ഗ്രാഫായി രേഖപ്പെടുത്താം. മരുന്നുകൾ കഴിച്ചതും അപ്പോഴത്തെ രക്തസമ്മർദ്ദവും പൾസും ഗ്രാഫിന്റെ താഴെ സമയത്തോടൊപ്പം കുറിക്കാം. പല രോഗങ്ങളുടെ മാതൃക ഇപ്രകാരം ഊഹിഷാൻ കഴിയും. നിങ്ങളുടെ ഡോക്ടർക്ക് ഇത് വളരെ സഹായകരമാകും.

മാലിഗ്നന്റ് മലേറിയ

പ്ലാസ്മോഡിയം ഫാൽസിപ്പോറം എന്ന തരം മലേറിയ അണുവാണ് മാലിഗ്നന്റ് മലേറിയ ഉണ്ടാക്കുന്നത്. ഇതിന്റെ പ്രാരംഭലക്ഷണങ്ങൾ ബിനൈൻ മലേറിയയുടേത് പോലെയാണ്. പിന്നീട് ശ്വാസത്തകരാറുകൾ, കരൾ പരാജയം, ഷോക്ക് എന്നീ ഗുരുതരലക്ഷണങ്ങൾ വരുന്നു. ഈ രോഗം മസ്തിഷ്കത്തെയും ബാധിക്കുന്നു. ഇത് വളരെ ഗുരുതരമായ മാരകലക്ഷണമാണ്. ഗർഭിണികളിൽ പ്രതിരോധശേഷി വളരെ കുറവായിരിക്കും. അതുകൊണ്ട് ഗർഭിണികൾക്ക് മാലിഗ്നന്റ് മലേറിയ

വരാനുള്ള സാധ്യത വളരെ കൂടുതലാണ്. മാത്രമല്ല ഈ രോഗാണു ഗർഭസ്ഥമായ കഞ്ഞിന്റെ ശരീരത്തിലേക്കും പ്രവേശിക്കുന്നു. അതു കൊണ്ട് ഗർഭിണികൾ കർശനമായും രോഗസാധ്യതയായ മലേറിയ പ്രദേശങ്ങളിൽ പോകുന്നത് ഒഴിവാക്കണം.

ഡോക്ടർ ചോദിക്കാനിടയുള്ള ചോദ്യങ്ങൾ

- ഏതൊക്കെയാണ് നിങ്ങളുടെ ലക്ഷണങ്ങൾ? അവ എന്നാണ് ആരംഭിച്ചത്?
- പനിയോടൊപ്പം വിറയലും വിയർപ്പും വരാറുണ്ടോ? അവ ഇടയ്ക്ക് മാത്രം വരുന്നതോ തുടർച്ചയായുള്ളതോ ആണോ?
- എത്ര ദിവസം ഇടവിട്ടാണ് അവ വരുന്നത്?
- നിങ്ങളുടെ പ്രദേശത്ത് ഇതുമാതിരി പനികളോ മലേറിയയോ ഉണ്ടോ?
- നിങ്ങൾ മലേറിയ ഉള്ള പ്രദേശത്തുകൂടി കഴിഞ്ഞ ഒരു വർഷത്തിനുള്ളിൽ യാത്ര ചെയ്തിരുന്നോ?
- നിങ്ങൾ ഏതെല്ലാം മരുന്നുകളാണ് കഴിക്കുന്നത്?
- ഇത് കൂടാതെ വേറെ ഏതെങ്കിലും അസുഖങ്ങൾ നിങ്ങൾക്കുണ്ടോ?

രോഗനിർണ്ണയം

മലേറിയ രോഗമുണ്ടോ എന്ന് സംശയമുണ്ടായാൽ ഡോക്ടറെയോ പ്രാഥമികാരോഗ്യകേന്ദ്രങ്ങളിലെ ആരോഗ്യപ്രവർത്തകരെയോ ഉടനെ വിവരം അറിയിക്കണം. പകർച്ചവ്യാധികളെല്ലാം അധികൃതകേന്ദ്രങ്ങളിൽ ഉടനെ അറിയിക്കേണ്ടതുണ്ട്. ഡോക്ടർ നിങ്ങളുടെ രക്തമെടുത്ത് സ്ലൈഡിലാക്കി ലബോറട്ടറിയിലേക്കയയ്ക്കും. കട്ടി കുറഞ്ഞതും കട്ടിയുള്ളതുമായ രണ്ടു തരം രക്തപ്പാടകളാണ് സ്ലൈഡിലാക്കുന്നത്. ഓരോ പ്രാവശ്യവും ഇപ്രകാരം എടുക്കണം. 36 മണിക്കൂറിൽ 8-12 മണിക്കൂർ ഇടവിട്ട് മൂന്നു പ്രാവശ്യം നോക്കേണ്ടിവരും. അതിൽ രോഗാണുവിന്റെ സാന്നിധ്യമുണ്ടെങ്കിൽ രോഗമുണ്ട്. ഏതുതരം പ്ലാസ്മോഡിയമാണ് രക്തത്തിലുള്ളത് എന്നും ഇപ്രകാരം അറിയാൻ കഴിയും. ഈ പരിശോധനകളിൽ രോഗാണുവിനെ കണ്ടില്ലെങ്കിൽ രണ്ടു ദിവസം കഴിഞ്ഞ് വീണ്ടും പരിശോധിക്കണം. ചികിത്സിച്ചുകൊണ്ടിരിക്കുമ്പോഴും ഇപ്രകാരം രക്തം പരിശോധിക്കാം. അപ്രകാരം രോഗാണുവിന്റെ അളവ് കുറയുന്നുണ്ടോ എന്നും ചികിത്സ ഫലിക്കുന്നുണ്ടോ എന്നും അറിയാം. ഇതുകൂടാതെ കരളിലെ പ്രവർത്തനം അറിയാനുള്ള എൽ എഫ് ടിയും, രക്തക്കുറവും രക്തത്തിലെ ഗ്ലൂക്കോസ് അറിയാനുള്ള രക്തപരിശോധനകളും ചെയ്യാറുണ്ട്.

മലേറിയ ചികിത്സ

നേരത്തെ രോഗനിർണ്ണയവും ചികിത്സയും ചെയ്താൽ രോഗവിമുക്തി നന്നായിരിക്കും. ഭൂരിഭാഗം പേരുടെയും രോഗം പൂർണ്ണമായി മാറും. പല മരുന്നുകളും ഇതിന് ഉപയോഗിക്കാറുണ്ട്. ക്ലോറോക്വിൻ എറ്റവും പ്രചാരമുള്ളതും ഫലപ്രദവുമായ മരുന്നാണ്. പത്തു ഗുളികകളാണ് ആകെ മൂന്നുദിവസത്തിൽ കൊടുക്കേണ്ടത്. രോഗത്തിന്റെ തരവും വ്യക്തിയും അനുസരിച്ച് നീണ്ടുകൊടുക്കേണ്ടിവരാം. ക്ലോറോക്വിൻ ഫലിക്കാത്തവർക്ക് ആർടിമിതെർ കൊടുക്കാറുണ്ട് (chloroquine, artemether). ലഘുവായ ലക്ഷണങ്ങൾ മാത്രമെ ഉള്ളുവെങ്കിൽ വീട്ടിൽവെച്ച് ചികിത്സിച്ചാൽ മതിയാകും. എന്നാൽ ഫാൽസിപ്പോറം മലേറിയ ആണെങ്കിൽ ഗൗരവമായ ചികിത്സയ്ക്കായി ആസ്പത്രിയിൽ പ്രവേശിപ്പിക്കേണ്ടിവരും. അവയവങ്ങളുടെ പ്രവർത്തനം, സുപ്രധാനലക്ഷണങ്ങൾ തുടങ്ങിയവ ശ്രദ്ധിക്കേണ്ടതായിട്ടുണ്ട്. ചിലർക്ക് ഒന്നിൽകൂടുതൽ മരുന്നുകൾ കൊടുക്കാറുണ്ട്. മരുന്നുകളുടെ പാർശ്വഫലം, മരുന്നുകൾ ഫലിക്കാതെ വരിക എന്നിങ്ങനെയാണെങ്കിൽ കൂടുതൽ മരുന്നുകൾ വേണ്ടിവരും. ഏതാനും ദശകങ്ങളായി ഫാൽസിപ്പോറം മലേറിയയ്ക്ക് ചികിത്സപ്രതിരോധം കൂടിവരുന്നുണ്ട്. അപ്പോൾ കൂടുതൽ മരുന്നുകളും മരുന്നുകളുടെ ചേരുവകളും ഉപയോഗിക്കേണ്ടിവരും. ചികിത്സ കഴിഞ്ഞാൽ കുറച്ചു ആഴ്ചകൾക്ക് ക്ഷീണമുണ്ടാകാം. പ്രതിരോധമെന്ന നിലയ്ക്കും മരുന്നുകൾ കഴിക്കാറുണ്ട്. മലേറിയ സാധ്യതയുള്ള സ്ഥലങ്ങളിൽ പോകുന്നവർക്ക് പ്രതിരോധമെന്നനിലയിൽ മരുന്നുകൾ കൊടുക്കാറുണ്ട്.

മലേറിയ പ്രതിരോധം

- മലേറിയ പ്രതിരോധത്തിന് നാല് കാര്യങ്ങളാണ് ശ്രദ്ധിക്കാനുള്ളത്.
- മലേറിയയെക്കുറിച്ച് ബോധവൽക്കരണം
- കൊതുകുകടി തടയൽ
- മരുന്നുകൾ കഴിച്ച് രോഗാണുവിനെ തടയൽ
- ലക്ഷണങ്ങളുടെ ആരംഭത്തോടെ രോഗനിർണ്ണയവും ചികിത്സയും ആരംഭിക്കൽ

കേരളം അഭിമുഖീകരിക്കുന്ന പ്രശ്നങ്ങൾ

കേരളത്തിലേക്ക് വരുന്ന അന്യസംസ്ഥാനങ്ങളിൽ നിന്നുള്ള മലേറിയ കേസുകൾ കൂടാതെ ഇവിടെനിന്നും ഉദ്ഭവിക്കുന്ന കേസുകളുടെ വർദ്ധന.

കേരളത്തിലേക്ക് വരുന്ന അന്യസംസ്ഥാനങ്ങളിൽനിന്നുള്ള മലേറിയ കേസുകളുടെ വർദ്ധന. തമിഴ്നാട്, രാജസ്ഥാൻ, ബിഹാർ, ഒഡീഷ, വെസ്റ്റ് ബെങ്കാൾ എന്നിവിടങ്ങളിൽനിന്നാണ് ഇപ്രകാരം കൂടുതൽ മലേറിയ ഉള്ള തൊഴിലാളികൾ വരുന്നത്.

ഇപ്രകാരം വരുന്ന തൊഴിലാളികളെ ഫലപ്രദമായി പരിശോധിക്കുവാനോ ചികിത്സിക്കുവാനോ പ്രതിരോധനടപടികൾ സ്വീകരിക്കുവാനോ കഴിയുന്നില്ല.

നഗരങ്ങളിലെയും ജില്ലകളിലെയും രോഗനിർണ്ണയവും ചികിത്സയും പ്രതിരോധവും സംയോജിപ്പിക്കുവാനും നിയന്ത്രിക്കുവാനുമുള്ള സംവിധാനമില്ല.

ഈ പോരായ്മകൾ പരിഹരിക്കാനുള്ള നടപടികൾ സ്വീകരിച്ച് വരുന്നു.

കേരളമെങ്ങും കൊതുകുകളെ നിയന്ത്രിക്കുവാനുള്ള ഫലപ്രദമായ പഠനവും അതനുസരിച്ചുള്ള നടപടികളും ആവശ്യമാണ്.

ചിക്കുൺഗുന്യ

High heels are pleasure with pain

- Christian Louboutin

ചിക്കുൺഗുന്യ എന്ന ആഫ്രിക്കൻ പദത്തിനർത്ഥം കൂനിക്കൂടി നടക്കുക എന്നാണ്. ഇതൊരുതരം കൊതുകു പരത്തുന്ന വൈറസ് രോഗമാണ്. പ്രധാനലക്ഷണങ്ങൾ കടുത്ത സന്ധിവേദനകളും പനിയുമാണ്. മറ്റ് അസുഖങ്ങൾ പേശി വേദന, തലവേദന, ഓക്കാനം, ക്ഷീണം, ചർമ്മത്തിൽ തടിപ്പ് എന്നിവയാണ്. വൈറസ് രോഗമായതിനാൽ വിശ്രമവും ലക്ഷണങ്ങൾക്കുള്ള ചികിത്സയുമാണ് ചെയ്യാനുള്ളത്. ഡെങ്കു പരത്തുന്ന അതേ കൊതുകുകളായ ഈഡിസ് ഈജിപ്റ്റൈയും ഈഡിസ് അൽബോപിക്റ്റസുമാണ് ഇതും പരത്തുന്നത്. രോഗലക്ഷണങ്ങളും സമാനമാകുന്നതിനാൽ രോഗനിർണ്ണയത്തിൽ തെറ്റുപറ്റാനിടയുണ്ട്. ഡെങ്കു പനിയായി തെറ്റിദ്ധരിക്കാൻ സാധ്യത കൂടുതലാണ്. കൊതുകുകൾ വളരുന്ന സ്ഥലത്ത് താമസിക്കുന്നവരിൽ രോഗസാധ്യത കൂടുതലാണ്. ആഫ്രിക്ക, ഏഷ്യ, ഇന്ത്യൻ ഉപഭൂഖണ്ഡം എന്നിവടങ്ങളിൽ ഇവ സാധാരണമായി പരക്കാറുണ്ട്. 2007-ൽ വടക്കുകിഴക്കൻ ഇറ്റലിയിൽ ഈ രോഗം കണ്ടതായി തെളിവുണ്ട്.

ഡോക്ടറോട് ചോദിക്കേണ്ട ചോദ്യങ്ങൾ

- ഈ രോഗലക്ഷണങ്ങൾ കണ്ടാൽ ഏതു ഡോക്ടറെയാണ് കാണേണ്ടത്?
- ഇതിന് ആസ്പത്രിയിൽ പ്രവേശിപ്പിക്കേണ്ടതുണ്ടോ?
- ഇതിന് പ്രത്യേക രക്തപരിശോധനകളുണ്ടോ?
- ഈ രോഗംകൊണ്ട് ഏതെല്ലാം രോഗസങ്കീർണ്ണതകളാണ് ഉണ്ടാകുക?
- ഈ രോഗത്തിന് പ്രതിരോധം എപ്രകാരമാണ്?

- കൊതുകുകൊണ്ടു വരുന്ന രോഗമാണെങ്കിൽ അവയെ നിയന്ത്രിക്കേണ്ടത് എപ്രകാരമാണ്?

പെട്ടെന്നുള്ള പനിയും പലപ്പോഴും കൂടെവരുന്ന സന്ധിവേദനയുമാണ് ആദ്യം കാണുന്നത്. അതോടൊപ്പം വലിയ ക്ഷീണവും വിഷാദവും ഉണ്ടാകുന്നു. ഇതുകൂടാതെ പേശിവേദന, തലവേദന, ഓക്കാനം, ചർമ്മത്തിൽ തടിപ്പ് എന്നിവ ഉണ്ടാകുന്നു. പലർക്കും സന്ധിവേദന നീണ്ടുനിൽക്കാറുണ്ട്. പ്രായമായവരിലും കുട്ടികളിലും ഗർഭിണികളിലും ചിക്കുൻഗുന്യ ഗൗരവമാകാം.

കൊതുക് കടിച്ച് 3-7 ദിവസം കഴിഞ്ഞാണ് ലക്ഷണങ്ങൾ ആരംഭിക്കുന്നത്. ചിലപ്പോഴത് 2-12 ദിവസമാകാം. ഭൂരിഭാഗം പേരിലും രോഗവിമുക്തി പൂർണ്ണമായിരിക്കും. എന്നാൽ രോഗം നീണ്ടുനിൽക്കാറുണ്ട്. ഡെങ്കുവിനും ചിക്കുൺഗുന്യയ്ക്കും ശരീരവേദനയുണ്ടാകുമെങ്കിലും കടുത്ത സന്ധിവേദനയും പേശികളുടെ അറ്റത്തുള്ള ടെൻഡണുകളുടെ വേദനയും ചിക്കുൺഗുന്യയുടെ പ്രത്യേകതയാണ്.

രോഗനിർണ്ണയം

രക്തപരിശോധനയിലൂടെ വൈറസിന്റെ ആർ എൻ എ കണ്ടുപിടിക്കുന്നു. കൂടാതെ രോഗിയിലുള്ള പ്രത്യേക ആന്റിബോഡി കണ്ടുപിടിച്ചാലും രോഗനിർണ്ണയം നടത്താം.

ചികിത്സ

ഇതിന് പ്രത്യേക മരുന്നുകളില്ല. വേദനസംഹാരികളും വിശ്രമവും മാത്രമാണ് ചികിത്സ. ഇതിന് വാക്സിൻ ലഭ്യമല്ല. 2004-ന് ശേഷം ആഫ്രിക്കയിലും ഏഷ്യയിലും വലിയ ചിക്കുൺഗുന്യ പൊട്ടിപ്പുറപ്പെടലുണ്ടായി. ആകെ ഇരുപതുലക്ഷം പേർക്കെങ്കിലും അപ്രകാരം രോഗം വന്നിരുന്നു. കേരളത്തിലും ധാരാളം പേർക്ക് ചിക്കുൺഗുന്യ വരികയുണ്ടായി. ഇത് ആരോഗ്യവകുപ്പിന് വലിയ ഭാരമായിരുന്നു.

പ്രതിരോധം

കൊതുക് നിർമ്മാർജ്ജനവും അവയുടെ കടിയേൽക്കാതെ നോക്കലുമാണ് പ്രതിരോധമാർഗ്ഗങ്ങൾ.

ഡോക്ടറോട് ചോദിക്കേണ്ട ചോദ്യങ്ങൾ

- പരിസരശുചീകരണത്തിലെ പോരായ്മകൾ.
- കാർഷികവൃത്തി, യാത്രകൾ എന്നിവയിലെ രോഗം പരക്കാനുള്ള വർദ്ധിച്ച സാധ്യതകൾ.

- കൊതുക് നിയന്ത്രണപരിപാടികളുടെ അപര്യാപ്തത.
- കാലാവസ്ഥാവ്യതിയാനങ്ങൾ.
- ആരോഗ്യപ്രവർത്തകരുടെ ബോധവൽക്കരണമില്ലായ്മയും പ്രവർത്തനങ്ങളുടെ സംയോജനമില്ലായ്മയും പ്രശ്നമാണ്.
- സ്വയം ചികിത്സ
- ശരിയായ രോഗനിർണ്ണയ സംവിധാനങ്ങളുടെ അപാര്യാപ്തത.

ഭാവി പരിപാടി

- ഈ പോരായ്മകൾ നികത്തൽ.
- ജനങ്ങളുടെ ആരോഗ്യബോധവൽക്കരണം വർദ്ധിപ്പിക്കുക.

ജപ്പാനീസ് എൻസിഫലൈറ്റിസ്

Think for yourself and question authority.

- Timothy Leary

ഇതൊരു മസ്തിഷ്കത്തെ ബാധിക്കുന്ന വൈറസ് രോഗമാണ്. കൊതുക് കടിയിലൂടെയാണ് ഈ ഗുരുതരരോഗം പരക്കുന്നത്. തെക്കു കിഴക്കൻ ഏഷ്യ, ശാന്തസമുദ്രദ്വീപുകൾ, കിഴക്കനേഷ്യൻ രാജ്യങ്ങൾ എന്നിവിടങ്ങളിലെ ഗ്രാമപ്രദേശങ്ങളിൽ കണ്ടുവരുന്നു. പന്നികളിലും പക്ഷികളിലും ഈ വൈറസുണ്ട്. ഇവയെ കടിക്കുമ്പോൾ കൊതുകിന് ഈ വൈറസ് കിട്ടുന്നു. പന്നികളെ കൃഷി ചെയ്യുന്നിടത്തും നെൽവയലുകളുടെ അടുത്തും രോഗബാധ കാണാറുണ്ട്. മനുഷ്യരിൽനിന്ന് മനുഷ്യരിലേക്ക് രോഗം പകരില്ല.

ഡോക്ടറോട് ചോദിക്കേണ്ട ചോദ്യങ്ങൾ

- ഈ പനിയും ലക്ഷണങ്ങളും ജപ്പാനീസ് എൻസിഫലൈറ്റിസിന്റെതാണോ?
- എന്താണ് ജപ്പാനീസ് എൻസിഫലൈറ്റിസ്?
- എവിടെയാണ് ഈ വൈരസുകൾ കാണപ്പെടുന്നത്?
- കൊതുകുകടി കഴിഞ്ഞ് എത്ര ദിവസം കഴിഞ്ഞതിന് ശേഷമാണ് രോഗലക്ഷണങ്ങൾ ആരംഭിക്കുന്നത്?
- ജപ്പാനീസ് എൻസിഫലൈറ്റിസിന്റെ ലക്ഷണങ്ങൾ ഏതൊക്കെയാണ്?
- എപ്രകാരമാണ് ജപ്പാനീസ് എൻസിഫലൈറ്റിസ് രോഗനിർണ്ണയം ചെയ്യുന്നത്?
- ജപ്പാനീസ് എൻസിഫലൈറ്റിസിന്റെ ചികിത്സ എപ്രകാരമാണ്?

- എന്റെ കുടുംബത്തിലൊരാൾക്ക് ഈ രോഗം വന്നാൽ എന്താണ് ചെയ്യേണ്ടത്?
- ജപ്പാനീസ് എൻസിഫലൈറ്റിസ്ബാധ ഒഴിവാക്കാൻ എന്താണ് ചെയ്യേണ്ടത്?
- ആർക്കാണ് ജപ്പാനീസ് എൻസിഫലൈറ്റിസ് വാക്സിൻ ആവശ്യമുള്ളത്?
- ഈ വാക്സിൻ എടുത്താലുള്ള പാർശ്വഫലത്തിന് എന്താണ് ചെയ്യേണ്ടത്?

ലക്ഷണങ്ങൾ

ഭൂരിഭാഗം പേരിലും നാമമാത്രമായ ലക്ഷണങ്ങൾ മാത്രമെ ഉണ്ടാവുകയുള്ളൂ. കുറച്ചുസമയം മാത്രം നീണ്ടുനിൽക്കുന്ന ഫ്ളൂ പോലുള്ള ലക്ഷണമാണ് കാണാറുള്ളത്. 250ൽ താഴെ ഒരാൾക്ക് മസ്തിഷ്കത്തെ ബാധിക്കാം. മസ്തിഷ്കത്തെ ബാധിച്ചാൽ ചുഴലിബാധ, ഓർമ്മപ്പിശക്, തളർച്ചകൾ, സംസാരിക്കാൻ കഴിയായ്ക എന്നിവയുണ്ടാകാം. ജപ്പാൻജ്വരം എന്നുകൂടി പറയപ്പെടുന്ന ഈ വൈറസ് അസുഖത്തിന് ചികിത്സയില്ല. ശരീരത്തിന്റെ പ്രതിരോധംകൊണ്ട് വൈറസിനെ ചെറുക്കുവാൻ ശരീരത്തെ സഹായിക്കണം. ഈ അവസ്ഥയിൽ രോഗിയെ ആസ്പത്രിയിൽ പ്രവേശിപ്പിക്കണം. ആവശ്യത്തിന് ജലവും പോഷകങ്ങളും വേണ്ടിവരുമ്പോൾ പ്രാണവായുവുമെല്ലാം ആസ്പത്രിയിൽ നൽകും. മസ്തിഷ്കരോഗം വരുന്നവരിൽ 33 ശതമാനം മരിക്കാറുണ്ട്. രക്ഷപ്പെടുന്നവരിൽ പലർക്കും ഗുരുതരമായ ലക്ഷണങ്ങളുമായി ശിഷ്ടകാലം കഴിച്ചുകൂട്ടേണ്ടിവരും.

ജപ്പാൻജ്വരത്തിന്റെ ലക്ഷണങ്ങളാണെന്ന് സംശയം തോന്നിയാൽ ഉടനെ ഡോക്ടറെ കാണണം. ആവശ്യമെങ്കിൽ നിങ്ങളുടെ ഡോക്ടർ രക്തം പരിശോധിക്കും. ആ പരിശോധനയിൽ രോഗമുണ്ടോ എന്നറിയാം. പതിനഞ്ചു വയസ്സിന് താഴെയുള്ള കുട്ടികളിലാണ് രോഗം വരാനുള്ള സാധ്യത ഏറ്റവും കൂടുതലുള്ളത്. അതായത് 75 ശതമാനവും ഈ പ്രായക്കാരിലാണ് രോഗം വരുന്നത്. ലോകത്താകമാനം ഓരോവർഷവും 68000 പേർക്ക് ഈ രോഗം വരുന്നുണ്ട്.

പ്രതിരോധം

രോഗപ്രതിരോധത്തിന് ഏറ്റവും പറ്റിയ മാർഗ്ഗം വാക്സിനേഷൻ ചെയ്യുകയാണ്. രോഗമുള്ള സ്ഥലങ്ങളിലെ ഗ്രാമപ്രദേശങ്ങളിലേക്ക് പോകുന്നവരിലാണ് ജപ്പാൻജ്വരം വരാനുള്ള സാധ്യതയുള്ളത്. വാക്സിൻ എടുക്കുന്നവരിൽ 90 ശതമാനത്തിനും പ്രതിരോധം ലഭിക്കുന്നു. വാക്സിൻ എടുത്താലും കൊതുകുകടി ഏൽക്കാതിരിക്കാനുള്ള മാർഗ്ഗങ്ങൾ സ്വീകരിക്കണം.

വയറിളക്കരോഗങ്ങൾ

Question everything. Learn something. Answer nothing.

- Euripides

അഞ്ചുവയസ്സിന് താഴെയുള്ള കുട്ടികളിലെ രണ്ടാമത്തെ മാരകമായ രോഗമാണ് വയറിളക്കരോഗങ്ങൾ. ഇവ തടയാവുന്നതും ചികിത്സിക്കാവുന്നതുമാണ്. അതുകൊണ്ട് ഇവയെപ്പറ്റി ശരിയായി അറിയേണ്ടത് വളരെ പ്രാധാന്യമർഹിക്കുന്നു. ഓരോ വർഷവും ഏഴുലക്ഷത്തി അറുപതിനായിരം കുട്ടികൾ ഈ കാരണംകൊണ്ട് മരണമടയുന്നുണ്ട്. ഇതിൽ ഭൂരിഭാഗവും ശുദ്ധജലം ലഭിക്കുന്നതിലൂടെയും ശരിയായ പരിസരശുചീകരണവും വ്യക്തിപരമായ ശുചിത്വവും പാലിക്കുന്നതിലൂടെയും തടയാവുന്നതാണ്. ലോകത്ത് ഓരോവർഷവും 17 കോടി വയറിളക്കരോഗങ്ങൾ ഉണ്ടാകുന്നുണ്ട്. കുട്ടികളിലെ പോഷകാഹാരക്കുറവിന്റെ ഏറ്റവും പ്രധാന കാരണം വയറിളക്കരോഗങ്ങളാണ്. വയറിളക്കരോഗമില്ലാത്ത കുട്ടികൾക്ക് പോഷണം നന്നായുണ്ടാവുകയും അവർ നന്നായി വളരുകയും ചെയ്യും. വയറിളക്കരോഗങ്ങൾ പല ദിവസങ്ങളിൽ തുടരുകയും ജീവൻ നില നിർത്തുന്നതിനാവശ്യമായ ലവണവും ജലവും ശരീരത്തിൽ ഇല്ലാതെ വരുകയും ചെയ്യും. അപ്രകാരം മരണം സംഭവിക്കാം. വയറിളക്കരോഗം മൂലമുള്ള മരണം ഭൂരിഭാഗവും സംഭവിക്കുന്നത് നിർജ്ജലീകരണം മൂലമാണ്. പോഷകാഹാരക്കുറവുള്ള കുട്ടികളിലും എച്ച് ഐ വി ബാധ മൂലം രോഗപ്രതിരോധം കുറഞ്ഞ മുതിർന്നവരിലും വയറിളക്കരോഗം മൂലമുള്ള മരണത്തിന് സാധ്യത കൂടുതലാണ്.

ഡോക്ടറോട് ചോദിക്കേണ്ട ചോദ്യങ്ങൾ

- ഈ വയറിളക്കം ഭക്ഷണത്തിലൂടെ വരുന്നതാണോ?
- ഭക്ഷണത്തിലൂടെ വരുന്ന അസുഖം എന്നാലെന്താണ്?
- ഏതൊക്കെയാണ് ഏറ്റവും പ്രധാനപ്പെട്ട ഭക്ഷണത്തിലൂടെ പകരുന്ന രോഗങ്ങൾ?
- കേരളത്തിൽ എത്ര തരം ഭക്ഷണത്തിലൂടെ പകരുന്ന രോഗങ്ങളുണ്ട്?
- ഈ അസുഖങ്ങളുടെ മാതൃക മാറിവരുന്നുണ്ടോ?
- ഭക്ഷണത്തിലൂടെ പകരുന്ന രോഗങ്ങളുടെ സുപ്രധാനമായ പ്രശ്നങ്ങളേതൊക്കെയാണ്?
- ഭക്ഷണത്തിലൂടെ പകരുന്ന രോഗങ്ങളുടെ പകരലും അവയെ പിന്തുടർന്ന് മനസ്സിലാക്കലും എപ്രകാരമാണ്?
- ഭക്ഷണത്തിലൂടെ പകരുന്ന രോഗങ്ങളെ എപ്രകാരമാണ് പൊതുജനാരോഗ്യവകുപ്പ് പിന്തുടർന്ന് മനസ്സിലാക്കുന്നത്?

- ഈ രോഗങ്ങളെ പൊതുജനാരോഗ്യവകുപ്പ് എപ്രകാരമാണ് കൈകാര്യം ചെയ്യുന്നത്?
- ഭക്ഷണത്തിലൂടെ പകരുന്ന രോഗങ്ങളുടെ പടരൽ എന്നാലെന്താണ്?
- എന്തുകൊണ്ടാണപ്രകാരം ഉണ്ടാകുന്നത്?
- ഭക്ഷണത്തിലൂടെ പകരുന്ന രോഗങ്ങളുടെ പടരൽ എന്തുകൊണ്ടാണ് പൊതുജനാരോഗ്യവകുപ്പ് അന്വേഷിക്കുന്നത്?
- ഭക്ഷണത്തിലൂടെ പകരുന്ന രോഗങ്ങളുടെ കാരണം എപ്രകാരമാണ് കണ്ടുപിടിക്കുന്നത്?
- ഏതുതരം ഭക്ഷണങ്ങളാണ് ഭക്ഷണത്തിലൂടെ പകരുന്ന രോഗങ്ങളുമായി ബന്ധപ്പെട്ടു കാണുന്നത്?

ഭക്ഷണസുരക്ഷിതത്വം

- എപ്രകാരമാണ് ഭക്ഷണത്തിൽ രോഗാണു വരുന്നത്?
- സർക്കാർ ചെയ്യുന്ന ഭക്ഷണ സുരക്ഷിതത്വനടപടികൾ ഏതെല്ലാമാണ്?

ഭക്ഷണത്തിലൂടെ പകരുന്ന രോഗങ്ങളുടെ രോഗനിർണ്ണയവും ചികിത്സയും

- രോഗാണുക്കളുള്ള ഭക്ഷണം കഴിക്കുമ്പോൾ അന്നനാളത്തിൽ എന്താണ് സംഭവിക്കുന്നത്?
- ഭക്ഷണത്തിലൂടെ പകരുന്ന രോഗങ്ങളെ എപ്രകാരമാണ് രോഗനിർണ്ണയം നടത്തുന്നത്?
- എപ്രകാരമാണ് ഈ ഭക്ഷണത്തിലൂടെ പകരുന്ന രോഗങ്ങളെ ചികിത്സിക്കുന്നത്?
- വയറിളക്കരോഗം കണ്ടാൽ എപ്പോഴാണ് ഡോക്ടറെ കാണേണ്ടത്?
- എപ്രകാരമാണ് ഈ ഭക്ഷണത്തിലൂടെ പകരുന്ന രോഗങ്ങളിൽനിന്ന് പ്രതിരോധം നേടേണ്ടത്?
- ഉപഭോക്തൃസംഘടനകൾക്ക് ഇതിൽ എന്താണ് ചെയ്യാൻ കഴിയുക?
- ചിലർക്ക് മറ്റുള്ളവരേക്കാൾ ഭക്ഷണത്തിലൂടെ പകരുന്ന രോഗങ്ങൾ വരാൻ സാധ്യതയുണ്ടോ?
- അപ്രകാരമാണെങ്കിൽ അവരെന്താണ് മുൻകരുതൽ എടുക്കേണ്ടത്?
- ഉപഭോക്താവെന്ന നിലയിൽ റെസ്റ്റാറന്റിലെ ഭക്ഷണത്തിന്റെ സുരക്ഷിതത്വം എപ്രകാരമാണ് ഉറപ്പ് വരുത്തുവാൻ കഴിയുക?
- എപ്രകാരമാണ് എനിക്ക് ഭക്ഷണത്തിലൂടെ പകരുന്ന രോഗങ്ങളെപ്പറ്റിയും ഭക്ഷ്യസുരക്ഷയെപ്പറ്റിയും കൂടുതൽ മനസ്സിലാക്കുവാൻ കഴിയുക?

വയറിളക്കരോഗം എന്നാൽ

വയറിളക്കരോഗം നിർവ്വചിക്കുന്നത് മൂന്നോ അതിൽ കൂടുതലോ ഇളകി ജലത്തോടുകൂടി മലം പോകുന്നതിനെയാണ്. കട്ടിയായുള്ള മലം മൂന്നു പ്രാവശ്യം പോകുന്നത് വയറിളക്കമല്ല. മുലകുടിക്കുന്ന കുഞ്ഞുങ്ങളിൽ പേസ്റ്റു പോലെ പലപ്രാവശ്യം പോകുന്നത് വയറിളക്കമല്ല. ജലാംശം കൂടുതലാകുന്നതാണ് പ്രധാനം. വയറിളക്കം സാധാരണ അന്നനാള ത്തിലെ രോഗാണുബാധയുടെ ലക്ഷണമാകാം. സാധാരണ ബാക്ടീരിയ, വൈറസ്, മറ്റു പരാന്നജീവികൾ എന്നിവ കാരണം വയറിളക്കമുണ്ടാകാം. ഇവ വരുന്നത് അശുദ്ധമായ ഭക്ഷണത്തിലൂടെയും ജലത്തിലൂടെയു മാകാം. ഇവ കാഴ്ചയ്ക്ക് അശുദ്ധമാണെന്ന് തോന്നുകയില്ല, മറിച്ച് വളരെ ആകർഷകവുമായിരിക്കും. വ്യക്തിപരമായ ശുചിത്വം പാലിക്കാത്തവർ തമ്മിലുള്ള ഹസ്തദാനം തുടങ്ങിയ ശാരീരിക അടുപ്പത്തിലൂടെയും ഈ സൂക്ഷ്മജീവികൾ ഒരാളിൽനിന്ന് മറ്റൊരാളിലേക്ക് പകരാം.

ഇത് തടയുന്നതിന് ലളിതമായ ചില നടപടികൾ എടുത്താൽ മാത്രം മതിയാകും. പരിസരശുചീകരണത്തിനും വ്യക്തിപരമായ ശുചീകരണ ത്തിനും പുറമെ സോപ്പും ചൂടുവെള്ളവുമുപയോഗിച്ച് കൈകൾ ദിവസവും രണ്ടോ മൂന്നോ പ്രാവശ്യം കഴുകുന്നതുകൊണ്ട് ഇവ വളരെ കുറയ്ക്കു വാൻ കഴിയും. വയറിളക്കരോഗങ്ങളെ ഒ ആർ എസ് എന്ന പുനർജ്ജ ലീകരണ ലായനികൊണ്ട് തൃപ്തികരമായി ചികിത്സിക്കാം. ഇതുണ്ടാ ക്കുവാനും കഴിക്കുവാനും എളുപ്പമാണ്.

വയറിളക്കരോഗങ്ങളെ അവയുടെ ലക്ഷണമനുസരിച്ച് മൂന്നു തരമായി തരം തിരിക്കാം.

- പെട്ടെന്നുള്ള വെള്ളം പോലുള്ള വയറിളക്കം
- പെട്ടെന്നുള്ള രക്തം കലർന്ന വയറിളക്കം അഥവാ രക്താതിസാരം (dysentery)
- നീണ്ടുനിൽക്കുന്ന വയറിളക്കം. ഇത് രണ്ടാഴ്ചയോ അതിൽ കൂടു തലോ നീണ്ടുനിൽക്കുന്നു.

വയറിളക്കരോഗങ്ങളുടെ പ്രാധാന്യം

വയറിളക്കരോഗങ്ങൾ മൂലമാണ് ലോകത്ത് ഏറ്റവും കൂടുതൽ കുട്ടി കളുടെ മരണവും പോഷകാഹാരക്കുറവും ഉണ്ടാകുന്നത്. ലോകമെങ്ങും 78 കോടി ജനങ്ങൾക്ക് ശുദ്ധജലവും 250 കോടി ജനങ്ങൾക്ക് നല്ല ആരോ ഗ്യകരവും ശുചികരവുമായ പരിസരവുമില്ല. ഇതിൽ ഭൂരിഭാഗവും ഇന്ത്യ ക്കാരാണെന്നത് അഭിമാനകരമായ വസ്തുതയല്ല. രോഗാണുബാധമൂല മുള്ള വയറിളക്കം എല്ലാ അവികസിത രാജ്യങ്ങളിലുമുണ്ട്. അവികസിത രാജ്യങ്ങളിലെ മൂന്നു വയസ്സിൽ താഴെയുള്ള കുട്ടികളിൽ വർഷത്തിൽ ശരാശരി മൂന്നു പ്രാവശ്യമെങ്കിലും വയറിളക്കരോഗം ഉണ്ടാകാറുണ്ട്. ഈ

ഓരോ പ്രാവശ്യവും കുട്ടിക്ക് വളർച്ചയ്ക്കാവശ്യമായ പോഷകം ലഭിക്കുന്നില്ല. അപ്രകാരം ആ കുട്ടികളെല്ലാം വളർച്ചക്കുറവും ബുദ്ധിവികാസവും കുറഞ്ഞവരായി വളരുന്നു. വയറിളക്കരോഗങ്ങളാണ് പോഷകാഹാരക്കുറവിന്റെ പ്രധാനകാരണം. അതൊരു വിഷമവൃത്തമാണ്. പോഷകാഹാരക്കുറവുള്ള കുട്ടികൾക്ക് വയറിളക്കരോഗങ്ങൾ വരാനുള്ള സാധ്യതയും കൂടുതലാണ്.

നിർജ്ജലീകരണം

വയറിളക്കരോഗങ്ങളുടെ ഏറ്റവും വലിയ ഭീഷണി നിർജ്ജലീകരണമാണ്. ഓരോ വയറിളക്കത്തിലും ജലവും ലവണങ്ങളും ധാരാളം നഷ്ടപ്പെടുന്നു. ജലവും സോഡിയം, പൊട്ടാസ്സിയം, ക്ലോറൈഡ്, ബൈകാർബൊണേറ്റ് എന്നിവയുമാണ് ഇപ്രകാരം നഷ്ടപ്പെടുന്നത്. ഛർദ്ദി, വിയർപ്പ്, മൂത്രം, ശ്വാസം എന്നിവയിലൂടെയും ശരീരത്തിലെ ജലാംശം പോകുന്നുണ്ട്. നഷ്ടപ്പെടുന്നതിന് പകരം ലഭിക്കാതിരുന്നാൽ നിർജ്ജലീകരണമുണ്ടാകുന്നു. നിർജ്ജലീകരണത്തെ മൂന്നായി തരം തിരിക്കാം.

ആദ്യഘട്ടം. ഈ ഘട്ടത്തിൽ കാര്യമായ ലക്ഷണങ്ങളൊന്നും കാണില്ല.

രണ്ടാം ഘട്ടം. ഈ ഘട്ടത്തിൽ ദാഹം, വിശ്രമമില്ലായ്മ, വേഗം ദേഷ്യം വരൽ, ചർമ്മത്തിന്റെ എലാസ്തികത കുറയൽ, കുഴിയുന്ന കണ്ണുകൾ എന്നിവയുണ്ടാകും.

മൂന്നാം ഘട്ടം. ഈ ലക്ഷണങ്ങൾ കൂടുതലായി ഉണ്ടാകുന്നു, ഷോക്ക്, ബോധാവസ്ഥ കുറയൽ, മൂത്രം കുറയൽ, തണുത്ത വിയർപ്പുള്ള കൈകാലുകൾ, വേഗത്തിലുള്ള ദുർബലമായ നാഡിമിടിപ്പ്, താഴ്ന്ന രേഖപ്പെടുത്താൻ പ്രയാസമായ രക്തസമ്മർദ്ദം, വിളറിയ ചർമ്മം എന്നിവയുണ്ടാകും. നഷ്ടപ്പെട്ട ജലവും ലവണവും കിട്ടിയില്ലെങ്കിൽ മരണം സംഭവിക്കാം. ഈ ജലവും ലവണവും ഞരമ്പിലൂടെയോ വായയിലൂടെയോ രണ്ടും കൂടിയോ കൊടുക്കാം.

കാരണങ്ങൾ

രോഗാണുബാധകൾ

ബാക്ടീരിയകളും വൈറസും പരാന്നജീവികളുമാണ് പ്രധാനം. ഇവയുള്ള മലം കലർന്ന ജലത്തിലൂടെയാണിവ പരക്കുന്നത്. പരിസരശുചീകരണവും ശുചിത്വവും കുറയുന്നതും സുരക്ഷിതമായ ജലം കുടിക്കാനും ഭക്ഷണം പാകം ചെയ്യാനും ശുചീകരിക്കാനും ലഭ്യമല്ലാതെ വരുന്നതും പ്രധാന കാരണങ്ങളാണ്. അവികസിതരാജ്യങ്ങളിലെ വയറിളക്കരോഗങ്ങളുടെ ഏറ്റവും പ്രധാനകാരണങ്ങൾ റോട്ടാവൈറസും എഷ്കരീഷ്യകോളൈയുമാണ് (Rotavirus and Escherichia coli).

പോഷകാഹാരക്കുറവ്

വയറിളക്കംകൊണ്ട് മരിക്കുന്നവരിൽ പശ്ചാത്തലമായി പോഷകാഹാരക്കുറവും ഉണ്ടാകും. അതവരുടെ വയറിളക്കത്തിന് കൂടുതൽ സാധ്യത സൃഷ്ടിക്കുന്നു. ആ വിഷമവൃത്തത്തിൽപെട്ട് ഓരോ വയറിളക്കം കഴിയുന്തോറും പോഷകാഹാരക്കുറവ് വഷളാകുന്നു. അവികസിത രാജ്യങ്ങളിലെ അഞ്ചുവയസ്സിന് താഴെയുള്ള കുട്ടികളിലെ പോഷകാഹാരക്കുറവിന്റെ പ്രധാനകാരണം വയറിളക്കമാണ്.

രോഗാണുക്കളുടെ ഉദ്ഭവസ്ഥാനം

മനുഷ്യന്റെ മലത്താൽ മലിനമാക്കപ്പെട്ട ജലമാണ് പ്രധാന മലിനീകരണം. സെപ്റ്റിക് ടാങ്കുകൾ, അവയുടെ പൈപ്പുകൾ എന്നിവ ജലസ്രോതസ്സുകളുമായി ബന്ധപ്പെട്ടിരിക്കും. പലതും നദികളും റിസർവോയറുകളുമായി ബന്ധപ്പെട്ടിരിക്കും. വലിയ തോതിൽ മാലിന്യം ഇപ്രകാരം കുടിവെള്ളത്തിലേക്ക് വരുന്നു. മൃഗങ്ങളുടെ മലവും ഇപ്രകാരം കുടിവെള്ളത്തെ മലിനമാക്കാം.

മറ്റു കാരണങ്ങൾ

വ്യക്തികളിൽനിന്ന് വ്യക്തികളിലേക്ക് ഹസ്തദാനത്തിലൂടെയും മറ്റും പകരാം. ഭക്ഷണം അശുചികരമായ സ്ഥലത്ത് സൂക്ഷിക്കുകയാണെങ്കിൽ അതിലൂടെ രോഗാണുബാധയുണ്ടാകാം. ഭക്ഷണസാധനങ്ങളും മത്സ്യമാംസങ്ങളും മലിനജലംകൊണ്ട് കഴുകുമ്പോൾ രോഗാണുബാധയുണ്ടാകാം.

പ്രതിരോധവും ചികിത്സയും

പ്രധാന നടപടികൾ ഇവയാണ്.

- സുരക്ഷിതമായ കുടിവെള്ളംലഭിക്കൽ
- മെച്ചപ്പെട്ട പരിസരശുചീകരണം
- ചൂടുവെള്ളവും സോപ്പുമുപയോഗിച്ച് കൈകഴുകൽ
- കുഞ്ഞുങ്ങളിൽ ആദ്യത്തെ ആറുമാസം മുലപ്പാൽ മാത്രം ആഹാരമായി കൊടുക്കൽ
- നല്ല വ്യക്തിപരമായ ശുചിത്വവും ഭക്ഷണശുചിത്വവും
- രോഗാണുക്കൾ എപ്രകാരം പരക്കുന്നു എന്നതിനെക്കുറിച്ച് ആരോഗ്യവിദ്യാഭ്യാസം
- റോട്ടാവൈറസ് വാക്സിനേഷൻ

പുനിർജ്ജലീകരണം

വയറിളക്കരോഗങ്ങൾക്ക് ഒ ആർ എസ് അടക്കമുള്ള ചികിത്സയാണ് പരമപ്രധാനം. ഒ ആർ എസിൽ ശുദ്ധജലവും ഉപ്പും പഞ്ചസാര

യുമാണുള്ളത്. ഈ ഒ ആർ എസ് ചെറുകുടലിലേക്ക് വലിച്ചെടുക്കപ്പെടുന്നു. മലത്തിൽകൂടി നഷ്ടപ്പെട്ട ജലവും ലവണങ്ങളും അപ്രകാരം തിരിച്ചുകിട്ടുന്നു.

സിങ്ക് സപ്ലിമെന്റ്സ്

ഇത് കുടലിൽ പ്രവർത്തിക്കുന്നു. വയറിളക്കത്തിന്റെ പ്രാവശ്യം 25 ശതമാനവും മലത്തിന്റെ അളവ് 30 ശതമാനും ഇതുകൊണ്ട് കുറയുന്നു.

ഞരമ്പിലൂടെയുള്ള പുനിർജ്ജലീകരണം

ശക്തമായ നിർജ്ജലീകരണമുണ്ടെങ്കിൽ ഞരമ്പിലൂടെ ജലവും ലവണങ്ങളും വേണ്ടിവരും. വായിലൂടെ കൊടുക്കുന്നത് പോരാതെ വരുന്നു.

പോഷകാഹാരം

പോഷകാഹാരക്കുറവും വയറിളക്കവും എന്ന വിഷമവൃത്തത്തെ ഭേദിക്കേണ്ടതുണ്ട്. കുഞ്ഞുങ്ങൾക്ക് ഇതിനായി പോഷകാഹാരവും മുലപ്പാലിനോടൊപ്പം കൊടുക്കണം. ആദ്യത്തെ ആറുമാസം മുലപ്പാല് മാത്രമാണ് കൊടുക്കേണ്ടത്. അസുഖമുള്ളപ്പോൾ അത് പോരാതെ വരും. അതിന്റെ കൂടെ വേറെ പോഷകാഹാരം വേണ്ടിവരും.

നീണ്ടുനിൽക്കുന്ന രണ്ടാഴ്ചയിൽ കൂടുതലുള്ള വയറിളക്കത്തിന് പ്രത്യേക ചികിത്സ പരിശോധനയ്ക്ക് ശേഷം വേണ്ടിവരും.

കേരളത്തിന്റെ പ്രശ്നങ്ങൾ

വയറിളക്ക രോഗപ്രതിരോധത്തിന് കേരളം അഭിമുഖീകരിക്കുന്ന പ്രശ്നങ്ങൾ ഇവയാണ്.

- പൗരബോധത്തിന്റെ പോരായ്മയാണ് പരിസരമലിനീകരണം നിർബാധം തുടരുന്നതിന്റെ കാരണം. റോഡിലും പറമ്പുകളിലും വെളിമ്പ്രദേശത്തുമെല്ലാം നിർബാധം മാലിന്യങ്ങൾ വലിച്ചെറിയുന്നതിന് കേരളീയർക്ക് ഒരു മടിയുമില്ല. അപ്രകാരം ഭൂമിയും ജലവും വായുവും മലിനമാകുന്നു.
- വയറിളക്കരോഗങ്ങളുടെ ആദ്യലക്ഷണങ്ങൾ മറ്റുരോഗങ്ങളുമായി തെറ്റിദ്ധരിക്കപ്പെടുന്നതിനാൽ നേരത്തെയുള്ള രോഗനിർണ്ണയം ബുദ്ധിമുട്ടാകുന്നു.
- ശരിയായ ചികിത്സ പലപ്പോഴും ലഭിക്കുന്നില്ല. ചികിത്സ പലപ്പോഴും പൂർണ്ണമല്ല.
- ഭക്ഷണം പാകം ചെയ്യുന്നവരും വിളമ്പുന്നവരും ആവശ്യത്തിനുള്ള ശുചിത്വം പാലിക്കുന്നില്ല.

- പുറമെനിന്ന് ഭക്ഷണം കഴിക്കൽ കൂടിവരുന്നു.
- മുമ്പത്തെക്കാൾ ഇന്നു കൂടുതൽ യാത്രകളും എത്തുന്ന സ്ഥലത്തു നിന്ന് ഭക്ഷണം കഴിക്കലും കൂടുതലാണ്. രോഗപ്രതിരോധ വാക്സിനുകൾ ആവശ്യത്തിന് എടുക്കുന്നില്ല.
- വിദ്യാഭ്യാസസ്ഥാപനങ്ങൾ ധാരാളം വരുന്നു. അവിടെ വരുന്ന അദ്ധ്യാപകർക്കും വിദ്യാർത്ഥികൾക്കും താമസത്തിനും ഭക്ഷണത്തിനും അംഗീകൃതമായ പരിസരശുചീകരണവും ശുചിത്വവും ഇല്ല.

അഞ്ചാംപനി

There are two sides to every question.

- Protagoras

മഞ്ഞുകാലത്തിന്റെ അവസാനത്തിലും വസന്തത്തിന്റെ ആരംഭത്തിലും വരാറുള്ള പകർച്ചവ്യാധിയാണ് അഞ്ചാംപനി (Measles). ഇതിന്റെ ആരംഭം പനിയോടെയാണ്. അതിന് ശേഷം ചുമയും മൂക്കൊലിപ്പും കണ്ണു ചുവപ്പും തുടങ്ങും. അടുത്തതായി മുഖത്തും ശരീരത്തിന്റെ മുകൾവശത്തും തടിപ്പുണ്ടാകും. പിന്നീടത് കൈകാലുകളിലേക്ക് പടരുന്നു. എന്നാൽ ഏകദേശം അഞ്ചുദിവസത്തോടെ ഈ തടിപ്പുകൾ വന്നതുപോലെ മാഞ്ഞുപോകുന്നു. ചിലപ്പോഴവിടെ ചൊറിച്ചിലുണ്ടാകാം. ഈ തടിപ്പുകളുടെ അഞ്ചുദിവസം പരിഗണിച്ചാണ് നാം മലയാളികൾ ഇതിനെ അഞ്ചാംപനിയെന്ന് വിളിക്കുന്നത്.

ഡോക്ടറോട് ചോദിക്കേണ്ട ചോദ്യങ്ങൾ

- അഞ്ചാംപനി എന്നാലെന്താണ്?
- എപ്രകാരമാണ് അഞ്ചാംപനി വരുന്നത്?
- അഞ്ചാംപനി എത്രമാത്രം ഗൗരവമുള്ള രോഗമാണ്?
- എന്തുകൊണ്ടാണ് അഞ്ചാംപനിക്ക് വാക്സിനേഷൻ വേണമെന്ന് പറയുന്നത്?
- അഞ്ചാംപനി ഇപ്പോഴും ഒരു പൊതുജനാരോഗ്യപ്രശ്നമാണോ?
- രോഗം വരാനുള്ള സാധ്യത കുറവാണെങ്കിൽ എന്തിനാണ് അഞ്ചാംപനി കുത്തിവെപ്പെടുക്കുന്നത്?
- ഏതുതരത്തിലുള്ള വാക്സിനാണ് അഞ്ചാംപനിക്ക് എടുക്കാറുള്ളത്?
- എം എം ആർ എത്രമാത്രം ഫലപ്രദമാണ്?
- എം എം ആർ എടുക്കുവാൻ ഏറ്റവും പറ്റിയ പ്രായമേതാണ്?
- രണ്ടാമത്തെ ഡോസ് എം എം ആർ എന്നാണ് എടുക്കേണ്ടത്?

- എന്തുകൊണ്ടാണ് എം എം ആർ ആദ്യത്തെ പിറന്നാളിന് ശേഷം മതിയെന്ന് നിർദ്ദേശിക്കുന്നത്?
- ഒരു മുതിർന്ന വ്യക്തിയെന്ന നിലയിൽ എനിക്ക് എം എം ആർ വാക്സിൻ ആവശ്യമുണ്ടോ?
- 1960-ൽ വാക്സിനേറ്റു ചെയ്തവർക്ക് പിന്നീട് എം എം ആർ വാക്സിൻ ആവശ്യമുണ്ടോ?
- 1957-ന് മുമ്പ് ജനിച്ചവർക്ക് എം എം ആർ വാക്സിൻ ആവശ്യമില്ല എന്നു പറയുന്നതെന്തുകൊണ്ട്?
- ഞാൻ രണ്ടുമാസം ഗർഭിണിയാണ്. എനിക്ക് എം എം ആർ വാക്സിൻ എടുക്കാമോ?
- എന്റെ 15 മാസം പ്രായമുള്ള കുട്ടിക്ക് എം എം ആർ വാക്സിൻ എടുക്കുന്നത് സുരക്ഷിതമാണോ?
- ഇന്നലെ എന്റെ പതിനഞ്ചുമാസം പ്രായമുള്ള കുട്ടിയുടെ അടുത്ത് ചിക്കൻ പോക്സ് ഉള്ള ഒരാൾ വരികയുണ്ടായി. ആ കുട്ടിക്ക് ഇന്ന് എം എം ആർ വാക്സിൻ എടുക്കാമോ?
- എനിക്ക് രണ്ടുമാസം പ്രായമുള്ള മുലകുടിക്കുന്ന കുഞ്ഞുണ്ട്. കുഞ്ഞിന് കുഴപ്പമില്ലാതെ എനിക്ക് എം എം ആർ വാക്സിൻ എടുക്കാമോ?
- എം എം ആർ വാക്സിൻ എടുക്കുമ്പോൾ വരാറുള്ള പാർശ്വഫലങ്ങൾ ഏതൊക്കെയാണ്?
- അവയ്ക്ക് എന്താണ് ചെയ്യേണ്ടത്?

ഇത് വളരെയധികം പടർന്നുപിടിക്കുന്ന പകർച്ചവ്യാധിയാണ്. രോഗബാധയുള്ളവർ തടിപ്പ് ലക്ഷണങ്ങൾ തുടങ്ങുന്നതിന് നാലുദിവസം മുമ്പും അതിനുശേഷം നാലുദിവസവും രോഗം പരത്താൻ സാധ്യതയുണ്ട്. ഇതിന് കാരണമായ വൈറസുകൾ അവ ബാധിച്ചവരുടെ (ഇവർക്ക് രോഗലക്ഷണങ്ങൾ കാണണമെന്നില്ല) മൂക്കിലെ മൂക്കിളയിലും തൊണ്ടയിലുമുണ്ടാകും. അവർ തുമ്മുകയോ ചുമയ്ക്കുകയോ ചെയ്യുമ്പോൾ പുറത്തുവിടുന്ന ചെറിയ തുള്ളികളിൽ ഈ വൈറസുകൾ ധാരാളമായുണ്ടാകും. ഇവ അന്തരീക്ഷത്തിൽ രണ്ടു മണിക്കൂറോളം രോഗം പരത്തുവാൻ കഴിവോടെ ജീവസ്സുറ്റവയായിരിക്കും.

അഞ്ചാംപനിയുടെ അറിയാത്ത അപായങ്ങൾ

അഞ്ചാംപനി തനിയെമാത്രം അത്ര ഗൗരവമുള്ള രോഗമല്ല. എന്നാലതിനെത്തുടർന്നെത്തുന്ന രോഗസങ്കീർണ്ണതകൾ അപായകരമാകാം. ആ സാധ്യതയാണ് എപ്പോഴും ഓർക്കേണ്ടത്. ആറുമുതൽ ഇരുപതുശതമാനംവരെയുള്ളവരിൽ ചെവിപഴുപ്പ്, വയറിളക്കം തുടങ്ങി ന്യൂമോണിയ പോലും വരാം. രോഗം വന്നവരിൽ ആയിരത്തിലൊരുവന് മസ്തിഷ്ക

ജ്വരം വരാം. അത് വളരെ അപകടകരമാണ്. ചുഴലിബാധയും ഓർമ്മ നശിക്കലും വരാം. ആയിരത്തിലൊരു മരണം ഇപ്രകാരം വരാം. ഇതു വന്നുമാറിയവരിൽ ഗൗരവതരമായ പിൻലക്ഷണങ്ങൾ ഉണ്ടാകാം. ലക്ഷത്തിലൊരാൾക്ക് ന്യൂമോണിയമൂലം മരണം സംഭവിക്കാം. 1920-ലെ കണക്കനുസരിച്ച് അഞ്ചാംപനിയുടെ മരണനിരക്ക് മുപ്പതുശതമാനമാണ്. അമേരിക്കയിലെ കണക്കനുസരിച്ച് ഇതിനുള്ള വാക്സിൻ ആരംഭിക്കുന്നതിന് മുമ്പുള്ള ദശവർഷത്തിൽ 30-40 ലക്ഷം പേർക്ക് രോഗം വരികയും അതിൽ 400-500 പേർ മരണമടയുകയും ചെയ്തിട്ടുണ്ട്. 48000 പേരെ ആസ്പത്രിയിൽ പ്രവേശിപ്പിക്കേണ്ടിവന്നിട്ടുണ്ട്. മസ്തിഷ്കജ്വരം വന്നതിനാൽ 1000 പേർക്ക് സ്ഥിരമായ വൈകല്യങ്ങളുണ്ടായിട്ടുണ്ട്. വ്യാപകമായി വാക്സിൻ കൊടുത്തതോടെ അതിനു മുമ്പത്തെ അപേക്ഷിച്ച് 99 ശതമാനം അഞ്ചാംപനി നിർമ്മാർജ്ജനം ചെയ്യാൻ കഴിഞ്ഞിട്ടുണ്ട്. നമ്മുടെ നാട്ടിൽ അഞ്ചാംപനികുത്തിവെപ്പ് വ്യാപകമാക്കിയിട്ടും അഞ്ചാംപനി ഇടയ്ക്ക് വരുന്നുണ്ട്. 2006-ൽ ലോകമെമ്പാടും 2,42,000 പേർക്ക് ലോകമെങ്ങും അഞ്ചാംപനിമൂലം മരണം സംഭവിച്ചിട്ടുണ്ട്. അതായത് ദിവസംതോറും 663 ഉം മണിക്കൂറിൽ 27 ഉം വീതം മരണം സംഭവിക്കുന്നു. അഞ്ചാംപനി വാക്സിനെപ്പറ്റി ധാരാളം അപക്വവും അജ്ഞത ജടിലവുമായ അഭിപ്രായങ്ങളും വാർത്തകളും ലേഖനങ്ങളും നമ്മുടെ മാദ്ധ്യമങ്ങളിൽ വരുന്നുണ്ട്. സംശയാലുക്കളുടെ അഭിപ്രായമനുസരിച്ച് വാക്സിനേഷൻ നിർത്തിയാൽ എന്താണ് സംഭവിക്കുക? വാക്സിനുകൾ ഇല്ലാതിരുന്ന പഴയകാലത്തിലേക്ക് നാം തിരിച്ചുപോകും. തികച്ചും അനാവശ്യമായി ആയിരങ്ങളുടെ വിലപ്പെട്ട ജീവൻ നമുക്ക് നഷ്ടമാകും. അന്യസംസ്ഥാനങ്ങളിൽപോയി തിരിച്ചുവരുന്നവർ വൈറസിനെയും കൂടെക്കൊണ്ടുവന്ന് അഞ്ചാംപനി പരത്താറുണ്ട്.

എം എം ആർ വാക്സിൻ

വേറെ രണ്ട് വൈറസ് രോഗങ്ങൾക്കും കൂടിയുള്ളതാണ് എം എം ആർ വാക്സീൻ. അഞ്ചാംപനിക്ക് പുറമെ തൊണ്ണുവീക്കം, റുബെല്ല എന്നിവയ്ക്ക് കൂടി ഈ വാക്സിൻ സംരക്ഷണം നൽകുന്നു. ഒരുമിച്ചുള്ള ഈ മൂന്നും സുരക്ഷിതവും സൗകര്യപ്രദവുമാണ്. വാക്സിനുകൾ ഒരുമിച്ച് എടുക്കുമ്പോൾ പ്രതിരോധസംവിധാനം കൂടുതൽ മെച്ചമായി പ്രവർത്തിച്ച് കൂടുതൽ വൈറസുകൾക്കെതിരെയുള്ള ആന്റിബോഡികൾ എന്ന പ്രതിരോധപ്രോട്ടീനുകൾ ഉൽപാദിപ്പിക്കുന്നു. എം എം ആർ വാക്സിൻ എന്നത് ദുർബ്ബലമാക്കിയ ജീവനുള്ള വൈറസുകളടങ്ങിയതാണ്. അതായത് വാക്സിൻ കുത്തിവെയ്ക്കുന്നതോടെ ഈ ദുർബ്ബലമാക്കിയ ജീവനുള്ള വൈറസുകൾ ശരീരത്തിനകത്ത് വളർന്ന് വളരെ ലഘുവായ രോഗബാധയുണ്ടാക്കുന്നു. അത് കാര്യമായ യാതൊരു ലക്ഷണങ്ങളും ഉണ്ടാക്കുന്നില്ല. നമ്മുടെ ശരീരം ഇത് മനസ്സിലാക്കി ഈ വൈറസുകളെ എതിർത്ത് തോൽപ്പിക്കുന്നു. പ്രതിരോധപ്രോട്ടീനുകളായ

ആന്റിബോഡികൾ യഥേഷ്ടം ഉൽപാദിപ്പിക്കുന്നു. ഈ പ്രതിരോധ പ്രോട്ടീനുകളായ ആന്റിബോഡികളുടെ പ്രവർത്തനം ജീവിതകാലം മുഴുവൻ നിലനിൽക്കുന്നു.

എം എം ആർ വാക്സിന്റെ സുരക്ഷിതത്വം

വാക്സിനുകളെക്കുറിച്ച് പൊതുവെയും ഈ വാക്സിനെപ്പറ്റി പ്രത്യേകിച്ചും ജനങ്ങളുടെ ഇടയിലുള്ള സംശയങ്ങളും ഭയാശങ്കകളും അസ്ഥാനത്താണെന്ന് വിദേശത്തും നമ്മുടെ നാട്ടിലും നടന്ന ധാരാളം പഠനങ്ങളും അനുഭവങ്ങളും സാക്ഷ്യപ്പെടുത്തുന്നുണ്ട്.

എം എം ആർ വാക്സിൻ ഫലം

ഈ വാക്സിൻ ആദ്യമായി എടുക്കുന്ന 95 ശതമാനം പേർക്കും അഞ്ചാം പനി, തൊണ്ണുവീക്കം, റൂബെല്ല എന്നീ മൂന്നു രോഗങ്ങൾക്കും ഫലപ്രദമായ പ്രതിരോധം ലഭിക്കുന്നുണ്ട്. രണ്ടാമത്തെ വാക്സിൻ എടുക്കുന്നതോടെ മൂന്നു രോഗങ്ങൾക്കും 100 ശതമാനം പേർക്കും പൂർണ്ണപ്രതിരോധം ലഭിക്കുന്നു. വാക്സിൻ എടുത്തിട്ടുള്ള അമ്മമാരുടെ കുഞ്ഞുങ്ങൾക്ക് രക്തത്തിലൂടെയും ആദ്യത്തെ പന്ത്രണ്ടുമാസത്തേക്കുള്ള ശക്തി കുറഞ്ഞ പ്രതിരോധം ഉണ്ടാകും. ഈ സമയത്ത് ഈ പ്രായത്തിലുള്ള കുഞ്ഞുങ്ങൾക്ക് വാക്സിനെടുത്താൽ കുഞ്ഞിന്റെ ശരീരത്തിലുള്ള ആന്റിബോഡി വാക്സിൻ വൈറസിനെ നശിപ്പിക്കുകയും നാം പ്രതീക്ഷിക്കുന്ന പ്രതിരോധശേഷി ലഭിക്കുകയുമില്ല. പന്ത്രണ്ടുമാസമാകുന്നതോടെ എല്ലാ കുഞ്ഞുങ്ങളുടെയും അമ്മയിൽനിന്ന് ലഭിക്കുന്ന പ്രതിരോധം പോയിട്ടുണ്ടാകും.

എം എം ആർ വാക്സിൻ കൊടുക്കേണ്ട പ്രായം

ഒരുവയസ്സ് പൂർത്തിയായതിനുശേഷം എപ്പോൾ വേണമെങ്കിലും കുഞ്ഞിന് ഈ വാക്സിൻ കൊടുക്കാം. ആദ്യത്തെ ഡോസ് കൊടുത്തതിനുശേഷം ചുരുങ്ങിയത് ഒരുമാസമെങ്കിലും കഴിഞ്ഞതിന് ശേഷമേ രണ്ടാമത്തെ ഡോസ് കൊടുക്കാവൂ. കെ ജി സ്കൂളിൽ ചേരുന്നതിന് മുമ്പായോ പ്രാഥമിക ക്ലാസ്സുകൾ കഴിയുമ്പോഴോ (4-5, 11-12 വയസ്സുകൾ) എന്തായാലും രണ്ടാം ഡോസ് കൊടുത്തിരിക്കണം. സ്കൂൾ അധികൃതർ സ്കൂൾ പ്രവേശനത്തിന് മുന്നോടിയായി വാക്സിൻ കുത്തിവെപ്പ് നിർബന്ധമാക്കാറുണ്ട്.

രക്തം പരിശോധിക്കുമ്പോൾ ഈ മൂന്നു രോഗങ്ങൾക്കുള്ള ആന്റിബോഡി ഉണ്ടാവുക, 1957-ന് മുമ്പ് ജനിച്ചിരിക്കുക, രണ്ട് ഡോസ് എം എം ആർ എടുത്തിരിക്കുക, അല്ലെങ്കിൽ ഒരു ഡോസ് എം എം ആർ എടുക്കുക അഞ്ചാംപനി സാധ്യതയില്ലാത്ത സ്ഥലത്ത് താമസിക്കുക എന്നിങ്ങനെയാണെങ്കിൽ വാക്സിൻ എടുക്കേണ്ട. പക്ഷേ, ഒരു

വിദ്യാർത്ഥിയോ ആസ്പത്രിയിലോ കൂട്ടായി ജോലി ചെയ്യുന്ന സ്ഥാപനങ്ങളിലോ ആണെങ്കിൽ വാക്സിൻ എടുക്കണം. അതുപോലെ രോഗം അടുത്ത് ഉണ്ടെന്ന് അറിഞ്ഞാലും എടുക്കണം. കുട്ടികളുണ്ടാകാൻ സാധ്യതയുള്ള സ്ത്രീകളും വാക്സിൻ എടുക്കണം. 1960-ലെ ജീവനുള്ള വൈറസ് വാക്സിൻ എടുത്തവർ വീണ്ടും കുത്തിവെയ്ക്കേണ്ടതില്ല. 1963, 67-68 എന്നീ കാലങ്ങളിലെ വാക്സിനിലെ വൈറസുകളെ കൊന്നതാണ്. അതുകൊണ്ടവ ഫലപ്രദമല്ല. അവർ വീണ്ടും പുതിയ വാക്സിൻ കുത്തിവെപ്പെടുക്കണം. 1957-ന് മുമ്പ് ജനിച്ചവർക്ക് അഞ്ചാംപനി വന്നിരിക്കാൻ എല്ലാ സാധ്യതയുമുണ്ട്. അതുകൊണ്ടവർ വീണ്ടും വാക്സിനേഷൻ ചെയ്യേണ്ട. പക്ഷേ, റൂബെല്ല എന്ന ജർമ്മൻ മീസിൽസിന് ഇത് ബാധകമല്ല. സ്ത്രീകൾ പ്രത്യേകിച്ചും ഇതെടുത്തിട്ടില്ലെങ്കിൽ എടുക്കണം.

പാർശ്വഫലങ്ങളും മുൻകരുതലുകളും

അമ്മയ്ക്ക് ജീവനുള്ള വൈറസ് വാക്സിൻ എടുക്കുന്നതുകൊണ്ട് കുഞ്ഞിന് രോഗം വരില്ല. വാക്സിനിലുള്ള വൈറസ് വളരെ ദുർബ്ബലമായതാണ് അതിന് കാരണം. അതുപോലെ മുലപ്പാല് കൊടുക്കുന്ന കുഞ്ഞിന്റെ അമ്മയ്ക്കും വാക്സിൻ എടുക്കാം. അത് കുഞ്ഞിന് ഒരു ദോഷവും വരുത്തില്ല. മുലപ്പാലിലൂടെ കുഞ്ഞിന് വാക്സിനിലെ വൈറസ് എത്തുകയില്ല. ചിക്കൻപോക്സ് മുതലായ പകരുന്ന രോഗങ്ങളുള്ളവരുടെ അടുത്തുപോയി എന്നുവെച്ച് വാക്സിൻ എടുക്കാതിരിക്കേണ്ട ആവശ്യമില്ല. പാർശ്വഫലങ്ങൾ വളരെ നിസ്സാരമാണ്. 5-10 ശതമാനം പേരിൽ നേരിയ പനിയും ചർമ്മത്തിൽ തടിപ്പും കണ്ടേക്കാം. അവയെ പെരുപ്പിച്ച് കാണേണ്ടതില്ല.

കേരളത്തിലെ പ്രശ്നങ്ങൾ

- തിങ്ങിക്കൂടിയ ഇടുങ്ങിയ താമസസൗകര്യങ്ങളും വർദ്ധിച്ച യാത്രകളും. യാത്രകളിൽ രോഗമുള്ളവരുടെ രോഗാണുക്കൾ പകരാനുള്ള സാധ്യകൾ കൂടുന്നു.
- ഭാഗികമായിമാത്രം രോഗപ്രതിരോധം നേടിയ വിഭാഗങ്ങളുണ്ട്.
- പുതിയതായി രോഗം വരുന്നവർ കുട്ടികൾ മാത്രമല്ല, മുതിർന്നവരുമുണ്ട്.
- ആരോഗ്യസ്ഥാപനങ്ങളിൽ അഞ്ചാംപനി വന്നവരെ മാറ്റിപ്പാർപ്പിക്കുവാനുള്ള സൗകര്യങ്ങളില്ല.
- കുട്ടികളും മുതിർന്നവരും ഇപ്രകാരം മാറിക്കിടക്കുവാൻ ഇഷ്ടപ്പെടുന്നില്ല.
- രോഗപ്രതിരോധത്തെപ്പറ്റി മാധ്യമങ്ങളിൽ നടക്കുന്ന അശാസ്ത്രീയവും അപകടവുമായ പ്രചരണം.
- ഇതോടൊപ്പം സർക്കാർ പരിപാടികളോടുള്ള ജനങ്ങളുടെ അവിശ്വാസം.

ഭാവി പരിപാടികൾ

- ബോധവൽക്കരണ പരിപാടികൾ ഊർജ്ജിതമാക്കാനുള്ള ശ്രമം തുടരുന്നു.
- ആരോഗ്യസംവിധാനങ്ങളിൽ മാറ്റിക്കിടത്താനുള്ള സംവിധാനങ്ങൾ ആരംഭിക്കുന്നുണ്ട്.
- എം എം ആർ, അഞ്ചാംപനി വാക്സിനുകൾ എടുത്ത കുട്ടികളിൽ കൗമാരമാകുന്നതോടെ രോഗപ്രതിരോധം കുറയുന്നുണ്ടോ എന്നതിനെപ്പറ്റി പഠനങ്ങൾ നടക്കുന്നുണ്ട്.

സ്ക്രബ്ബ് ടൈഫസ്

The power to question is the basis of all human progress.

- Indira Gandhi

ഓറിയൻഷ്യ ട്സുട്സുഗാമുഷി (Orientia Tsutsugamushi) മൂലമുണ്ടാകുന്ന രോഗമാണ് സ്ക്രബ്ബ് ടൈഫസ്. ഇത് റിക്കറ്റ്സിയ എന്ന പരിണാമപരമായി വൈറസിനും ബാക്ടീരിയയ്ക്കും ഇടയിലുള്ള വർഗ്ഗത്തിലുള്ള സൂക്ഷ്മാണുവാണ്. എന്നാൽ ഇത് പ്രത്യേകം കണക്കാക്കപ്പെടാനുള്ള വ്യക്തിത്വം നേടിയെന്ന് ശാസ്ത്രജ്ഞർ അഭിപ്രായപ്പെടുന്നു. സ്ക്രബ്ബ് എന്ന പദത്തിനർത്ഥം തരിശുനിലം എന്നാണ്. അത്തരം സ്ഥലങ്ങളിലാണ് ഇവ അധികവും കാണുന്നത്. ശരീരത്തിലെ പേനിലുടെ പകരുന്ന ടൈഫസും, മൈറ്റിലൂടെ പകരുന്ന സ്ക്രബ്ബ് ടൈഫസും തമ്മിലും മലിനജലത്തിലൂടെ പകരുന്ന ടൈഫോയ്ഡും സ്ക്രബ്ബ് ടൈഫസും തമ്മിലും വ്യത്യാസങ്ങളുണ്ട്. ട്രോമ്പിക്കുലിഡ് മൈറ്റ്സ് (trombiculid mites) കീടങ്ങളുടെ കുഞ്ഞുങ്ങളായ ചിഗ്ഗറുകളാണ് (chiggers) മനുഷ്യന്റെ ചർമ്മത്തിലൂടെ രോഗാണുവിനെ പരത്തുന്നത്. ചർമ്മകോശങ്ങളിലെ ദ്രവമാണ് ഈ ചിഗ്ഗറുകളുടെ ഭക്ഷണം. അപ്പോഴാണ് രോഗാണു ശരീരത്തിലേക്ക് പ്രവേശിക്കുന്നത്. കുറ്റിക്കാടുകൾക്കടുത്തുള്ള നദീതീരമാണ് രോഗം പകരാനുള്ള പറ്റിയ സ്ഥലം. കൂടുതൽ പുല്ലുകൾ വളരുന്ന സ്ഥലവും എലികളുള്ള സ്ഥലവും സൂക്ഷിക്കണം. കൂടുതലും മഴക്കാലത്താണ് രോഗാണുബാധ ഉണ്ടാകുന്നത്. ഓറിയൻഷ്യ ട്സുട്സുഗാമുഷി (Orientia Tsutsugamushi) മൂലമുണ്ടാകുന്ന സ്ക്രബ്ബ് ടൈഫസിൽനിന്ന് വ്യത്യസ്തമായി ടൈഫസ് ഉണ്ടാക്കുന്ന രോഗാണു റിക്കറ്റ്സിയ പ്രോവസാക്കിയാണ് (Rickettsia prowazekii). കേരളത്തിലെ പൊതുജനാരോഗ്യപ്രശ്നം സ്ക്രബ്ബ് ടൈഫസാണ്.

ഡോക്ടറോട് ചോദിക്കേണ്ട ചോദ്യങ്ങൾ

- എന്താണ് സ്ക്രബ്ബ് ടൈഫസ് എന്നുപറയുന്ന പനി ഡോക്ടർ?
- പല തരത്തിലുള്ള ടൈഫസ് രോഗങ്ങളുണ്ടോ?

- ടൈഫസും ടൈഫോയ്ഡും സ്ക്രബ്ബ് ടൈഫസും ക്യു പനിയും തമ്മിലുള്ള വ്യത്യാസങ്ങളെന്താണ്?
- സ്ക്രബ്ബ് ടൈഫസിന്റെ ചരിത്രമെന്താണ്?
- സ്ക്രബ്ബ് ടൈഫസിന്റെ കാരണമെന്താണ്?
- ഈ രോഗം എപ്രകാരമാണ് പകരുന്നത്?
- ഇതിന്റെ രോഗസാധ്യത എപ്രകാരമാണ്?
- ഏതൊക്കെയാണ് സ്ക്രബ്ബ് ടൈഫസിന്റെ ലക്ഷണങ്ങൾ?
- എപ്രകാരമാണ് സ്ക്രബ്ബ് ടൈഫസ് പനി കണ്ടുപിടിക്കുന്നത്?
- എന്താണ് സ്ക്രബ്ബ് ടൈഫസിന്റെ ചികിത്സ?
- ടൈഫസ് രോഗം വന്നാൽ അതിന്റെ ഭാവിയെന്താണ്?
- സ്ക്രബ്ബ് ടൈഫസിന്റെ പ്രതിരോധം എപ്രകാരമാണ്?
- ഈ രോഗത്തെപ്പറ്റി കൂടുതൽ വിവരങ്ങൾ എപ്രകാരമാണ് ലഭിക്കുക?

രോഗമുള്ള രാജ്യങ്ങൾ

ഈ രോഗം കാണപ്പെടുന്നത് തെക്കും കിഴക്കും ഏഷ്യയിലും വടക്കൻ ആസ്ത്രേലിയയിലുമാണ്. ഇന്ത്യ, പാകിസ്ഥാൻ, ചൈന, തായ്‌ലന്റ്, ടിബറ്റ്, ജപ്പാൻ, റഷ്യ, കൊറിയ നേപ്പാളിലെ മലമ്പ്രദേശം, മലയേഷ്യ എന്നിവടങ്ങളിലും ഇത് കണ്ടുവരുന്നു. ഇപ്പോൾ യൂറോപ്പ്, അമേരിക്ക, കനഡ എന്നിവിടങ്ങളിലും രോഗം റിപ്പോർട്ട് ചെയ്യുന്നുണ്ട്. 2012-ൽ കോഴിക്കോട്നിന്ന് ഡോ കെ സൈഫുദ്ദീനും സംഘവും മസ്തിഷ്കത്തെ ബാധിച്ച രണ്ട് സ്ക്രബ്ബ് ടൈഫസ് റിപ്പോർട്ട് ചെയ്യുകയുണ്ടായി. ഇന്ത്യയിലെ ഒരു സ്കൂളിലെ കുട്ടികൾക്ക് ഒരുമിച്ച് ഈ രോഗം വരികയുണ്ടായി. രോഗബാധയ്ക്കു ശേഷമുള്ള പ്രതിരോധം 1-3 വർഷത്തേക്കാണ്. രോഗമുള്ള സ്ഥലത്തേക്ക് യാത്ര ചെയ്യുന്നവർക്ക് സ്ക്രബ്ബ് ടൈഫസ് വരാം. രോഗമുള്ള സ്ഥലത്തെ അഞ്ചുശതമാനം പേർക്ക് സ്ക്രബ്ബ് ടൈഫസ് വരാം.

ലക്ഷണങ്ങൾ

ഭൂരിഭാഗവും മാറുന്ന പനിയായിട്ടായിരിക്കും വരുന്നത്. രോഗം രണ്ടാഴ്ച മുതൽ മൂന്നാഴ്ച വരെ നീണ്ടുനിൽക്കും. പക്ഷേ ചിലർക്കത് ഗൗരവമായി മരണംവരെ സംഭവിക്കാം. രോഗാണുബാധയുണ്ടായതിന് ശേഷം പത്തു ദിവസത്തിനകം ലക്ഷണങ്ങൾ ആരംഭിക്കുന്നു.

- ആദ്യമായി ചിഗ്ഗറുകൾ കടിക്കുന്ന സ്ഥലത്ത് തടിപ്പുണ്ടാകുന്നു.
- അത് വ്രണമായി ചുറ്റും ചുവക്കുന്നു.
- തുടർന്ന് പനി

- തലവേദന
- പേശിവേദന
- ചുമ
- വയറുവേദന
- ഓക്കാനം
- ഛർദ്ദി
- കഴലകളുണ്ടാവുന്ന ഇടങ്ങളിൽ കഴല വലുതാകൽ (lymphaden-opathy)
- ശരീരമാസകലം തടിപ്പ് എന്നിവയുണ്ടാകുന്നു.
- ആദ്യം രോഗാണു പ്രവേശിച്ച് രോഗപ്രതിരോധം ഉണ്ടായവർക്ക് ലഘുവായ ശരീരമാസകലം തടിപ്പ് മാത്രമെ ഉണ്ടാവുകയുള്ളൂ. കടുത്ത ലക്ഷണമുള്ളവരിൽ രോഗം മസ്തിഷ്കത്തെ ബാധിക്കും. അത് വളരെ അപകടകരമാണ്.
- മസ്തിഷ്കത്തെ ബാധിക്കലും ശ്വാസകോശത്തെ ബാധിച്ച് ഇന്റർസ്റ്റീഷ്യൽ ന്യൂമോണിയ (Interstitial pneumonia) വരലും മരണത്തിലേക്ക് നയിക്കാം. രോഗം കൂടുതലുള്ളവരിൽ ജി 6 പിഡിയുടെ പോരായ്മ കാണാറുണ്ട്.

പരിശോധനകൾ

ഈ പനി സംശയിക്കുന്ന രോഗികളുടെ രക്തം ഇൻഡൈറക്ട് ഇമ്മ്യൂണോഫ്ളൂറസെൻസ് പി സി ആർ (Indirect immunofluorescence PCR)ചെയ്യുന്നു. ചർമ്മഭാഗത്തുനിന്നും ഈ പോളിമറേസ് ചെയിൻ റിയാക്ഷൻ (PCR (polymerase chain reaction) ചെയ്യാറുണ്ട്.

സ്ക്രബ്ബ് ടൈഫസിന്റെ ഡി എൻ എയിൽ സ്ക്രബ്ബ് ടൈഫസിന്റെ ജീൻ സീക്വൻസ് (genetic sequence) ഉണ്ടോ എന്നു നോക്കുന്നു. ന്യൂമോണിയ ഉള്ള രോഗികളുടെ ശ്വാസകോശജലവും (lower zone lung infiltrates in interstitial pneumonia) ഇപ്രകാരം പരിശോധിക്കാറുണ്ട്. വീൽ ഫെലിക്സ് (Weil-Felix Test) പരിശോധന അമ്പതു ശതമാനം രോഗികളിലും തെളിവ് തരും. വിലകൂടിയ വിശ്വാസ്യതയുള്ള വേഗം ഫലം തരുന്ന ടെസ്റ്റുകൾ ഇപ്പോൾ ലഭ്യമാണ്.

രോഗസങ്കീർണ്ണതകൾ

- ന്യൂമോണൈറ്റിസ്
- ഹിപ്പറ്റൈറ്റിസ് എന്ന കരൾ രോഗം
- ഹൃദയപേശിരോഗം, ഹൃദയ പരാജയം, രക്തചംക്രമണം തകരാറിലാകൽ എന്നിവ.

- മസ്തിഷ്കത്തെ ബാധിക്കൽ. ഇതിൽ സന്നി, ഓർമ്മക്കുറവ്, ചുഴലിബാധ തുടങ്ങിയ ഗൗരവലക്ഷണങ്ങളുണ്ടാകും.
- അവിടവിടെ രക്തക്കുഴലുകൾ കട്ടപിടിക്കൽ
- പല അവയവങ്ങളും ഒരുമിച്ച് പരാജയപ്പെട്ട് വളരെ സന്ദിഗ്ദ്ധാവസ്ഥയിലാകൽ എന്നിവയാണ്.

ചികിത്സ

ആന്റിബയോട്ടിക്സ് നൽകലാണ് പ്രധാന ചികിത്സ. ആന്റിബയോട്ടിക്ക് കൊടുത്താൽ 48 മണിക്കൂറിനകം ലക്ഷണമെല്ലാം മാറി സുഖമാകും. അപ്രകാരം മാറിയില്ലെങ്കിലത് മലേറിയയോ ഡെങ്കുവോ ആയിരിക്കും. പക്ഷേ ഇപ്രകാരം രണ്ടുദിവസംകൊണ്ട് ഡോക്സിസൈക്ലിൻ കൊടുത്തിട്ട് മാറാത്ത 18 ഓളം ക്യുപനി, മ്യൂറീൻ ടൈഫസ്, സ്ക്രബ്ബ് ടൈഫസ് എന്നിവയും റിപ്പോർട്ട് ചെയ്തിട്ടുണ്ട്.

സാധാരണ ആദ്യം ഡോക്സിസൈക്ലിനാണ് (doxycycline) കൊടുക്കുന്നത്. 100 മില്ലിഗ്രാം രണ്ടുനേരം 7–14 ദിവസം കൊടുക്കണം. എട്ടു വയസ്സിൽ താഴെയുള്ള കുട്ടികൾക്കും ഗർഭിണികൾക്കും ക്ലോറാംഫിനിക്കോളോ അസിത്രോമൈസിനോ ആണ് കൊടുക്കുന്നത്. രോഗം കഠിനമാണെങ്കിലും ക്ലോറാംഫിനിക്കോൾ (chloramphenicol) കൊടുക്കാം. ഇത് 500 മില്ലിഗ്രാം മൂന്നുനേരം 7–14 ദിവസം കൊടുക്കാം. ഇവ വായിലൂടെയും ഞരമ്പിലൂടെയും കൊടുക്കാം. ചില സ്ഥലങ്ങളിൽ അപകടകരമായ ആന്റിബയോട്ടിക്ക് പ്രതിരോധം (antibiotic resistance) കണ്ടുവരുന്നുണ്ട്. ഉദാഹരണമായി തായ്‌ലന്റിൽ ആന്റിബയോട്ടിക്ക് പ്രതിരോധമുണ്ട്. അത്തരം അവസരങ്ങളിൽ അസിത്രോമൈസിൻ (Azithromycin) എന്ന ആന്റിബയോട്ടിക്ക് ഉപയോഗിക്കാറുണ്ട്. അഞ്ചുദിവസം കൊടുക്കാവുന്ന വിശ്വസനീയമായ ടെലിത്രോമൈസിൻ (Telethromycin) ചികിത്സയുമുണ്ട്. അത് ഡോക്സിസൈക്ലിനേക്കാൾ പാർശ്വഫലങ്ങളുടെ കാര്യത്തിൽ മെച്ചമായ ആന്റിബയോട്ടിക്ക് ആണ്. അതുകൊണ്ട് കുട്ടികൾക്കും ഗർഭിണികൾക്കും കൊടുക്കുവാൻ നല്ലതാണ്. ഗർഭിണികൾക്ക് 500 മില്ലിഗ്രാം ഒറ്റ പ്രാവശ്യം കൊടുത്താൽ മതി. എട്ടിൽ താഴെയുള്ള ചെറിയ കുട്ടികൾക്ക് 50–100 മില്ലിഗ്രാം ഡോസ് ക്ലോറാംഫിനിക്കോൾ ആറുമണിക്കൂർ വിഭജിച്ച് ഇടവിട്ട് ഞരമ്പിലൂടെ കൊടുക്കാം. ഇത് ആകെ നാല് ഗ്രാമിൽ കൂടരുത്.

രോഗത്തിന്റെ ഭാവിഫലം

രോഗം മനസ്സിലാക്കി ചികിത്സിക്കാതിരുന്നാൽ 5–10 ശതമാനം പേർക്ക് മരണമുണ്ടാകാം. മുതിർന്നവരിൽ ഇത് കൂടുതലാകാം.

പ്രതിരോധം

ഇതിന് വാക്സിൻ ഇതുവരെ ലഭ്യമല്ല. കൃഷിക്കാരിലും വീട്ടുമൃഗങ്ങളെ വളർത്തുന്നവരിലും രോഗസാധ്യയുണ്ട്. കുറ്റിക്കാടുകൾക്കടുത്തുള്ള സ്ഥലങ്ങളിൽ രോഗം കൂടുതൽ കാണാറുണ്ട്. ഇടതൂർന്ന പുല്ലുകളും എലികളെയും നശിപ്പിക്കണം. കീടങ്ങളെ നശിപ്പിക്കുന്ന രാസവസ്തുക്കളെക്കൊണ്ട് മൈറ്റുകളെ നശിപ്പിക്കലാണ് ഒരു പ്രതിരോധമാർഗ്ഗം. വ്യക്തിപരമായ ശുചിത്വം പാലിച്ച് ഈ മൈറ്റ് ശരീരത്തിൽ വരാതെ നോക്കണം. രോഗം വരാൻ സാധ്യതയുള്ള പ്രദേശങ്ങളിലുള്ള ജനങ്ങൾക്ക് മൈറ്റ് നശീകരണ ബെൻസൊവേറ്റ് ലേപനങ്ങളും ഡി ഡി ടി പൗഡറും പെരിമെത്രിനും ഉപയോഗിക്കാവുന്നതാണ്. ഇവ വസ്ത്രങ്ങളിൽ വിതറാം.

മരുന്നുകൊണ്ടുള്ള പ്രതിരോധം ക്ലോറാംഫിനിക്കേൾ 500 മില്ലിഗ്രാം ഒറ്റ ഡോസ് അഞ്ചുദിവസത്തിലൊരിക്കൽ ആകെ ഏഴു പ്രാവശ്യം കഴിക്കലാണ്. ഇപ്രകാരം രോഗം വ്യാപകമായ എൻ്റമിക് പ്രദേശങ്ങളിൽ 89 ശതമാനം പേരെ രോഗവിമുക്തമാക്കാം. സ്കൂൾകുട്ടികളെയും പൊതുജനങ്ങളെയും രോഗത്തെപ്പറ്റി ബോധവൽക്കരിക്കുന്നത് നല്ലതാണ്. രോഗം വന്നാൽ വേഗം രോഗനിർണ്ണയം നടത്തി ഫലപ്രദമായി ചികിത്സിക്കുകയും വേണം.

കേരളത്തിലെ പ്രശ്നങ്ങൾ

- ആരോഗ്യരംഗത്ത് പ്രവർത്തിക്കുന്നവരിലുള്ള റിക്കെറ്റ്സിയൽ രോഗങ്ങളെപ്പറ്റിയുള്ള അജ്ഞത
- ചികിത്സ ലഭിക്കാൻ വൈകൽ
- പലരും സ്വയം ചികിത്സ ചെയ്യുന്നു
- വിശ്വസനീയവും വില കുറഞ്ഞതുമായ രോഗനിർണ്ണയ ടെസ്റ്റുകളുടെ അഭാവം.
- പ്രത്യേക ചികിത്സകൾ ലഭിക്കുന്നില്ല.

ഭാവി പരിപാടി

- രോഗാണുവിനെ പരത്തുന്ന കീടങ്ങളെക്കുറിച്ചുള്ള വിശദമായ പഠനം. ഇത് വിവിധ ജില്ലകളിൽ നടത്തുവാൻ പരിപാടിയുണ്ട്.
- രോഗങ്ങളുടെ അപായസാധ്യതകളെ കുറിച്ച് ജനങ്ങൾക്ക് ആരോഗ്യ ബോധവൽക്കരണം കൂട്ടുവാനുള്ള പരിപാടികളുണ്ട്.
- കൂടുതൽ ശാസ്ത്രീയമായ രോഗനിർണ്ണയ സൗകര്യങ്ങൾ വർദ്ധിപ്പിക്കുവാൻ പരിപാടിയുണ്ട്.

കേരളത്തിലെ വീണ്ടും കണ്ടുവരുന്ന പകർച്ചവ്യാധികൾ

വീണ്ടും വരുന്ന പകർച്ചവ്യാധികൾ ലോകരാജ്യങ്ങളുടെ ആരോഗ്യ സുരക്ഷിതത്വത്തിന് ഭീഷണിയാണ്. അത് വികസനത്തെയും സാമ്പത്തികവ്യവസ്ഥയേയും ബാധിക്കുന്നതിനാൽ രാജ്യങ്ങളുടെ നിലനില്പ്പിനെപ്പോലും ചോദ്യം ചെയ്യാൻ തക്ക ശക്തമാകാം. പകർച്ചവ്യാധികളിൽ സംഭവിക്കുന്നത് പരിണാമപരമായി ഔന്നത്യത്തിൽ നിൽക്കുന്ന മനുഷ്യനും ഏറ്റവും താഴെത്തട്ടിൽ കിടക്കുന്ന സൂക്ഷ്മാണുക്കളും തമ്മിലുള്ള നിരന്തരസമരമാണ്. സൂക്ഷ്മാണുക്കളുടെ മേൽക്കൈ അവയുടെ നിമിഷംതോറും പല മടങ്ങുകൾ വർദ്ധിക്കാനും അതിലൂടെ പരിണാമപരമായ വ്യതിയാനങ്ങൾ നേടി മനുഷ്യന്റെ സമരായുധങ്ങളായ മരുന്നുകളെ അവയുടെ പുതിയ വ്യതിയാനങ്ങളിലൂടെ നേടിയ കഴിവുകളുപയോഗിച്ച് തകർത്ത് മുന്നേറലാണ്. അപ്രകാരം പല മരുന്നുകൾക്കും അവ പ്രതിരോധം നേടുന്നു. ഉദാഹരണമായി മരുന്നുകളെ ചെറുത്തു മുന്നേറുന്ന മലേറിയ രോഗാണു വലിയ ആരോഗ്യഭീഷണിയാണ്. അമർത്തപ്പെട്ടിരുന്ന പല പകർച്ചവ്യാധികളും ഇപ്രകാരം വീണ്ടും തലപൊക്കി വിലസുന്നതിന് പല കാരണങ്ങളുമുണ്ട്. അവ പരസ്പരം ബന്ധപ്പെട്ടു കിടക്കുന്നു. പരിസരങ്ങളിലെ മാറ്റങ്ങൾ, പരിസ്ഥിതി മാറ്റങ്ങൾ, തുടർന്നുകൊണ്ടേയിരിക്കുന്ന സാമൂഹ്യസാമ്പത്തിക മാറ്റങ്ങൾ, പല രാജ്യങ്ങളിലെയും മോശമാകുന്ന ആരോഗ്യസേവനസംവിധാനങ്ങൾ തുടങ്ങിയവയാണവ. ഇപ്രകാരം ലോകമെങ്ങും പകർച്ചവ്യാധികളുടെ ഒരു പൊട്ടിത്തെറി സംഭവിക്കുന്നുണ്ട്. ലോകമെങ്ങുമുള്ള എയ്ഡ്സിന്റെ വ്യാപനം, കോളറ, ക്ഷയം, ഡിഫ്തീരിയ, പ്ലേഗ്, മഞ്ഞപ്പനി, ഡെങ്കു, മലേറിയ എന്നിവ പല രാജ്യങ്ങൾക്കും ഭീഷണിയായിക്കഴിഞ്ഞു. കഴിഞ്ഞ എഴുപതു സംവത്സരങ്ങളിൽ ബാക്ടീരിയകളും വൈറസുകളും പരാന്നജീവികളും അടക്കം മുന്നൂറോളം സൂക്ഷ്മാണുക്കളായ രോഗാണുക്കളെ കണ്ടുപിടിച്ചു കഴിഞ്ഞു.

കേരളം മറ്റുരംഗങ്ങളിലെന്നപോലെ ആരോഗ്യരംഗത്തും മാതൃകാസംസ്ഥാനമായി തുടരുന്നു. കേരളത്തിന്റെ ആരോഗ്യനിലവാരവും ആരോഗ്യസംവിധാനവും ലോകമെങ്ങും മാതൃകയായി വാഴ്ത്തപ്പെടുന്നു. ഈ കേരള മാതൃക ശാസ്ത്രീയമായും സാമ്പത്തികമായും താത്ത്വികമായും ചരിത്രപരമായും സാമൂഹ്യമായും വിശദമായി അപഗ്രഥിക്കുകയും പഠിക്കുകയും ചെയ്തുപോരുന്നു. കേരളീയർ സാക്ഷരതയിലും വിദ്യാഭ്യാസത്തിലും പരിസരശുചീകരണത്തിലും മുന്നിലാണ്. എന്നാൽ കഴിഞ്ഞ ഇരുപതു വർഷങ്ങളായി പല തരത്തിലുള്ള പകർച്ചവ്യാധികൾ കേരളത്തിൽ താണ്ഡവമാടിത്തുടങ്ങിയിട്ടുണ്ട്. എലിപ്പനിയും മലേറിയയും വിടാതെ കേരളത്തെ പിടികൂടിയിരിക്കുന്നു. ഡെങ്കു, ചിക്കുൺഗുന്യ എന്നിവ ഏതുസമയവും പടർന്നുപിടിക്കാവുന്ന അവസ്ഥയിലാണ്.

മാത്രമല്ല എച്ച്1 എൻ1, സാർസ് ടൈഫസ് പനി, ജപ്പാൻ മസ്തിഷ്ക ജ്വരം എന്നിവയും ഗുരുതരമായ ആരോഗ്യപ്രശ്നങ്ങളാകുവാൻ പോകുന്നു. ജലജന്യരോഗങ്ങളായ ടൈഫോയ്ഡ്, ഹിപ്പറ്റൈറ്റിസ് എന്നിവ കേരളത്തിൽ ഇടയ്ക്ക് വരുന്നവർക്ക് പോലും ഭീഷണിയാകാം. മരണം വിതയ്ക്കുന്ന എച്ച് ഐ വി, ഹിപ്പറ്റൈറ്റിസ് ബി എന്നിവ പശ്ചാത്തല ത്തിലുണ്ട്. മാനുഷികവിഭവശേഷിയും മറ്റുവിഭവങ്ങളും കേരളത്തിൽ വേണ്ടുവോളമുണ്ട്. കേരളത്തിന്റെ ആരോഗ്യസംവിധാനം ഈ നിലയ്ക്ക് അനുഗൃഹീതമാണ്. പക്ഷേ, നമ്മൾ ആരോഗ്യരംഗത്ത് വളരെയേറെ ജാഗ്രത സൂക്ഷിക്കേണ്ടതായിട്ടുണ്ട്.

ഇന്നത്തെ അവസ്ഥ

കഴിഞ്ഞ ആറിൽപരം വർഷങ്ങളായി നിരീക്ഷിച്ചിരുന്ന വസ്തുത കേരളത്തിൽ കഴിഞ്ഞ ദശകത്തിൽ പല പകർച്ചവ്യാധികളും ശക്തമായ തിരിച്ചുവരവ് നടത്തിക്കൊണ്ടിരിക്കയാണ്. കഴിഞ്ഞ ആറുവർഷമായി അത് വളരെ പ്രകടമാണ്. എലിപ്പനി, എച്ച്1 എൻ1, മലേറിയ, സ്ക്രബ് ടൈഫസ് എന്നിവ ശക്തമായി കേരളീയരെ ആക്രമിക്കുവാൻ ഒരുങ്ങിയിരുപ്പാണ്. സ്ക്രബ് ടൈഫസ് അടങ്ങുന്ന റിക്കറ്റ്സിയൽ രോഗങ്ങളെപ്പറ്റി ആരോഗ്യപ്രവർത്തകർ കൂടുതൽ ബോധവൽകൃതരാകേണ്ടിയിരിക്കുന്നു.

മലപ്പുറത്ത് ഡിഫ്തീരിയയും ടെറ്റനസും ഒരു തിരിച്ചുവരവിനൊരുങ്ങുകയാണ്. അതുപോലെ സ്ക്രബ് ടൈഫസും മലപ്പുറത്ത് പകർച്ചവ്യാധിയാകാൻ സാധ്യതയുണ്ട്. ഇതിന് കൂടുതൽ പഠനത്തിന്റെ ആവശ്യകതയുണ്ട്. കൂടുതൽ അന്യസംസ്ഥാനതൊഴിലാളികൾ വന്നതോടെ ലീഷ്മാനിയാസിസ് രോഗവും ഇവിടെ അടുത്ത് വരാനിടയുണ്ട്. അതുപോലെ വിദേശരാജ്യങ്ങളിലെയും അന്യസംസ്ഥാനങ്ങളിലെയും യാത്രയിലൂടെ കോങ്കോ ഹിമാറാജിക് പനിയും (Congo Hemorrhagic Fever) കേരളത്തിൽ വന്നു കൂടായ്കയില്ല.

മൂന്ന്

മുഖക്കുരു

Retirement at sixty-five is ridiculous. When I was sixty-five I still had pimples.

- George Burns

മുഖക്കുരു വളരെ സാധാരണ ഉണ്ടാകുന്നതും ചികിത്സിക്കാനെളുപ്പ മായതുമായ ത്വക്‌രോഗമാണ്. കുരുക്കൾ പോകാൻ പല മാസങ്ങളും ചികിത്സിക്കേണ്ടിവരും. പഴുപ്പുള്ളവ വേഗം ചികിത്സിച്ചില്ലെങ്കിൽ അട യാളം വരും. ആ കുരുക്കൾ പോയാൽ അവ വരാതിരിക്കാൻ വർഷ ങ്ങളോളം മരുന്നു കഴിക്കേണ്ടിവരും.

ഡോക്ടറോട് ചോദിക്കേണ്ട ചോദ്യങ്ങൾ

- ഈ മരുന്നു പുരട്ടിയതിന് ശേഷം സൂര്യപ്രകാശം തട്ടാമോ?
- ചർമ്മസംരക്ഷണക്രീമുകളിൽ ചർമ്മത്തിന് ദോഷമുള്ളവ ഉണ്ടായി രിക്കുമോ?
- എനിക്ക് ഒരു ഫേഷ്യൽ ചെയ്യാമോ?
- എന്റെ മുഖക്കുരുവിന്റെ കാരണമെന്താണ്?
- ചർമ്മത്തിലുള്ള പാടുകൾ, അടയാളങ്ങൾ എന്നിവയിൽ മാറ്റങ്ങളു ണ്ടാകുമോ?
- എന്റെ ചർമ്മത്തിന് പറ്റിയ ജലാംശം നിർത്തുന്ന ക്രീം ഏതാണ്?
- ഏതെല്ലാം ഉൽപ്പന്നങ്ങളാണ് ചർമ്മത്തിന് ദോഷം ചെയ്യാത്തത്?
- മുഖക്കുരു എന്നാലെന്താണ്? ആർക്കാണ് അതു വരുന്നത്?

ചിലരിൽ സൂര്യപ്രകാശം പ്രശ്നമുണ്ടാക്കാറുണ്ട്. അത് വ്യക്തിപര മായ വ്യത്യാസമനുസരിച്ചാണ്. ചില മരുന്നുകൾ ചർമ്മത്തെ കൂടുതൽ പ്രതികരിക്കുന്നതാക്കാറുണ്ട്. ഇത് നിങ്ങളുടെ ഡോക്ടറോട് ചോദിച്ച് തീരുമാനിക്കേണ്ടി വരും.

ചർമ്മസൗന്ദര്യത്തിന് ഏതെല്ലാം ഭക്ഷണമാണ് ഒഴിവാക്കേണ്ടത് എന്നത് നിങ്ങളുടെ ഭക്ഷണങ്ങളോടുള്ള അലർജി അനുസരിച്ചിരിക്കും. ഗോതമ്പിലുള്ള ഗ്ലൂട്ടൻ അലർജിയുള്ളതാണ്. അത് മനസ്സിലാക്കി ഭക്ഷണം മാറ്റിയാൽ നല്ല ഫലമായിരിക്കും. ഏതൊക്കെ ഭക്ഷണത്തിലാണ് ഇപ്രകാരം അലർജിയുള്ളവ ഒളിഞ്ഞിരിക്കുന്നതെന്ന് മനസ്സിലാക്കണം. അലർജിക്ക് ചർമ്മത്തിൽ അതിനുള്ള പ്രത്യേക ടെസ്റ്റ് ചെയ്യാൻ കഴിയും.

ഭക്ഷണത്തിലെ അലർജിപോലെ ഇവിടെയും ഇവ വ്യക്തിപരമായി പരിശോധിച്ചറിയണം. മുഖക്കുരുവുള്ളവർക്ക് ബെൻസോയിൽ പെറോക്സൈഡ് (benzoyl peroxide) അദ്ഭുതകരമായ ഫലം ഉണ്ടാക്കാറുണ്ട്. പക്ഷേ വേറെ ചിലരുടെ ചർമ്മത്തിലിത് പരുക്കനാകുന്ന പ്രവർത്തനമാണ് കാണിക്കുന്നത്. അതുകൊണ്ട് നിങ്ങളുടെ ഡോക്ടറോട് നിങ്ങളുടെ പ്രത്യേകതകളെ വിലയിരുത്തി അഭിപ്രായം പറയാൻ ആവശ്യപ്പെടാം. അതാണ് ഏറ്റവും നന്നായിരിക്കുക.

പലപ്പോഴും ഫേഷ്യൽകൊണ്ട് ഗുണത്തേക്കാൾ ദോഷം ഉണ്ടാകാറുണ്ട്. ഏതെങ്കിലും പ്രധാന പരിപാടികൾക്ക് പോകുന്നതിന് മുമ്പായി ആദ്യമായി ഫേഷ്യൽ ചെയ്യുന്നവർ അതിന് ശ്രമിക്കാതിരിക്കുന്നതാണ് ഉത്തമം. ആദ്യം അത് ചെയ്തുനോക്കിയതിന് ശേഷം നിങ്ങൾക്കത് പറ്റുന്നതാണോ അല്ലയോ എന്ന് തീരുമാനിക്കുന്നതാണ് നല്ലത്.

അതിന് പല കാരണങ്ങളുണ്ട്. ഭക്ഷണം, മാനസികസമ്മർദ്ദം, ഹോർമോൺ മാറ്റങ്ങൾ തുടങ്ങിയവ കാരണങ്ങളാകാം. അവ കൃത്യമായി മനസ്സിലാക്കി ചികിത്സിച്ചാൽ നല്ല ഫലമുണ്ടാകും.

ഇതിനു മുമ്പ് കാണാത്ത അടയാളങ്ങൾ, ആദ്യമുണ്ടായിരുന്നവയിൽ മാറ്റം എന്നിവ കണ്ടാൽ ഉടനെ ഡോക്ടറെ വിവരം അറിയിക്കണം. നേരത്തെ മനസ്സിലാക്കിയാൽ എപ്പോഴും ചികിത്സ എളുപ്പമാകും.

നിങ്ങളുടെ ചർമ്മം ഏതുതരമാണെന്ന് മനസ്സിലാകാതെ നിങ്ങൾ ക്രീം ഉപയോഗിക്കുന്നുണ്ടാകാം. ഏതുതരം ക്രീമാണ് നിങ്ങൾക്ക് പറ്റിയതെന്ന് ആദ്യം ഉറപ്പ് വരുത്തണം. ആവശ്യത്തിന് ജലാംശമുള്ള ചർമ്മത്തിൽ ചുളിവുകൾ അധികം വീഴില്ല. പതിവായി ആവശ്യത്തിന് ജലാംശം ചർമ്മത്തിൽ ഉറപ്പ് വരുത്തിയാൽ അത് ദീർഘകാലത്തേക്ക് ഗുണം ചെയ്യും.

അത്തരം ഉൽപ്പന്നങ്ങളുടെ ഒരു പട്ടിക തയ്യാറാക്കുന്നതാണ് നല്ലതാണ്. പിന്നെ സംശയമില്ലാതെ കടകളിൽ പോയി വാങ്ങാമല്ലോ. ചർമ്മത്തിലെ അടയാളങ്ങൾ മാറ്റുന്നതെപ്രകാരമാണ്? നിങ്ങളുടെ ചർമ്മരോഗവിദഗ്ദ്ധന് അതിനെപ്പറ്റി വിദഗ്ദ്ധോപദേശം തരുവാൻ കഴിയും.

മുഖത്ത് അടയാളങ്ങൾ വരുന്നതിന്റെ പ്രധാനകാരണം മുഖക്കുരുവാണ്. പന്ത്രണ്ടിനും ഇരുപത്തഞ്ചിനും ഇടയ്ക്കാണ് ഇതധികവും വരാറുള്ളത്. ഇതിലും പ്രായമുള്ളവരിലും പ്രായം കുറഞ്ഞവരിലും വരാറുമുണ്ട്. ആൺകുട്ടികളിലാണ് അധികവും കാണുന്നത്. മുഖക്കുരു

മുഖത്തുമാത്രമല്ല പിൻവശത്തും കഴുത്തിലും നെഞ്ചിലും ഉണ്ടാകാറുണ്ട്. തൊണ്ണൂറു ശതമാനം കൗമാരക്കാരിലും ചെറിയ തോതിലെങ്കിലും മുഖക്കുരു വരാം. പലപ്പോഴും ഇത് ലഘുവായിരിക്കും. എന്നാൽ മുപ്പതു ശതമാനം പേരിലും "അടയാളം വരുന്ന തോതിൽ" ഇതുണ്ടാകാം. ചികിത്സിക്കാതെ വരുന്ന മുഖക്കുരു അമരുന്നതിന് 4–5 വർഷമെങ്കിലും പിടിക്കും. എന്നാൽ ചിലരിൽ ഇതിൽ കൂടുതൽ കാലം പിടിക്കും.

കാരണങ്ങൾ

മുഖക്കുരു മനസ്സിലാക്കുവാൻ ചർമ്മത്തിന്റെ ഘടനയും മനസ്സിലാക്കണം. ചർമ്മത്തിന്റെ അടിയിൽ സെബേഷ്യസ് ഗ്രന്ഥി(sebaceous glands)കളുണ്ട്. ചർമ്മത്തിലെ വളരെ നേരിയ തുളകളിലൂടെ ഈ ഗ്രന്ഥികളുടെ സ്രവങ്ങൾ പുറത്തേക്ക് വരുന്നു. ഈ സ്രവങ്ങളെ സീബം എന്നു പറയുന്നു. ഇതാണ് ചർമ്മത്തെ മയമുള്ളതാക്കുന്നത്. ഈ തുളകളിലൂടെയാണ് രോമങ്ങളും വളരുന്നത്. കൗമാരപ്രായമാകുമ്പോൾ ഈ സീബം കൂടുതലായി വരുന്നു. അതിന്റെ പുറത്തേക്കുള്ള ഒഴുക്ക് തടസ്സമാകുമ്പോഴാണ് മുഖക്കുരു ഉണ്ടാകുന്നത്. ചിലരുടെ ശരീരപ്രകൃതിയനുസരിച്ച് കൂടുതൽ സീബമുണ്ടാകാം.

ചുരുക്കമായി പോളിസിസ്റ്റിക് ഒവേറിയൻ സിൻഡ്രോം (polycystic ovarian syndrome (PCOS)) മുഖക്കുരു, 25 വയസ്സിന് ശേഷവും മുഖക്കുരു തുടർന്നു വരുന്നവരിലുണ്ടാകാറുണ്ട്. അത്തരം മുഖക്കുരുക്കൾ കവിളിലും, താടിയെല്ല് വരയിലും താടിയിലും കഴുത്തിലും താടിയെല്ലിന്റെ പിൻഭാഗവളവ് ഭാഗത്തുമാണ് കാണാറുള്ളത്. ഇതുകൊണ്ടാണ് മുഖക്കുരു വന്നതെങ്കിൽ പോളിസിസ്റ്റിക് ഒവേറിയൻ സിൻഡ്രോംകൊണ്ട് വരുന്ന പുരുഷഹോർമോൺ പ്രവർത്തനത്തിന്റെ ലക്ഷണവും കാണാറുണ്ട്. മുഖത്ത് പുരുഷന്മാരെപ്പോലെ താടിമീശ വളരുക, തലയിൽ മുടി കൊഴിയുക എന്നിവ കാണാം.

വേറൊരു തരം ചുരുക്കമായി കാണുന്ന മുഖക്കുരു ചില രാസവസ്തുക്കൾ ഉദാഹരണമായി ഹാലോജനേറ്റഡ് ഹൈഡ്രോകാർബണുകൾ (halogenated hydrocarbons) കൈകാര്യം ചെയ്യുന്നവരിൽ കാണുന്നുണ്ട്.

പ്രമേഹക്കാരിലും രോഗാണുബാധ വരാനുള്ള സാധ്യത കൂടുന്നതിന്റെ ഭാഗമായി മുഖക്കുരുക്കൾ വരാം. അത് മുഖക്കുരുവിന്റെ കാരണമോ പ്രമേഹത്തിന്റെ ഫലമോ ആകാം.

ലഘുവായ മുഖക്കുരുക്കൾ

മുഖക്കുരുക്കൾ മൂന്നു തരത്തിലുണ്ടാകാം. കരുവിന്റെ മുകൾ കറുത്തത്, വെളുത്തത്, ചെറിയ കുരുക്കൾ എന്നിവയാണവ. ഈ കുരുവിന്റെ മുകൾ കറുത്തത്, വെളുത്തത് എന്നിവയെ കോംഡോണുകൾ (comedones)

എന്നു പറയുന്നു. സീബം വരാനുള്ള തുളകൾ ചിലവ തടസ്സമുണ്ടാകുന്നു. ആ തുളകളുടെ മുകൾവശത്തുള്ള ചർമ്മത്തിന് കട്ടി കൂടുന്നതുകൊണ്ട് അപ്രകാരം സംഭവിക്കാം. ജീവനില്ലാത്ത ചർമ്മകോശങ്ങൾ ആ ദ്വാരങ്ങളിലേക്ക് വരുന്നതുകൊണ്ടും അപ്രകാരം സംഭവിക്കാം. ഈ തടസ്സമുണ്ടാക്കുന്ന മുകൾഭാഗങ്ങളാണ് കറുപ്പും വെളുപ്പും മുകൾഭാഗമായി കാണുന്നത്. അവ ചർമ്മത്തിന് കറുത്ത നിറം കൊടുക്കുന്നവയാണ്. അല്ലാതെ ചർമ്മത്തിലെ അഴുക്കല്ല. ലളിതമായ അവസ്ഥകളിൽ ഇതിനപ്പുറം പോകാറില്ല. ഈ തടസ്സത്തിന് താഴെ സീബം തുടർന്നും വരാം.

ഇടത്തരവും കടുത്തതുമായ മുഖക്കുരുക്കളും പഴുപ്പും

മുകളിലെ തടസ്സത്തിന് താഴെ ശേഖരിക്കപ്പെടുന്ന സീബത്തിൽ പഴുപ്പ് വരാൻ വളരെ സാധ്യതയുണ്ട്. പ്രൊപോയോണിബാക്ടീരിയം ഏക്നെസ് (Propionibacterium acnes) എന്ന രോഗാണു ഇതിൽ വളരും. ഇത് കണ്ണിനകത്തെ രോഗവും ബ്ലിഫറൈറ്റിസ് (blepharitis) എന്ന കൺകുരുവും ഉണ്ടാക്കാം. കുരുക്കൾ കുറവാണെങ്കിൽ പ്രശ്നമൊന്നുമുണ്ടാകില്ല. എന്നാൽ കൂടുതലാണെങ്കിൽ പഴുപ്പുണ്ടാകാം. അപ്രകാരം പഴുപ്പ് വരികയാണെങ്കിൽ അതിനുചുറ്റുമുള്ള ചർമ്മം ചുകന്നിരിക്കും. അവ വലുതാകുകയും അതിന് താഴെ ചലമുണ്ടാവുകയും ചെയ്യുന്നു. ചിലപ്പോൾ അവ വലുതായി ഒരു സിസ്റ്റിന്റെ (cyst, മുഴ) വലുപ്പമാകുന്നു. ഇവയെല്ലാം ഉണങ്ങാറുണ്ട്. എന്നാൽ ചിലപ്പോൾ പഴുപ്പുള്ള ഭാഗങ്ങൾ മാസങ്ങളോളം പഴുപ്പ് മാറിയതിന് ശേഷവും നിറം മാറിക്കാണാറുണ്ട്. അതാണ് പഴുപ്പിന് ശേഷമുള്ള കറുപ്പ് നിറം വരൽ (post-inflammatory hyperpigmentation). ഇത് കൂടുതലും കറുത്ത നിറമുള്ളവരിലാണ് കാണുന്നത്. ചിലപ്പോൾ ഒരു കുഴിയുള്ള അടയാളം മുഖക്കുരു ഉണങ്ങിയതിന് ശേഷം ഉണ്ടാകാം. ഇത് മുഖക്കുരു വന്നതിന്റെ അടയാളമായി മായാതെ പലപ്പോഴും സ്ഥിരമായി നിലനിൽക്കും. മുതിർന്നവരിൽ ഇത് കാണാറുണ്ട്.

മുഖക്കുരു മോശമാകുന്നതിന്റെ കാരണങ്ങൾ

പ്രോജസ്റ്റോജൻ മാത്രമുള്ള ഗർഭനിരോധഗുളികകൾ (progestogen-only contraceptive pill) മുഖക്കുരുവിനെ വഷളാക്കും. സ്ത്രീകളിൽ മാസമുറയോടൊപ്പം ചാക്രികമായി മാസംതോറും വരുന്ന ഹോർമോൺ മാറ്റങ്ങൾ മുഖക്കുരു കൂട്ടാറുണ്ട്.

കട്ടികൂടിയ കൊഴുപ്പുള്ള മെയ്ക്കപ്പുകൾ മുഖക്കുരു കൂട്ടാറുണ്ട്. കൊഴുപ്പില്ലാത്ത മെയ്ക്കപ്പുകളാണ് വേണ്ടത്. കൈകൊണ്ട് മുഖക്കുരു കൈകാര്യം ചെയ്യുന്നതും പൊട്ടിക്കാൻ ശ്രമിക്കുന്നതും പഴുപ്പുകൂട്ടുകയും അടയാളം വരുത്തുകയും ചെയ്യും.

കൂടുതൽ വിയർക്കുന്ന കഠിനാദ്ധ്വാനങ്ങൾ പ്രശ്നമുണ്ടാക്കാറുണ്ട്. ഉദാഹരണമായി അടുക്കളയിലെ നീണ്ട ജോലി എണ്ണമയമുള്ള ചർമ്മത്തിലെ ദ്വാരങ്ങൾ അടയ്ക്കും. അത് മുഖക്കുരു വഷളാക്കും.

ചർമ്മത്തോട് ചേർന്നു നിൽക്കുന്ന വസ്ത്രധാരണം മുഖക്കുരു കൂട്ടും. ഉദാഹരണമായി തലയിൽ ചുറ്റും കെട്ടുന്ന കെട്ട്, മുറുക്കമുള്ള ബ്രാ, മുറുക്കമുള്ള കോളർ എന്നിവ കൂടുതൽ വിയർപ്പുണ്ടാക്കുകയും തൊലിയുടെ അടിയിൽ ഉരസലുണ്ടാക്കുകയും ചെയ്യും. ഇവ മുഖക്കുരു മോശമാക്കും.

ചില മരുന്നുകൾ മുഖക്കുരു മോശമാക്കും. ഉദാഹരണമായി അപസ്മാരത്തിനുള്ള ഫെനിറ്റോയ്ൻ (phenytoin), എക്സീമയ്ക്കുള്ള സ്റ്റിറോയ്ഡ് അടങ്ങിയ ക്രീമുകൾ, ഓയിന്റ്മെന്റുകൾ എന്നിവ. ഇത്തരം സംശയം തോന്നുന്നവ ഡോക്ടറോട് പറയാതെ സ്വയം നിർത്തുന്നത് അപകടകരമാകും. ഉദാഹരണമായി അപസ്മാരമരുന്ന് പെട്ടെന്ന് നിർത്തിയാൽ നിയന്ത്രണാതീതമായ അപസ്മാരബാധ ഉണ്ടാകാം. വിവരം ചികിത്സിക്കുന്ന ഡോക്ടറോട് പറഞ്ഞാൽ പകരം പറ്റിയ മരുന്ന് അദ്ദേഹം നിർദ്ദേശിക്കും.

ആനബോളിക് സ്റ്റിറോയ്ഡ് (Anabolic steroids) ഇവ അധികവും സ്പോർട്സിൽ പേശി വികസിക്കുന്നതിന് അനധികൃതമായി ഉപയോഗിക്കുന്നവയായിരിക്കും. ഇവ മുഖക്കുരു മോശമാക്കും.

ഗവേഷണം തെളിയിക്കുന്നത് വലിയ അളവിൽ പഞ്ചസാരയും പാലുൽപ്പന്നങ്ങളും ഉപയോഗിക്കുന്നത് മുഖക്കുരു മോശമാക്കുമെന്നാണ്.

അന്ധവിശ്വാസങ്ങളും തെറ്റായ ധാരണകളും

ശുചിത്വം പാലിക്കാത്തതുകൊണ്ടല്ല മുഖക്കുരു വരുന്നത്. ആവശ്യത്തിൽകൂടുതൽ ഉരച്ച് മുഖം കഴുകുന്നത് പ്രശ്നം വഷളാക്കുകയേ ഉള്ളൂ.

മാനസികസമ്മർദ്ദം മുഖക്കുരു ഉണ്ടാക്കുകയില്ല.

മുഖക്കുരു ലളിതമായ ചർമ്മരോഗാണുബാധയല്ല. ഇതിനുമുമ്പ് വിശദീകരിച്ചതുപോലെ ഹോർമോൺ മാറ്റങ്ങൾ, സീബം, സാധാരണ അപകടമുണ്ടാകാത്ത ബാക്ടീരിയയുടെ അമിതമായ വളർച്ച, പഴുപ്പ് എന്നിവയാണ് കാരണങ്ങൾ.

ധാരാളം വെള്ളം കുടിച്ചതുകൊണ്ട് മാത്രം മുഖക്കുരു മാറുകയില്ല.

സൂര്യപ്രകാശം ഏല്ക്കുന്നതുകൊണ്ട് മുഖക്കുരു മാറുകയില്ല.

ചികിത്സകൊണ്ട് മുഖക്കുരുവിന് പ്രയോജനമുണ്ടാകില്ല എന്ന് കരുതുന്നവരുണ്ട്. അത് ശരിയല്ല. ശരിയായി ചികിത്സിച്ചാൽ നന്നായി മാറുന്ന രോഗമാണ് മുഖക്കുരു.

മുഖക്കുരുവിന് ചെയ്യേണ്ടത്

ആവശ്യത്തിൽകൂടുതൽ മുഖം കഴുകരുത്. ദിവസത്തിൽ രണ്ടു പ്രാവശ്യം മതി. വലിയ ചൂടും തണുപ്പുമുള്ള വെള്ളം ഒഴിവാക്കണം. കൂടുതൽ കഴുകലും ഉരയ്ക്കലും വേണ്ട.

ആന്റിസെപ്റ്റിക് ഉള്ള വെള്ളംകൊണ്ട് കഴുകൽ നല്ലതാണ്.

മുഖക്കുരുവിന് മുകളിൽ കാണുന്ന കറുത്ത് കുത്ത് ചർമ്മത്തിന്റെ നിറപിഗ്മെന്റാണ്. അത് കഴുകി ഉരച്ച് കളയേണ്ട.

ചില മുഖക്കുരു ചികിത്സകൾ ചർമ്മം വരണ്ടതാക്കുന്നു. അപ്രകാരമെങ്കിൽ സുഗന്ധം ചേർക്കാത്ത ജലാംശമുള്ള ക്രീമുകൾ ഉപയോഗിച്ചാൽ മതി. എണ്ണയുള്ളവ ഉപയോഗിക്കരുത്. അത് ചർമ്മദ്വാരങ്ങളെ അടച്ച് മുഖക്കുരു മോശമാക്കും.

ചികിത്സ

ചികിത്സയുടെ ലക്ഷ്യം മുഖക്കുരുക്കൾ കഴിയുന്നത്ര കുറയ്ക്കുകയും അടയാളമില്ലാതെ നോക്കുകയുമാണ്. പല തരത്തിലുള്ള ചികിത്സകളുണ്ട്. അത് മുഖക്കുരുവിന്റെ കാഠിന്യമനുസരിച്ചാണ്. ചികിത്സ ഗുളികകളോ ലേപനങ്ങളോ ആകാം.

ലഘുവായ കറുത്ത മുകൾഭാഗവും വെളുത്ത മുകൾഭാഗവും ചെറിയ മുഖക്കുരുക്കളും ചികിത്സിക്കേണ്ടതില്ല. അവ ചുകന്ന് വരികയും ചലം വെയ്ക്കുകയുമാണെങ്കിൽ അടയാളം വരുന്നതിന് മുമ്പായി വേഗം ചികിത്സിക്കേണ്ടതാണ്. ചികിത്സകൊണ്ട് ഭൂരിഭാഗം മുഖക്കുരുക്കളും പോകും. പക്ഷേ അവ പൂർണ്ണമാകണമെന്നില്ല. പല തരത്തിലുള്ള ജെൽ, ലോഷനുകൾ, ക്രീമുകൾ (gels, lotions, and creams) എന്നിവ ചികിത്സയ്ക്കായി ഉപയോഗിക്കാറുണ്ട്. അവ ഉപയോഗിക്കുന്നതിന് മുമ്പ് അവയെപ്പറ്റി മുഴുവൻ അറിഞ്ഞിരിക്കണം. പിന്നെയൊരു പ്രധാനകാര്യം അവ മുഖക്കുരുകളുടെ മേലല്ല ഉപയോഗിക്കേണ്ടത്, മറിച്ച് ആ ഭാഗത്തുള്ള ചർമ്മത്തിലാണ്.

ബെൻസോയിൽ പെറോക്സൈഡ്
(Benzoyl Peroxide)

ഇത് സാധാരണ മൂന്നു തരത്തിൽ പ്രവർത്തിക്കുന്നു. ഒന്നാമതായി രോഗാണുക്കളെ കൊല്ലുന്നു. രണ്ടാമതായി പഴുപ്പ് കുറയ്ക്കുന്നു. മൂന്നാമതായി അടഞ്ഞ ചർമ്മസുഷിരങ്ങൾ തുറക്കുന്നു. അപ്രകാരം ഈ മരുന്നുലേപനം പഴുപ്പുള്ള കറുത്തമുകൾഭാഗവും വെളുത്ത മുകൾ ഭാഗവും ചെറിയ മുഖക്കുരുക്കളും ഇല്ലാതാക്കുന്നു. ഈ മരുന്ന് ഡോക്ടറുടെ കുറിപ്പില്ലാതെ വാങ്ങാൻ കിട്ടും. ഇത് 2.5, 4, 5, 10 എന്നീ ശതമാനങ്ങളിൽ ലഭ്യമാണ് ഈ ലേപനം ഉപയോഗിക്കുന്നതിന് 20-30 മിനിറ്റ് മുമ്പ്

മുഖം വൃത്തിയായി കഴുകിയിരിക്കണം. ചർമ്മത്തിന് എന്തെങ്കിലും അലോസരമുണ്ടെങ്കിൽ തത്ക്കാലം നിർത്തി കുറച്ച് ദിവസം കഴിഞ്ഞ് വീണ്ടും ഉപയോഗിച്ചാൽ മതിയാകും. അപ്പോൾ ശക്തി കുറഞ്ഞ 2.5 ശതമാനം മുതലായത് ഉപയോഗിച്ചാൽ മതി. 2.5 ശതമാനമുള്ളത് 10 ശതമാനത്തെപ്പോലെ പ്രവർത്തിക്കും. അതുകൊണ്ട് ശക്തി കൂട്ടണമെങ്കിൽ സാവധാനം കൂട്ടിയാൽ മതി. ജലാംശമുള്ള ലേപനങ്ങളാണ് നല്ലത്. ചിലതിന്റെ അടിസ്ഥാനം മരുന്നുകൾക്കുപയോഗിക്കുന്ന മദ്യമായിരിക്കും (alcohol). അതൊഴിവാക്കുന്നതാണ് നല്ലത്.

ദിവസത്തിൽ ഒരുനേരം പുരട്ടി ഏതാനും മണിക്കൂറുകൾ കഴിഞ്ഞ് കഴുകിക്കളയാം. സാവധാനത്തിൽ ലേപനം ചർമ്മത്തിൽ ഇരിക്കുന്ന സമയം കൂട്ടിക്കൊണ്ട് വരാം. കുറെ ദിവസം കഴിഞ്ഞ് ദിവസം രണ്ടു നേരം പുരട്ടാം.

റെറ്റിനോയ്ഡുകൾ

ചർമ്മസുഷിരങ്ങൾ തുറന്ന് മുഖക്കുരുക്കൾ കുറയ്ക്കുവാൻ ഇത് സഹായിക്കുന്നു. അഡാപലീൻ, ട്രെറ്റിനോയ്ൻ, ഐസോട്രെറ്റിനോയ്ൻ എന്നീ പേരുകളിൽ ഇത് ലഭ്യമാണ്. കുറച്ച് പഴുപ്പ് കുറയ്ക്കുന്ന പ്രവർത്തനവും ഇതിനുണ്ട്. അതുകൊണ്ട് മുഖക്കുരുക്കളുടെ ആദ്യഘട്ടങ്ങളിൽ കോംഡോണുകളെ ചികിത്സിക്കുവാനും സുഷിരങ്ങൾ തുറക്കുവാനും ഫലപ്രദമാണ്. ഈ ലേപനം വാങ്ങുവാൻ നിങ്ങളുടെ ചർമ്മരോഗ വിദഗ്ധന്റെ കുറിപ്പ് ആവശ്യമാണ്.

ഈ ലേപനം ഉപയോഗിക്കുമ്പോൾ ശ്രദ്ധിക്കേണ്ട കാര്യങ്ങൾ

ചർമ്മത്തിന് അല്പം ചുകപ്പ് ഉണ്ടാകാം. ചർമ്മത്തിന്റെ മുകൾഭാഗം അൽപം ഉരിഞ്ഞ് പോകാം. കുറച്ച് സമയം കഴിയുമ്പോൾ ഇത് കുറയും.

കോംഡോണുകൾ ആദ്യം കുറച്ച് വലുതായേക്കാം. പക്ഷേ പിന്നീട് ഭേദമാകും.

സൂര്യപ്രകാശത്തിനോട് ചർമ്മം കൂടുതൽ പ്രതികരിക്കാം. അതുകൊണ്ട് പുരട്ടിയതിന് ശേഷം രാവിലെ കഴുകിക്കളഞ്ഞാൽ മതിയാകും. കൂടാതെ സൂര്യപ്രകാശത്തിൽനിന്ന് സംരക്ഷണം ലഭിക്കുന്ന ക്രീമും ഉപയോഗിക്കാം. ഇതിന്റെ പാർശ്വഫലങ്ങൾ ചൂട് തോന്നൽ, ചൊറിച്ചിൽ, വരൾച്ച എന്നിവയാണ്. അതുകൊണ്ട് ശക്തി കുറഞ്ഞ ലേപനങ്ങളാണ് ആദ്യം ഉപയോഗിക്കേണ്ടത്. ഇടവിട്ട് പുരട്ടുക, കുറച്ച് സമയത്തേക്ക് മാത്രം പുരട്ടുക എന്നിവയും ചെയ്യാം. പിന്നെ സാവധാനം കൂട്ടിക്കൊണ്ട് വന്നാൽ മതിയാകും. ഗർഭിണികളിൽ ഈ ലേപനം കുഞ്ഞിന് അല്പം ദോഷം ചെയ്തേക്കാം. അതുകൊണ്ട് ഗർഭിണിയാണെങ്കിൽ ഡോക്ടറുമായി സംസാരിക്കുന്നത് നല്ലതാണ്.

എക്നെ റൊസേഷ്യയും പഴുപ്പുണ്ടാക്കുന്ന മറ്റു ചർമ്മരോഗങ്ങളും

ഏക്നെ റൊസേഷ്യയെ റൊസേഷ്യ എന്ന് മാത്രവും പറയാറുണ്ട്. ഇത് മുഖക്കുരുക്കളെപ്പോലെ തോന്നുന്നവയാണ്. എന്നാൽ മുഖക്കുരുക്കളല്ല.

ഇടയ്ക്കിടെ മുഖത്തിന് ചുകപ്പുണ്ടാകും. ആദ്യമൊക്കെ മാസങ്ങളോ വർഷങ്ങളോ അതു മാത്രമായിരിക്കും ലക്ഷണങ്ങൾ. വെളുത്ത ചർമ്മമുള്ളവരിൽ ഇത് കൂടുതൽ വ്യക്തമായിക്കാണാം. സൂര്യപ്രകാശമേറ്റ് ചുകന്നതുപോലെയായിരിക്കും. അതിനടിയിൽ ചലമുള്ള ചെറിയ കുരുക്കളുണ്ടാകാം. അവ വന്നും പോയിക്കൊണ്ടിരിക്കും. ചിലപ്പോൾ നീണ്ടു നിൽക്കാം. ഇതോടൊപ്പം രക്തക്കുഴലുകൾ കട്ടപിടിച്ച് കാണാറുണ്ട്. ഇവ പ്രത്യേകമായി കാണാറുണ്ട്. ചിലർക്ക് കണ്ണിലെ ലക്ഷണങ്ങളുണ്ടാകാം. പലപ്പോഴും അത് ലഘുവായിരിക്കും. കൺപോളകളിൽ കുരുക്കളും പഴുപ്പും ഉണ്ടാകാം. കണ്ണിൽ ചൊറിച്ചിലും ചൂട് തോന്നലും വരൾച്ചയും കണ്ണിലെന്തോ ഉണ്ടെന്ന തോന്നലും സൂര്യപ്രകാശത്തിൽ നോക്കാൻ പ്രയാസവും ഉണ്ടാകാം. കണ്ണിലെ കൺജക്റ്റൈവയ്ക്ക് താഴെയുള്ള കോർണിയയെ ബാധിക്കുകയാണെങ്കിൽ കാഴ്ചത്തകരാറും കണ്ണിൽ നല്ല വേദനയും ചുകപ്പുമുണ്ടാകും. ഈ ലക്ഷണങ്ങൾ കാണുകയാണെങ്കിൽ അത് വളരെ ഗൗരവമർഹിക്കുന്നതാണ്. ഉടനെ ഡോക്ടറെ കാണണം. ചിലർക്ക് ചർമ്മത്തിൽ കട്ടികൂടി വരും. ചുരുക്കമായി അപ്രകാരം മൂക്കിലുണ്ടാകുമ്പോൾ റൈനോഫൈമ ഉണ്ടാകും. മൂക്ക് വലിയ ചുകന്ന മൂക്കാകും. മുഖത്ത് വരുന്ന റൊസേഷ്യ മുഖത്തിന്റ മദ്ധ്യഭാഗത്താണ് വരുന്നത്. കവിൾ, നെറ്റി, മൂക്ക്, മുഖത്തിന് ചുറ്റും താടി എന്നിവടങ്ങളിലാണ് ഇതുണ്ടാകുന്നത്. ചിലപ്പോൾ തലയുടെ ഭാഗങ്ങളെ ബാധിക്കാം. ചുരുക്കമായി കൈകളിലും പുറത്തും ഇവയുണ്ടാകും.

ആന്റിബയോട്ടിക് ലേപനങ്ങൾ

ഇവ പഴുപ്പുള്ള സ്ഥലങ്ങളിലെ രോഗാണുബാധയെ ചെറുക്കുന്നു. പക്ഷേ ചെറുസുഷിരങ്ങളെ തുറക്കുവാൻ ആന്റിബയോട്ടിക്സ് ഒട്ടും പര്യാപ്തമല്ല. ഇവ മുഖക്കുരുക്കളിലെ പഴുപ്പാണ് കുറയ്ക്കുന്നത്. പക്ഷേ കറുപ്പും വെളുപ്പുമായ മുകൾഭാഗങ്ങളെ ചികിത്സിക്കുവാൻ പര്യാപ്തമല്ല. ആന്റിബയോട്ടിക് ലേപനങ്ങൾ ഡോക്ടറുടെ നിർദ്ദേശപ്രകാരം മാത്രമെ വാങ്ങി ഉപയോഗിക്കാനാകൂ. ഇവ ചെറിയ ചൊറിച്ചിൽ ഉണ്ടാക്കും. വേറെ പാർശ്വഫലങ്ങൾ ഇല്ല. അലർജിയുള്ളവർ സൂക്ഷിക്കണം. ലക്ഷണങ്ങൾ കാണുകയാണെങ്കിൽ വേഗം ഡോക്ടറോട് പറയണം.

അസിലായിക്ക് ആസിഡ്

ആന്റിബയോട്ടിക്കിൽനിന്ന് വിഭിന്നമായി ഈ മരുന്ന് ചർമ്മസുഷിരങ്ങൾ തുറന്നുകൊണ്ടാണ് പ്രവർത്തിക്കുന്നത്. റെറ്റിനോയ്ഡുകളെപ്പോലെ കോംഡോണുകളെ കുറയ്ക്കുവാൻ ഇവയ്ക്ക് കഴിയും. അല്പം പഴുപ്പ്

കുറയ്ക്കുന്ന പ്രവർത്തനവും ഇതിനുണ്ട്. പക്ഷേ ആന്റിബയോട്ടിക്കുകളുടെയോ ബെൻസോയിൽ പെറോക്സൈഡിന്റെയോ അത്ര ശക്തമല്ല. ബെൻസോയിൽ പെറോക്സൈഡിന്റെ അത്രയും ചൊറിച്ചിലുണ്ടാക്കുകയില്ല.

ചേരുവകകൾ

ചില ഉപയോഗപ്രദമായ മരുന്ന് ചേരുവകളുണ്ട്. ബെൻസോയിൽ പെറോക്സൈഡും ആന്റിബയോട്ടിക്കും റെറ്റിനോയ്ഡും ആന്റിബയോട്ടിക്കും എന്നിവ ഒരുമിച്ച് നന്നായി പ്രവർത്തിക്കാറുണ്ട്.

ആന്റിബയോട്ടിക് ഗുളികകൾ

വായിലൂടെ കഴിക്കുന്ന ഈ മരുന്നുകൾ പഴുപ്പുകൾ കുറയ്ക്കുവാൻ നല്ലതാണ്. മുഖക്കുരുവിലെയും ചുറ്റുമുള്ള ചർമ്മത്തിലെയും പഴുപ്പ് കുറയ്ക്കുവാൻ ആന്റിബയോട്ടിക്കുകൾ പ്രയോജനകരമാണ്. പക്ഷേ ചർമ്മസുഷിരങ്ങൾ തുറക്കുവാൻ ഇവ പര്യാപ്തമല്ല. അതുകൊണ്ട് ലഘുവായ മുഖക്കുരുക്കൾക്ക് ചർമ്മസുഷിരങ്ങൾ തുറക്കുവാനുള്ള മരുന്നുകളാണ് വേണ്ടത്. കോംഡോണുകളോടൊപ്പം പഴുപ്പും ഉണ്ടെങ്കിൽ ബെൻസോയിൽ പെറോക്സൈഡും ആന്റിബയോട്ടിക്കും കൂടി ആവശ്യമാണ്. ആന്റിബയോട്ടിക്കുകൾ ഗുളികരൂപത്തിൽ കഴിച്ചാൽ മതിയാകും. പൊതുവായി ഓർമ്മവെയ്ക്കേണ്ട കാര്യങ്ങൾ ഇവയാണ്.

ഉപയോഗിക്കുന്ന ആന്റിബയോട്ടിക്കുകൾ ഇവയാണ്. ഓക്സിടെട്രാസൈക്ലിൻ, ടെട്രാസൈക്ലിൻ, ഡോക്സിസൈക്ലിൻ, ലൈംസൈക്ലിൻ, മൈനോസൈക്ലിൻ എന്നിവയാണ്. പന്ത്രണ്ടുവയസ്സിന് താഴെയുള്ള കുട്ടികളിൽ ടെട്രാസൈക്ലിൻ പാടില്ല. അവ അസ്ഥികളിൽ പോയി വളർച്ചയെ ബാധിക്കും. ഗർഭിണികളും ഈ ആന്റിബയോട്ടിക്കുകൾ ഉപയോഗിക്കരുത്. ഭക്ഷണവും പാലും ഓക്സിടെട്രാസൈക്ലിൻ, ടെട്രാസൈക്ലിൻ എന്നീ ആന്റിബയോട്ടിക്കുകൾ എന്നിവയുടെ വലിച്ചെടുക്കൽ തടസ്സപ്പെടുത്തും. അതുകൊണ്ട് വെറുംവയറ്റിൽ കഴിക്കണം. അല്ലെങ്കിൽ ഭക്ഷണങ്ങൾക്കിടയിൽ ഒരു ഗ്ലാസ്സ് വെള്ളത്തോടൊപ്പം കഴിക്കാം. മറ്റുള്ള ആന്റിബയോട്ടിക്കുകൾ ഭക്ഷണത്തോടൊപ്പം കഴിക്കാം. ഈ ആന്റിബയോട്ടിക്കുകൾ പ്രവർത്തിക്കുന്നില്ലെങ്കിൽ എരിത്രോമൈസിൻ ട്രൈമിതോപ്രിം എന്നിവ ഉപയോഗിക്കാം.

ഗർഭനിരോധന ഗുളികകൾ

ഹോർമോൺ തകരാറുകൊണ്ടു മുഖക്കുരു വന്ന സ്ത്രീകൾക്ക് രണ്ടു ഹോർമോണുകളുള്ള ഗുളികകൾ ഉപയോഗിക്കാവുന്നതാണ്. മാസമുറ സമയത്ത് മുഖക്കുരു കൂടുക, ഹോർമോൺ മാറ്റങ്ങളുള്ള കൗമാര അവസരത്തിൽ മുഖക്കുരു കൂടുക എന്നിവ അപ്രകാരം ഹോർമോൺ

തകരാറുമൂലം മുഖക്കുരു വരുന്നതിന്റെ തെളിവുകളാണ്. ഗർഭനിരോധനഗുളികയിലെ ഈസ്ട്രജനാണ് പ്രധാനമായും പ്രവർത്തിക്കുന്നത്. ആൻഡ്രോജൻ എന്ന ഹോർമോൺ ചിലരിൽ മുഖക്കുരു ഉണ്ടാക്കാറുണ്ട്. ഇത്തരക്കാർക്ക് മുഖക്കുരുവിനോടൊപ്പം മുഖത്ത് രോമവളർച്ചയുമുണ്ടാകും. അത്തരക്കാർക്ക് കൊസിപ്രിൻഡിയോൾ എന്ന മരുന്ന് ഫലപ്രദമാണ്. ഇതിൽ ഈസ്ട്രജനോടൊപ്പം പുരുഷഹോർമോണിനെതിരെ പ്രവർത്തിക്കുന്ന സിപ്രോടിറോൺ കൂടിയുണ്ടാകും.

ഐസോട്രിടിനോയിൻ ഗുളികകൾ
(Isotretinoin Tablets)

മുഖക്കുരുവിനകത്തെ സീബം കുറയ്ക്കുവാൻ ഇത് വളരെ പ്രയോജനകരമാണ്. കടുത്ത പ്രശ്നമുള്ളവരിൽപ്പോലും ഈ മരുന്ന് നന്നായി പ്രവർത്തിച്ച് കുത്തുകൾ മാറ്റും. മറ്റുള്ള മരുന്നുകൾ ഫലിക്കാതെ മരുമ്പോൾ മാത്രമെ ഇതുപയോഗിക്കാറുള്ളൂ. ഗൗരവമായ പാർശ്വഫലങ്ങൾ വരാൻ സാധ്യതയുള്ളതിനാൽ ഒരു ചർമ്മരോഗവിദഗ്ദ്ധൻ മാത്രമെ ഈ മരുന്നുകൾ എഴുതിത്തരാറുള്ളൂ.

ചികിത്സ എത്ര നാളത്തേക്ക്

ചികിത്സ എത്ര നാളത്തേക്ക് തുടരണം എന്ന ചോദ്യത്തിന് ഏതു ചികിത്സയും ചുരുങ്ങിയത് ഒരു മാസമെങ്കിലും തുടരണം എന്ന ഉത്തരമാണുള്ളത്. ആറാഴ്ച ചികിത്സിക്കുന്നതോടെ നല്ല ഫലം സാധാരണ ലഭിക്കാറുണ്ട്. ചിലർക്ക് നാല് മാസമോ അതിൽകൂടുതലോ വേണ്ടിവരും. പലരും രണ്ടാഴ്ചത്തെ ചികിത്സയ്ക്ക് ശേഷം ഭൂരിഭാഗവും ചികിത്സ അവസാനിപ്പിക്കലാണ് പതിവ്. അതാണ് പരാജയകാരണം. അതുകൊണ്ട് ചുരുങ്ങിയത് ഒന്നരമാസത്തെ ചികിത്സയെങ്കിലും ശരിയായി എടുത്തതിന് ശേഷം മാത്രം അത് പ്രവർത്തിക്കുന്നുവോ അല്ലയോ എന്ന് തീരുമാനിക്കുന്നതാണ് ശരി.

ഒരു ചികിത്സ ആറുമാസമെടുത്തിട്ട് പ്രയോജനമില്ലെങ്കിൽ നിരാശപ്പെടേണ്ട കാര്യമില്ല. ചികിത്സ മാറ്റുകയോ വേറെ നല്ല ചികിത്സ ചെയ്യുകയോ ശക്തി കൂടിയത് ഉപയോഗിക്കുകയോ ചെയ്യാം. അവ പ്രവർത്തിക്കുമെന്ന കാര്യത്തിൽ സംശയമില്ല. ഒരു ചികിത്സയും പൂർണ്ണമായി ഫലിക്കണമെന്നില്ല. ചിലവ മാറാതെ നിൽക്കും.

തുടർ ചികിത്സ

ഒരിക്കൽ മാറിയതിന് ശേഷം ചികിത്സ നിർത്തുമ്പോൾ മുഖക്കുരു പഴയതുപോലെ തിരിച്ചുവരാറുണ്ട്. അതിന് തുടർചികിത്സ ആവശ്യമാണ്. ഇത് 4-5 വർഷത്തോളം തുടരാറുണ്ട്. അതായത് 18-20 വയസ്സുവരെ ചികിത്സിക്കേണ്ടതായി വരും. ചിലരിൽ മുഖക്കുരു മുപ്പതു വയസ്സുവരെ

തുടരാറുണ്ട്. അവർക്കും തുടർചികിത്സ വേണ്ടിവരാം. തുടർചികിത്സയ്ക്ക് ഉപയോഗിക്കുന്നത് ബെൻസിൽ പെറോക്സൈഡോ പുരട്ടുന്ന റെറ്റിനോയ്ഡോ ആണ്. ഇവ തുടർന്ന് എത്രകാലം വരെയും ഉപയോഗിക്കാം. ആദ്യചികിത്സയേക്കാൾ കുറഞ്ഞ അളവിൽ ഉപയോഗിച്ചാൽ മതി. അതായത് ഒന്നിടവിട്ട് ദിവസമോ ശക്തി കുറഞ്ഞതോ ഉപയോഗിച്ചാൽ മതിയാകും. അപ്പോഴവ തിരിച്ചു വരാതിരിക്കും. ആന്റിബയോട്ടിക്കുകളും ഹോർമോൺ ഗുളികകളും അധികകാലത്തേക്ക് ഉപയോഗിക്കുന്നത് ശരിയല്ല. അസിലായിക് ആസിഡ് ആറുമാസത്തേക്ക് മാത്രമെ ഉപയോഗിക്കാറുള്ളൂ. ആന്റിബയോട്ടിക്കും അസിലായിക് ആസിഡും ഹോർമോൺ ഗുളികയും പരാജയപ്പെട്ടാൽ ബെൻസോയിൽ പെറോക്സൈഡോ റെറ്റിനോയ്ഡോ പുരട്ടാം. അവ തുടർചികിത്സയായി ഉപയോഗിക്കുവാൻ നല്ലതാണ്.

ആസ്പത്രി ചികിത്സ

സാധാരണ ചികിത്സ പരാജയപ്പെടുകയും വിദഗ്ദ്ധന്റെ പ്രത്യേകചികിത്സകൾ ആവശ്യമായി വരുകയും ചെയ്താൽ ആസ്പത്രിയിലെ ചികിത്സ വേണ്ടിവരും. ഐസോട്രെടിനോയ്ൻ ചികിത്സ ചെയ്യുവാൻ ആസ്പത്രിയിൽ പോകേണ്ടി വരും. അതുപോലെ മുഖക്കുരു മൂലമുള്ള അടയാളങ്ങൾക്കുള്ള ചികിത്സയും ആസ്പത്രിയിലാണ് ചെയ്യുന്നത്. ലേസർ ഉപയോഗിച്ച് ചർമ്മം മിനുസപ്പെടുത്തൽ, ചർമ്മത്തിന്റെ പുറം ആവരണം കളയുന്ന രാസപരവും ഭൗതികവുമായ ചികിത്സ തുടങ്ങിയവയ്ക്ക് ആസ്പത്രിയിൽ പോകേണ്ടി വരും.

അലർജി

> About 20 per cent of the population believe themselves to have a food allergy and only about five per cent actually do.
>
> - John Warner

അലർജി എന്നത് ഏതെങ്കിലും വസ്തുവിനോടുള്ള ശരീരത്തിന്റെ പ്രതികൂലമായ പ്രതികരണമാണ്. അത് ഏതെങ്കിലും ഭക്ഷണമോ ചുറ്റുപാടുള്ള ഏതെങ്കിലും വസ്തുവോ ആയിരിക്കാം. ഈ ഭക്ഷണങ്ങളും വസ്തുക്കളും ഇപ്രകാരം അലർജിയില്ലാത്തവർക്ക് ഒരു തകരാറും ഉണ്ടാക്കുന്നവയോ ഫലമൊന്നും ഉണ്ടാക്കുന്നവോ ആയിരിക്കില്ല.

അലർജി എന്ന പ്രതിഭാസം

അപ്രകാരം അലർജി ഉണ്ടാക്കുന്നവയെ അലർജൻ (allergen) എന്നു വിളിക്കുന്നു. ഏറ്റവും സാധാരണമായി കാണുന്ന അലർജികൾ പൂമ്പൊടി, വീട്ടിൽ കാണുന്ന പൊടിയിലെ കൊച്ചുകീടങ്ങൾ, പൂപ്പലുകൾ, വീട്ടു

മൃഗങ്ങളുടെ രോമം (pollen, house dust mites, mould and pets) തുടങ്ങിയവയോടുള്ള അലർജികളാണ്. അതുകഴിഞ്ഞാൽ കുരുക്കൾ, പഴങ്ങൾ, റബ്ബർ പാൽ എന്നിവയാണ്. അലർജിയുള്ളവരുടെ രോഗപ്രതിരോധ സംവിധാനം (immune system) അവരുടെ അലർജനുകളെ രോഗാണുബാധയെന്നപോലെ ഭീഷണിയായെടുക്കുന്നു. അതനുസരിച്ച് അവയ്ക്കെതിരായ ആന്റിബോഡികളെ രോഗപ്രതിരോധസംവിധാനം ഉൽപാദിപ്പിക്കുന്നു. ഇതാണ് ഇമ്മ്യൂൺ റെസ്പോൺസ് (immune response) എന്ന രോഗപ്രതിരോധപ്രതികരണം. ഈ ആദ്യാനുഭവത്തിന് ശേഷം വീണ്ടും ഈ വസ്തുക്കൾ ശരീരത്തിലെത്തുമ്പോൾ ശരീരം ഈ വസ്തുക്കളെ 'ഓർക്കുകയും' വീണ്ടും അതേ ആന്റിബോഡികളെ ഉൽപാദിപ്പിക്കുകയും ചെയ്യുന്നു. തുടർന്ന് ശരീരം രാസപദാർത്ഥങ്ങൾ സ്രവിക്കുന്നു. അതാണ് അലർജിക് റിയാക്ഷൻ. സാധാരണ അലർജിക് പ്രതികരണങ്ങൾ ആസ്ത്മ, എക്സീമ, ഹെ പനി എന്നിവയാണ്. തുമ്മൽ, ഏങ്ങൽ (wheezing), ചുമ, ചർമ്മത്തിൽ തടിപ്പ് എന്നിവയാണ് അലർജി ലക്ഷണങ്ങൾ. അലർജിയുടെ ലക്ഷണങ്ങൾ എപ്രകാരം അലർജനുമായി ബന്ധപ്പെടുന്നു എന്നതനുസരിച്ചിരിക്കും. ഉദാഹരണമായി പൂമ്പൊടികൾ ശ്വാസകോശത്തിലേക്ക് വലിച്ചെടുത്തു എന്നിരിക്കട്ടെ. അപ്പോഴുണ്ടാകുന്ന ലക്ഷണങ്ങൾ ശ്വാസകോശസംബന്ധമായുള്ളതായിരിക്കും.

ഡോക്ടറോട് ചോദിക്കേണ്ട ചോദ്യങ്ങൾ

- എന്റെ രോഗനിർണ്ണയം എന്താണ്?
- ഇതിനെപ്പറ്റി കൂടുതൽ അറിയാൻ എന്താണ് ചെയ്യേണ്ടത്?
- ഏതെല്ലാം അവയവങ്ങളാണ് അലർജി ബാധിക്കുന്നത്?
- അലർജികൾ എത്രമാത്രം സാധാരണമാണ്?
- എപ്രകാരമാണവ ബാധിക്കുന്നത്?
- എന്തെല്ലാമാണ് അലർജിക്കും ആസ്ത്മയ്ക്കും ചെയ്യാനുള്ളത്?
- ഈ ടെസ്റ്റുകൾ എത്രമാത്രം സുരക്ഷിതമാണ്?
- ഈ അലർജിയുടെ ഭാവി എപ്രകാരമാണ്?
- കുറെക്കാലം കഴിഞ്ഞാൽ എന്താണ് സംഭവിക്കുക?
- ഏതെല്ലാം ചികിത്സകളാണ് എനിക്ക് ലഭ്യമായിട്ടുള്ളത്?
- ആവശ്യമനുസരിച്ച് ഞാൻ പതിവായി ചികിത്സയെടുത്താൽ മതിയോ?
- സ്വന്തംനിലയിൽ അലർജിക്ക് ഞാൻ എന്താണ് ചെയ്യേണ്ടത്?
- എനിക്ക് പല പ്രശ്നങ്ങളിലും സംശയങ്ങളുണ്ട്. ഉദാഹരണമായി വ്യായാമം, യാത്ര, ജോലി അന്തരീക്ഷം, പ്രത്യേകഭക്ഷണങ്ങൾ,

വീട്ടുമൃഗങ്ങൾ, ഗർഭം, സർജറി, മറ്റു ചികിത്സാരീതികൾ, ഈ പ്രശ്നമുള്ള മറ്റു ബന്ധുക്കൾ ഈ വക പ്രശ്നങ്ങളും എന്റെ അലർജിയും തമ്മിൽ താരതമ്യങ്ങൾ എപ്രകാരമാണ്?

- എന്റെ മരുന്നുകളെ സംബന്ധിച്ച് എത്രമാത്രം എത്രകാലം ഞാൻ കഴിക്കണം?
- ഈ മരുന്നുകളുടെ പ്രവർത്തനം എപ്രകാരമാണ്?
- അവ പ്രവർത്തിക്കുന്നു എന്ന് എപ്രകാരമാണ് അറിയുക?
- ഈ മരുന്നുകളുടെ പാർശ്വഫലസാധ്യതകൾ ഏതൊക്കെയാണ്?
- എപ്രകാരമാണവ ശ്രദ്ധിക്കേണ്ടത്?
- ലബോറട്ടറി പരിശോധനയും രക്തസമ്മർദ്ദവും എപ്പോഴൊക്കെയാണ് നോക്കേണ്ടത്?
- ഈ മരുന്നുകൾ മറ്റു മരുന്നുകളുമായി പ്രതിപ്രവർത്തിക്കുമോ?
- ഈ മരുന്നുകൾ കഴിക്കുവാൻ വിട്ടുപോയാൽ എന്താണ് സംഭവിക്കുക?
- ഈ ലക്ഷണങ്ങൾ മോശമായാൽ സ്വന്തമായി എന്തെല്ലാമാണ് എനിക്ക് ചെയ്യാൻ പറ്റുക? ഞാൻ ഡോക്ടറെ ഫോണിൽ വിളിക്കണോ? അല്ലെങ്കിൽ അടിയന്തരചികിത്സാവിഭാഗത്തിൽ പോകണോ?
- രാത്രി വൈകീട്ടാണെങ്കിൽ എന്താണ് ചെയ്യേണ്ടത്? ആസ്ത്മ പരിചരണ പരിപാടി എന്നാലെന്താണ്? അതെനിക്ക് പറഞ്ഞു തരാമോ?

അലർജി പരിശോധന

അലർജികൾ ഉണ്ടെങ്കിൽ അതിന്റെ ലക്ഷണങ്ങൾ, എപ്പോഴാണുണ്ടാകുന്നത്, എത്രസമയം കൂടുമ്പോഴാണ് ഉണ്ടാകുന്നത് ഏതെല്ലാമാണവയെ കൂട്ടുന്നത് എന്നിവ നിങ്ങളുടെ ഡോക്ടറോട് പറയണം. നിങ്ങളുടെ ചർമ്മത്തിൽ ഏതിനൊക്കെയാണ് അലർജി എന്നറിയാൽ കുത്തിവെച്ച് ടെസ്റ്റുകൾ നടത്തും.

കൂടി വരുന്ന അലർജി

അലർജികൾ സാധാരണ നാം കരുതുന്നതിലും കൂടുതലുണ്ട്. അതായത് 25 ശതമാനത്തിൽ കൂടുതലാളുകൾക്ക് അലർജി ഉണ്ട്. വർഷം തോറും അലർജി കൂടിവരികയാണ്. പുതിയ കേസുകൾ അധികവും കുട്ടികളാണ്. ഇതിന്റെ കാരണം വ്യക്തമല്ല. കൂടിവരുന്ന അന്തരീക്ഷ മലിനീകരണം ഒരു കാരണമായിരിക്കാം. വേറൊരു സിദ്ധാന്തം വളരെ ശുദ്ധമായ അന്തരീക്ഷത്തിൻ മറ്റു രോഗാണുക്കളുമായി യാതൊരുവിധ

ബന്ധവുമില്ലാതെ ജീവിക്കുമ്പോൾ രോഗപ്രതിരോധസംവിധാനത്തിന് ഇവയെ പരിചയമില്ലാതെയാകുന്നു. അതുകാരണം അപകടമൊന്നുമില്ലാത്തവയോട് പ്രതിരോധസംവിധാനം കൂടുതൽ പ്രതികരിക്കുന്നു.

അലർജിയെ നേരിടൽ

അലർജിയെ നേരിടാനുള്ള ഏറ്റവും ഫലപ്രദമായ മാർഗ്ഗം അവയെ ഒഴിവാക്കുകയാണ്. മരുന്നു കഴിക്കുന്നതുകൊണ്ട് അലർജി മാറുന്നില്ല. അവ ബന്ധപ്പെട്ട ലക്ഷണങ്ങളെ ചികിത്സിക്കുന്നു. രോഗപ്രതിരോധ സംവിധാനം അലർജിയുള്ള വസ്തുക്കളെ അപകടകരമായ രോഗാണു ബാധപോലെയാണ് കാണുന്നത്. രോഗപ്രതിരോധസംവിധാനം അതിനെതിരെ ഒരു തരം ആന്റിബോഡി ഉൽപാദിപ്പിക്കുന്നു. ഉദാഹരണമായി ഇമ്മയൂണോഗ്ലോബുലിൻ ഇ (immunoglobulin E (IgE)) അലർജനെതിരെ പോരാടുവാൻ നിയോഗിക്കുന്നു. വീണ്ടും ഈ അലർജൻ വരുമ്പോൾ ഈ ആന്റിബോഡികളെ ശരീരത്തിലെ രോഗപ്രതിരോധസംവിധാനം ഇറക്കുന്നു. അതോടെ ജൈവരാസവസ്തുക്കളും രക്തത്തിലേക്ക് വരുന്നു. അതാണ് അലർജിക് റിയാക്ഷൻ അഥവാ അലർജി ലക്ഷണങ്ങൾ. ഇതിലെ ഒരു പ്രധാന ന്യൂറോട്രാൻസ്മിറ്റർ ഹിസ്റ്റമിനാണ്. ഹിസ്റ്റമിന്റെ (histamine) ഫലങ്ങൾ ഇവയാണ്.

പേശികൾ ഇറുകി മുറുകുക, ശ്വാസക്കുഴലിലെ ചെറുപേശികളും ഇപ്രകാരം ഇറുകും. അപ്രകാരം ശ്വാസക്കുഴലുകളുടെ വ്യാസം കുറയും. മൂക്കിലെ ആന്തരികആവരണത്തിൽ മ്യൂക്കസ് കൂടുതലുണ്ടാകും. അവിടെ ചൊറിച്ചിലും ചൂടും തോന്നും.

സാധാരണ അലർജനുകൾ

- വീട്ടിലെ പൊടിയിൽ കാണുന്ന കൊച്ചു കീടങ്ങൾ
- പുല്ലിന്റെയും മരങ്ങളുടെയും പൂമ്പൊടികൾ. നമ്മുടെ നാട്ടിൽ കാണുന്ന പാർത്തീനിയം എന്ന ചെടിയുടെ പൂമ്പൊടി വളരെ പ്രധാനമാണ്.
- ഓമനമൃഗങ്ങളുടെ തൊലി അടർന്ന് വീഴുന്നവ, രോമം എന്നിവ
- കുമിളുകളുടെ വിത്തുകൾ കാറ്റിൽ പരക്കുന്നവ
- ഭക്ഷണം പ്രത്യേകിച്ച് പാൽ, മുട്ട, ഗോതമ്പ്, സോയ, കടൽമത്സ്യങ്ങൾ, പഴങ്ങൾ, വിത്തുകൾ എന്നിവ
- കടന്നൽ, തേനീച്ച എന്നിവയുടെ കുത്തുന്ന ഭാഗം
- പെനിസിലിൻ പോലുള്ള മരുന്നുകൾ
- റബ്ബർപാലിൽനിന്നുള്ള ലാറ്റക്സ്
- വീട്ടിലുണ്ടാകുന്ന രാസവസ്തുക്കൾ

അലർജി സാധ്യത

അലർജി സാധ്യതയുള്ളവരുടെ കുടുംബത്തിലും അത് കാണുന്നു. അതിന് അടോപി (atopy) എന്ന് പറയുന്നു. ഈ അടോപിയുള്ളവർ കൂടുതൽ ഐ ജി ഇ ആന്റിബോഡികൾ ഉൽപാദിപ്പിക്കുന്നു. അതു കൊണ്ട് അലർജി വരാൻ സാധ്യത കൂടുതലുണ്ട്. ചുറ്റുപാടുകളുടെ സ്വാധീനവും ഇതിൽ പങ്ക് വഹിക്കുന്നുണ്ട്. ചുറ്റുപാടുകളുടെ കൃത്യ മായ സ്വാധീനം മനസ്സിലായിട്ടില്ല. എന്നാൽ കുറച്ച് കാര്യങ്ങൾ വ്യക്ത മായിട്ടുണ്ട്. ഉദാഹരണമായി

- പുകവലിക്കുന്നവരുടെ വീട്ടിൽ വളരുന്ന കുട്ടികൾ
- വീട്ടിലെ പൊടിയിലുള്ള കീടങ്ങളുമായി ബന്ധപ്പെടാൻ സാധ്യത
- ഓമനമൃഗങ്ങളുമായി കളിക്കൽ
- ആന്റിബയോട്ടിക്ക് ഉപയോഗിക്കൽ
- ആൺകുട്ടികൾക്ക് പെൺകുട്ടികളേക്കാൾ സാധ്യത കൂടുതലുണ്ട്
- ജനിക്കുമ്പോൾ ഭാരം കുറഞ്ഞ കുട്ടികൾക്ക് സാധ്യത കൂടുതലുണ്ട്

അവസാനത്തെ രണ്ടു കാരണങ്ങളുടെ അടിസ്ഥാനം വ്യക്തമല്ല. ഈ അലർജനുകൾ മനസ്സിലാക്കി അവയെ ഒഴിവാക്കലാണ് ഏറ്റവും നല്ലത്.

മരുന്നുകൾ

മരുന്നുകൾ അലർജിയുടെ കാരണങ്ങളെ ചികിത്സിക്കുന്നില്ല. എന്നാൽ അവയുടെ ലക്ഷണങ്ങളായ മൂക്കൊലിപ്പ്, വായ ചൊറിച്ചിൽ, തുമ്മൽ എന്നിവയെ ചികിത്സിക്കുന്നു. ഈ മരുന്നുകളെല്ലാം പൊതുവെ എളുപ്പം ലഭിക്കുന്നവയാണ്. എന്നാൽ കഴിക്കുന്നതിന് മുമ്പ് നിങ്ങളുടെ ഡോക്ട റുടെ ഉപദേശം തേടുന്നത് ഉചിതമായിരിക്കും.

ആന്റിഹിസ്റ്റമിനുകൾ

ഹിസ്റ്റമിനുകൾക്കെതിരെ പ്രവർത്തിക്കുന്നവയാണ് ആന്റിഹിസ്റ്റമിനു കൾ എന്ന അലർജി മരുന്നുകൾ. രോഗപ്രതിരോധസംവിധാനം ഭീഷണി യുണ്ടെന്ന ധാരണയിലാണ് ഹിസ്റ്റമിനുകൾ സ്രവിക്കുന്നത്. ആന്റി ഹിസ്റ്റമിനുകൾ ഈ ഹിസ്റ്റമിനുകൾക്കെതിരെ പ്രവർത്തിക്കുന്നു. ആന്റി ഹിസ്റ്റമിനുകൾ ഗുളികരൂപത്തിലും ക്രീം രൂപത്തിലും കണ്ണിലൊഴി ക്കാവുന്ന തുള്ളി രൂപത്തിലും സ്പ്രെ രൂപത്തിലും അടിയന്തരഘട്ടങ്ങളിൽ കുട്ടിവെപ്പ് രൂപത്തിലും ലഭ്യമാണ്.

മൂക്കടപ്പിനുള്ള മരുന്നുകൾ

അടഞ്ഞ മൂക്ക് തുറക്കുവാൻ ഇതുപയോഗിക്കാറുണ്ട്. മൂക്കടപ്പിനുള്ള കാരണങ്ങൾ ഹെ പനി, പൊടി അലർജി, മൃഗങ്ങളോടുള്ള അലർജി

എന്നിവയാണ്. ഇതിനുള്ള മരുന്നുകൾ ഗുളിക, കാപ്സ്യൂൾ, മൂക്കിലെ സ്പ്രെ, തുള്ളിമരുന്ന് എന്നീ രൂപത്തിൽ ഉപയോഗിക്കാം. ഇവ ചെറിയ കാലത്തേക്ക് മാത്രമുപയോഗിക്കാനുള്ളവയാണ്.

ല്യൂക്കോട്രീൻ റസെപ്റ്റർ ആന്റഗോണിസ്റ്റ്സ്
(Leukotriene Receptor Antagonists)

ഈ മരുന്നുകൾ ശ്വാസക്കുഴലുകളിൽ വിങ്ങലുണ്ടാക്കുന്ന ല്യൂക്കോട്രീൻ എന്ന രാസവസ്തുവിനെ എതിർക്കുന്നതാണ്. ഇത് ഹിസ്റ്റമിൻ വരുന്നതുപോലെ സ്രവിക്കുന്നവയാണ്. അലർജികൊണ്ട് ആസ്ത്മ വരുന്നവരിൽ ഉപയോഗിക്കുന്നു. മറ്റു ചികിത്സകൾ ഫലിക്കാതെ വരുമ്പോൾ ഇതുപയോഗിക്കുന്നു. സ്റ്റിറോയ്ഡ് ചികിത്സയോടൊപ്പവും ഇതുപയോഗിക്കാറുണ്ട്.

സ്റ്റിറോയ്ഡ് സ്പ്രെകൾ

ഇവ മൂക്കിലെ ആന്തരിക ആവരണത്തിൽ പ്രവർത്തിക്കാനുള്ളതാണ്. ഇപ്രകാരം ഇവ അവിടെ മൂക്കടപ്പുണ്ടാക്കുന്ന കോശങ്ങളുടെ പഴുപ്പ് തടയുന്നു. ഇത് രക്തത്തിലേക്ക് വളരെ കുറച്ച് മാത്രമെ വലിച്ചെടുക്കുന്നുള്ളൂ. അതുകൊണ്ട് പാർശ്വഫലങ്ങൾ ഉണ്ടാകില്ല.

ഹൈപ്പോസെൻസിറ്റൈസേഷൻ
(Hyposensitisation (Immuno Therapy))

അലർജിയുടെ ഒരു ചികിത്സാരീതിയാണ് ഹൈപ്പോസെൻസിറ്റൈസേഷൻ. ഇതിനെ ഇമ്മ്യൂണോതെറാപി എന്നും പറയുന്നു. ഇത് സാവധാനത്തിലാണ് പ്രവർത്തിക്കുന്നത്. കൂടുതൽ അലർജനുകൾ ശരീരത്തിലേക്ക് കൊണ്ടുവരുന്നു. അതിന്റെയെല്ലാം പ്രതികരണം കുറച്ചുകൊണ്ട് വരുന്നു. ഇവ കുത്തിവെപ്പുകളായാണ് എടുക്കുന്നത്. കൈയുടെ മുകൾവശത്തുള്ള ചർമ്മത്തിലാണ് ഇവയെടുക്കുന്നത്. ആരംഭഘട്ടത്തിൽ ഇവ ആഴ്ചയിലൊ അതിൽ കുറച്ചുദിവസമോ ഇടയിലെടുക്കുന്നു. തുടർന്ന് ഇവയുടെ ഡോസ് കൂട്ടിക്കൊണ്ട് വരുന്നു. തുടരാവുന്ന ഡോസ് എത്തിയാൽ തുടർന്ന് ഈ ഡോസ് എല്ലാ ആഴ്ചയും ചുരുങ്ങിയത് രണ്ട് കൊല്ലത്തേക്ക് എടുക്കുന്നു. സാധാരണ കടുത്ത അലർജികളായ ഹെ പനി, മൃഗഅലർജി എന്നിവയ്ക്കാണ് ഈ ചികിത്സ ഉപയോഗിക്കുന്നത്. മറ്റു ചികിത്സകൾ ഫലിക്കാതെ വരുമ്പോഴാണ് ഈ ചികിത്സ ഉപയോഗിക്കുന്നത്. കടന്നൽ കുത്തൽ, തേനീച്ച കുത്തൽ എന്നിവയുടെ അലർജിക്കും ഈ ചികിത്സ ഉപയോഗിക്കാറുണ്ട്. ഈ ചികിത്സകൾ ആസ്പത്രിയിൽ ഒരു ഡോക്ടറുടെ നിരീക്ഷണത്തിൽ മാത്രമെ ചെയ്യാവൂ. ഇതിന്റെ പാർശ്വഫലങ്ങൾ ഗുരുതരമാകാം.

അനാഫിലാക്സിസ്

അനാഫിലാക്സിസ് എന്നത് വളരെ ഗൗരവമായ ജീവന് ഭീഷണി ഉയർത്തുന്ന അലർജിയാണ്. രോഗി വേഗം ഷോക്കിലാകുന്നു. രക്ത സമ്മർദ്ദവും നാഡിമിടിപ്പും വളരെ താഴുന്നു. അത് സംശയിച്ചാൽ ഉടനെ അഡ്രിനലിൻ പേശിയിൽ കുത്തിവെയ്ക്കണം. കൂടാതെ ഞരമ്പിൽ ചുരുങ്ങിയത് രണ്ട് ആംപ്യൂൾ ബെറ്റ്നെസോൾ കുത്തിവെപ്പ് കൊടുക്കണം. അതോടൊപ്പം ഞരമ്പിൽകൂടി മരുന്നു കയറ്റുവാനുള്ള ലൈൻ ഉണ്ടാക്കിവെയ്ക്കണം. പ്രാണവായു കൊടുക്കാനും രക്തസമ്മർദ്ദം ഉയർത്താനുമുള്ള നടപടികൾ എടുക്കണം. വേഗം രോഗിയെ അടിയന്തരചികിത്സ സൗകര്യമുള്ള ആസ്പത്രിയിൽ എത്തിക്കണം. ശ്വാസ തടസ്സമുണ്ടോ എന്നു നോക്കണം.

ആസ്ത്മ

There are few restrictions on your life with asthma, as long as you take care of yourself.

- Jackie Joyner-Kersee

നീണ്ടകാലത്തേക്ക് ഉണ്ടാവുന്ന, ചുമയും ശ്വാസം മുട്ടലും ലക്ഷണങ്ങളുള്ള രോഗമാണ് ആസ്ത്മ. ഇതിന്റെ കാഠിന്യം വ്യക്തികളനുസരിച്ച് മാറാറുണ്ട്. ഇതുണ്ടാവുന്ന പലരിലും ഇത് നിയന്ത്രിക്കുവാൻ എളുപ്പമാണ്. ശ്വാസനാളത്തിലെ ഇൻഫ്ളമേഷൻ (inflammation) എന്ന പഴുപ്പാണ് ഇവയുടെ കാരണം. ശ്വാസനാളത്തിലെ ചെറിയ കുഴലുകളിലാണ് (bronchi) ഇവ സംഭവിക്കുന്നത്. ഇവയിലൂടെയാണ് ശ്വാസം അകത്തേക്കും പുറത്തേക്കും പോകുന്നത്. ശ്വാസംമുട്ടുള്ളവരിലെ ബ്രോങ്കൈ എന്ന ചെറുകുഴലുകളെ ഇപ്രകാരം വേഗം പഴുപ്പ് സംഭവിക്കുന്നവയാണ്. അവിടെ അലോസരമുണ്ടാക്കുന്ന വസ്തുക്കൾ വരുമ്പോൾ അതിലെ പേശികൾ മുറുകുകയും പറ്റിപ്പിടിക്കുന്ന മ്യൂക്കസ് കൂടുതലുണ്ടാവുകയും ചെയ്യുന്നു. ഇത് ശ്വാസം വലിക്കാനുള്ള പ്രയാസം, വലിവ്, ചുമ, നെഞ്ചിൽ മുറുക്കം എന്നിവയുണ്ടാക്കുന്നു.

ഡോക്ടറോട്
ചോദിക്കേണ്ട ചോദ്യങ്ങൾ

- നിങ്ങൾക്ക് ആസ്ത്മ ഉണ്ടെന്ന് രോഗനിർണ്ണയം അറിഞ്ഞാൽ ഡോക്ടറോട് വിശദമായി വിവരങ്ങൾ മനസ്സിലാക്കുവാനുള്ള ചോദ്യങ്ങൾ ചോദിക്കണം.
- എന്താണ് ആസ്ത്മ?
- എന്താണ് ഈ അസുഖത്തിന്റെ കാരണങ്ങൾ?

- എന്റെ ജീവിതശൈലിയിൽ ചില മാറ്റങ്ങൾ വരുത്തിക്കൊണ്ട് ആസ്ത്മ വരാനുള്ള സാധ്യതകൾ കുറയ്ക്കാമോ?
- ആസ്ത്മയെ തുടർന്ന് നിരീക്ഷിക്കുവാനുള്ള ഏതെല്ലാം ടെസ്റ്റുകളാണ് ആവശ്യമായിട്ടുള്ളത്?
- ആസ്ത്മയുടെ ഈ ചികിത്സ കൂടാതെ വേറെ ഫലപ്രദമായ ചികിത്സകളുണ്ടോ?
- എപ്രകാരമാണ് ആസ്ത്മ മരുന്ന് വലിക്കുവാനുള്ള ഇൻഹേലർ ഉപയോഗിക്കുന്നത്?
- ആസ്ത്മയോടൊപ്പമുള്ള വ്യായാമം സുരക്ഷിതമാണോ?
- ആസ്ത്മയ്ക്ക് വേണ്ടിയുള്ള ഒരു പ്രവർത്തനപരിപാടി എന്താണ്? അത് എനിക്കാവശ്യമുണ്ടോ?
- മാനസികസമ്മർദ്ദം ആസ്ത്മ ഉണ്ടാക്കുമോ?
- ആസ്ത്മക്കാർക്കുള്ള പിന്തുണസംഘങ്ങളുണ്ടോ? അത് സംഘടിപ്പിക്കുന്നെതപ്രകാരമാണ്?

കുട്ടികളിലെ ആസ്ത്മ

- എന്റെ കുഞ്ഞിന്റെ ആസ്ത്മയുണ്ട്. അതുകൊണ്ട് എന്താണ് മനസ്സിലാക്കേണ്ടത്?

കുഞ്ഞിന് ആസ്ത്മയുണ്ടായാൽ വിദഗ്ദ്ധനോട് ചോദിക്കാതെ തീരുമാനങ്ങളിലെത്തരുത്. മുതിർന്നവരുടെ ആസ്ത്മയും കുട്ടികളുടെ ആസ്ത്മയും ഒന്നല്ല. ആസ്ത്മയല്ല ആസ്ത്മകളാണ്. അവ ഒരു രോഗക്കൂട്ടങ്ങളാണ്. കുഞ്ഞുങ്ങളുടെ ആസ്ത്മ അതിലൊന്നു മാത്രം. പൊതുവായ ഒരു രോഗനിർണ്ണയമില്ല. നിങ്ങളുടെ കുഞ്ഞിന്റെ രോഗനിർണ്ണയത്തിലെ പ്രത്യേകതകൾ ഡോക്ടറോട് ചോദിച്ച് മനസ്സിലാക്കിയാലും.

- എന്റെ കുഞ്ഞിന്റെ ആസ്ത്മലക്ഷണങ്ങൾ നിയന്ത്രിക്കുവാൻ വീട്ടിൽ എന്തെല്ലാം മാറ്റങ്ങളാണ് വരുത്തേണ്ടത്?

അതിന് ഏറ്റവും പ്രാഥമികമായി വേണ്ടത് ചുറ്റുപാടുകളെ നിയന്ത്രിക്കലാണ്. പൊടി, അതിലുണ്ടാകുന്ന കുമിൾ വർഗ്ഗത്തിലുള്ള ആസ്പർജില്ലസ് ഫ്യുമിഗാറ്റസ് (Aspergillus fumigatus)തുടങ്ങിയ സൂക്ഷ്മാണുക്കൾ എന്നിവ മൂലം കുഞ്ഞുങ്ങൾക്ക് മാത്രമല്ല എല്ലാവർക്കും അലർജി സംബന്ധമായ രോഗങ്ങളും മൈക്കോസിസ് എന്ന രോഗവും വരാം. വാക്വം ക്ലീനർ പോലുള്ള ഉപകരണങ്ങൾ ഇതിന് സഹായകരമാണ്.

- എന്റെ കുഞ്ഞിന് അലർജി ടെസ്റ്റ് ആവശ്യമാണോ?

അലർജി പരിശോധനകൊണ്ട് കുറെ കാര്യങ്ങളറിയാം എന്നല്ലാതെ അത് പൂർണ്ണമായ ഒരു പരിശോധനയല്ല. ഏറ്റവും പ്രധാനമായവ

ഒഴിവാക്കുന്നതിലൂടെ കുഞ്ഞിന്റെ ലക്ഷണങ്ങൾ കുറയ്ക്കാമെന്ന മെച്ചം അതിനുണ്ട്. മനസ്സിലായ അലർജനുകൾ ഒഴിവാക്കുന്നത് നല്ലതാണ്.

- ഏത് ആസ്ത്മ മരുന്നുകളാണ് എന്റെ കുഞ്ഞിന് ആവശ്യമായിട്ടുള്ളത്? എന്തുകൊണ്ട്?

ഡോക്ടർ നിർദ്ദേശിക്കുന്ന മരുന്നുകൾ എന്തിനുള്ളവയാണെന്ന് ഡോക്ടറോട് ചോദിക്കാം. അതിന്റെ വിശദാംശങ്ങളറിയാം.

- എന്റെ കുഞ്ഞിന്റെ ആസ്ത്മ നിയന്ത്രിക്കുവാൻ ഈ മരുന്ന് തരുവാനുള്ള കാരണം എന്താണ്?
- അവയുടെ പാർശ്വഫലങ്ങളും അപായസാധ്യകളും എന്താണ്?
- എപ്രകാരമാണ് അവ ഉപയോഗിക്കേണ്ടത്?
- എന്റെ കുഞ്ഞിന് ഏതെല്ലാം അവസരങ്ങളിലും സമയങ്ങളിലും ഈ മരുന്നുകൾ കൊടുക്കണം?
- എല്ലാം ദിവസവും ഈ മരുന്നുകൾ കൊടുക്കണോ? അതോ ആസ്ത്മ വരുമ്പോൾ മാത്രം കൊടുത്താൽ മതിയോ?

പല മാതാപിതാക്കളുടെയും ഉൽക്കണ്ഠ വലിക്കുവാനുള്ള സ്റ്റിറോയ്ഡ് മരുന്നുകൊടുക്കുമ്പോൾ അത് അകത്ത് അല്പം അകത്തു ചെന്ന് കുഞ്ഞിന്റെ വളർച്ചയെ ബാധിക്കുമോ എന്നാണ്. ആ ഉൽക്കണ്ഠയിൽ അല്പം കാര്യമുണ്ട്. ചെറിയ വളർച്ചക്കുറവ് ഉണ്ടാകാം. പക്ഷേ അത് വരുംവർഷങ്ങളിൽ നികത്തപ്പെടുമെന്നതുകൊണ്ട് ഉൽക്കണ്ഠപ്പെടേണ്ട കാര്യമില്ല.

- എന്റെ കുഞ്ഞിന് സ്പോർട്സിൽ പങ്കെടുക്കുന്നതിന് തടസ്സമുണ്ടോ?

മുൻകാലങ്ങളിൽ ആസ്ത്മയുള്ള കുഞ്ഞുങ്ങൾക്ക് കളികളിൽ നിയന്ത്രണം വെയ്ക്കാറുണ്ടായിരുന്നു. പക്ഷേ ഇപ്പോൾ അത്തരം നിയന്ത്രണങ്ങളൊന്നുമില്ല. വ്യായാമം ശ്വാസപേശികളെ ശക്തിമത്താക്കുകയും ആസ്ത്മ കുറയ്ക്കുകയും ചെയ്യും എന്നതാണ് ഇപ്പോഴത്തെ വിദഗ്ദ്ധാഭിപ്രായം. മാത്രമല്ല കളികൾ കുഞ്ഞുങ്ങളെ മാനസികമായും പരിപോഷിപ്പിക്കും. എന്നാൽ കടുത്തതായ ചിലത് തന്ത്രപൂർവ്വം ഒഴിവാക്കാം. ഇവയെപ്പറ്റി നിങ്ങളുടെ ഡോക്ടറോട് സംസാരിക്കുന്നത് നല്ലതാണ്. പരിശീലനം നടത്തുമ്പോഴും കളിക്കുന്നതിന് മുമ്പായും ഇൻഹേലർ ഉപയോഗിക്കുന്നത് നല്ലതാണ്. ഇത് ആസ്ത്മ തുടങ്ങാതിരിക്കുന്നതിന് നല്ലതാണ്. ചുമ തുടങ്ങിയതിന് ശേഷം ഇതുപയോഗിക്കുന്നതിനേക്കാൾ ഇപ്രകാരമുള്ള പ്രതിരോധമാണ് നല്ലത്.

- അവന് അവന്റെ പൂച്ചയും പട്ടിയുമായി കളിക്കാമോ? ഇപ്പോഴുള്ളവയെ തുടർന്നും വളർത്താമോ?

സാധാരണ ഓമനമൃഗങ്ങൾ ആസ്ത്മ അലർജനുകളുടെ കൂട്ടത്തിൽപ്പെടുന്ന ആരംഭകാരണങ്ങളാണ് (triggers). പക്ഷേ അവ തരുന്ന

മാനസികോല്ലാസം വമ്പിച്ചതാണ്. നിങ്ങളുടെ ഡോക്ടർ അവയെ നിയന്ത്രിതമായ സാഹചര്യത്തിൽ അലർജി ടെസ്റ്റ് ചെയ്ത് അഭിപ്രായം തരും. പുതിയതിനെ വാങ്ങുമ്പോഴും അപ്രകാരം ചെയ്യാം.

- കുഞ്ഞിന് കൊടുക്കുന്ന ആസ്ത്മ ചികിത്സകൊണ്ട് എന്തെല്ലാം പ്രതീക്ഷിക്കാം?
- എത്ര ഇടവേളകളിലാണ് ചെക്കപ്പ് ചെയ്യേണ്ടത്?
- ഇതുകൊണ്ട് ഭേദമില്ലെങ്കിൽ എന്താണ് ചെയ്യേണ്ടത്?
- വളരുമ്പോൾ എപ്പോഴാണ് കുഞ്ഞിന്റെ ആസ്ത്മ മാറുന്നത്?
- എപ്രകാരമാണ് കുഞ്ഞിനോട് ആസ്ത്മയെപ്പറ്റി പറയേണ്ടത്?

ഇത് അവതരിപ്പിക്കേണ്ടത് ശ്രദ്ധയോടെയായിരിക്കണം. കുട്ടികൾക്ക് അതിനെപ്പറ്റി സംശയവും പേടിയുമുണ്ടാകും. ചില കുട്ടികളാകട്ടെ ചികിത്സയോടും അതുതരുന്ന മാതാപിതാക്കളോടും ഡോക്ടറോടും വെറുപ്പുള്ളവരാകും. നിങ്ങളുടെ ഡോക്ടറോട് സംസാരിച്ച് എപ്രകാരം ഈ വിഷയം അവതരിപ്പിക്കണമെന്ന് ചോദിച്ച് മനസ്സിലാക്കിയതിന് ശേഷം അവതരിപ്പിക്കുക.

- കുട്ടിയുടെ സ്കൂളിലെ അദ്ധ്യാപകരോട് എപ്രകാരമാണിത് പറയേണ്ടത്?

സ്കൂളിലെ ആയമാർ, കോച്ചുകൾ, അദ്ധ്യാപകർ എന്നിവരോടും ഇത് ശ്രദ്ധാപൂർവ്വം പറയണം. അവരും ഇത് അറിഞ്ഞിരിക്കണം. എന്താണ് ചെയ്യേണ്ടതെന്ന് അവർക്ക് രൂപമുണ്ടായിരിക്കണം. ഇതെപ്രകാരം അവതരിപ്പിക്കണമെന്ന് ഡോക്ടറോട് ചോദിച്ച് മനസ്സിലാക്കണം. കുട്ടിക്ക് സ്കൂളിൽ ആസ്ത്മ പ്രവർത്തന പരിപാടിയും (asthma action plan) അവിടെ ആവശ്യത്തിനുള്ള മരുന്നും വേണം. നിങ്ങളുടെ കുഞ്ഞിന്റെ ഡോക്ടറോട് സംസാരിച്ച് കുഞ്ഞിന്റെ ആസ്ത്മ പ്രവർത്തന പരിപാടി വ്യക്തിപരമാക്കുവാൻ ആവശ്യപ്പെടാം. അതനുസരിച്ച് ചികിത്സ വ്യക്തിപരമാക്കാം.

- ആസ്ത്മ മൂലമുള്ള സമൂഹ അപഖ്യാതിയിൽനിന്ന് കുഞ്ഞിനെ എപ്രകാരം സംരക്ഷിക്കാം?

ആസ്ത്മയുള്ള ചില കുട്ടികൾക്ക് തങ്ങൾ വ്യത്യസ്തരാണെന്ന് തോന്നും. മറ്റുള്ള കുട്ടികളും മുതിർന്നവരും അവരോട് അവഗണനയോടെ പെരുമാറുന്നത് അസഹ്യമാകും. അതുകൊണ്ട് കുട്ടിയുടെ ആത്മവിശ്വാസം കൂട്ടുന്നതെപ്രകാരമെന്നും സാമൂഹ്യ അപഖ്യാതി അനുഭവിക്കാതെ വളർത്തുന്നതെപ്രകാരമെന്നും ചോദിച്ച് മനസ്സിലാക്കണം.

- കുട്ടികളിൽ ആസ്ത്മ മൂലമുണ്ടാകുന്ന അടിയന്തരഘട്ടങ്ങൾ ഏതൊക്കെയാണ്?

കടുത്ത ആസ്ത്മ ആക്രമണത്തിന്റെ ബാഹ്യലക്ഷണങ്ങളും തെളിവുകളും മനസ്സിലാക്കുന്നത് സുപ്രധാനമാണ്. കുട്ടിക്കുള്ള വ്യക്തിപരമായ

ആസ്ത്മ പ്രവർത്തനപരിപാടി (asthma action plan) എന്താണെന്ന് ചോദിച്ച് വ്യക്തമായി മനസ്സിലാക്കണം. ഈ നിർദ്ദേശങ്ങളിൽ പടിപടിയായി ലക്ഷണങ്ങളെ അപഗ്രഥിച്ച് എപ്പോഴാണ് മെഡിക്കൽ സഹായം തേടേണ്ടതെന്നും അതെപ്രകാരമെന്നും പറയും.

- ആസ്ത്മയ്ക്ക് പിന്തുണ നൽകുന്ന സംഘടനകളോ കൂട്ടായ്മകളോ ഉണ്ടോ?

കുഞ്ഞിന് ആസ്ത്മയുണ്ടെന്നും അതിന്റെ ചികിത്സ നീണ്ടകാലം ചെയ്യേണ്ടിവരുമെന്നുമുള്ള നിങ്ങളുടെ അവബോധം നിങ്ങളെ ഭയപ്പെടുത്തിയേക്കാം. ഒറ്റപ്പെട്ടപോലെ അനുഭവപ്പെടാം. നിങ്ങളുടെ ഡോക്ടറോട് ഇത്തരം സംഘടനകളുണ്ടോ എന്ന് ചോദിക്കുക. ഇല്ലെങ്കിൽ അപ്രകാരമൊന്ന് സംഘടിപ്പിക്കുക. ഒരുപോലുള്ള ഉൽക്കണ്ഠകളുള്ളവർക്ക് ഒരുമിച്ചിരുന്ന് ചർച്ച ചെയ്യാനും ആശ്വാസം കണ്ടെത്താനും കഴിയുന്നത് വലിയ ആശ്വാസപ്രദമാണ്. അത് പല പ്രശ്നങ്ങൾക്കും തുടക്കത്തിൽ തന്നെ പരിഹാരം തരും. മാത്രമല്ല നിങ്ങളുടെ കുഞ്ഞിന് അതുപോലെ പ്രശ്നമുള്ള മറ്റുകുട്ടികളെ കാണാനും കഴിയും. അതവന്റെ മനസ്സിൽ വലിയ ഗുണപരമായ മാറ്റങ്ങളുണ്ടാക്കും. കുഞ്ഞ് അവനെയോ അവളെയോ സ്വയം വീക്ഷിക്കുന്നതിൽ നല്ല മാറ്റം ഉണ്ടാകുന്നു.

ആസ്ത്മ എക്സാസെർബേഷൻ (Acute Asthma Exacerbation)

കടുത്ത ആസ്ത്മ ലക്ഷണങ്ങളോടുകൂടി വരുന്ന ആസ്ത്മ ആക്രമണത്തെ അക്യൂട്ട് ആസ്ത്മ എക്സാസെർബേഷൻ (acute asthma exacerbation) എന്നു പറയുന്നു. സ്വതവെ ആസ്ത്മ ഉള്ളവരിൽ ഉണ്ടാകുന്ന പെട്ടെന്നുണ്ടാകുന്ന അസുഖത്തിന്റെ ആക്രമണമാണത്. കടുത്ത ആസ്ത്മ ആക്രമണങ്ങൾക്ക് ആസ്പത്രിയിൽ പ്രവേശിപ്പിക്കേണ്ടതായി വരും. ചിലപ്പോഴവ മാരകമായേക്കും. അത് ചുരുക്കമാണ്. നീണ്ടകാലത്തെ ആസ്ത്മ ഉള്ളവരിൽ ഇൻഫ്ളമേഷൻ എന്ന പഴുപ്പ് സ്ഥിരമായി ശ്വാസവഴികൾ വ്യാസം കുറയ്ക്കാനിടയാക്കും. കുട്ടിക്കാലത്തെ ആസ്ത്മ കൗമാരമാകുമ്പോഴേക്കും കുറയും. എന്നാൽ ഈ ആസ്ത്മ മുതിരുമ്പോഴേക്കും തിരിച്ചുവരാം. ഏതു പ്രായത്തിലും ആസ്ത്മ ആരംഭിക്കാം.

ആസ്ത്മയുടെ കാരണങ്ങൾ

ആസ്ത്മയുടെ കാരണങ്ങൾ മുഴുവനും ശാസ്ത്രീയമായി മനസ്സിലായിട്ടില്ല. എങ്കിലും ഇത് കുടുംബങ്ങളിൽ ഉണ്ടാകുന്നുവെന്ന് വ്യക്തമായിട്ടുണ്ട്. ഏതെങ്കിലും മാതാപിതാക്കൾക്ക് ഇതുണ്ടായാൽ വരാൻ സാധ്യത കൂടുതലാണ്.

ആരംഭ കാരണങ്ങൾ

ആസ്ത്മയെ ആരംഭിപ്പിക്കുന്ന കുറെ കാരണങ്ങളുണ്ട്. അവ ലക്ഷണങ്ങൾ കൊണ്ടുവരുന്നു. സാധാരണമായ ഈ ആരംഭകാരണങ്ങൾ (triggers) ഏതൊക്കെയാണെന്ന് നോക്കാം. ഇവ വ്യക്തിപരമായിരിക്കും. ചില ആരംഭകാരണങ്ങൾ മറ്റുള്ളവർക്ക് അപ്രകാരമായിരിക്കയില്ല. ചിലർക്ക് പല ആരംഭകാരണങ്ങൾ ഉണ്ടാകും. ചിലർക്ക് കുറച്ചുമാത്രമെ ഉണ്ടായിരിക്കുകയുള്ളൂ. സാധാരണ കാണുന്നത് ഇവയാണ്.

വീട്ടിലെ പൊടിയും അതിലുള്ള പൊടി മൈറ്റ് കീടവും. വീടുകളിലെ പൊടി വാക്വം ക്ലീനർ ഉപയോഗിച്ച് കളയാം. കിടക്കയിലെ തുണികളും വിരിപ്പും ഇസ്തിരി ഇടുമ്പോൾ കീടം ചാവും.

മൃഗങ്ങളുടെ രോമം കൊണ്ടുള്ള തുണികൾ, വസ്തുക്കൾ.

പൂമ്പൊടി. ഇത് വിത്തുകളുള്ള ചെടികളുടെ പുരുഷ ബീജമാണ്. കാറ്റിൽ പൊന്തിപ്പറന്ന് നടക്കുമ്പോൾ ശ്വാസത്തിലൂടെ ശ്വാസകോശത്തിലെത്തുന്നു.

പുകവലിയിലെ പുക. പുകവലിക്കാത്ത അരികിലിരിക്കുന്നവരുടെയും വീട്ടിലുള്ളവരുടെയും അകത്തേക്ക് പുക ശ്വാസത്തിലൂടെ അകത്തെത്തുന്നു.

- വ്യായാമം
- തണുത്ത വായു
- നെഞ്ചിലെ രോഗാണുബാധ
- ചില മരുന്നുകൾ. ഉദാഹരണമായി പ്രൊപ്രനോൾ

ചില ജോലികൾ ചെയ്യുന്നവരിൽ ആ ജോലിയുടെ അന്തരീക്ഷം മൂലം ആസ്ത്മ വരാം. ഉദാഹരണമായി നഴ്സുമാർക്ക് റബ്ബർ ഉറകൾ ഉപയോഗിക്കുന്നതുകൊണ്ട് അതിലെ ലാറ്റക്സ് അലർജിയും ആസ്ത്മയും വരാം. ഇത്തരം ജോലിയോട് ബന്ധപ്പെട്ടവയെ ഓക്കുപേഷനൽ ആസ്ത്മ എന്നു പറയുന്നു.

ചികിത്സ

ആസ്ത്മയ്ക്ക് പൂർണ്ണമായ രോഗവിമുക്തി ഇല്ലെങ്കിലും എപ്പോഴും ഫലപ്രദമായി അതിനെ നിയന്ത്രിക്കുവാൻ കഴിയും. ചികിത്സകൾ ധാരാളമുണ്ട്. അവയുടെ പൊതുലക്ഷ്യം ഇവയാണ്.

- ലക്ഷണങ്ങൾക്ക് ആശ്വാസമുണ്ടാക്കുക
- ഭാവിയിൽ ഉണ്ടാകാവുന്ന ലക്ഷണങ്ങളെ തടയുക
- ആസ്ത്മ ആക്രമണങ്ങളായ കടുത്ത രോഗം വരാതെ നോക്കുക

ആസ്ത്മ മരുന്നുകൾ

ആസ്ത്മ മരുന്നുകൾ ഈ ലക്ഷ്യങ്ങൾ നേടുവാൻ സഹായിക്കും. ആസ്ത്മയുടെ പ്രധാന ലക്ഷണമായ ശ്വാസനാളങ്ങളിലെ ഇൻഫ്ളമേഷൻ മൂലമുണ്ടാകുന്ന ചുരുങ്ങലിനെത്തുടർന്നുണ്ടാകുന്ന അവയുടെ വ്യാസം കുറയൽകൊണ്ട് വായുഗതാഗതം കുറയുന്നു. കൂടാതെ ആ കുഴലുകളിൽ മ്യൂക്കസ് ഉണ്ടാകുന്നതിനാൽ വലിവും നെഞ്ചിൽ മുറുക്കവും ശ്വാസഗതി കുറയലും ചുമയും വരുന്നു. ഈ ലക്ഷണങ്ങളെ അകറ്റി ആസ്ത്മയെ നിയന്ത്രിക്കുന്നത് ആസ്ത്മ ആക്രമണമില്ലാതെ പ്രവർത്തനനിരതജീവിതം നയിക്കുന്നതിന് ആവശ്യമാണ്. അതുകൊണ്ട് ചികിത്സകളുടെ ശ്രദ്ധാകേന്ദ്രങ്ങൾ ഇവയാണ്.

ഇൻഫ്ളമേഷൻ നിയന്ത്രിക്കുകയും ലക്ഷണങ്ങൾ തടയുകയും ചെയ്യുന്ന നിയന്ത്രണമരുന്നുകൾ

ആസ്ത്മ ആക്രമണമുണ്ടാകുമ്പോൾ ലക്ഷണങ്ങൾ കുറയ്ക്കുന്ന ദ്രുതപ്രവർത്തനമരുന്നുകൾ

ഇവയാണ് നീണ്ടകാലത്തേക്ക് ആവശ്യമനുസരിച്ച് ഉപയോഗിക്കുന്ന മരുന്നുകൾ.

നിയന്ത്രണ മരുന്നുകൾ

ഇവയാണ് ഏറ്റവും പ്രധാന മരുന്നുകൾ. നീണ്ടകാലത്തേക്ക് ഇവ ഭൂരിപക്ഷം പേരിലും ആസ്ത്മ ആക്രമണത്തെ തടയുന്നു. ഇവയുടെ പ്രവർത്തനഫലമായി ശ്വാസനാളം ഇൻഫ്ളമേഷൻ കുറയുന്നു. തത്ഫലമായി ആസ്ത്മയുടെ ആരംഭകങ്ങൾക്ക് (triggers) പ്രവർത്തിക്കുവാൻ കഴിയുന്നില്ല. സ്റ്റിറോയ്ഡുകൾ എന്ന കോർട്ടിക്കോസ്റ്റിറോയ്ഡുകൾ ആസ്ത്മയ്ക്ക് ഉപയോഗിച്ചുവരുന്ന പ്രധാനപ്പെട്ട ഇൻഫ്ളമേഷനെതിരായ മരുന്നാണ്. ഈ മരുന്നുകൾ ഇൻഫ്ളമേഷൻ കുറച്ച് വിങ്ങലും മ്യൂക്കസ് വരലും നിയന്ത്രിച്ച് ശ്വാസനാളവഴികൾ ചുരുങ്ങാതെ എളുപ്പമാക്കുന്നു. ചില ഡോക്ടർമാർ ഈ മരുന്നിനൊപ്പം ശ്വാസനാളവഴിയിലെ ലഘുപേശികളെ തളർത്തുന്ന നീണ്ടസമയം പ്രവർത്തനമുള്ള വലിക്കുവാനുള്ള സ്റ്റിറോയ്ഡും (steroid) ബീറ്റ ആഗൊണിസ്റ്റ് (inhaled long-acting beta-agonist (LABA) മരുന്നും ചേർത്തുകൊടുക്കുന്നു. ഇത് പേശികളെ തളർത്തുന്നതിനാൽ ശ്വാസം കുറെക്കൂടി എളുപ്പമാകുന്നു. അവ വലിക്കുന്ന സ്റ്റിറോയ്ഡിനോടൊപ്പം മാത്രമെ ആസ്ത്മയ്ക്ക് കൊടുക്കുകയുള്ളൂ. ല്യൂക്കോട്രീൻ മോഡിഫൈയേഴ്സ് (Leukotriene modifiers) എന്ന ഇതുപോലെ പ്രവർത്തിക്കുന്ന മരുന്നും ലക്ഷണങ്ങളെ പ്രതിരോധിക്കുവാൻ കൊടുക്കാറുണ്ട്. ഈ മരുന്ന് പ്രവർത്തിക്കുന്നത് ശരീരത്തിലെ ഇൻഫ്ളമേഷൻ ജൈവരാസവസ്തുക്കൾക്കെതിരെ പ്രവർത്തിച്ചുകൊണ്ടാണ്. അവ ശ്വാസവഴിയിലെ വിങ്ങലും നീരും കുറയ്ക്കുന്നു. മ്യൂക്കസ് ഉണ്ടാകുന്നത് തടയുന്നു. അപ്രകാരം ആസ്ത്മ കുറയുന്നു.

ദ്രുതപ്രവർത്തനമരുന്നുകൾ

ഈ ദ്രുതപ്രവർത്തനമരുന്നുകൾ രക്ഷാമരുന്നുകൾ എന്ന പേരിലും അറിയപ്പെടുന്നു. ഇവയിൽ ഷോർട് ഏക്റ്റിങ്ങ് ബീറ്റ ആന്റഗോണിസ്റ്റ്സ് (short-acting beta-agonists (SABA)) എന്ന മരുന്നുകൾ അടങ്ങിയിട്ടുണ്ട്. ശ്വാസനാളവഴികളെ മുറുക്കുന്ന പേശികളെ തളർത്തുന്നതിലൂടെ അവ പ്രവർത്തിക്കുന്നു. ഇത് വേഗം ശ്വാസനാളവഴികൾ തുറക്കുന്നു. കൂടുതൽ വായു ശ്വാസനാളങ്ങളിലേക്ക് വരുന്നു. ശ്വാസകോശത്തിന് കൂടുതൽ വായു കിട്ടുന്നു. തത്ഫലമായി ശ്വാസോച്ഛ്വാസം മെച്ചമാകുന്നു. ഇത് ആഴ്ചയിൽ രണ്ടു പ്രാവശ്യത്തിൽകൂടുതൽ ഉപയോഗിക്കേണ്ടിവരുന്നത് നിങ്ങളുടെ ആസ്ത്മ നിയന്ത്രണത്തിലല്ല എന്നതിനെയാണ് സൂചിപ്പിക്കുന്നത്. ഷോർട് ഏക്റ്റിങ്ങ് ബീറ്റ ആന്റഗോണിസ്റ്റ്സ് (short-acting beta-agonists (SABA)) എന്ന മരുന്നുകൾ വ്യായാമം കൊണ്ടു വരുന്ന ആസ്ത്മക്കാർക്ക് നല്ലതാണ്.

ഇൻഹേലർ

മേൽപറഞ്ഞ മരുന്നുകൾ അധികവും ഇൻഹേലറിലൂടെ നേരിട്ട് ശ്വാസകോശത്തിലേക്ക് നേരിട്ട് എത്തിക്കുകയാണ് ചെയ്യുന്നത്. ഇൻഹേലർ വായിൽവെച്ച് വലിച്ചെടുക്കുമ്പോൾ മരുന്ന് വായിലൂടെ ശ്വാസക്കുഴലുകൾ വഴി നേരിട്ട് ശ്വാസകോശങ്ങളിലെത്തുന്നു. രക്തത്തിലും ശരീരത്തിന്റെ മറ്റുഭാഗങ്ങളിലുമെത്താതെ നേരിട്ട് ശ്വാസകോശത്തിലെത്തുന്നത് ഫലപ്രദവും സുരക്ഷിതവുമായ മാർഗ്ഗമാണ്. അപ്രകാരം അനാവശ്യമായ പാർശ്വഫലങ്ങളും ഒഴിവാകുന്നു. ഓരോ തരം ഇൻഹേലറുകളിലും ചില ചെറിയ പ്രത്യേകതകളുണ്ട്. ഇതുപയോഗിക്കുന്നതിന് നിങ്ങളുടെ ഡോക്ടറോ നഴ്സോ പറഞ്ഞുതരും. വർഷത്തിലൊരിക്കൽ ഈ ഉപകരണം പരിശോധിക്കണം.

അതിൽ ഘടിപ്പിക്കുന്ന സ്പെയ്സേഴ്സ്

സ്പെയ്സേഴ്സ് ഉള്ള ഇൻഹേലറുകൾ മുകളിൽ അമർത്തുമ്പോൾ നിശ്ചിത അളവിൽ മരുന്ന് എയിറോസോൾ ജെറ്റ് (aerosol jet) രൂപത്തിൽ പുറത്തുവരുന്നു. ഓരോ പ്രാവശ്യം അമർത്തുമ്പോഴും നിശ്ചിത അളവിൽ അവ വരുന്നതുകൊണ്ട് ഡോസ് തീരുമാനിക്കുവാൻ എളുപ്പമാണ്. ഇപ്രകാരം ശ്വാസകോശത്തിലെത്തുന്ന മരുന്നിന്റെ അളവ് കൂടുന്നു. പാർശ്വഫലങ്ങൾ കുറയുന്നു. ഇൻഹേലറുകൾ ഉപയോഗിക്കുന്നത് ബുദ്ധിമുട്ടുള്ളവർക്ക് സ്പെയ്സേഴ്സ് കൂടിയുണ്ടെങ്കിൽ എളുപ്പമാണ്. മാത്രമല്ല ഇൻഹേലർ ഉപയോഗിക്കുമ്പോൾ സ്പെസേഴ്സ് ഉണ്ടെങ്കിൽ മരുന്ന് ശ്വാസകോശത്തിലെത്തിക്കുന്നത് മെച്ചമായതിനാൽ നല്ലതാണ്. സ്പെസേഴ്സ് പൊതുവെ അലുമിനിയംകൊണ്ടോ പ്ലാസ്റ്റിക് കൊണ്ടോ ഉണ്ടാക്കിയതായിരിക്കും. ഉപയോഗത്തിന് തയ്യാറായാൽ മുകളിൽ

അമർത്തുന്ന ഭാഗവും അടിയിൽ മരുന്ന് വരുന്ന ഭാഗവുമാണ്. അവിടെയാണ് പല്ലുകൾക്കിടയിൽ കടിച്ചുപിടിക്കേണ്ടത്. സ്പെസേഴ്സിന്റെ വേറൊരു ഗുണം ത്രഷ് എന്ന കുമിൾരോഗം വരില്ല എന്നാണ്. ഇൻഹേലറുകളിൽ അതുണ്ടാകാം. അതുകൊണ്ട് സ്പെയ്സർ ഘടിപ്പിച്ച് ഇൻഹേലർ ഉപയോഗിക്കുന്നതാണ് നല്ലത്. ഇത് കുട്ടികൾക്കും പ്രായമായവർക്കും സഹായകരമായിരിക്കും.

ചികിത്സയുടെയും പ്രതിരോധത്തിന്റെയും അടിസ്ഥാനം മരുന്നുകളുടെ ആവശ്യമനുസരിച്ചുള്ള ചേരുവകൾ ഉപയോഗിക്കലും ജീവിതശൈലി മാറ്റലും ആസ്ത്മയുടെ ആരംഭകാരണങ്ങൾ എല്ലാം മനസ്സിലാക്കി ഒഴിവാക്കലുമാണ്.

വ്യക്തിപരമായ
ആസ്ത്മ പ്രവർത്തന പരിപാടി

- ആസ്ത്മയുടെ സ്വഭാവം
- ചികിത്സയുടെ സ്വഭാവം
- രോഗിയുടെ ചികിത്സാലക്ഷ്യങ്ങൾ
- ചികിത്സ എപ്രകാരം ഉപയോഗിക്കുന്നു
- സ്വയം നിയന്ത്രിക്കാനുള്ള വൈദഗ്ദ്ധ്യം
- ചികിത്സാലക്ഷ്യമനുസരിച്ച് ആസ്ത്മ പ്രവർത്തന പരിപാടിയെപ്പറ്റി ചർച്ച.
- പെട്ടെന്നുള്ള ആസ്ത്മ ആക്രമണത്തെ മനസ്സിലാക്കലും അവയെ നിയന്ത്രിക്കലും
- ആരംഭകാരണങ്ങളെ ഒഴിവാക്കൽ

ഈ വസ്തുതകൾ പരിഗണിച്ച് ഓരോ രോഗിക്കും പ്രത്യേകമായി ആസ്ത്മ പ്രവർത്തനപരിപാടി ആസൂത്രണം ചെയ്ത് നടപ്പാക്കുവാൻ കഴിയും. കഴിയണം.

ആൻഡ്രോപോസ്

Whipping and abuse are like laudanum: you have to double the dose as the sensibilities decline.

- Harriet Beecher Stowe

ചില പുരുഷന്മാർക്ക് 40-50 വയസ്സാവുമ്പോഴേക്കും വിഷാദവും ലൈംഗികശേഷിക്കുറവും ഉദ്ധാരണശേഷിക്കുറവും അതോടൊപ്പം ശാരീരിക വൈകാരിക ലക്ഷണങ്ങളും കണ്ടുവരുന്നു. സ്ത്രീകളിൽ മാസമുറ നിൽക്കുന്ന അവസരത്തിൽ കണ്ടുവരുന്ന ആർത്തവവിരാമം

(menopause) പോലെ പുരുഷന്മാരിൽ ഉണ്ടാകാവുന്ന ആൻഡ്രോപോസ് (andropause) എന്ന അവസ്ഥയാണിത്.

ഡോക്ടറോട് ചോദിക്കേണ്ട ചോദ്യങ്ങൾ

- എന്റെ ഏതെങ്കിലും ലക്ഷണങ്ങൾ ടെസ്റ്റോസ്റ്റിറോൺ പോരായ്മ കൊണ്ടുള്ളതാണോ?
- വേറെ ഏതെങ്കിലും പ്രശ്നംകൊണ്ട് ഇത് വരാമോ?
- ടെസ്റ്റോസ്റ്റിറോൺ ചികിത്സകൊണ്ട് ഉണ്ടാകാനിടയുള്ള പ്രയോജനങ്ങൾ ഏതൊക്കെയാണ്?
- ടെസ്റ്റോസ്റ്റിറോൺ ചികിത്സകൊണ്ടുള്ള പാർശ്വഫലങ്ങൾ ഏതൊക്കെയാണ്?
- എന്തെല്ലാം അപകടസാധ്യതകൾ ഇതുകൊണ്ട് ഉണ്ടാകാം?
- ടെസ്റ്റോസ്റ്റിറോൺ എപ്രകാരമാണ് ഉപയോഗിക്കേണ്ടത്?
- എത്രകാലം ടെസ്റ്റോസ്റ്റിറോൺ ചികിത്സ ചെയ്യേണ്ടിവരും?
- ഏതെല്ലാം ജീവിതശൈലിമാറ്റങ്ങൾ, ഉദാഹരണമായി വ്യായാമവും ഭക്ഷണത്തിലെ മാറ്റങ്ങളും ടെസ്റ്റോസ്റ്റിറോൺ ചികിത്സയ്ക്കു മുമ്പായി ചെയ്യാനുണ്ട്?
- എപ്പോഴാണിത് ആവശ്യപ്പെടേണ്ടത്?
- എന്റെ ടെസ്റ്റ് ഫലത്തിന്റെ അർത്ഥമെന്താണ്?
- കൂടുതൽ ഈ വിഷയത്തിൽ എന്താണറിയാനുള്ളത്?

ലക്ഷണങ്ങൾ

ആൻഡ്രോപ്പോസ് എന്ന അവസ്ഥയുടെ ലക്ഷണങ്ങൾ ഇവയാണ്.

- ശരീരത്തിൽ ചൂടുവരുന്നതുപോലെ അനുഭവപ്പെടുക
- വൈകാരിക വേലിയേറ്റവേലിയിറക്കങ്ങൾ ഉണ്ടാവുക
- പേശികളുടെ വലുപ്പം കുറയുക
- കൊഴുപ്പ് ശരീരത്തിൽ കൂടുക, കുടവയറാവുക, നെഞ്ചിൽ സ്ത്രീകളുടേതുപോലെ കൊഴുപ്പ് വരുക
- ക്ഷീണവും പൊതുവെയുള്ള താത്പര്യക്കുറവും ഊർജ്ജമില്ലായ്മയും
- വിയർപ്പ് കൂടുതൽ
- ശ്രദ്ധ കേന്ദ്രീകരിക്കാനുള്ള കഴിവ് കുറവ്, അല്പനേരം കഴിഞ്ഞുള്ള ഓർമ്മയിൽ കുറവ്
- വേഗം ദേഷ്യം വരൽ

ഇവ ദൈനംദിനകാര്യങ്ങളിൽ പ്രശ്നമുണ്ടാക്കുന്നു. സന്തോഷമില്ലാതാകുന്നു. അതുകൊണ്ട് ഇതിന്റെ കാരണം തേടി പരിഹാരം കാണേണ്ട അവസ്ഥയുണ്ടാകുന്നു. ഈ അവസ്ഥയിൽ സെക്സ് ഹോർമോൺ ബൈൻഡിങ്ങ് ഗ്ലോബുലിൻ കുറവുണ്ടോ എന്ന് ടെസ്റ്റ് ചെയ്യേണ്ടിയിരിക്കുന്നു.

സെക്സ് ഹോർമോൺ ബൈൻഡിങ് ഗ്ലോബുലിൻ ടെസ്റ്റ് (Sex Hormone Binding Globulin SHBG)

സെക്സ് ഹോർമോൺ ബൈൻഡിങ്ങ് ഗ്ലോബുലിൻ (sex hormone binding globulin SHBG) ടെസ്റ്റ് ചെയ്യാനാവശ്യപ്പെടുന്നത് മറ്റു പുരുഷ ഹോർമോണുകളുടെ നിലവാരവും കൂടി നോക്കുവാനുള്ള ടെസ്റ്റുകൾക്കൊപ്പമാണ്. പുരുഷന്മാരെ സംബന്ധിച്ചിടത്തോളം പുരുഷഹോർമോണായ ടെസ്റ്റോസ്റ്റിറോണിന്റെ പോരായ്മയുണ്ടോ എന്ന് നോക്കണം. എന്നാൽ സ്ത്രികളെ സംബന്ധിച്ചിടത്തോളം ടെസ്റ്റോസ്റ്റിറോൺ ഉൽപാദനം കൂടുന്നത് പ്രശ്നമാണ്. ആകെയുള്ള ടെസ്റ്റോസ്റ്റിറോൺ സെക്സ് ഹോർമോൺ ബൈൻഡിങ്ങ് ഗ്ലോബുലിനോടൊപ്പമോ അല്ലാതെയോ നോക്കണം. മുതിർന്ന പുരുഷന്മാരിൽ സെക്സ് ഹോർമോൺ ബൈൻഡിങ്ങ് ഗ്ലോബുലിൻ ടെസ്റ്റ് ആവശ്യപ്പെടുന്നത് ലക്ഷണങ്ങളുമായി ആകെയുള്ള ടെസ്റ്റോസ്റ്റിറോൺ ഒത്തുപോകാതെ വരുമ്പോഴാണ്. സന്താനോൽപാദനശേഷി, ലൈംഗിക താത്പര്യം, ഉദ്ധാരണശക്തിക്കുറവ് എന്നിവ കാണുമ്പോൾ സെക്സ് ഹോർമോൺ ബൈൻഡിങ്ങ് ഗ്ലോബുലിൻ നോക്കണം.

സ്ത്രീകളിലെ ടെസ്റ്റോസ്റ്റിറോൺ

സ്ത്രീകളിൽ ചെറിയ അളവിൽ ടെസ്റ്റോസ്റ്റിറോൺ അവരുടെ അണ്ഡാശയവും അഡ്രിനൽ ഗ്രന്ഥികളും ഉൽപാദിപ്പിക്കുന്നുണ്ട്. ഈ ടെസ്റ്റോസ്റ്റിറോൺ ഉൽപാദനം അല്പം കൂടിയാൽ സ്ത്രീകളിൽ മാസമുറ ഇല്ലാതിരിക്കുക, സന്താനോൽപാദനശേഷി ഇല്ലാതാവൽ, മുഖക്കുരു, പുരുഷന്മാരുടെത് പോലെ രോമം വളരൽ, ശബ്ദംഎന്നിവയുണ്ടാകും. ഇത് സാധാരണയായി ഉണ്ടാകുന്നത് പോളിസിസ്റ്റിക് ഒവേറിയൻ സിൻഡ്രോം (polycystic ovarian syndrome PCOS) എന്ന അവസ്ഥയിലാണ്. അപ്പോൾ പുരുഷഹോർമോണായ ആൻഡ്രോജനുകൾ കൂടുതലുണ്ടാകുന്നു. സെക്സ് ഹോർമോൺ ബൈൻഡിങ്ങ് ഗ്ലോബുലിനും ടെസ്റ്റോസ്റ്റിറോണും പരിശോധിക്കുന്നത് ടെസ്റ്റോസ്റ്റിറോൺ ഉൽപാദനം കൂടുതലുണ്ടോ എന്ന് നോക്കാനാണ്. അതോടൊപ്പം സെക്സ് ഹോർമോൺ ബൈൻഡിങ്ങ് ഗ്ലോബുലിന്റെ നിലവാരം കുറയുന്നുണ്ടോ എന്നും അറിയാം. അതുപോലെ ഹോർമോൺ നിലവാരമറിയാൻ ഫ്രീ ടെസ്റ്റോ

സ്റ്റിറോൺ, ആൽബുമിൻ, പ്രൊലാക്റ്റിൻ, ഈസ്ട്രാഡയോൾ, ല്യൂട്ടിനൈസിങ്ങ് ഹോർമോൺ എന്നിവ പരിശോധിക്കും. ഫ്രീ ആൻഡ്രോജൻ ഇൻഡെക്സ് എന്ന മാനകം (Free Androgen Index (FAI) ജൈവപരമായി ലഭ്യമായ ടെസ്റ്റോസ്റ്റിറോണിന്റെ അളവാണ്. ആകെയുള്ള ടെസ്റ്റോസ്റ്റിറോൺ/സെക്സ് ഹോർമോൺ ബൈൻഡിങ്ങ് ഗ്ലോബുലിൻ ആണിത്. പുരുഷന്മാരിൽ ടെസ്റ്റോസ്റ്റിറോൺ കുറയുമ്പോൾ സെക്സ് ഹോർമോൺ ബൈൻഡിങ്ങ് ഗ്ലോബുലിൻ കൂടും. അപ്പോൾ ഈ അനുപാതം കണക്കാക്കുന്നത് ഫ്രീ ടെസ്റ്റോസ്റ്റിറോൺ കുറവുണ്ടോ എന്നറിയാനാണ്. അത് ലൈംഗിക താത്പര്യക്കുറവ്, പേശികളുടെ വലുപ്പക്കുറവ്, അസ്ഥികളുടെ വലുപ്പക്കുറവ്, ഉദ്ധാരണശക്തിക്കുറവ് എന്നിവയ്ക്ക് കാരണമാകാം. ആൻഡ്രോജൻ ഇൻഡക്സ് കൂടുതലാകുമ്പോൾ ആൻഡ്രോജൻ കൂടുതൽ മൂലമുള്ള കഷണ്ടി, രോമം വളരൽ, കടുത്ത മുഖക്കുരു എന്നിവ ഉണ്ടാകാം. അപ്പോൾ ടെസ്റ്റോസ്റ്റിറോൺ സാധാരണനിലയിലായിരിക്കുകയും ചെയ്യും.

ടെസ്റ്റ് ചെയ്യേണ്ട സമയം

ഇപ്പോൾ സെക്സ് ഹോർമോൺ ബൈൻഡിങ്ങ് ഗ്ലോബുലിൻ ടെസ്റ്റ് പതിവായി ചെയ്യുന്നില്ല. പല ഡോക്ടർമാരും ഫ്രീ ടെസ്റ്റോസ്റ്റിറോണും അല്ലെങ്കിൽ ആകെയുള്ള ടെസ്റ്റോസ്റ്റിറോൺ മാത്രമാണ് പരിശോധിക്കുവാൻ ആവശ്യപ്പെടുന്നത്. ഇത് പ്രായോഗികമായി ഭൂരിഭാഗം പേരിലും ആവശ്യത്തിനുള്ള വിവരം തരും. ആകെയുള്ള ടെസ്റ്റോസ്റ്റിറോൺ ഫലവും ലക്ഷണങ്ങളുമായി യോജിക്കാതെ വരുമ്പോഴാണ് സെക്സ് ഹോർമോൺ ബൈൻഡിങ്ങ് ഗ്ലോബുലിൻ ടെസ്റ്റ് ചെയ്യേണ്ടിവരുന്നത്. ഉദാഹരണമായി പുരുഷന്മാരിലെ ലൈംഗികതാത്പര്യക്കുറവ്, സ്ത്രീകളിലെ പുരുഷന്മാരെ പോലുള്ള രോമവളർച്ച എന്നിവ കണ്ടാൽ ചെയ്യാം.

സെക്സ് ഹോർമോൺ ബൈൻഡിങ്ങ് ഗ്ലോബുലിൻ കൂടുതൽ

സെക്സ് ഹോർമോൺ ബൈൻഡിങ്ങ് ഗ്ലോബുലിൻ കൂടുതലായി കണ്ടാൽ അതിനർത്ഥം ഫ്രീ ടെസ്റ്റോസ്റ്റിറോൺ കുറവാണെന്നാണ്. അതായത് ശരീരത്തിലെ കോശങ്ങൾക്ക് ടെസ്റ്റോസ്റ്റിറോൺ ആവശ്യത്തിന് ലഭിക്കുന്നില്ല. ആകെയുള്ള ടെസ്റ്റോസ്റ്റിറോൺ കാണിക്കുന്നതിനനുസരിച്ച് കോശങ്ങൾക്ക് ലഭിക്കുന്നില്ല. ഫലത്തിൽ കോശങ്ങൾക്ക് ടെസ്റ്റോസ്റ്റിറോൺ കുറവ് അനുഭവപ്പെടുന്നു. അതേസമയം സെക്സ് ഹോർമോൺ ബൈൻഡിങ്ങ് ഗ്ലോബുലിൻ കുറവാണെങ്കിൽ ആകെ കാണുന്ന ടെസ്റ്റോസ്റ്റിറോണിൽ കൂടുതൽ കോശങ്ങൾക്ക് ലഭിക്കുന്നുണ്ട്. അതായത് ജൈവപരമായ ലഭ്യത (bioavailability) കൂടുതലാണ്. സെക്സ് ഹോർമോൺ ഉൽപാദനത്തിലെ ഏറ്റക്കുറച്ചിലുകൾകൊണ്ട് വരുന്ന ലക്ഷണങ്ങൾ വിലയിരുത്തുമ്പോൾ ഈ ലബോറട്ടറി വിവരങ്ങൾ ആവശ്യമാണ്.

ലൈംഗിക ഹോർമോണുകൾ കൂടിക്കാണുന്ന രോഗങ്ങൾ

കരൾ രോഗങ്ങൾ. ഇതിൽ ഈ ഹോർമോൺ ചയാപചയം ചെയ്യപ്പെടാതെ രക്തത്തിൽ കൂടുന്നു. മഹോദരം (cirrhosis) പോലുള്ള കരൾ രോഗങ്ങളിൽ ഈസ്ട്രജൻ ഇപ്രകാരം കൂടുന്നതിനാൽ രോമം കൊഴിയുന്നതും സ്ത്രീകളുടെ സ്തനംപോലെ നെഞ്ചിൽ കൊഴുപ്പ് അടിഞ്ഞു കൂടുന്നതും അതുകൊണ്ടാണ്.

- എഹൈപ്പർതൈറോയ്ഡിസം (Hyperthyroidism). തൈറോയ്ഡ് ഹോർമോൺ കൂടുന്ന അവസ്ഥ
- ഭക്ഷണം കഴിക്കുന്നതിൽ കുറവ് വരുന്ന രോഗമായ അനോറെക്സിയ (anorexia). അനോറെക്സിയ നെർവോസ എന്നും പറയും.
- ഈസ്ട്രജൻ (Estrogen) ഉപയോഗം. ഇത് ചികിത്സയ്ക്കായും ഗർഭ നിരോധന ഗുളികയിലൂടെയും വരാം. ഹൈപ്പോഗൊനാഡിസം (hypogonadism) എന്ന അവസ്ഥയിലെ ലൈംഗിക ഹോർമോണുകളുടെ ഉൽപാദനത്തിൽ കുറവ്.

സെക്സ് ഹോർമോൺ ബൈൻഡിങ്ങ് ഗ്ലോബുലിൻ കുറഞ്ഞു കാണുന്ന രോഗങ്ങൾ

- അമിത ഭാരം
- പോളിസിസ്റ്റിക് ഓവേറിയൻ സിൻഡ്രോം (Polycystic ovarian syndrome)
- ഹൈപ്പോതൈറോയ്ഡിസം (Hypothyroidism)
- അസാധാരണമായ രോമവളർച്ച (Hirsutism)
- ആൻഡ്രോജൻ (Androgen) എന്ന സ്റ്റിറോയ്ഡ് ഉപയോഗം
- മുഖക്കുരു
- കുഷിങ്ങ് രോഗം (Cushing disease)

സെക്സ് ഹോർമോൺ ബൈൻഡിങ്ങ് ഗ്ലോബുലിൻ സാധാരണ വ്യതിയാനങ്ങൾ

ആൺകുട്ടികളിലും പെൺകുട്ടികളിലും സാധാരണയായി സെക്സ് ഹോർമോൺ ബൈൻഡിങ്ങ് ഗ്ലോബുലിൻ കൂടുതലായി കാണും. കൗമാരമാകുമ്പോൾ ആൺകുട്ടികളിൽ പെൺകുട്ടികളെക്കാൾ സെക്സ് ഹോർമോൺ ബൈൻഡിങ്ങ് ഗ്ലോബുലിൻ വേഗം കുറയുന്നു. മുതിരുമ്പോൾ ഈ നിലവാരങ്ങൾ സ്ഥിരത കൈവരിക്കും. പ്രായമായ പുരുഷന്മാരിൽ സെക്സ് ഹോർമോൺ ബൈൻഡിങ്ങ് ഗ്ലോബുലിൻ നിലവാരം

കൂടും. അതേസമയം ആകെയുള്ള ടെസ്റ്റോസ്റ്റിറോൺ കുറയും. ആർത്തവ വിരാമമായ സ്ത്രീകളിൽ സെക്സ് ഹോർമോൺ ബൈൻഡിങ്ങ് ഗ്ലോബു ലിൻ, ടെസ്റ്റോസ്റ്റിറോൺ, ഈസ്ട്രജൻ എന്നിവയെല്ലാം കുറയും. അണ്ഡാശയത്തിന്റെ ഹോർമോൺ ഉൽപാദനം പൊതുവെ കുറഞ്ഞുവരു ന്നതുകൊണ്ടാണിത്.

ടെസ്റ്റോസ്റ്റിറോണിന്റെ ജൈവശാസ്ത്രപരമായ ലഭ്യത പരിശോധന ചികിത്സയിലും ഗവേഷണത്തിലും കൂടുതൽ പ്രാധാന്യം നേടിവരിക യാണ്. സെക്സ് ഹോർമോൺ ബൈൻഡിങ്ങ് ഗ്ലോബുലിനുമായി ചേർന്നു നിൽക്കുന്ന ടെസ്റ്റോസ്റ്റിറോൺ പരിശോധിക്കാനെടുക്കുന്ന രക്തസാമ്പി ളിൽനിന്ന് മാറ്റിയശേഷം ബാക്കിവരുന്ന ജൈവശാസ്ത്രപരമായി ലഭ്യ മായ ടെസ്റ്റോസ്റ്റിറോൺ പരിശോധിച്ച് മനസ്സിലാക്കാം. അല്ലെങ്കിൽ മുമ്പ് വിവരിച്ചതുപോലെ ഫ്രീ ആൻഡ്രോജൻ അനുപാതം കണക്കാക്കിയാലും മതിയാകും.

യഥാർത്ഥത്തിൽ 'പുരുഷആർത്തവവിരാമം' ഉണ്ടോ?

ഈ പദത്തിന് ശരിയായ ഉത്തരം തരുവാൻ കഴിവില്ല. അതുകൊണ്ട് ആൻഡ്രോപ്പോസ് (andropause) എന്ന പദവും പരീക്ഷിക്കുന്നു. വിവക്ഷിത മായ ലക്ഷണങ്ങൾ, മദ്ധ്യവയസ്സ് കഴിയുന്ന പുരുഷന്മാരിൽ പെട്ടെന്ന് ഹോർമോണുകൾ സ്ത്രീകളെപ്പോലെ കുറയുന്നതുകൊണ്ട് സംഭവി ക്കുന്നു എന്ന സന്ദേശമാണ് നൽകുന്നത്. അപ്രകാരം സാമ്യത ആരോ പിക്കുവാൻ കഴിയില്ല. അതിൽ സത്യമില്ല. തെറ്റിദ്ധാരണജനകവുമാണ്. പുരുഷന്മാരിലെ ടെസ്റ്റോസ്റ്റെറോൺ നിലവാരം കുറയുന്നത് പെട്ടെന്നല്ല, സാവധാനത്തിലാണ്. 30-40 വയസ്സിന് ശേഷം വർഷത്തിൽ രണ്ട് ശത മാനം എന്ന നിരക്കിൽ മാത്രമാണ് ടെസ്റ്റോസ്റ്റിറോൺ കുറയുന്നത്. ഇതു കൊണ്ടുമാത്രം പ്രശ്നം ഉണ്ടാകില്ല. ടെസ്റ്റോസ്റ്റിറോൺ കുറയുന്നത് കുറച്ചു കൂടി പ്രായമാകുന്നതോടെയാണ്. അതിനെ ലെയ്റ്റ് ഓൺസെറ്റ് ഹൈപ്പൊ ഗൊനാഡിസം (late-onset hypogonadism) എന്നു പറയുന്നു. പലപ്പോഴും ലക്ഷണങ്ങൾക്ക് ഹോർമോണുമായി യാതൊരു ബന്ധവും കാണില്ല.

വ്യക്തിപരമായ ജീവിതശൈലികളും മറ്റു കാരണങ്ങളും

പലപ്പോഴും വ്യക്തിപരമായ ജീവിതശൈലികളാണ് ലക്ഷണങ്ങൾക്ക് കാരണമാകുന്നത്. ഉദാഹരണമായി ഉദ്ധാരണശേഷിയില്ലായ്മ, ലൈംഗിക താത്പര്യക്കുറവ്, വൈകാരികവേലിയേറ്റവേലിയിറക്കങ്ങൾ എന്നിവ. മാനസികസമ്മർദ്ദം, വിഷാദം, ഉൽക്കണ്ഠ എന്നിവകൊണ്ട് സംഭവിക്കാം. ഇവ ജോലിസ്ഥലത്തെ പ്രശ്നങ്ങൾ, വിവാഹമോചനം, സാമ്പത്തിക പ്രശ്നങ്ങൾ, കുടുംബപ്രശ്നങ്ങൾ എന്നിവകൊണ്ട് സംഭവിക്കാം.

മദ്ധ്യവയസ്സ് കഴിയുമ്പോൾ ജീവിതത്തിലെ പകുതി കഴിഞ്ഞു എന്ന തോന്നലും കാര്യമായൊന്നും നേടിയില്ല എന്ന തോന്നലും വിഷാദവും സമ്മർദ്ദവും സൃഷ്ടിക്കുന്നു. ഇത് സംഭവിക്കുന്നത് 35-50 വയസ്സിനിടയിലാണ്. പത്തു വർഷക്കാലം ഇത് തുടരാം. മറ്റു കാരണങ്ങൾ ഇവയാണ്.

- ഉറക്കക്കുറവ്
- മോശം ഭക്ഷണം
- വ്യായാമക്കുറവ്
- മദ്യപാനം
- പുകവലി
- ആത്മവിശ്വാസക്കുറവ്
- പ്രമേഹം

ലെയ്റ്റ് ഓൺസെറ്റ് ഹൈപ്പൊഗൊനാഡിസം. ജീവിതശൈലിയും മറ്റു മാനസികകാരണങ്ങളും കാരണമല്ലെങ്കിൽ ഈ ആൻഡ്രോപ്പോസ് ലക്ഷണങ്ങൾ ഹോർമോൺ കുറവുകൊണ്ട് വരാം. ഇതാണ് ഹൈപ്പൊഗൊനാഡിസം. ചിലപ്പോൾ ഇത് ജന്മനാ സംഭവിക്കാം. അപ്രകാരമെങ്കിൽ കൗമാരവും യൗവനാരംഭവും വൈകും. വൃഷണം ചെറുതായിരിക്കും.

ഹൈപ്പൊഗൊനാഡിസം ചിലരിൽ പ്രായമാകുമ്പോൾ ഉണ്ടാകാം. തടിയുള്ളവരിലും ടൈപ്പ് രണ്ട് പ്രമേഹമുള്ളവരിലും ഇതുപോലെ ഹൈപ്പൊഗൊനാഡിസം വരാം. ഇത് ലെയ്റ്റ് ഓൺസെറ്റ് ഹൈപ്പൊഗൊനാഡിസത്തിൽ വരുന്നതാണ്. ഇത് സാധാരണ പ്രായമാകുന്നതിന്റെ ഭാഗമല്ല. ലെയ്റ്റ് ഓൺസെറ്റ് ഹൈപ്പൊഗൊനാഡിസം രക്തത്തിലെ ഹോർമോണും മറ്റു പരിശോധനകളും ചെയ്താണ് രോഗനിർണ്ണയം ചെയ്യുന്നത്.

ചെയ്യേണ്ടത്

ഇപ്രകാരമുള്ള ലക്ഷണങ്ങൾ കാണുകയാണെങ്കിൽ നിങ്ങളുടെ ഡോക്ടറെ കാണണം. അദ്ദേഹം നിങ്ങളുടെ വ്യക്തിപരമായ ജീവിതവും ജീവിതശൈലിയുമെല്ലാം ചോദിക്കും. മാനസികകാരണങ്ങളായ സമ്മർദ്ദവും ഉൽക്കണ്ഠയും ഉണ്ടോ എന്ന് വിലയിരുത്തും. മാനസികകാരണങ്ങളാണെന്ന് വ്യക്തമായാൽ അതിനുള്ള മരുന്നുകളും സൈക്കോതെറാപിയും ആവശ്യമാണ്. സൈക്കോതെറാപിയിൽ കൊഗ്നിറ്റീവ് ബെഹേവിയർ തെറാപിയാണ് (cognitive behavioural therapy) കൂടുതൽ നല്ലത്. വ്യായാമങ്ങൾ, ഒഴിവെടുക്കൽ, ചെറിയ ഉല്ലാസയാത്രകൾ എന്നിവയും ഗുണം ചെയ്യും. സമ്മർദ്ദങ്ങൾ അതിജീവിക്കാനുള്ള മാർഗ്ഗങ്ങൾ മനസ്സിലാക്കുന്നത് നല്ലതാണ്.

ഹോർമോൺ കുറവിനുള്ള ചികിത്സ

മുമ്പത്തെ പേജിലുള്ള ടെസ്റ്റുകൾ ചെയ്ത് ടെസ്റ്റോസ്റ്റോൺ കുറവുണ്ടോ, ഹോർമോൺ ചികിത്സയുടെ ആവശ്യകതയുണ്ടോ എന്ന് തീരുമാനിക്കണം. അപ്രകാരമാണെങ്കിൽ നിങ്ങളുടെ ഡോക്ടർ എൻഡോക്രിനോളജിസ്റ്റിനെ കാണുവാൻ നിർദ്ദേശിക്കും. അദ്ദേഹത്തിന്റെ വിദഗ്ദ്ധാഭിപ്രായമനുസരിച്ച് വേണമോ എന്നു തീരുമാനിക്കുന്നു. അപ്രകാരം ആവശ്യമാണെങ്കിൽ ഗുളിക, ചർമ്മത്തിൽ വെയ്ക്കാവുന്ന പാച്ച്, ജെൽ, ചർമ്മത്തിനടിയിൽ ചെറിയ ഓപ്പറേഷൻ മുഖേന വെയ്ക്കാവുന്ന ഇംപ്ലാന്റുകൾ, കുത്തിവെപ്പ് എന്നീ രൂപത്തിൽ ടെസ്റ്റോസ്റ്റിറോൺ ചികിത്സ ചെയ്യാം. ഇത് ലക്ഷണങ്ങൾ മാറ്റും.

നാല്

ഗാസ്ട്രോഈസോഫാജിയൽ റിഫ്ളക്സ് രോഗം

Anger: an acid that can do more harm to the vessel in which it is stored than to anything on which it is poured.

- Lucius Annaeus Seneca

ഗ്യാസ് എന്ന് പൊതുവെ പറയപ്പെടുന്ന ഗാസ്ട്രോഈസോഫാജിയൽ റിഫ്ളക്സ് രോഗം (gastroesophageal reflux disease) പകർച്ചവ്യാധികൾ കഴിഞ്ഞാൽ ഏറ്റവും അധികം കാണുന്ന രോഗമാണ്. ആമാശയത്തിലുള്ള ഭക്ഷണാംശവും ദഹനത്തിനും രോഗാണുക്കളെ നശിപ്പിക്കുന്നതിനുമുള്ള അമ്ലവും മുകളിലുള്ള ഈസോഫാഗസിലേക്ക് തേട്ടി വരുന്ന അവസ്ഥയാണ് ഗാസ്ട്രോഈസോഫാജിയൽ റിഫ്ളക്സ് രോഗം. ആമാശയത്തിലുള്ള അമ്ലം അപ്രകാരം ഈസോഫാ ഗസിലേക്ക് വരുന്നത് അപാകതയാണ്. വായിൽനിന്ന് ചവച്ചരച്ച ഭക്ഷണത്തെ പെരിസ്റ്റാൽസിസ് എന്ന തിരമാല പോലുള്ള ചലനത്തിലൂടെ ആമാശയത്തിലെത്തിക്കുകയാണ് ഈസോഫാഗസിന്റെ കർമ്മം. ചിലപ്പോൾ ഇപ്രകാരം തേട്ടിവരുന്ന അമ്ലവും ഭക്ഷണവും വായിലെത്തും. അപ്പോൾ അതിന്റെ പുളിപ്പ് നിങ്ങൾക്ക് മനസ്സിലാകും. അമ്ലം കൈകാര്യം ചെയ്യാനുള്ള ഘടനയും അതനുസരിച്ചുള്ള കഴിവും ഈസോഫാഗസിനില്ല. അതിനാൽ ഈസോഫാഗസ് ഉള്ള സ്ഥലത്ത് എരിച്ചിൽ അതായത് നെഞ്ചെരിച്ചിൽ അനുഭവപ്പെടുന്നു. ഈ എരിച്ചിൽ ഉദരത്തിലും അനുഭവപ്പെടാറുണ്ട്. ദഹനം തൃപ്തികരമല്ലാത്തതിനാൽ ഈ ലക്ഷണങ്ങളെ അമ്ലദഹനക്കേട് എന്നും പറയും.

ഡോക്ടറോട് ചോദിക്കേണ്ട ചോദ്യങ്ങൾ

- എന്റെ ഈ ഗ്യാസ് രോഗം ഗാസ്ട്രോഈസോഫാജിയൽ റിഫ്ളക്സ് രോഗമാണെന്ന് ഡോക്ടർ അഭിപ്രായപ്പെടാനുള്ള കാരണങ്ങൾ പറഞ്ഞുതരാമോ?

- ഗാസ്ട്രോഇൗസോഫാജിയൽ റിഫ്ളക്സ് രോഗം കൂടാതെ വേറെ ഏതെങ്കിലും കാരണംകൊണ്ട് ഈ ലക്ഷണങ്ങൾ ഉണ്ടാകാമോ?
- ഏതെല്ലാം പരിശാധനകളും ടെസ്റ്റുകളുമാണ് ഗാസ്ട്രോഇൗസോഫാജിയൽ റിഫ്ളക്സ് രോഗം രോഗനിർണ്ണയം ചെയ്യുവാനും മറ്റുരോഗങ്ങളല്ല എന്നുറപ്പു വരുത്താനും ചെയ്യുന്നത്?
- ഇവയിൽ ഏതൊക്കെയാണ് ഡോക്ടർ എനിക്ക് നിർദ്ദേശിക്കുന്നത്?
- ഈ ടെസ്റ്റുകളുടെ അടിസ്ഥാനവും എനിക്കവ നിർദ്ദേശിക്കാനുള്ള കാരണവും എന്താണ്?
- ഇവയുടെ പാർശ്വഫലങ്ങൾ ഏതൊക്കെയാണ്?
- അവയെ നേരിടാൻ എന്താണ് ചെയ്യുന്നത്?
- ഏതെല്ലാം ചികിത്സകളാണ് ഗാസ്ട്രോഇൗസോഫാജിയൽ റിഫ്ളക്സ് രോഗത്തിനുള്ളത്?
- ഇവയിൽ ഏതെല്ലാം ചികിത്സകളാണ് എനിക്ക് നിർദ്ദേശിക്കുന്നത്?
- മറ്റു ചികിത്സകളെ അപേക്ഷിച്ച് എന്തുകൊണ്ടാണവ നിർദ്ദേശിക്കുന്നത്?
- ചികിത്സയുടെ ഏതെങ്കിലും പാർശ്വഫലങ്ങളെ ഞാൻ ശ്രദ്ധിക്കേണ്ടതുണ്ടോ?
- ഈ പാർശ്വഫലങ്ങൾ ഉണ്ടോ എന്നറിയാൻ പരിശോധനകൾ ഏതെങ്കിലും ആവശ്യമുണ്ടോ?
- ഡോക്ടർ നിർദ്ദേശിക്കുന്ന മരുന്നുകളും ഞാൻ ഇപ്പോൾ കഴിക്കുന്ന മരുന്നുകളും കഴിക്കാനിടയുള്ള മരുന്നുകളുമായി പ്രതിപ്രവർത്തന സാധ്യതകളുണ്ടോ?
- രോഗനിർണ്ണയത്തെയും ചികിത്സയേയും ബാധിക്കാവുന്ന ഏതെങ്കിലും മറ്റു രോഗങ്ങൾ എനിക്കുണ്ടോ?
- ഭക്ഷണരീതിയടക്കമുള്ള ഏതെല്ലാം ജീവിതശൈലിമാറ്റങ്ങളാണ് ചികിത്സയോടൊപ്പം ഡോക്ടർ എനിക്ക് നിർദ്ദേശിക്കുന്നത്?
- ഭാവിയിൽ എന്റെ ഈ ഗാസ്ട്രോഇൗസോഫാജിയൽ റിഫ്ളക്സ് രോഗത്തിന് എന്തെല്ലാം സംഭവിക്കാം?
- ഏതെല്ലാം രോഗസങ്കീർണ്ണതകളാണ് സംഭവിക്കാനിടയുള്ളത്?
- ഇതിന് ഏതെല്ലാം സുപ്രധാനലക്ഷണങ്ങളാണ് ഞാൻ നേരത്തെ നോക്കി ഡോക്ടറോട് പറയേണ്ടത്?

ചെറിയ കാര്യങ്ങൾ പ്രശ്നമല്ല

ഇടയ്ക്കുണ്ടാകുന്ന പുളിച്ച് തികട്ടിവരൽ വലിയ പ്രശ്നമൊന്നുമല്ല. അതിനു എരിവും പുളിയുമുള്ള ഭക്ഷണവും കാപ്പി, ചോക്ലേറ്റ്,

പാലുൽപ്പന്നങ്ങൾ, കൊഴുപ്പ്, തക്കാളി, മദ്യം, പുകവലി എന്നിവ ഒഴിവാക്കിയാൽ മതി. തടി കൂടുതലുണ്ടെങ്കിൽ കുറയ്ക്കണം. അനാവശ്യമായതും ഡോക്ടർ എഴുതാത്തതുമായവയൊന്നും കഴിക്കരുത്. രാത്രി ഏഴുമണിയോടെയെങ്കിലും ഭക്ഷണം കഴിച്ചിരിക്കണം. അതിന് ശേഷം 2-3 മണിക്കൂറിന് ശേഷമെ ഉറങ്ങാൻ പാടുള്ളൂ. ഇത് ആഴ്ചയിൽ രണ്ടു പ്രാവശ്യത്തിൽക്കൂടുതൽ വരികയും നീണ്ടുനിൽക്കുകയും ചെയ്യുമ്പോൾ അത് ഗാസ്ട്രോഈസോഫാഗിയൽ റിഫ്ളക്സ് രോഗമാകാം.

ഗാസ്ട്രോഈസോഫാഗിയൽ റിഫ്ളക്സ് രോഗമെന്നത് കുറെക്കൂടി ഗൗരവമുള്ള രോഗമാണ്. അത് നീണ്ടകാലത്തേക്ക് കൂടുതൽ ഗൗരവമായ കാര്യങ്ങളിലേക്ക് നയിക്കാം. ഈ ലക്ഷണങ്ങൾ കാണുമ്പോൾ ഡോക്ടറെ കാണേണ്ടതാണ്.

കാരണങ്ങൾ

ഈസോഫാഗസ് എന്ന അന്നനാളത്തിലെ ആദ്യഭാഗമായ ഭക്ഷണക്കുഴലിന്റെ താഴെ അറ്റത്ത് ആമാശയവുമായി സന്ധിക്കുന്ന ഇടത്ത് ചുരുങ്ങി ഈ ഭക്ഷണക്കുഴൽ അടയ്ക്കുന്ന പേശിയുണ്ട്. ആമാശയത്തിനും ഭക്ഷണക്കുഴലിനും ഇടയ്ക്കുള്ള ഈ പേശി ദുർബ്ബലമാകുമ്പോൾ ആമാശയവും ഭക്ഷണക്കുഴലും തമ്മിലുള്ള വേർതിരിവില്ലാതെയാകുന്നു. അതനുസരിച്ച് ആമാശയത്തിന്റെ പ്രവർത്തനസമയത്ത് ചുരുങ്ങുമ്പോൾ അതിനകത്തെ സമ്മർദ്ദം കൂടുന്നു. അപ്പോഴാണ് ഭക്ഷണവും അമ്ലവും ഈസോഫാഗസിലേക്ക് വരുന്നത്.

ഉദരവും നെഞ്ചും തമ്മിൽ വേർതിരിയുന്ന മാംസഭിത്തിയായ ഡയഫ്രത്തിനുള്ളിൽ കൂടിയാണ് ഭക്ഷണക്കുഴൽ ആമാശയവുമായി ബന്ധിക്കുന്നത്. ഈ വിടവ് കൂടുമ്പോൾ അതിലൂടെ ഉദരത്തിലുള്ള ആമാശയഭാഗങ്ങളും അന്നനാളഭാഗങ്ങളും നെഞ്ചിനകത്തേക്ക് വരാം. ഇതൊരു തരം ഹെർണിയയാണ്. ഇതിനെയാണ് ഹയാറ്റസ് ഹെർണിയ എന്നു പറയുന്നത്. ഈ അവസ്ഥ ഗാസ്ട്രോഈസോഫാഗിയൽ റിഫ്ളക്സ് രോഗമുണ്ടാക്കാം. ആമാശയത്തിലെ അമ്ലം ഈ എളുപ്പവഴിയിലൂടെ ഈസോഫാഗസിലേക്ക് വരുന്നതാണ് ഇതിന് കാരണം. മറ്റുള്ള കാരണങ്ങൾ ഇവയാണ്.

അമിതഭാരം

ഗർഭം: ആറുമാസം കഴിയുന്നതോടെ ഗർഭപാത്രം താഴെയുള്ള പെൽവിസിൽനിന്ന് ഉദരത്തിലേക്ക് വരുന്നു. ആമാശയത്തിന് ഉദരത്തിൽ ഇടം കുറയുന്നു. ഹയാറ്റസ് ഹെയർണിയയിൽ സംഭവിച്ചതുപോലെ ഇവിടെയും സംഭവിക്കുന്നു. ഗർഭിണികൾക്ക് പലപ്പോഴും അമ്ലാധിക്യത്തിനുള്ള മരുന്നുകൾ കഴിക്കേണ്ടി വരുന്നത് ഇതുകൊണ്ടാണ്.

ചില മരുന്നുകൾ ഉദാഹരണമായി ശ്വാസംമുട്ടിനുള്ള മരുന്നുകൾ, രക്ത സമ്മർദ്ദമരുന്നായ കാൽസിയം ചാനൽ ബ്ലോക്കറുകൾ, അലർജിക്കുള്ള ആന്റിഹിസ്റ്റമിനുകൾ, വേദനസംഹാരികൾ, മയക്കമുണ്ടാക്കുന്ന മരുന്നുകൾ, വിഷാദരോഗത്തിനുള്ള മരുന്നുകൾ എന്നിവ അമ്ലം കൂട്ടുന്നവയാണ്. പുകവലിയും മറ്റുള്ളവർ വലിക്കുന്ന പുക ശ്വസിക്കുന്നതും പുകവലിക്കുന്നതുപോലെ അമ്ലം കൂട്ടും. ഏതു പ്രായത്തിലുള്ളവർക്കും ഗാസ്ട്രോ ഈസോഫാഗിയൽ റിഫ്ളക്സ് രോഗമുണ്ടാകാം.

അന്നനാളം അഥവാ ഗാസ്ട്രോ ഇന്റസ്റ്റൈനൽ ട്രാക്റ്റ് (gastrointestinal (GI) tract) എന്നത് വായ മുതൽ ഗുദം വരെയുള്ള പല അവയവങ്ങളുള്ള കുഴലാണ്. ഇതിന്റെ ചലനവും ഇതിലേക്ക് വരുന്ന ഹോർമോണുകളുടെയും എൻസൈമുകളുടെയും പ്രവർത്തനവും മൂലം ദഹനം നടക്കുന്നു. ഇതധികവും നടക്കുന്നത് അന്നനാളത്തിന്റെ മുകൾഭാഗത്താണ്. അതിൽ വായ, ഈസോഫാഗസ്, ആമാശയം, ഡുവോഡിനം എന്നിവ ഉൾപ്പെടുന്നു.

ലക്ഷണങ്ങൾ

നെഞ്ചെരിച്ചിൽ, കഫമില്ലാത്ത വരണ്ട വിട്ടുമാറാത്ത ചുമ, ഏങ്ങൽ, ആസ്ത്മ, ഇടയ്ക്ക് വരുന്ന ന്യൂമോണിയ, ഓക്കാനം, തൊണ്ടവേദന, തൊണ്ടയടഞ്ഞ ശബ്ദം, ഭക്ഷണം വിഴുങ്ങാൻ പ്രയാസം, ഉദരത്തിന്റെ മുകൾവശത്ത് വേദന, പല്ലുകളിൽ അമ്ലംകൊണ്ട് കറ, ശ്വാസത്തിലെ ദുർഗന്ധം എന്നിവയുണ്ടാകാം.

ഡോക്ടർ ചോദിക്കാനിടയുള്ള ചോദ്യങ്ങൾ

- എന്റെ ഈ ഗ്യാനിങ്ങൾക്ക് ഭക്ഷണത്തിനുശേഷം നെഞ്ചിലും തൊണ്ടയിലും എരിച്ചിൽ അനുഭവപ്പെടാറുണ്ടോ?
- വായിൽ എപ്പോഴെങ്കിലും കയ്പോ പുളിപ്പോ തോന്നിയിട്ടുണ്ടോ?
- എപ്പോഴെങ്കിലും വയറു വീർക്കലും ഓക്കാനവും ഉണ്ടായിട്ടുണ്ടോ?
- എപ്പോഴൊക്കെയാണ് ഈ ലക്ഷണങ്ങൾ ഉണ്ടാകാറുള്ളത്? ഇടയ്ക്കിടെ ഉണ്ടാകാറുണ്ടോ?
- ശാരീരികവ്യായാമം ചെയ്യുമ്പോൾ ഇവ ഉണ്ടാകാറുണ്ടോ?
- നിങ്ങൾ കിടക്കുമ്പോൾ ഈ ലക്ഷണങ്ങൾ കൂടാറുണ്ടോ?
- എപ്പോഴെങ്കിലും കറുത്ത നിറത്തിലുള്ള മലം പോകാറുണ്ടോ? നിങ്ങൾ കറുത്ത നിറത്തിൽ രക്തം ഛർദ്ദിക്കാറുണ്ടോ?
- നിങ്ങൾക്ക് വിട്ടുമാറാത്ത ചുമയുണ്ടോ?
- ആസ്ത്മയോ പ്രമേഹമോ ഉണ്ടോ?

- നിങ്ങൾക്ക് ആമാശയത്തിൽ വ്രണത്തിന്റെ രോഗചരിത്രം ഉണ്ടോ?
- വയറ്റിൽ രക്തസ്രാവമുണ്ടാകാൻ സാധ്യതയുള്ള ആസ്പിരിനോ സ്റ്റിറോയ്ഡ് അല്ലാത്ത വേദനാസംഹാരികളോ കോർട്ടികോസ്റ്റിറോയ്ഡോ കഴിക്കുന്നുണ്ടോ?
- നിങ്ങൾ പുകവലിക്കുകയോ മദ്യപിക്കുകയോ ചെയ്യുന്നുണ്ടോ?
- ഏതെങ്കിലും കഫീൻ അടങ്ങിയ പാനീയങ്ങളായ കാപ്പി, ചായ, ചോക്ലേറ്റ് എന്നിവ കഴിക്കാറുണ്ടോ?
- ഭക്ഷണത്തിൽ ധാരാളം കൊഴുപ്പ് കഴിക്കാറുണ്ടോ?
- ഭക്ഷണം കഴിഞ്ഞ് എത്ര സമയത്തിന് ശേഷമാണ് നിങ്ങൾ ഉറങ്ങാറുള്ളത്?
- ഡോക്ടറുടെ കുറിപ്പ് ഇല്ലാതെ ഏതെങ്കിലും മരുന്ന് കഴിക്കുന്നുണ്ടോ? അതുകൊണ്ട് പ്രയോജനം വല്ലതുമുണ്ടോ?

രോഗനിർണ്ണയവും ചികിത്സയും

ഈ ലക്ഷണങ്ങൾ കണ്ടാൽ ഒരു ഗാസ്ട്രോഎന്ററോളജിസ്റ്റിനെക്കണ്ട് രോഗനിർണ്ണയവും ചികിത്സയും നടത്തണം. ജീവിതശൈലിമാറ്റങ്ങളും മരുന്നുകളുമാണ് ചികിത്സയിലെ ആദ്യനടപടി. ഇവകൊണ്ട് ലക്ഷണങ്ങൾ മാറുകയാണെങ്കിൽ പിന്നീടുള്ള പരിശോധനകൾ ആവശ്യമില്ല. ലക്ഷണങ്ങൾ തുടരുകയാണെങ്കിൽ രോഗനിർണ്ണയത്തിനായി കൂടുതൽ പരിശോധനകൾ ആവശ്യമാണ്. ഭക്ഷണം വിഴുങ്ങാൻ പ്രയാസമോ വേദനയോ ഉണ്ടെങ്കിലും കൂടുതൽ പരിശോധന ആവശ്യമാണ്. രോഗനിർണ്ണയത്തിന് പൂർണ്ണമായും ആശ്രയിക്കാവുന്ന ഒരു ടെസ്റ്റില്ല. പല ടെസ്റ്റുകളും കൂടിയാണ് രോഗനിർണ്ണയത്തിലെത്തുന്നത്.

പരിശോധനകൾ

എക്സ് റെ ഈ പരിശോധനകൊണ്ട് ആ ഭാഗങ്ങളിലെ ശരീരഘടനയിൽ പ്രത്യേകതകളുണ്ടോ എന്നറിയാം. ഇതെടുക്കുന്നതിന് മുമ്പായി ഭക്ഷണം കഴിക്കരുത്. ബേരിയം കഴിച്ചതിന് ശേഷം ചിത്രങ്ങളെടുക്കും. ഈ ചിത്രങ്ങൾ നോക്കിയാൽ ഹയറ്റസ് ഹെർണിയ ഉണ്ടോ, ആമാശയത്തിൽ വ്രണമുണ്ടോ, ഈസോഫാഗസിൽ സ്ട്രിക്ചർ എന്ന തടസ്സമുണ്ടോ എന്നെല്ലാം അറിയാം. ഈ പരിശോധന കഴിയുമ്പോൾ ചെറിയ വയറുവീർക്കലും ഓക്കാനവും ഉണ്ടാകാം.

എൻഡോസ്കോപി

ഗാസ്ട്രോഎന്ററോളജിസ്റ്റ് ചെയ്യുന്ന പരിശോധനയാണിത്. അന്നനാളത്തിന്റെ മുകൾഭാഗത്തെ ഈ പരിശോധനയെ അപ്പർ എന്റോസ്കോപി

അഥവാ ഈസോഫാഗോഗാസ്ട്രോഡുവോഡിനോസ്കോപി (endoscopy, esophagogastroduodenoscopy) എന്നു പറയുന്നു. മരുന്നും ജീവിത ശൈലിമാറ്റവും ചെയ്തിട്ടും കുറവില്ലെങ്കിൽ ഈ പരിശോധന ചെയ്യാറുണ്ട്. പരിശോധനയ്ക്ക് മുമ്പായി ഭക്ഷണം കഴിക്കരുത്. ഇത് ആസ്പത്രിയിൽ വെച്ചാണ് ചെയ്യുന്നത്. തൊണ്ട തരിപ്പിക്കുന്നതിന് ഒരു മരുന്ന് തരും. ചിലപ്പോൾ ഞരമ്പിലൂടെ കുറച്ചുനേരത്തേക്ക് മയക്കം തരും. കാമറയും ചെറുഭാഗങ്ങൾ എടുത്തു പരിശോധിക്കാനും അമ്ലത അളക്കുവാനും നേരിട്ട് കാണുവാനും മറ്റുമുള്ള സംവിധാനം ഈ ചെറുകുഴലിലുണ്ട്. ഇതിലെ ചിത്രങ്ങൾ കംപ്യൂട്ടറിലൂടെ കാണാവുന്നതാണ്. ആമാശയത്തിലെ ആന്തരികആവരണം അപ്രകാരം നേരിട്ട് കാണാം. ചെറുഭാഗം എടുക്കുന്ന ബയോപ്സി പരിശോധനയിലൂടെ അതിലെ രോഗം കാരണമുള്ള മാറ്റങ്ങൾ മനസ്സിലാക്കാം. ഈസോഫാഗസിന് കേട് സംഭവിച്ചിട്ടുണ്ടെങ്കിൽ ഗാസ്ട്രോഈസോഫാഗിയൽ റിഫ്ളക്സ് രോഗമുണ്ടെന്ന് മനസ്സിലാക്കാം.

ഈസോഫാഗസിലെ അമ്ലത

ഈസോഫാഗസിലെ അമ്ലത അറിയുവാൻ പി എച്ച് അളവ് നോക്കും. ഇത് ഏറ്റവും കൃത്യമായ ഗാസ്ട്രോഈസോഫാഗിയൽ റിഫ്ളക്സ് രോഗമുണ്ടെന്നറിയാനുള്ള ടെസ്റ്റാണ്. ഇത് ഭക്ഷണം കഴിക്കുമ്പോഴും ഉറങ്ങുമ്പോഴും എത്രയുണ്ടെന്നറിയാൻ കഴിയും. ഈ പരിശോധനയും ഇതോടൊപ്പം ചെയ്യാൻ കഴിയും. ഇതിന് മയക്കം ആവശ്യമില്ല. നാസോഗാസ്ട്രിക് ട്യൂബ് മൂക്കിലൂടെ കടത്തി ഈസോഫാഗസിൽ എത്തിനിർത്തും. മറ്റേ അറ്റം പി എച്ച് മോണിറ്ററിൽ ഘടിപ്പിച്ചിരിക്കും. 24 മണിക്കൂർ ഇപ്രകാരം വെച്ച് പി എച്ച് തുടർച്ചയായി അളക്കാം. ദൈനംദിന അവസരങ്ങളിൽ പിഎച്ച് എപ്രകാരമെന്ന് ഈ പരിശോധനകൊണ്ടറിയാം. ഭക്ഷണം കഴിക്കുന്നതും അതനുസരിച്ചുള്ള ഈ രോഗത്തിന്റെ ലക്ഷണങ്ങളും തമ്മിലുള്ള ബന്ധം ഈ ടെസ്റ്റിലൂടെ അറിയാം. മാത്രമല്ല ഈ ടെസ്റ്റുകൊണ്ട് അമ്ലം തേട്ടി വരുന്നതിനാൽ ശ്വാസകോശലക്ഷണങ്ങളുണ്ടാകുന്നുണ്ടോ എന്നും അറിയാം.

ഈസോഫാജിയൽ മാനോമെട്രി (Esophageal Manometry)

ഈ പരിശോധനകൊണ്ട് ഈസോഫാഗസിന്റെ താഴെ അറ്റത്തുള്ള പേശി പ്രവർത്തിക്കുന്നുണ്ടോ എന്നറിയുവാൻ കഴിയും. ഇതിനുള്ള ഓപ്പറേഷൻ ചെയ്യണോ എന്നറിയുവാനാണ് ഈ ടെസ്റ്റ് ചെയ്യുന്നത്. എൻഡോസ്കോപിയിലൂടെ ട്യൂബ് ഈസോഫാഗസിൽ പ്രവേശിപ്പിച്ച് സമ്മർദ്ദം അറിയുവാൻ കഴിയും. വേറെ ഏതെങ്കിലും ഈസോഫാഗസ് തകരാറുണ്ടോ അതുകൊണ്ടാണോ ഈ നെഞ്ചെരിച്ചിൽ ലക്ഷണങ്ങൾ എന്നെല്ലാം ഈ പരിശോധനകൊണ്ടറിയാം.

ചികിത്സ

ജീവിതശൈലിമാറ്റങ്ങൾ, മരുന്നുകൾ, സർജറി എന്നിവയാണ് ചികിത്സ കൾ. ജീവിതശൈലിമാറ്റങ്ങൾ ഇവയാണ്. ശരീരഭാരം കുറയ്ക്കുക, മുറുക്കമില്ലാത്ത അയഞ്ഞ വസ്ത്രങ്ങൾ ധരിക്കണം. ഇപ്രകാരമാണെങ്കിൽ തേട്ടൽ കുറയും. ഭക്ഷണം കഴിഞ്ഞ് മൂന്നു മണിക്കൂർ കഴിഞ്ഞതിന് ശേഷമാണ് കിടക്കേണ്ടത്. കട്ടിലിന്റെ തലഭാഗം 6-8 ഇഞ്ച് ഉയർന്നിരിക്കണം. പുകവലിയും പുകവലിക്കുന്നവരുടെ അടുത്തിരിക്കലും ഉപേക്ഷിക്കണം.

മരുന്നുകൾ പലതും ഡോക്ടറുടെ കുറിപ്പില്ലാതെ വാങ്ങാൻ പറ്റും. അത് പാടില്ല. ഡോക്ടറുടെ നിർദ്ദേശമനുസരിച്ചുള്ള മരുന്നുകളാണ് കഴിക്കേണ്ടത്. അമ്ലതയ്ക്കുള്ള മരുന്നുകൾ ധാരാളമുണ്ട്. ഈ മരുന്നുകൾ വയറിളക്കവും മലബന്ധവും ഉണ്ടാക്കിയേക്കും. എച്ച് 2 റിസെപ്റ്റർ ബ്ലോക്കേഡ് ചെയ്യുന്ന എച്2 ബ്ലോക്കേഴ്സ് (H2 blockers) നെഞ്ചെരിച്ചിലും ലക്ഷണങ്ങളും കുറയ്ക്കാൻ കഴിവുള്ളവയാണ്. ഇവയിലെ സിമറ്റിഡീൻ, റാനിറ്റിഡീൻ എന്നിവ പ്രയോജനപ്രദമാണ്. ഇവ ഈസോഫാഗസിലെ വ്രണവും മറ്റും സുഖപ്പെടുത്താൻ പര്യാപ്തമാണ്. അടുത്തത് പ്രോട്ടോൺ പമ്പ് ഇൻഹിബിറ്റർ മരുന്നുകളാണ്. ഇവ കുറച്ചു കൂടി മെച്ചപ്പെട്ട ഫലം തരുന്നു. ഇവ പി പി ഐ എന്ന ചുരുക്കപ്പേരിൽ അറിയപ്പെടുന്നു. ഒമിപ്രസോൾ, പാന്റപ്രസോൾ, റാബിപ്രസോൾ ലാൻസോപ്രസോൾ, എസോമിപ്രസോൾ എന്നിവ വളരെ ഫലപ്രദമാണ്. ഇവ എച്ച്2 ബ്ലോക്കറുകളേക്കാൾ വളരെ ഗുണം ചെയ്യും. ഈസോഫാഗസിന്റെ ആന്തരികആവരണത്തിലെ വ്രണങ്ങൾ ഇവ ഉപയോഗിച്ചാൽ വേഗം സുഖപ്പെടും. നീണ്ടകാലത്തെ ഉപയോഗത്തിന് ഇവ നല്ലതാണ്. ഈ മരുന്നുകൾ കഴിക്കുമ്പോൾ കാൽസ്യം വലിച്ചെടുക്കുന്നത് കുറയാനിടയാകുന്നതിനാൽ അസ്ഥികൾ ഒടിയാം. രാവിലെ വെറും വയറ്റിൽ അമ്ലമുള്ളപ്പോഴാണ് ഇവ കഴിക്കേണ്ടത്. കൂടിയ അളവിൽ കൂടുതൽ കാലത്തേക്ക് കഴിക്കുന്നവരിൽ കാൽസ്യം കുറവ് പ്രത്യേകമായുണ്ടാകാം. അതുകൊണ്ട് കാൽസ്യം ധാരാളമടങ്ങിയ ഭക്ഷണങ്ങളായ പാൽ, മത്സ്യം എന്നിവയോ ഭക്ഷണത്തോടൊപ്പം കാൽസ്യം ഗുളികയോ കഴിക്കണം. അന്നനാളത്തിലെ ചലനം കൂട്ടുന്ന മരുന്നുകളായ ബിതാനികോൾ, മെറ്റക്ലോപ്രമൈഡ് എന്നിവ ആമാശയത്തിൽനിന്ന് ഭക്ഷണം വേഗം താഴോട്ട് വിടാൻ സഹായിക്കുന്നു. പക്ഷേ ഇവയ്ക്ക് പാർശ്വഫലങ്ങൾ കൂടുതലാണ്. ഓക്കാനം, വയറിളക്കം, ക്ഷീണം, വിഷാദം, ഉൽക്കണ്ഠ, ചലനത്തകരാറുകൾ എന്നിവ വരാം. മറ്റു മരുന്നുകളുമായി പ്രതിപ്രവർത്തനവും ഉണ്ടാകാം. എരിത്രോമൈസിൻ എന്ന ആന്റിബയോട്ടിക് ആമാശയത്തിൽനിന്ന് ഭക്ഷണം വേഗം താഴോട്ട് എത്തിക്കും. പക്ഷേ ആന്റിബയോട്ടിക്കായ ഇതും വയറിളക്കമുണ്ടാക്കാം. പലപ്പോഴും മരുന്നുകളുടെ ചേരുവ ഗുണം ചെയ്യാറുണ്ട്.

സർജറി

മരുന്നുകളും ജീവിതശൈലിമാറ്റവും ഫലിക്കാതെ വരുമ്പോൾ ഓപ്പറേഷൻ വേണ്ടിവരും. ശാരീരികമായ അന്നനാളത്തിലെ തകരാറോ കടുത്ത ശ്വാസകോശത്തകരാറോ ഉണ്ടെങ്കിൽ ഓപ്പറേഷൻ ചെയ്യാറുണ്ട്. അമ്പത് വയസ്സിന് താഴെയുള്ളവരിലാണ് ഓപ്പറേഷൻ അധികവും വിജയിക്കുന്നത്. ആമാശയത്തിന്റെ മുകൾഭാഗം ഈസോഫാഗസുമായി ചേർക്കുകയാണ് സർജറിയിലൂടെ ചെയ്യുന്നത്. അപ്പോൾ ഈസോഫാഗസിന്റെ താഴെ അറ്റത്ത് സമ്മർദ്ദം കൂടുകയും റിഫ്ളക്സ് ഇല്ലാതാവുകയും ചെയ്യുന്നു. ഈ ഓപ്പറേഷൻ ഓ.പി കേന്ദ്രത്തിൽപോലും ചെയ്യാവുന്ന ലാപറോസ്കോപിക് സർജറി (Laparoscopic Surgery) യാണ്. ഇതിന് ബോധം കെടുത്തൽ ആവശ്യമാണ്. മൂന്നു ദിവസമെങ്കിലും ആസ്പത്രിയിൽ കിടക്കേണ്ടിവരും. രണ്ടോ മൂന്നോ ആഴ്ച വിശ്രമവും ആവശ്യമാണ്. ഈസോഫാഗസിലെ പേശികളിൽ ചെയ്യുന്ന ചെറിയ സ്റ്റിച്ചുകൾകൊണ്ട് പേശിക്ക് മുറുക്കം ഉണ്ടാക്കുവാൻ ശ്രമിക്കുന്നു. ഇത് റേഡിയോഫ്രീക്വൻസി ഉപയോഗിച്ചും ഇത് ചെയ്യാറുണ്ട്. ഇതിൽ അവിടെ ഉയർന്ന ഫ്രീക്വൻസി ഉപയോഗിച്ച് ചൂട് ഏല്പിക്കുകയാണ് ചെയ്യുന്നത്. ഈ രണ്ടു ചികിത്സകൾക്കും എൻഡോസ്കോപി ആവശ്യമാണ്. ഈ രണ്ടു മാർഗ്ഗങ്ങളും ലാപ്റോസ്കോപി സർജറിയുടെ അത്രയും നിർദ്ദേശിക്കപ്പെടുന്നില്ല.

ഗാസ്ട്രോഈസോഫാജിയൽ റിഫ്ളക്സ് രോഗത്തിന്റെ ഭാവി

ഈ രോഗം ചികിത്സിക്കാതിരുന്നാൽ ഈസോഫാഗസിൽ പഴുപ്പുണ്ടാവുകയും വ്രണങ്ങളുണ്ടാവുകയും ചെയ്യും. കുറെക്കാലം കഴിയുമ്പോൾ അർബ്ബുദത്തിന് മുമ്പുള്ള അവസ്ഥ ഉണ്ടാകാം. അതുപോലെ സ്ട്രിക്ച്ചറുകൾ വന്ന് ഈസോഫാഗസിൽ തടസ്സങ്ങളുണ്ടാകാം. ശ്വാസത്തിന് തടസ്സമുണ്ടായി ശ്വാസം കഴിക്കാൻ പ്രയാസമുണ്ടാകാം. ബാരറ്റ്സ് ഈസോഫാഗസ് എന്ന കോശങ്ങളിലെ മാറ്റം ഈസോഫാഗസിലെ ആന്തരികാവരണത്തിൽ ഉണ്ടാകാം. വളരെ ചുരുക്കമായി ഇത് അർബ്ബുദത്തിലേക്ക് നയിക്കാം.

ഭക്ഷണം പോഷകാഹാരം

ലക്ഷണങ്ങൾ കൂട്ടുന്ന ഭക്ഷണങ്ങളും പാനീയങ്ങളും ഒഴിവാക്കണം. കൊഴുപ്പ് കുറയ്ക്കണം. ചെറിയ ഇടവിട്ടുള്ള ഭക്ഷണരീതി നല്ലതാണ്. തടി കൂടുതലുള്ളവർ അത് കുറയ്ക്കുന്നത് വളരെ ഗുണം ചെയ്യും. അത് രോഗലക്ഷണങ്ങൾ കുറയ്ക്കും.

ഓർമ്മയിൽ വെയ്ക്കേണ്ട കാര്യങ്ങൾ

ആമാശയത്തിലെ ഭക്ഷണം ഈസോഫാഗസിലേക്ക് വരുമ്പോഴാണ് റിഫ്ളക്സ് ലക്ഷണങ്ങൾ ഉണ്ടാകുന്നത്. അതിൽ അമ്ലമുള്ളതുകൊണ്ട്

അതിനെ അമ്ലറിഫ്ളെക്സ് ലക്ഷണമെന്ന് പറയുന്നു. അത് നീണ്ടു നിൽക്കുമ്പോഴാണ് ഗാസ്ട്രോഈസോഫാജിയൽ റിഫ്ളക്സ് രോഗമാകുന്നത്. ഈസോഫാഗസിന്റെ താഴെയുള്ള പേശിയുടെ ചുരുങ്ങാനുള്ള കഴിവ് നഷ്ടപ്പെടുന്നതാണ് പ്രശ്നം. അപ്പോഴാണ് ആമാശയത്തിലുള്ളത് ഈസോഫാഗസിലേക്ക് വരുന്നത്. പ്രധാനലക്ഷണം നെഞ്ചെരിച്ചിലാണ്. പക്ഷേ ചിലരിൽ അതുണ്ടാകണമെന്നില്ല. മറ്റു ലക്ഷണങ്ങൾ ആസ്ത്മയും ന്യൂമോണിയയുമാണ്. ചിലരിൽ വിഴുങ്ങാനുള്ള പ്രയാസവും വിഴുങ്ങുമ്പോൾ വേദനയും നെഞ്ചുവേദനയും ഉണ്ടാകാം. ഈ ലക്ഷണങ്ങൾ കണ്ടാൽ ഒരു ഗാസ്ട്രോഎന്ററോളജിസ്റ്റാണ് ചികിത്സിക്കേണ്ടത്. ഇതിന്റെ ചികിത്സ യഥാക്രമം ജീവിതശൈലിമാറ്റങ്ങൾ, മരുന്നുകൾ, സർജറി എന്നീ ക്രമത്തിലാണ് പരീക്ഷിച്ച് ചെയ്യേണ്ടത്. നീണ്ടകാലത്തെ ചികിത്സ ചെയ്യുമ്പോൾ ഈ രോഗമുള്ളവരിൽ ഭക്ഷണം ഇറക്കാനുള്ള പ്രയാസം, ശബ്ദത്തിലുള്ള വ്യത്യാസം, നെഞ്ചെരിച്ചിൽ എന്നിവ ഉണ്ടാകാതെ നോക്കണം.

ആർത്രൈറ്റിസ്

My message is - keep moving. If you do, you'll keep arthritis at bay.

- Donna Mills

സന്ധികളിൽ വേദനയും ഇൻഫ്ളമേഷൻ എന്ന പഴുപ്പ് അവസ്ഥയും കാണുന്ന രോഗമാണ് ആർത്രൈറ്റിസ്. അറുപത് വയസ്സ് കഴിഞ്ഞ സ്ത്രീകളിൽ 13 ശതമാനവും പുരുഷന്മാരിൽ 10 ശതമാനവും പ്രധാന ആർത്രൈറ്റിസ് ആയ ഓസ്റ്റിയോആർത്രൈറ്റിസ് വരുന്നു. ജീവിതകാലത്ത് അടുത്ത പ്രധാന ആർത്രൈറ്റിസ് ആയ റുമറ്റോയ്ഡ് ആർത്രൈറ്റിസ് വരാനുള്ള സാധ്യത സ്ത്രീകളിൽ 4 ശതമാനവും പുരുഷന്മാരിൽ 3 ശതമാനവുമാണ്.

ഡോക്ടറോട് ചോദിക്കേണ്ട ചോദ്യങ്ങൾ

- എന്റെ സന്ധിവേദനയ്ക്ക് ഏറ്റവും പറ്റിയ മരുന്നേതാണ്?
- എന്റെയും എന്റെ കുടുംബത്തിലെയും വൈദ്യചരിത്രം നോക്കുമ്പോൾ ഈ മരുന്ന് എനിക്ക് പറ്റിയതാണോ?
- ഈ മരുന്ന് സുരക്ഷിതമായി ദിവസേന ഉപയോഗിക്കാമോ?
- ഈ മരുന്ന് എത്രകാലത്തേക്ക് ഉപയോഗിക്കേണ്ടതായി വരും? നീണ്ടകാലത്തേക്കോ അതോ കുറച്ചുകാലത്തേക്ക് മാത്രം മതിയോ?
- ഈ സന്ധിവേദനയ്ക്ക് എപ്പോൾ ആശ്വാസം ലഭിക്കുമെന്ന് പ്രതീക്ഷിക്കാം?
- ഈ മരുന്നുകൾ ഞാൻ ഇപ്പോൾ കഴിച്ചുകൊണ്ടിരിക്കുന്ന മരുന്നുകളുമായി പ്രതിപ്രവർത്തനം ഉണ്ടാക്കുമോ?

- ഏതെല്ലാം പാർശ്വഫലങ്ങളാണ് ഞാൻ അറിഞ്ഞിരിക്കേണ്ടത്?
- ഈ പാർശ്വഫലങ്ങൾ കുറയ്ക്കുവാൻ എന്താണ് ചെയ്യേണ്ടത്?
- ഈ മരുന്ന് കഴിച്ചുകൊണ്ടിരിക്കുമ്പോൾ പെട്ടെന്ന് രോഗം കൂടുകയാണെങ്കിൽ ഞാൻ എന്താണ് ചെയ്യേണ്ടത്? വേദനസംഹാരികളെ ശരണം പ്രാപിക്കുകയല്ലാതെ എനിക്ക് ആശ്വാസം കിട്ടുവാൻ വേറെ എന്തെങ്കിലും ചെയ്യാമോ?

ഏറ്റവും കൂടുതലായി കണ്ടുവരുന്ന ആർത്രൈറ്റിസുകൾ ഓസ്റ്റിയോ ആർത്രൈറ്റിസും റുമറ്റോയ്ഡ് ആർത്രൈറ്റിസുമാണ്. അമ്പതു വയസ്സ് കഴിഞ്ഞവർക്കാണ് ഈ രോഗങ്ങൾ പ്രധാനമായും വരുന്നതെങ്കിലും ഏതുപ്രായത്തിലും ഇവ വരാം. ഏതെങ്കിലും സന്ധിയോടു ബന്ധപ്പെട്ട രോഗമോ ആഘാതമോ സംഭവിച്ചാൽ ഈ സാധ്യത കൂടുന്നു.

ഓസ്റ്റിയോ ആർത്രൈറ്റിസ്
(Osteo Arthritis)

ഓസ്റ്റിയോ ആർത്രൈറ്റിസ് ആദ്യം ബാധിക്കുന്നത് സന്ധിക്കുള്ളിലെ മൃദുവായ കാർടിലേജുകളെ (smooth cartilage)യാണ്. ഇത് ചലനം പ്രയാസമുള്ളതാക്കുന്നു. അതോടൊപ്പം വേദനയും സന്ധികളുടെ ചലന ക്ഷമതയും കുറയുന്നു.

സന്ധിക്കുള്ളിലെ കാർടിലേജ് (cartilage) ആവരണം കട്ടി കുറഞ്ഞ് ദുർബ്ബലമാകുന്നു. സന്ധിക്കുള്ളിലെ കോശകലകൾ കൂടുതൽ പ്രവർത്തനനിരതമാകുന്നു. തുടർന്ന് സന്ധി വികസിച്ച് വലുതാവുകയും ഉള്ളിൽ ഓസ്ടിയോഫൈറ്റുകളെന്ന (osteophytes) അസ്ഥിയുടെ ഭാഗങ്ങൾ വളരുകയും ചെയ്യുന്നു. ഇതെല്ലാം ചലനക്ഷമത വളരെ കുറയ്ക്കുന്നു. ഓസ്റ്റിയോ ആർത്രൈറ്റിസിൽ അസ്ഥികൾക്കിടയിലെ പരസ്പരം ബന്ധപ്പെടുത്തുന്ന കോശകലകളായ കാർടിലേജ് സാവധാനം തേയുന്നു. തുടർന്ന് അസ്ഥികൾ നേരിട്ട് ഉരയുന്നു. ഏറ്റവും കൂടുതൽ ബാധിക്കുന്നത് കൈകൾ, നട്ടെല്ല്, കാൽമുട്ട്, അരക്കെട്ട് എന്നീ സന്ധികളാണ്.

റുമറ്റോയ്ഡ് ആർത്രൈറ്റിസ്
(Rheumatoid Arthritis)

ഇത് 40–50 വയസ്സിലാണ് ആരംഭിക്കുന്നത്. സ്ത്രീകളിൽ കൂടുതൽ കാണുന്നു. അതായത് പുരുഷന്മാരെക്കാൾ മൂന്നിരട്ടി സ്ത്രീകൾക്ക് ഈ രോഗം വരാൻ സാധ്യതയുണ്ട്. റുമറ്റോയ്ഡ് ആർത്രൈറ്റിസും ഓസ്റ്റിയോ ആർത്രൈറ്റിസും വ്യത്യസ്തങ്ങളായ രോഗങ്ങളാണ്. റുമറ്റോയ്ഡ് ആർത്രൈറ്റിസ് ഒരു ആട്ടോഇമ്മ്യൂൺ രോഗമാണ്. ഇമ്മ്യൂൺ സിസ്റ്റം എന്ന രോഗപ്രതിരോധസംവിധാനം സന്ധികളെയാണ് ലക്ഷ്യം വെയ്ക്കുന്നത്. അത് സന്ധിവേദനയും വികസിക്കലും ഉണ്ടാക്കുന്നു. സസ്തനജീവികളിലെ

എല്ലാ ചലിക്കുന്ന സൈനോവിയൽ സന്ധികളും ആറുതരത്തിൽപെടുന്നു. കൈകാൽ സന്ധികൾ, എടുപ്പ് എന്നിവ അതിൽപെടുന്നു. ഈ സന്ധികൾ സൈനോവിയൽ ആവരണത്തിനുള്ളിലാണ് (synovial capsule). ഈ ആവരണത്തിന്റെ പുറംഭാഗമാണ് ആദ്യം രോഗം ബാധിക്കുന്നത്. ഇത് തുടർന്ന് മറുവശത്തേക്ക് ബാധിക്കുന്നു. അത് കൂടുതൽ സന്ധിവലുതാകലും സന്ധിയുടെ ആകൃതി തകരാറാകുന്നതിലേക്കും നയിക്കുന്നു. ഇത് അസ്ഥിയും കാർടിലേജും തകരാറാകുന്നതിലെത്തുന്നു. റുമറ്റോയ്ഡ് ആർത്രൈറ്റിസ് ഉള്ളവരിൽ മറ്റു അവയവങ്ങളിൽ തകരാറും ഉണ്ടാകാറുണ്ട്.

മറ്റു ആർത്രൈറ്റിസുകളും അനുബന്ധരോഗങ്ങളും

ആൻകൈലോസിങ്ങ് സ്പോണ്ടിലൈറ്റിസ്
(Ankylosing Spondylitis)

ഇതൊരു നീണ്ടുനിൽക്കുന്ന അസ്ഥികളെയും സന്ധികളെയും ലിഗമെന്റുകളെയും പേശികളെയും ബാധിക്കുന്ന രോഗമാണ്. നട്ടെല്ലിലെ ചലനം കുറയുന്നു. ഇതോടൊപ്പം ടെണ്ടണുകളിൽ (tendons) വീക്കമുണ്ടാകുന്നു. കണ്ണുകളെയും വലിയ സന്ധികളെയും ഇത് ബാധിക്കാം.

സെർവിക്കൽ സ്പോണ്ടിലോസിസ്
(Cervical Spondylosis)

ഇതിനെ ഡിജനറേറ്റീവ് ഓസ്റ്റിയോ ആർത്രൈറ്റിസ് (degenerative osteoarthritis) ആണെന്നും പറയപ്പെടുന്നു. അതായത് ഇതൊരു ദ്രവിക്കുന്ന സ്വഭാവമുള്ള രോഗമാണ്. കഴുത്തിലെ സന്ധികളെയും അസ്ഥികളെയും ഇത് ബാധിക്കുന്നു. വേദനയുള്ള ചലനം കുറഞ്ഞ് വളയാത്ത കഴുത്താണ് ഉണ്ടാവുക.

ഫൈബ്രോമയാൽജിയ
(Fibromyalgia)

ഇത് ശരീരമാകമാനം പേശികളിലും ലിഗമെന്റിലും ടെണ്ടണുകളിലും വേദനയുണ്ടാക്കുന്നു. ഇതോടൊപ്പം മാനസികലക്ഷണങ്ങളായ വിഷാദവും ഉൽക്കണ്ഠയും ഉണ്ടാകാം. ചികിത്സയിൽ അവയും പരിഗണിക്കണം.

ലുപ്പസ്
(Lupus)

ഇതും ദൂരവ്യാപകമായ ഫലങ്ങളുള്ള ആട്ടോഇമ്മ്യൂൺ രോഗമാണ്. ഇത് പല അവയവങ്ങളെയും കോശകലകളെയും ബാധിക്കുന്ന രോഗമാണ്.

ഗൗട്ട്
(Gout)

വളരെ വേദനയുണ്ടാക്കുന്ന സന്ധിരോഗമാണിത്. ഇതിനോട് ബന്ധപ്പെട്ട് രക്തത്തിൽ യൂറിക് ആസിഡ് കൂടുന്നു. സാധാരണ നിലവാരത്തിലുള്ള യൂറിക് ആസിഡുണ്ടെങ്കിലും ഗൗട്ട് ഉണ്ടാകാം. അധികവും കാലിലെ തള്ളവിരലിലാണ് രോഗം ബാധിക്കുക. കടുത്ത വേദനയും വിങ്ങലും ഉണ്ടാകുന്നു.

സോറിയാറ്റിക് ആർത്രൈറ്റിസ്
(Psoriatic Arthritis)

ദേഹമാസകലം വൃത്താകൃതിയിൽ ഇടയ്ക്കിടെ തടിച്ചുപൊങ്ങുന്ന നീണ്ടനിൽക്കുന്ന രോഗമായ സോറിയാസിസിൽ വരുന്ന സന്ധിരോഗമാണിത്.

എന്ററോപതിക് ആർത്രൈറ്റിസ്
(Enteropathic Arthritis)

ഒരു തരം നീണ്ടുനിൽക്കുന്ന ഇൻഫ്ളമേഷനോടുകൂടിയ സന്ധിരോഗമാണിത്. കുടലിലെ ഇൻഫ്ളമേറ്ററി രോഗങ്ങളായ അൾസറേറ്റീവ് കോളൈറ്റിസ് ക്രോൺസ് രോഗം (ulcerative colitis, Crohn's disease) എന്നിവയോടൊപ്പം കണ്ടുവരുന്നു. ഈ രോഗങ്ങളുള്ള 20 ശതമാനം പേരിൽ ഇത് കണ്ടു വരുന്നു. ഈ രോഗം ബാധിക്കുന്ന സന്ധികൾ കൈകാലുകളിലെയും നട്ടെല്ലിലെയും സന്ധികളാണ്.

റിയാക്ടീവ് ആർത്രൈറ്റിസ്
(Reactive Arthritis)

സന്ധികളിൽ ഇൻഫ്ളമേഷൻ ഉണ്ടാകുന്നു. കണ്ണിലെയും മൂത്രക്കുഴലായ യൂറിത്രയിലേയും ചിലപ്പോൾ തൊണ്ടയിലെ രോഗാണുബാധ കഴിയുന്നതോടൊപ്പം കാണുന്നു. സെക്കന്ററി ആർത്രൈറ്റിസ് (Secondary arthritis). ഇത് സാധാരണ ഏതെങ്കിലും സന്ധിയുടെ ആഘാതത്തിന് ശേഷം ആരംഭിക്കുന്നതാണ്. ചിലപ്പോഴിത് പല വർഷങ്ങൾക്ക് ശേഷമാണ് ഉണ്ടാകുന്നത്.

പോളിമയാൽജിയ റുമാറ്റിക്ക
(Polymyalgia Rheumatica)

ഇത് അമ്പത് വയസ്സിന് മുകളിലാണ് കാണുന്നത്. രോഗപ്രതിരോധ സംവിധാനമാണ് രോഗമുണ്ടാക്കുന്നത്. പേശിവേദനയും സന്ധി ഇൻഫ്ളമേഷനും സന്ധികളുടെ ചലനക്കുറവും ലക്ഷണങ്ങളാണ്.

ആർത്രൈറ്റിസ് ലക്ഷണങ്ങൾ

ലക്ഷണങ്ങൾ ഏതുതരം ആർത്രൈറ്റിസ് ആണെന്നതനുസരിച്ചിരിക്കും. അതിന് ആദ്യമായി ശരിയായ രോഗനിർണ്ണയം ആവശ്യമാണ്.

ആർത്രൈറ്റിസുകൾക്ക് പൊതുവെയുള്ള ലക്ഷണങ്ങൾ

- സന്ധിവേദന, തൊടുമ്പോഴുള്ള വേദന, ചലനമില്ലായ്മ
- സന്ധിക്ക് ചുറ്റും ഇൻഫ്ളമേഷൻ
- സന്ധിയുടെ ചലനങ്ങളെല്ലാം കുറയും
- ബാധിച്ച സന്ധിയുടെ മുകളിലുള്ള ചർമ്മത്തിൽ ചുകപ്പും ചൂടും ഉണ്ടാകും
- ബലക്കുറവും പേശി ശോഷിക്കലും

ആർത്രൈറ്റിസ് കുട്ടികളിൽ

ആർത്രൈറ്റിസ് പ്രായമായവരുടെ രോഗമാണെന്നാണ് പൊതുവെയുള്ള ധാരണ. എന്നാൽ കുട്ടികളിലും ഇത് കാണുന്നുണ്ട്. ഇതിലധികവും ജുവനൈൽ ഇഡിയോപതിക് ആർത്രൈറ്റിസ് (juvenile idiopathic arthritis (JIA) ആണ്. ഒന്നിലധികം സന്ധികളിൽ ഇതുമൂലം വേദനയും ഇൻഫ്ളമേഷനും ഉണ്ടാകുന്നു. ചുരുങ്ങിയത് ഈ ആർത്രൈറ്റിസ് ആറുമാസത്തേക്ക് നീണ്ടുനിൽക്കാറുണ്ട്. ഇതിന്റെ കാരണം വ്യക്തമല്ലെങ്കിലും കുട്ടി പ്രായമാകുന്നതോടെ ലക്ഷണങ്ങൾ കുറയുകയും സാധാരണജീവിതം നയിക്കാൻ കഴിയുകയും ചെയ്യുന്നു. ഇത്തരം ആർത്രൈറ്റിസ് പല തരത്തിലുണ്ട്.

ഒലിഗോ ആർട്ടിക്കുലർ ആർത്രൈറ്റിസ് ജെ ഐ എ (Oligo-Articular JIA)

ഇത് അഞ്ചുസന്ധികളിൽതാഴെ മാത്രമെ ബാധിക്കുകയുള്ളൂ. സാധാരണമായി ബാധിക്കുന്ന സന്ധികൾ കാൽമുട്ടുകൾ, കണങ്കാലുകൾ, മണിബന്ധം എന്നിവയാണ് . ഇത് മാറാനുള്ള സാധ്യത കൂടുതലാണ്. ഈ കുട്ടികളിൽ കണ്ണുരോഗം വരാനുള്ള സാധ്യതയുണ്ട്. ആ സാധ്യത കണക്കിലെടുത്ത് ഇടയ്ക്ക് കണ്ണുപരിശോധന ചെയ്യണം.

പോളി ആർട്ടിക്കുലർ ആർത്രൈറ്റിസ് ജെ ഐ എ (Poly-Articular JIA)

ഇത് അഞ്ചോ അതിലധികമോ സന്ധികളെ ബാധിക്കുന്നു. ഇത് കുട്ടിക്കാലത്തെ ഏതു വയസ്സിലും വരാം. ഇതിന്റെ ലക്ഷണങ്ങൾ പ്രായമായവരിലെ റുമറ്റോയ്ഡ് ആർത്രൈറ്റിസിന് സമാനമാണ്.

സിസ്റ്റമിക് ഓൺസെറ്റ് ആർത്രൈറ്റിസ് ജെ ഐ എ
(Systemic onset-Arthritis JIA)

ഇത് പലപ്പോഴും ദേഹം മുഴുവൻ തടിപ്പും പനിയുമോടൊപ്പമാണ് വരുന്നത്. അപ്രകാരം ദേഹമാസകലം വരുന്ന രോഗം പോലെ ക്ഷീണത്തോടൊപ്പം ആരംഭിക്കുന്നു. കഴലകളും ഉണ്ടാകുന്നു. തുടർന്ന് സന്ധികളെ ബാധിച്ച് അവ വലുതാകുന്നു. അവയിൽ ഇൻഫ്ളമേഷൻ വരുന്നു. പോളി ആർട്ടിക്കുലർപോലെ ഏതു വയസ്സിലുള്ള കുട്ടികളിലും ഇത് വരാം.

എൻതെസൈറ്റിസ് റിലേറ്റഡ് ആർത്രൈറ്റിസ്
(Enthesitis-Related Arthritis)

ഇത് പ്രായമായ കുട്ടികളിലും കൗമാരക്കാരിലും വരാം. ലക്ഷണങ്ങൾ കാലിന്റെ ഉള്ളടിയിലും മുട്ടിന് ചുറ്റും എടുപ്പ് സന്ധിയിലും വേദനയാണ്. ഇത് ലിഗമെന്റുകൾ സന്ധിയോട് ചേരുന്ന ഭാഗത്താണ് ഉണ്ടാവുക.

ആർത്രൈറ്റിസ് ചികിത്സ

ആർത്രൈറ്റിസിന് ശരിയായ പൂർണ്ണമായി മാറുന്ന ചികിത്സയില്ല. പല ചികിത്സകൊണ്ടും ഇതിലെ രോഗപ്രവർത്തനം സാവധാനത്തിലാക്കാനും ആശ്വാസമുണ്ടാക്കാനും കഴിയും. ഓസ്റ്റിയോ ആർത്രൈറ്റിസിന് സ്റ്റിറോയ്ഡുകൾ അല്ലാത്ത ഇൻഫ്ളമേഷനെതിരായ മരുന്നുകളും കോർട്ടിക്കോസ്റ്റിറോയ്ഡുകളും (non-steroidal anti-inflammatory drugs (NSAIDs) and corticosteroids) ഫലപ്രദമാണ്. മരുന്നുകൾ ഫലിക്കാത്ത അവസരങ്ങളിൽ ഈ സർജറികൾ ചെയ്യാറുണ്ട്.

സർജറികൾ

ആർത്രോപ്ലാസ്റ്റി (arthroplasty സന്ധി മാറ്റി വെയ്ക്കൽ), സന്ധികൾ കൂട്ടിച്ചേർക്കൽ (arthodesis (joint fusion). ഇതിൽ വേദനയുള്ള സന്ധി ഇല്ലാതാകുന്നു. അസ്ഥികളെ ഒന്നാക്കുന്നു. കണങ്കാൽ, മണിബന്ധം, കൈ, കാൽപാദം എന്നിവിടങ്ങളിലാണ് ഇത് ചെയ്യുന്നത്.

ഓസ്റ്റിയോട്ടമി (osteotomy)

ഇവിടെ അസ്ഥികൾ മുറിച്ച് ചേർത്ത് വെയ്ക്കുന്നു.

മരുന്നു ചികിത്സകളുടെ ലക്ഷ്യം വേദന കുറയ്ക്കുകയും സന്ധികളിലുള്ള കേടുകൾ കഴിയുന്നത്ര ഇല്ലാതാക്കുകയുമാണ്. ഇതിനുള്ള മരുന്നുകൾ വേദനാസംഹാരികൾ, അസുഖം കുറയ്ക്കാനുള്ള റുമാറ്റിസത്തിനെതിരെയുള്ള മരുന്നുകൾ (disease modifying anti-rheumatic drugs (DMARDs) ശാരീരിക പരിശീലനം (physiotherapy) പതിവായ വ്യായാമം എന്നിവയാണ്.

പുറംവേദന

Your pain is the breaking of the shell
that encloses your understanding.

- Khalil Gibran

പുറംവേദന വളരെ സാധാരണമായി കാണുന്ന പ്രശ്നമാണ്. ജീവിതത്തിലൊരിക്കലെങ്കിലും ഈ പരാതി പറയാത്തവർ കുറവാണ്. മനുഷ്യന്റെ മഹാപൂർവ്വികർ നാലുകാലിലുള്ളവരായിരുന്നു. പരിണാമപരമായി ഉയർന്നു നിന്നതോടെ പല പ്രശ്നങ്ങളും മനുഷ്യന് അഭിമുഖീകരിക്കേണ്ടി വന്നു. അതിലൊന്നാണ് പുറംവേദന. സാധാരണയായി കഴപ്പ്, വേദന, സമ്മർദ്ദം, ചലനക്കുറവ് എന്നിവയാണ് ഉണ്ടാവുക. ഇതിന് ചില ആരംഭകാരണങ്ങളുണ്ട്. തെറ്റായി വളഞ്ഞും ചെരിഞ്ഞുമൊക്കെ ഇരിക്കുക, നിൽക്കുക, അസാധാരണമായി കുനിയുക, ചെരിയുക, ഭാരം തെറ്റായി പൊക്കുക എന്നിവയാണവ. സാധാരണയായി പുറംവേദന ഗൗരവരോഗമല്ല. പന്ത്രണ്ട് ആഴ്ചകൊണ്ട് മാറാറുണ്ട്. വേദനസംഹാരികളും വ്യായാമവുംകൊണ്ട് എളുപ്പത്തിൽ മാറ്റാൻ കഴിയും. ഇപ്രകാരം മാറാതെ വരികയും വേറെ അതോടൊപ്പം ലക്ഷണങ്ങളുണ്ടാവുകയുമാണെങ്കിൽ വിശദമായി പരിശോധിച്ച് കാരണം കണ്ടുപിടിച്ച് ചികിത്സിക്കണം.

ഡോക്ടറോട് ചോദിക്കേണ്ട ചോദ്യങ്ങൾ

- എന്റെ പുറംവേദനയ്ക്ക് കാരണമായി ഏതെങ്കിലും ഗൗരവമായ രോഗമുണ്ടായിരിക്കുമോ?
- അപ്രകാരമാണെങ്കിൽ അത് ഏതെല്ലാമാണ്? അവയല്ല എന്ന് മനസ്സിലാക്കുവാനുള്ള തെളിവുകളുണ്ടോ?
- പുറംവേദന വരാനും അത് കൂടാനുമുള്ള കാരണങ്ങൾ മനസ്സിലാക്കി അവ ഒഴിവാക്കണമെന്നുണ്ട്. അവ ഏതൊക്കെയാണ്?
- വീട്ടിലും ജോലിസ്ഥലത്തും ചെയ്യുന്നതോ ജീവിതശൈലിയിലുള്ളതോ ആയ ഏതെങ്കിലും കാര്യങ്ങളിൽ മാറ്റം വരുത്തി പുറംവേദന കുറയ്ക്കാൻ കഴിയുമോ?
- പുറംവേദനയ്ക്ക് മരുന്നുകൾ ആവശ്യമാണോ? ഇതിന് മറ്റു സമാന്തര ചികിത്സകളുണ്ടോ?
- ഇതിന്റെ മരുന്നുകൾ എപ്രകാരമാണ് പ്രവർത്തിക്കുന്നത്?
- ഞാൻ എത്രകാലം ഈ മരുന്നുകൾ കഴിക്കേണ്ടിവരും? ഏതൊക്കെയാണ് അവയുടെ പാർശ്വഫലങ്ങൾ?
- നീണ്ടകാലം മരുന്ന് കഴിക്കുന്നതുകൊണ്ട് ഏതെല്ലാം അനഭിലഷണീയമായ ഫലങ്ങളുണ്ടാകാം?

- എപ്രകാരമാണ് ഈ പുറംവേദന എന്നെ മറ്റുകാര്യങ്ങളിൽ ബാധിക്കുന്നത്?
- വേറെ എന്തെങ്കിലും പ്രശ്നങ്ങൾ ഉദ്ഭവിക്കുമോ?
- എന്റെ പുറംവേദന ഒരു നീണ്ടകാലപ്രശ്നമായതുകൊണ്ട് അതോടുകൂടി ജീവിക്കുവാൻ പഠിക്കുന്നതെങ്ങനെ?
- പഠനസ്ഥലത്തും ജോലിസ്ഥലത്തും വീട്ടിലും പ്രത്യേകമായി ചെയ്യാവുന്ന കാര്യങ്ങൾ ഏതൊക്കെയാണ്?
- എത്രകാലംകൂടിയാണ് ഞാൻ ഡോക്ടറെ കാണാൻ വരേണ്ടത്?

പുറംവേദന പലതരം

പിൻവശത്ത് താഴെയാണ് അധികവും പുറംവേദന ഏറ്റവുമധികം കാണുന്നത്. നട്ടെല്ലിൽ എവിടെയും അതുണ്ടാകാം. കഴുത്തിനും എടുപ്പിനും ഇടയ്ക്കുള്ള ഭാഗത്ത് എവിടെയും പുറംവേദന വരാം. പുറംവേദനകളിൽ ചില പ്രത്യേകരോഗങ്ങളുണ്ട്. അവയെ പുറംവേദന എന്ന് പറയാറില്ല. അവ ഇവയാണ്.

കഴുത്തുവേദന

അപകടങ്ങളെ തുടർന്ന് ഉണ്ടാകുന്ന ലക്ഷണമായ വിപ്ലാഷ് (whiplash)

തോളിലെ വേദന

തോൾ ഉറച്ചതുപോലെ ചലിക്കുമ്പോൾ കിരുകിരുശബ്ദവും വേദനയും തോന്നുന്ന ഫ്രോസൺ ഷോൾഡർ (frozen shoulder)

ഒരുതരം ആർത്രൈറ്റിസ് ആയ ആൻകൈലോസിങ്ങ് സ്പോണ്ടിലൈറ്റിസ് (ankylosing spondylitis)

നട്ടെല്ലിലെ ഡിസ്കിന് സ്ഥാനചലനമുണ്ടാകുന്ന സ്ലിപ്പ്ഡ് ഡിസ്ക് (slipped disc)

സയാറ്റിക് ഞരമ്പിന് സമ്മർദ്ദംകൊണ്ടു വരുന്ന സയാറ്റിക്ക (sciatica)

ലക്ഷണങ്ങൾ

പുറംവേദന ഏതുതരമാണെന്നും ഏതു ഭാഗത്താണ് ബാധിച്ചിരിക്കുന്നതെന്നും അതിന്റെ കാരണം ഏതാണെന്നും അനുസരിച്ചായിരിക്കും ലക്ഷണങ്ങൾ ഉണ്ടാകുന്നത്.

താഴെ പുറത്തുള്ള വേദനയുടെ ലക്ഷണങ്ങൾ

വേദന താഴെ കേന്ദ്രീകരിച്ചിരിക്കുകയാണെങ്കിലും അത് മുൻവശത്തേക്കും വശത്തേക്കും ഒന്നോ രണ്ടോ കാലുകളിലേക്കും വരാം.

തെറ്റായ ഇരിപ്പും നിൽക്കലും കാരണം അവ വർഷങ്ങൾകൊണ്ട് വന്നതായിരിക്കാം. അല്ലെങ്കിൽ ഏതെങ്കിലും ഭാരമുള്ളവ പൊക്കുമ്പോൾ പെട്ടെന്ന് വന്നതായിരിക്കാം. അസാധാരണമായി പെട്ടെന്നു തിരിയുകയോ ചരിയുകയോ ചെയ്തതുകൊണ്ട് വന്നതായിരിക്കാം. ചിലപ്പോൾ കാരണം നിങ്ങൾക്ക് മനസ്സിലാകാത്തതായിരിക്കാം. ലക്ഷണങ്ങൾ രാത്രി കൂടുതലായിരിക്കാം. ചില ശാരീരിക ചലനങ്ങളോടൊപ്പം അവ കൂടുതലാകാം.

മുകളിൽ മദ്ധ്യഭാഗത്തുള്ള പുറംവേദന

കഴുത്തിന്റെ തുടക്കത്തിന് താഴെ വാരിയെല്ലുകൾ അവസാനിക്കുന്ന ഇടം വരെയുള്ള ഭാഗത്തായിരിക്കും വേദന. അതായത് തൊറാസിക് സ്പൈൻ എന്ന മദ്ധ്യഭാഗ നട്ടെല്ലുകളുടെ ഭാഗമാണത്. വേദന ശക്തമാകാതെ എന്നാൽ മന്ദവും മുഷിപ്പിക്കുന്നതുമായിരിക്കും. ചിലപ്പോഴത് നീറുന്നതും പൊള്ളുന്നതുമായിരിക്കും. ചിലപ്പോഴത് ശക്തവും കീറുന്നതുപോലെയുമായിരിക്കും. വേദനയുടെ വിവരണവും അനുഭവവും വ്യക്തിപരമായിരിക്കും. ഒരേ അസുഖത്തിനും ഒരേ കാഠിന്യത്തിനും വിവിധതരത്തിൽ രോഗികൾ പ്രതികരിക്കുകയും അതിനെപ്പറ്റി പരാതിപ്പെടുകയും ചെയ്യുന്നത് സാധാരണയാണ്. പേശികൾ മുറുകുകയും ചലനം കുറയുകയും ചെയ്യും. തൊറാസിക് സ്പൈൻ ഭാഗത്തുള്ള നട്ടെല്ലുകളോ ലിഗമെന്റുകളോ ഞരമ്പുകളെ സമ്മർദ്ദമേല്പിക്കുന്നുണ്ടെങ്കിൽ വേദന ആ ഞരമ്പുകളുടെ പരാമർശിതഭാഗമനുസരിച്ച് കൈകളിലേക്കാ കാലുകളിലേക്കോ നെഞ്ചിലേക്കോ വരാം.

സയാറ്റിക്ക

ഇതിലെ വേദന പുറത്ത് താഴെ തുടങ്ങി പൃഷ്ടത്തിലൂടെ ഒന്നോ രണ്ടോ കാലുകളിലേക്ക് വരാം.

വഴുതുന്ന ഡിസ്ക്

നട്ടെല്ലിന്നിടയിലെ വഴുതുന്ന ഡിസ്കിനെ പുറത്തേക്കു വരുന്ന ഹെർണിയ പോലെ വരുന്ന ഡിസ്ക് എന്നും പറയാറുണ്ട്. ഡിസ്ക് പൊട്ടി അതിനുള്ളിലെ ജെൽ പുറത്തേക്ക് വന്ന് ഞരമ്പുകളെ അമർത്തുന്നു. പലപ്പോഴും അത് സയാറ്റിക് ഞരമ്പിനെയാണ് അമർത്തുന്നത്. അപ്രകാരം സയാറ്റിക്കയുടെ ലക്ഷണങ്ങളുണ്ടാകുന്നു. ആ ലക്ഷണങ്ങളാണ് വേദനയായി താഴോട്ട് കാലുകളിലേക്ക് പോയി അസഹ്യമാകുന്നത്. പുറത്ത് നല്ല വേദനയും പേശികളിൽ തളർച്ചയും പിടുത്തവും ഉണ്ടാകാറുണ്ട്.

ആൻകൈലോസിങ്ങ് സ്പോണ്ടിലൈറ്റിസ്

ഈ രോഗം പുറംവേദന ലക്ഷണങ്ങൾ താഴെയും പൃഷ്ടഭാഗത്തും കഴുത്തിലും സാക്രോഇലിയാക്സന്ധിയിലും (sacroiliac joint) ഉണ്ടാകും.

ആർത്രൈറ്റിസ്

പുറത്തുള്ള സന്ധികളിലെ ആർത്രൈറ്റിസ് ലക്ഷണങ്ങൾ ഉണ്ടായാൽ പുറംവേദനയുണ്ടാകും.

ഉറയ്ക്കുന്ന തോൾ

ഉറയ്ക്കുന്ന തോൾസന്ധികൊണ്ട് അവിടെനിന്ന് താഴേക്ക് പുറംവേദന വരാം.

വിപ്ലാഷ്

സാധാരണ കാറപകടംപോലുള്ള അപകടങ്ങളെ തുടർന്നാണ് ഇതുണ്ടാകുന്നത്. അപകടമുണ്ടായി 6–12 മണിക്കൂറിന് ശേഷമാണിത് വരുന്നത്. ലിഗമെന്റുകൾ വലിയുന്നതാണ് കാരണം. കഴുത്ത് വേദനയും ചലനക്കുറവും അനുഭവപ്പെടും. കഴുത്തിലെ പേശികളിൽ തൊടുമ്പോൾ വേദനിക്കും. ചിലപ്പോൾ തലചുറ്റലും ക്ഷീണവുമുണ്ടാകും. തലവേദന, കാഴ്ചമങ്ങൽ എന്നിവയുമുണ്ടാകും. പുറംവേദന കുറവായിരിക്കും.

വേഗം വിദഗ്ദ്ധസേവനം ആവശ്യമായ ലക്ഷണങ്ങൾ

കൈകാലുകളിൽ തൊട്ടാലറിയായ്ക, തരിപ്പ്, സൂചി കുത്തുന്നതുപോലെ തോന്നുക, ചലനത്തിന് നിയന്ത്രണം കുറയുക എന്നീ ലക്ഷണങ്ങളുണ്ടായാൽ അത് ഞരമ്പ് സംബന്ധമായ അസുഖമാണെന്ന് (neurological) മനസ്സിലാക്കണം. അവ സുഷുമ്നയോ അതിൽനിന്ന് വരുന്ന ഞരമ്പുകൾക്കോ ക്ഷതം സംഭവിച്ചതിന് ശേഷമുള്ള ലക്ഷണങ്ങളായിരിക്കാം.

- താഴെയുള്ള പുറംവേദന താഴെ കാലുകളിലേക്കു വരുക
- പുറംവേദന ചുമയ്ക്കുമ്പോഴോ മുന്നോട്ട് കുനിയുകയോ ചെയ്യുമ്പോൾ കൂടുക
- പുറംവേദനയോടൊപ്പം പനിയും ചൂട് തോന്നുകയും മൂത്രമൊഴിക്കുമ്പോൾ വേദനയും മൂത്രത്തിന് കടുത്ത ഗന്ധമുണ്ടാവുകയും ചെയ്യുക. ഇത് മൂത്രാശയത്തിലോ മൂത്രനാളത്തിലെവിടെയോ പഴുപ്പുണ്ടാകുന്നതുകൊണ്ടാകാം.
- മൂത്രമൊഴിക്കുന്നതിനോ ശോധനയ്ക്കോ നിയന്ത്രണമില്ലാതിരിക്കുക.

- കിടക്കുമ്പോഴും എഴുന്നേൽക്കുമ്പോഴും നട്ടെല്ലിൽ ഏതെങ്കിലുമൊരു ഭാഗത്തുമാത്രം മന്ദമായ വേദന ഉണ്ടാവുക.

ഇവ കാണുമ്പോൾ അവ ഗൗരവതരമായ രോഗത്തിന്റെ ബാഹ്യലക്ഷണമായിരിക്കാം. അതുകൊണ്ട് വേഗം വിശദമായ വിദഗ്ദ്ധപരിശോധന നടത്തണം.

ഗുരുതര ലക്ഷണങ്ങൾ

ഈ ഗുരുതരലക്ഷണങ്ങൾ ചുവപ്പുകൊടി ഉയർത്തുന്നവയായതുകൊണ്ട് 'ചുവപ്പുകൊടി ലക്ഷണങ്ങൾ' എന്ന പേരിൽ അറിയപ്പെടുന്നു. ഇവ കണ്ടാൽ വേഗം ഡോക്ടറെക്കണ്ട് രോഗനിർണ്ണയവും ചികിത്സയും ചെയ്യണം. അവ ഏതൊക്കെയാണെന്ന് നോക്കാം.

- പുറംവേദനയോടൊപ്പം 100.4 ഡിഗ്രി പനിയുമുണ്ടാവുക
- വിശദീകരിക്കാൻ കഴിയാത്ത ശരീരഭാരക്കുറവ്
- പുറത്ത് മുഴ വരൽ
- കിടക്കുമ്പോൾ കുറയാത്ത പുറം വേദന
- അതോടൊപ്പം നെഞ്ചിൽ വേദനയും മുകളിലേക്ക് വേദന വരികയും ചെയ്യുക
- വേദന പുറത്തുനിന്ന് കാലുകളിലേക്ക് മുട്ടുകൾക്ക് താഴെ വരിക
- മൂത്രം പോകുന്നതിനും മലം പോകുന്നതിനും പ്രശ്നമുണ്ടെങ്കിൽ
- ലൈംഗികാവയവങ്ങളിലും പൃഷ്ടത്തിലും ഗുദത്തിലും കരിപ്പുണ്ടാവുക
- മൂത്രം പോകുന്നതിന് പ്രയാസം
- വേദന രാത്രിയിൽ കൂടുതലാവുക

രോഗനിർണ്ണയം

രോഗനിർണ്ണയം ഏതുതരം ലക്ഷണമാണെന്നതിനെ ആശ്രയിച്ചായിരിക്കും. മേൽപറഞ്ഞ ലക്ഷണങ്ങളെല്ലാം നിങ്ങളുടെ ഡോക്ടർ ചോദിച്ച് രോഗസാധ്യതകളെ വിലയിരുത്തും. അതിനുശേഷം ഏതുതരമായിരിക്കും എന്നൊരു പ്രാഥമികനിഗമനത്തിലെത്തുന്നു. അവിടെനിന്ന് രോഗത്തെ കൃത്യമായി മനസ്സിലാക്കുവാൻ എക്സ് റെ, സ്കാനിങ്ങ് എന്നിവ ചെയ്യുവാൻ നിർദ്ദേശിക്കുന്നു. അവയുടെ ഫലമനുസരിച്ച് പൂർണ്ണമായ രോഗനിർണ്ണയത്തിലെത്താൻ കഴിയും.

എക്സ്റെ സ്കാനിങ്ങ് എന്നിവ

എക്സ് റെ സ്കാനിങ്ങ് എന്നിവകൊണ്ട് നിങ്ങളുടെ ഡോക്ടർക്ക് നിങ്ങളുടെ ശരീരത്തിൽ എന്തൊക്കെ തകരാറുകളാണുള്ളതെന്ന് അറിയുവാൻ

കഴിയും. ഒറ്റതരം പരിശോധനകൊണ്ട് എല്ലാം നൂറുശതമാനവും അറിയണമെന്നില്ല. മറ്റു ഗൗരവതരലക്ഷണങ്ങളില്ലെങ്കിൽ പെട്ടെന്നു വരുന്ന 90 ശതമാനവും പുറംവേദന ഒരുമാസംകൊണ്ട് മാറാറുണ്ട്. അപ്പോൾ അത്തരം പുറംവേദനകൾ വിശദമായ എക്സ് റെ സ്കാനിങ്ങ് എന്നിവയുടെ ആവശ്യമില്ല. പുറംവേദന തുടങ്ങി മുപ്പതുദിവസത്തിനകമുള്ള പരിശോധനയാണെങ്കിൽ പ്ലെയ്ൻ എക്സ് റെ ചെയ്യാറില്ല. സങ്കീർണ്ണമായ ലക്ഷണങ്ങളുണ്ടായിരിക്കുക, ആഘാതങ്ങളെന്തെങ്കിലും ഉണ്ടാവുക, അമ്പതു വയസ്സി ന് മുകളിലാവുക, അസ്ഥികൾ ദ്രവിക്കുന്ന ഓസ്റ്റിയോപോറോസിസ് (osteoporosis) സംശയിക്കുക, ദീർഘകാലമായി സ്റ്റീറോയ്ഡ് ഉപയോഗിക്കുക എന്നിവയാണെങ്കിൽ എക്സ് റെ ഉപയോഗിക്കാറുണ്ട്.

മൈലോഗ്രാം ഇപ്പോൾ അധികം ഉപയോഗത്തിലില്ല. സ്പൈനൽ കനാലിൽ എക്സ് റെ കടക്കാത്ത ചായം കയറ്റുന്നു. അതിനുശേഷം എക്സ് റെ എടുത്താൽ സ്പൈനൽ കനാലിലെ തകരാറുകൾ മനസ്സിലാകും. ഇപ്പോഴധികവും ഇത് സി ടി യോടൊപ്പം ഓപ്പറേഷന് മുമ്പായാണ് ഉപയോഗിക്കുന്നത്. എം ആർ ഐ വ്യാപകമായതോടെ ഇതിന്റെ ഉപയോഗം വളരെ കുറഞ്ഞു.

മാഗ്നെറ്റിക് റിസോണൻസ് ഇമാജിങ്ങ് (Magnetic resonance imaging (MRI). വളരെ സാങ്കേതികമായി ഉയർന്ന സ്കാനിങ്ങാണിത്. ഇതിൽ എക്സ് റെ ക്ക് പകരം ശക്തമായ കാന്തതരംഗങ്ങളാണ് ഉപയോഗിക്കുന്നത്. പെട്ടെന്നുള്ള പുറംവേദനയിൽ ഈ പരിശോധന ഉപയോഗിക്കാറില്ല. എന്നാൽ വേഗം ഓപ്പറേഷൻ വേണ്ടിവരുന്ന കോഡ ഇക്വിന സിൻഡ്രോം (cauda equina syndrome), സ്പൈനൽ കനാലിൽ പഴുപ്പ്, മുഴകൾ, അസ്ഥി പൊട്ടൽ എന്നിവ സംശയിക്കുന്നുവെങ്കിൽ ചെയ്യേണ്ടി വരും. ഒരുമാസത്തിനുശേഷം പുറംവേദന കുറയുന്നില്ലെങ്കിൽ ഏതെങ്കിലും ഗൗരവമായ രോഗമുണ്ടെങ്കിൽ ഇത് ചെയ്യാറുണ്ട്. ഇതിന്റെ കൃത്യതയും ചോദ്യം ചെയ്യപ്പെടുന്നുണ്ട്. പുറംവേദനയില്ലാത്ത 40 ശതമാനം പേരിൽ ഡിസ്ക് തള്ളിവരുന്നതായി എം ആർ ഐ കാണിക്കുന്നുണ്ട്. മാത്രമല്ല 20 പേരുടെ സർജറിയിൽ നേരിട്ടുകണ്ടത് പൊട്ടിയ ഡിസ്ക് എം ആർ ഐയിൽ കണ്ടില്ല.

ഞരമ്പു പരിശോധനകൾ

ഇതിലൂടെ ഞരമ്പിലെ സന്ദേശം പോകുന്നതിന്റെ വേഗത (nerve conduction time) അറിയാൻ കഴിയും.

എലക്ട്രോ മയോഗ്രാം

പേശികളുടെ പ്രവർത്തനത്തെ പഠിക്കുവാനുള്ള പരിശോധനയാണിത്. വളരെ ചെറിയ സൂചികൾ ഈ പേശികളിൽ വെയ്ക്കുന്നു.

അതിലൂടെ പേശികൾ പ്രവർത്തിക്കുമ്പോഴുള്ള വളരെ ചെറിയ വൈദ്യുത വ്യതിയാനങ്ങൾ അളക്കുവാൻ കഴിയുന്നു. പഴകിയ പുറംവേദന കളിൽ ഞരമ്പുകളുടെ തുടക്കത്തിൽ കേടുകൾ എന്തെങ്കിലും സംഭവി ച്ചത് മനസ്സിലാക്കുവാൻ കഴിയും. അപ്രകാരമുള്ള രോഗമാണോ പേശികളിലുള്ള രോഗമാണോ എന്നറിയാൻ ഈ പരിശോധനയിലൂടെ കഴിയും.

പുറംവേദനയുടെ ചികിത്സ

സാധാരണ പ്രവർത്തനങ്ങളിൽ വ്യാപൃതമാകണം

പുറംവേദനയുണ്ടെങ്കിലും സാധാരണ പ്രവർത്തനങ്ങളിൽ വ്യാപൃത മായിരിക്കയാണ് വേണ്ടത്. ദൈനംദിനപ്രവർത്തനങ്ങൾ തകരാറില്ലാതെ തുടരുവാൻ ശ്രമിക്കണം. മുൻകാലങ്ങളിൽ പുറംവേദനയുള്ളവരോട് വിശ്രമം എടുക്കുവാൻ ഡോക്ടർമാർ ഉപദേശിച്ചിരുന്നു. പക്ഷേ കുറെ ക്കാലം പ്രവർത്തനമില്ലാതിരിക്കുന്നത് പുറത്തിന് നല്ലതല്ല എന്ന നിഗമ നത്തിലാണ് പഠനങ്ങൾക്ക് ശേഷം വിദഗ്ദ്ധർ എത്തിച്ചേർന്നത്. കഠിനമ ല്ലാത്ത നടത്തംപോലുള്ള വ്യായാമങ്ങൾ, ദൈനംദിനപ്രവർത്തികൾ എന്നിവ പുറംവേദന കുറയ്ക്കുവാൻ ഗുണം ചെയ്യും.

വേദനസംഹാരികൾ

സാധാരണ ഉപയോഗിക്കാറുള്ളത് പാരാസെറ്റമോളും ഐബുപ്രോഫ നുമാണ്. ഇവ ആവശ്യമെങ്കിൽ മാത്രം ഉപയോഗിക്കാനുള്ളതാണ്. വേദന യുള്ള ഭാഗത്ത് ചൂടോ തണുപ്പോ ഉള്ള തുണികൊണ്ട് അമർത്തുന്നത് നല്ലതാണ്. യാതൊരു പാർശ്വഫലവുമില്ലാതെ വേദന കുറയ്ക്കാനിത് സഹായിക്കും. കുപ്പിയിൽ തണുത്തതോ ചൂടുള്ളതോ ആയ വെള്ളം നിറച്ച് വേദനയുള്ള സ്ഥലത്ത് വെച്ചും ഈ ചികിത്സ ചെയ്യാം.

വിഷാദം, ഉൽക്കണ്ഠ എന്നിവകൊണ്ടും പുറംവേദനകളുണ്ടാകും. അവയുണ്ടെങ്കിൽ അവ മാറ്റേണ്ടത് ആവശ്യമാണ്. സമ്മർദ്ദമില്ലാതെ സന്തോഷകരമായിരിക്കണം. ഗുണാത്മകസമീപനമുള്ളവർക്ക് വേഗ ത്തിൽ വേദനകളിൽനിന്ന് വിഷാദമുള്ളവരെക്കാൾ വേഗത്തിൽ മോചനം കിട്ടാറുണ്ട്.

ഫിസിയോതെറാപി, ഉഴിച്ചിൽ എന്നിവ

ആറാഴ്ചയിൽകൂടുതൽ പഴക്കമുള്ളവർക്ക് ഈ ചികിത്സകൾ നിർദ്ദേ ശിക്കാറുണ്ട്. ഇവിടെ വേദനസംഹാരികൾ, അക്യുപങ്ചർ, വ്യായാമം എന്നിവ ഒരുമിച്ചാണ് ചെയ്യുന്നത്. ഉഴിച്ചിൽ ചികിത്സയും ഫലം നൽകു ന്നുണ്ട്.

സ്പൈനൽ സർജറി

മറ്റു ചികിത്സകളെല്ലാം പരാജയപ്പെടുമ്പോഴാണ് ഈ ചികിത്സ ചെയ്യുന്നത്. ലാമിനെക്റ്റമി (Laminectomy) എന്ന ഓപ്പറേഷനാണ് ഏറ്റവും കൂടുതലായി ചെയ്തുവരുന്നത്. നട്ടെല്ലിന്റെ പിൻവശത്തുള്ള ഭാഗവും ലിഗമെന്റും ഞരമ്പിൽ അമരുകയാണെങ്കിൽ അവ എടുത്ത് സമ്മർദ്ദം കുറച്ചാൽ വേദന മാറും.

ഗർഭകാലത്തെ പുറംവേദന

ഈ സമയത്ത് പുറംവേദനയുണ്ടെങ്കിൽ വേദനസംഹാരികൾ കഴിക്കരുത്. അക്യുപങ്ചർ ചൂടും തണുപ്പും ഏല്പിക്കൽ എന്നിവ ചെയ്യാം. ഇവകൊണ്ട് കുറവില്ലെങ്കിൽ ഡോക്ടറെ കാണണം.

പുറംവേദന പ്രതിരോധം

ഏിപ്രകാരം ഇരിക്കുന്നു, നിൽക്കുന്നു, കിടക്കുന്നു, ഭാരം പൊക്കുന്നു എന്നിവയെല്ലാം നിങ്ങളുടെ പുറംവേദനയെ ബാധിക്കാം. പുറത്തിന് പ്രയാസമുണ്ടാകാതെ ഇതെല്ലാം ചെയ്യുന്നതെങ്ങനെയെന്ന് പരിശീലിക്കാം. ഇതിന് ഫിസിയോതെറാപി പരിശീലനവും ഉപദേശവും സഹായിക്കും. പുറത്തിന് ആവശ്യത്തിൽകൂടുതൽ സമ്മർദ്ദം ഏല്പിക്കരുത്.

പതിവ് വ്യായാമം

നടത്തം, നീന്തൽ എന്നിവ പുറംവേദനയ്ക്കുള്ള വളരെ നല്ല വ്യായാമങ്ങളാണ്. യോഗ പരിശീലിക്കുന്നതും പുറത്തെ പേശികളെ ശക്തമാക്കുകയും ചലനം ഭേദമാക്കുകയും ചെയ്യും.

മൂത്രാശയ അർബ്ബുദം

My bladder cancer was related to smoking, and I think smoking kills people.

- Bob Schieffer

മൂത്രാശയത്തിന്റെ ആന്തരിക ആവരണത്തിൽ വളർച്ച ഉണ്ടാകുന്നതിനെയാണ് മൂത്രാശയ അർബ്ബുദം

എന്നു പറയുന്നത്. ഇത് ചികിത്സിക്കുവാൻ വൈകുകയാണെങ്കിൽ ചുറ്റുമുള്ള പേശിയിലേക്കും അടുത്ത അവയവങ്ങളിലേക്കും കോശകലകളിലേക്കും പടിപടിയായി വ്യാപിക്കുകയും അതനുസരിച്ച് ചികിത്സ കൂടുതൽ ബുദ്ധിമുട്ടാവുകയും ചെയ്യും.

ഡോക്ടറോട് ചോദിക്കേണ്ട ചോദ്യങ്ങൾ

- എന്റെ മൂത്രാശയ അർബ്ബുദം ഏത് ഘട്ടത്തിലാണ്? അർബ്ബുദത്തിന്റെ ഏത് ഗ്രേഡിലാണ്?
- ഇത് ചികിത്സയെ എപ്രകാരമാണ് ബാധിക്കുന്നത്?
- എന്താണ് എന്റെ മൂത്രാശയഅർബ്ബുദത്തിന്റെ ഭാവി?
- ഇതിന്റെ ചികിത്സയുടെ ലക്ഷ്യമെന്താണ്?
- ഈ ചികിത്സയെപ്പറ്റി എവിടെനിന്നെല്ലാം വിവരങ്ങൾ ലഭിക്കും?
- ഇതിനുള്ള സ്പെഷലിസ്റ്റ് നഴ്സിന്റെ സേവനം ലഭിക്കുമോ?
- ഭാവിയിൽ എനിക്ക് വേറെ ചികിത്സ വേണ്ടി വരുമോ?
- ഏതെങ്കിലും പരീക്ഷണാടിസ്ഥാനത്തിലുള്ള ചികിത്സകൊണ്ട് എനിക്ക് ഗുണം കിട്ടുമോ?
- രണ്ടാമതൊരു വിദഗ്ദ്ധാഭിപ്രായം എനിക്ക് എപ്രകാരമാണ് ലഭിക്കുക?
- എത്ര ഇടവിട്ടാണ് ചികിത്സ കഴിഞ്ഞതിന് ശേഷം ഞാൻ ഡോക്ടറെ കാണേണ്ടത്?
- അപ്രകാരം കാണാൻ വരുമ്പോൾ എന്താണ് സംഭവിക്കുക?
- ഏതെല്ലാം കാര്യങ്ങളാണ് ഞാൻ ശ്രദ്ധിച്ചുകൊണ്ടിരിക്കേണ്ടത്?

മൂത്രാശയ അർബ്ബുദത്തിന്റെ ഏറ്റവും പ്രധാനലക്ഷണം മൂത്രത്തിലൂടെ രക്തം വരലാണ്. അതിന് വേദന ഉണ്ടാവുകയുമില്ല. മൂത്രത്തിലൂടെ രക്തം വരൽ ഇടയ്ക്ക് മാത്രമുള്ളതാണെങ്കിലും ഡോക്ടറെക്കണ്ട് വിശദമായി അതിന്റെ കാരണം അന്വേഷിക്കണം.

ലക്ഷണങ്ങൾ

മൂത്രത്തിൽ രക്തം കാണുന്നതാണ് മൂത്രാശയ അർബ്ബുദത്തിന്റെ ഏറ്റവും സാധാരണ ലക്ഷണം. ഇതിനെ ഡോക്ടർമാർ ഹീമച്യൂറിയ (haematuria) എന്നു പറയുന്നു. ഇതിന് വേദന ഇല്ലാത്തതാണ് ഇതിന്റെ അപകടം. അതുകൊണ്ട് ചികിത്സ തേടുവാൻ വൈകുന്നു. മൂത്രമൊഴിക്കുമ്പോൾ രക്തനിറമുള്ള തുള്ളികൾ കാണും. ചിലപ്പോൾ രക്തം മൂലം മൂത്രം തവിട്ടു നിറമാകും. മൂത്രം പരിശോധിക്കുമ്പോൾ രക്തത്തിന്റെ തെളിവ് ലഭിക്കുകയും ചെയ്യും. പലപ്പോഴും ഇത് ഇടയ്ക്ക് മാത്രം കാണുന്ന ലക്ഷണമായിരിക്കും. ചുരുക്കമായി കാണുന്ന ലക്ഷണങ്ങൾ ഇവയായിരിക്കും.

- ഇടയ്ക്കിടെ മൂത്രമൊഴിക്കണമെന്ന് തോന്നുക
- പെട്ടെന്ന് മൂത്രമൊഴിക്കണമെന്ന് തോന്നുക
- മൂത്രമൊഴിക്കുമ്പോൾ ചൂട് തോന്നുക
- മൂത്രാശയ അർബ്ബുദം കുറെ വൈകുമ്പോൾ അത് മറ്റുഭാഗങ്ങളിലേക്ക് പരക്കുവാൻ തുടങ്ങും. അപ്പോഴുള്ള ലക്ഷണങ്ങൾ ഇവയാണ്.

- അരക്കെട്ട് ഭാഗത്ത് വേദന
- അസ്ഥികളിൽ വേദന
- മനസ്സിലാകാത്ത ശരീരം ശോഷിക്കലും തൂക്കക്കുറവും
- കാലുകളിൽ നീര്

എന്നിവയാണ്. അതുകൊണ്ട് നേരത്തെ മൂത്രത്തിൽ രക്തം കാണുന്ന അവസരത്തിൽ സമയം കളയാതെ ഡോക്ടറെക്കണ്ട് വിശദമായ പരിശോധന നടത്തണം.

അർബ്ബുദത്തിന് കാരണമായേക്കാവുന്ന പുകവലി ഉണ്ടോ എന്നും കുടുംബത്തിൽ അർബ്ബുദത്തിന്റെ കുടുംബചരിത്രമുണ്ടോ എന്നും ഡോക്ടർ നിങ്ങളോട് ചോദിക്കും. ശാരീരിക പരിശോധന മൂത്ര പരിശോധന എന്നിവ ചെയ്യും. ശാരീരിക പരിശോധനയിൽ ഗുദവും യോനിയും പരിശോധിക്കും. പരിശോധനയിൽ കണ്ടുപിടിക്കാവുന്ന മുഴകളുണ്ടോ എന്നുനോക്കും. പിന്നീട് ആസ്പത്രിയിൽ വിശദമായ പരിശോധന നടത്തും.

മൂത്രപരിശോധന

മൂത്രപരിശോധനയിൽ മൂത്രത്തിൽ രക്തത്തിന്റെ അംശമുണ്ടോ എന്നും അർബ്ബുദകോശങ്ങളുണ്ടോ, രോഗാണുക്കളുണ്ടോ എന്നും നോക്കും. മൂത്രപരിശോധനയിൽ കാണുന്ന അസാധാരണകോശങ്ങൾ എപ്പോഴും രോഗലക്ഷണമായിരിക്കണമെന്നില്ല. അതുപോലെ രോഗമുള്ളപ്പോൾ ഈ കോശങ്ങൾ കാണണമെന്നുമില്ല. അതുകൊണ്ട് ഇത് പൂർണ്ണമായും വിശ്വസനീയമല്ല.

സിസ്റ്റോസ്കോപി

സിസ്റ്റോസ്കോപ് എന്ന ഉപകരണം ഒരറ്റത്ത് ക്യാമറയും വെളിച്ചവും മറുവശത്ത് അവയെ നിയന്ത്രിക്കുകയും കാണുകയും കംപ്യൂട്ടറിൽ രേഖപ്പെടുത്തുകയും ചെയ്യാവുന്ന ഭാഗവുമുള്ളതാണ്. ഈ പരിശോധന അഞ്ചുമിനിറ്റ് മാത്രമെ എടുക്കുകയുള്ളൂ. അത് കടത്തി പരിശോധിക്കുവാൻ മൂത്രക്കുഴലിൽ (urethra) ആദ്യം അല്പം തരിപ്പിക്കാനുള്ള ജെൽ പുരട്ടുന്നു. വേദനയില്ലാതെ എളുപ്പത്തിൽ അത് അകത്ത് കടക്കുന്നു.

ബയോപ്സി

ഈ പരിശോധന ചെയ്തുകൊണ്ടിരിക്കുമ്പോൾ സംശയമുള്ള എന്തെങ്കിലും കണ്ടാൽ സംശയമുള്ള ഭാഗത്തിന്റെ ചെറിയ ഒരു കഷണം മുറിച്ചെടുക്കുന്നു. അത് വിശദരോഗശാസ്ത്രപരിശോധനയ്ക്കായി ലബോറട്ടറിയിലേക്കയയ്ക്കുന്നു. ഇതാണ് ബയോപ്സി. ഈ ബയോപ്സി അധികവും ചെയ്യുന്നത് അനസ്തീസിയ കൊടുത്തതിന് ശേഷമായിരിക്കും.

യൂറിത്രയിലൂടെ നടത്തുന്ന ഈ വളർച്ച നീക്കം ചെയ്യുന്ന ഓപ്പറേഷനെ ട്രാൻസ് യൂറിത്രൽ റിസെക്ഷൻ ഓഫ് ബ്ലാഡർ ട്യൂമർ (transurethral resection of a bladder tumour (TURBT) എന്നു പറയുന്നു. അതിനു ശേഷം ഈ മുറിച്ചെടുത്ത ഭാഗത്തെ അർബ്ബുദകോശങ്ങളെയും അവ പുറത്തേക്ക് വളർന്നുവോ എന്നും നോക്കുന്നു. മൂത്രാശയത്തിന്റെ ആവരണവും കഴിഞ്ഞ് അവ എത്രത്തോളം പടർന്നു എന്നും പരിശോധിക്കുന്നു.

കംപ്യൂട്ടറൈസ്ഡ് ടോമോഗ്രാഫി സ്കാൻ
(Computerised tomography (CT) Scan)

തുടർന്നുള്ള ഈ പരിശോധനയിൽ ചായം മൂത്രാശയത്തിലേക്ക് കുത്തിവെച്ചോ രക്തത്തിലേക്ക് കുത്തിവെച്ചതിന് ശേഷമോ ഈ സ്കാൻ ചെയ്യാം. രക്തത്തിൽ കുത്തിവെച്ച് എക്സ് റെ എടുത്തു നോക്കുന്നതിനെ ഇൻട്രാവീനസ് യൂറോഗ്രാം (intravenous (IV) urogram) എന്നു പറയുന്നു.

ഘട്ടവും ഗ്രേഡിങ്ങും

ഇതിൽ അർബ്ബുദത്തിന്റെ ഘട്ടവും കോശങ്ങളുടെ ഗ്രേഡും അറിയാൻ ശ്രമിക്കുന്നു. ഇതനുസരിച്ചാണ് രോഗത്തിന്റെ ഭാവി നിലകൊള്ളുന്നത്. ഗ്രേഡ് പറയുന്നത് അർബ്ബുദകോശങ്ങളുടെ പടരാനുള്ള സാധ്യതയാണ്. ഇത് ജി1 ജി2 ജി3 എന്നീ മൂന്നു ഗ്രേഡ് ആയിട്ടാണ് കണക്കാക്കുന്നത്. ജി3 എന്ന ഉയർന്ന ഗ്രേഡ് ജി2 നെക്കാളും ജി1 നെക്കാളും യഥാക്രമം കൂടുതൽ പകരുന്നതാണ്.

ഘട്ടം കണക്കാക്കുന്നത് ടി എൻ എം എന്നീ മുന്നു അക്ഷരമുപയോഗിച്ചാണ്. ഇതിലെ ആദ്യഘട്ടം ടി ആണ്. ടി കുറിക്കുന്നത് മൂത്രാശയത്തിനുള്ളിലേക്ക് അർബ്ബുദം എത്രത്തോളം കടന്നു എന്നതിനെ സൂചിപ്പിക്കുന്നു.

എൻ എന്ന രണ്ടാം ഘട്ടം അർബ്ബുദം അടുത്തുള്ള ലിംഫ് നോഡുകളിലേക്ക് വളർന്നോ എന്നു കാണിക്കുന്നു. എം എന്ന മൂന്നാം ഘട്ടം മെറ്റസ്റ്റാസിസ് (metastasis) എന്ന മറ്റു അവയവങ്ങളിലേക്ക് പടരുന്ന അവസ്ഥയിലാണ് എന്ന് സൂചിപ്പിക്കുന്നു. ഉദാഹരണമായി ശ്വാസകോശത്തിലേക്ക് പടർന്നിട്ടുണ്ടെങ്കിൽ എം എന്ന് സൂചിപ്പിക്കുന്നു.

ടി എന്നത് വീണ്ടും ഉപ വിഭാഗങ്ങളായി തരം തിരിച്ചിട്ടുണ്ട്.

ടി ഐ എസ്. ഇതിനെ കാഴ്സിനോമ ഇൻ സിറ്റു (carcinoma in situ) എന്നും പറയുന്നു. അതായത് വളരെ നേരത്തെയുള്ള ഉയർന്ന ഗ്രേഡ് അർബ്ബുദം മൂത്രാശയത്തിന്റെ ഏറ്റവും ഉള്ളിലുള്ള ആവരണത്തിൽ മാത്രമായി സ്ഥിതി ചെയ്യുന്നു. ഇത്രയും നേരത്തെ കണ്ടുപിടിക്കുക എളുപ്പമല്ല.

ടി എ. ഈ ഘട്ടത്തിൽ അത് കഷ്ടി ഉള്ളിലുള്ള ആവരണത്തിൽ തന്നെയാണ്.

ടി1 അർബ്ബുദകോശങ്ങൾ മൂത്രാശയ ആവരണത്തിനപ്പുറം കടന്നു ബന്ധകോശകലകളിലേക്ക് (connective tissue) പ്രവേശിക്കുന്നു. പക്ഷേ പേശിയിലേക്ക് പ്രവേശിച്ചിട്ടില്ല. ഈ ഘട്ടത്തെ ആദ്യ മൂത്രാശയ അർബ്ബുദഘട്ടം എന്നു പറയാം. പേശിയെ ബാധിക്കാത്ത ഘട്ടം എന്നും പറയാം.

പേശിയെ ബാധിച്ച അർബ്ബുദങ്ങൾ. ഇതിൽ രണ്ടു ഉപവിഭാഗങ്ങളുണ്ട്.

ടി2 അർബ്ബുദകോശങ്ങൾ ബന്ധകോശകലകളിൽനിന്ന് മൂത്രാശയ പേശിയിലെത്തിയിരിക്കുന്ന ഘട്ടം

ടി3 അർബ്ബുദകോശങ്ങൾ മൂത്രാശയപേശി ആവരണത്തിൽനിന്നും ചുറ്റുമുള്ള കൊഴുപ്പ് ആവരണത്തിലേക്ക് കടന്നിരിക്കുന്നു

ടി4 ടി3 ഘട്ടത്തിൽനിന്നും അർബ്ബുദകോശങ്ങൾ വളരുമ്പോൾ അത് കുറെക്കൂടി അപായകരമായ ഘട്ടത്തിലെത്തി എന്നു പറയാം. ചുറ്റുമുള്ള അവയവങ്ങളിലേക്ക് അവ പടർന്നിരിക്കുന്നു. അടുത്തത് എൻ ഘട്ടങ്ങളാണ്.

അവയുടെ ഉപവിഭാഗങ്ങൾ ഇവയാണ്.

എൻ 0 ഇതിൽ അർബ്ബുദകോശങ്ങൾ ലിംഫ് നോഡുകളിലൊന്നും കാണില്ല. അവിടേക്ക് അർബ്ബുദകോശങ്ങൾ പടർന്നിട്ടില്ല.

എൻ1 അരക്കെട്ടിലെ ഏതെങ്കിലും ഒരു ലിംഫ് നോഡിൽ അർബ്ബുദ കോശങ്ങൾ വരുന്നു

എൻ2 രണ്ടോ മൂന്നോ ലിംഫ് നോഡുകളിൽ അർബ്ബുദകോശങ്ങൾ പ്രവേശിച്ചിരിക്കുന്നു

എൻ3 ഈ ഘട്ടത്തിൽ അർബ്ബുദകോശങ്ങൾ തുടയുടെ തുടക്കത്തിലുള്ള ഒടിഭാഗത്തെ ഒന്നിലധികം ലിംഫ് നോഡുകളിൽ (iliac lymph nodes) പ്രവേശിച്ചിരിക്കുന്നു.

എം ഘട്ടങ്ങൾ. അടുത്തത് എം എന്ന ശരീരത്തിന്റെ മറ്റു അവയവങ്ങളിലേക്ക് പരക്കുന്ന ഘട്ടമാണ്. ഇതിൽ രണ്ടു ഉപവിഭാഗങ്ങളുണ്ട്.

എം0 ഇതിൽ അർബ്ബുദകോശങ്ങൾ മറ്റു അവയവങ്ങളിലേക്ക് പരന്നിട്ടില്ല

എം1 ഇതിൽ അർബ്ബുദകോശങ്ങൾ, എല്ലുകൾ, ശ്വാസകോശങ്ങൾ, കരൾ എന്നീ വിദൂര അവയവങ്ങളിലേക്ക് പ്രവേശിച്ചു കഴിഞ്ഞു.

ഈ ഘട്ടങ്ങളെക്കുറിച്ചുള്ള വിവരണം ഡോക്ടർ പറയുമ്പോൾ അതിന്റെ പ്രായോഗികവശങ്ങളേതൊക്കെയാണെന്ന് ചോദിക്കാം.

മൂത്രാശയ അർബ്ബുദത്തിന്റെ കാരണങ്ങൾ

നിരവധി വർഷത്തെ കോശങ്ങളിന്മേലുള്ള വിഷപദാർത്ഥങ്ങളുടെ താണ്ഡവം അവയെ അസാധാരണ മാറ്റങ്ങളിലേക്ക് നയിക്കുന്നു. ഇവിടെ പ്രത്യേകം എടുത്തു പറയേണ്ടത് പുകവലിയാണ്. ഓരോ സിഗരറ്റും ബീഡിയും ചുരുട്ടും കൂടാതെ കഞ്ചാവുമെല്ലാം വലിച്ചുതള്ളുന്നവർ തങ്ങളുടെ ശ്വാസകോശത്തിലും മൂത്രാശയത്തിലും ആമാശയത്തിലും മസ്തിഷ്കത്തിലും ഉള്ള കോശങ്ങളെ നിരന്തരം കേടുവരുത്തി അർബ്ബുദത്തിലേക്ക് തള്ളിയിടുകയാണെന്ന് ഒട്ടും ചിന്തിക്കുന്നതേയില്ല. പുക ആസ്വദിക്കുമ്പോൾ ആ സമയത്തെ ആനന്ദമോ ആശ്വാസമോ മാത്രമെ പരിഗണിക്കുന്നുള്ളൂ. മൂത്രാശയ അർബ്ബുദത്തിൽ പകുതി പേരും പുകവലി കൊണ്ട് രോഗം വന്നവരാണ്. മുൻകാലങ്ങളിൽ ചില രാസപദാർത്ഥങ്ങൾ കൈകാര്യം ചെയ്യുന്ന ഫാക്ടറിത്തൊഴിലാളികളിൽ മൂത്രാശയ അർബ്ബുദം കാണാറുണ്ട്. ഇപ്പോൾ അവ നിരോധിച്ചിട്ടുണ്ട്.

മൂത്രാശയ അർബ്ബുദങ്ങളിൽ അവ കണ്ടുപിടിക്കുന്ന അവസരത്തിൽ എഴുപത് ശതമാനവും മൂത്രാശയപേശിയെ ബാധിക്കാത്തവയാണ്. പേശിയെ ബാധിക്കുമ്പോഴാണ് മറ്റു അവയവങ്ങളെ ബാധിക്കുന്നതിനും അപായസാധ്യത കൂടുന്നതിനും സാധ്യത കൂടുതലുള്ളത്.

മൂത്രാശയ അർബ്ബുദത്തിന്റെ ചികിത്സ

മൂത്രാശയപേശിയെ ബാധിക്കാത്ത ആദ്യഘട്ടത്തിൽ ചികിത്സ പ്രായേണ എളുപ്പമാണ്. രോഗം ബാധിച്ച ഭാഗങ്ങളെ മാത്രമായി ഓപ്പറേഷനിലൂടെ എടുത്തുകളഞ്ഞ് ബാക്കിയുള്ള മൂത്രാശയം പ്രവർത്തനയോഗ്യമായി നിലനിർത്താൻ കഴിയും. ബയോപ്സിയെപ്പറ്റി വിശദീകരിച്ചപ്പോൾ പറഞ്ഞതായ ട്രാൻസ് യൂറിത്രൽ റിസെക്ഷൻ ഓഫ് എ ബ്ലാഡർ ട്യൂമർ (transurethral resection of a bladder tumour (TURBT) എന്ന ഓപ്പറേഷനാണ് ചെയ്യുന്നത്. ഇതിനുശേഷം വീണ്ടും രോഗം ആവർത്തിക്കാതിരിക്കുവാൻ ഒരു ഡോസ് കിമോതെറാപി (chemotherapy) എന്ന മരുന്നു നേരിട്ട് മൂത്രാശയത്തിൽ കുത്തിവെച്ചുള്ള ചികിത്സയും ചെയ്യാറുണ്ട്.

അർബ്ബുദം വീണ്ടും വരാൻ സാധ്യത കൂടുതലുള്ളവരിൽ ക്ഷയരോഗവാക്സീനായ ബി സി ജി (Bacillus Calmette-GuḤrin (BCG) മൂത്രാശയത്തിൽ നേരിട്ട് കുത്തിവെയ്ക്കാറുണ്ട്. ഇതും അർബ്ബുദം വീണ്ടും വരാതിരിക്കുവാൻ സഹായിക്കും. അർബ്ബുദം പേശിയെ ബാധിച്ചു കഴിഞ്ഞാൽ ആ മൂത്രാശയം പൂർണ്ണമായും എടുത്തുകളയേണ്ടിവരും. ആ ഓപ്പറേഷനെ റാഡിക്കൽ സിസ്റ്റക്റ്റെമി (radical cystectomy) എന്നു പറയുന്നു. ഇതിന് ശേഷം മൂത്രാശയത്തിന്റെ പ്രവർത്തനത്തിന് കുടലിന്റെ ഒരു ഭാഗം കൊണ്ട് കൃത്രിമമൂത്രാശയം ഉണ്ടാക്കുകയോ ഉദരത്തിൽ ദ്വാരമുണ്ടാക്കി അതിലൂടെ പുറമെ മൂത്രം ശേഖരിക്കുവാൻ ഒരു സഞ്ചി ഉപയോഗിക്കുകയോ ചെയ്യും. ഇത് റാഡിക്കൽ സിസ്റ്റക്റ്റെമിയോടൊപ്പം ചെയ്യും.

ഓപ്പറേഷൻ സാധ്യമല്ലാത്ത രോഗികളിൽ റേഡിയോതെറാപിയും കീമോതെറാപിയും ചെയ്യാറുണ്ട്. കീമോതെറാപി സർജറിയോടൊപ്പവും അതിനു മുമ്പും റേഡിയോതെറാപിക്ക് മുമ്പും ചെയ്യാറുണ്ട്. ചികിത്സയ്ക്കു ശേഷം പതിവായി പരിശോധനയ്ക്കായി ഡോക്ടറെ കാണണം.

അർബ്ബുദം ബാധിക്കുന്നവർ

ലോകത്ത് പ്രതിവർഷം 1.41 കോടി ജനങ്ങൾക്ക് മൂത്രാശയ അർബ്ബുദം ബാധിക്കുന്നുണ്ട്. മൂത്രാശയ അർബ്ബുദം അധികവും പ്രായമായവരിലാണ് വരുന്നത്. രോഗികളുടെ ശരാശരി വയസ്സ് 68–73 ആണ്. സ്ത്രീകളെക്കാൾ നാലിരട്ടി കൂടുതൽ പുരുഷന്മാരിലാണ് ഈ രോഗം വരുന്നത്. പുകവലിയാണ് ഇതിന് കാരണമെന്ന് തെളിയുന്നു. വെളുത്ത വർഗ്ഗക്കാരിൽ കറുത്തവരെക്കാൾ ഇരട്ടി മൂത്രാശയ അർബ്ബുദം വരാറുണ്ട്.

അസ്ഥികളിലെ അർബ്ബുദം

> You can be a victim of cancer, or a survivor of cancer. It's a mindset.
>
> - Dave Pelzer

പ്രാഥമികമായ അസ്ഥികളിലെ അർബ്ബുദം (Primary bone cancer) അസ്ഥികൾക്കുള്ളിൽ വളരുന്ന മുഴയാണ്. മറ്റു ശരീരഭാഗങ്ങളിലുള്ള അർബ്ബുദങ്ങൾ സാമീപ്യം കൊണ്ടോ രക്തത്തിലൂടെയോ അസ്ഥിയിലേക്ക് പടരുന്ന മുഴകളെ ദ്വിതീയ അസ്ഥി അർബ്ബുദം (Secondary bone cancer) എന്നു പറയുന്നു.

ഡോക്ടറോട് ചോദിക്കേണ്ട ചോദ്യങ്ങൾ

- എന്റെ എല്ലിലെ ക്യാൻസർ ഏതു തരത്തിലുള്ളതാണ്?
- അത് പ്രാഥമികമായി വന്ന ഇടത്തിൽനിന്നും പടർന്നിട്ടുണ്ടാകുമോ?
- ഈ അർബ്ബുദം ഏത് ഘട്ടത്തിലാണ്?
- അതിൽനിന്ന് എന്താണ് മനസ്സിലാക്കേണ്ടത്?
- ഏതെല്ലാം ചികിത്സകളാണ് ഇതിന് ലഭ്യമായിട്ടുള്ളത്?
- അതിൽ ഏതാണ് ഡോക്ടർ നിർദ്ദേശിക്കുന്നത്?
- എന്തുകൊണ്ടാണത് എനിക്ക് നിർദ്ദേശിക്കുന്നത്?
- ഡോക്ടർ നിർദ്ദേശിച്ച ചികിത്സകൾക്ക് ഏതെല്ലാം പാർശ്വഫലങ്ങളാണുള്ളത്?
- ഈ ചികിത്സകൾക്ക് ശേഷം രോഗം തിരിച്ചുവരാനുള്ള സാധ്യതകൾ എത്രത്തോളമുണ്ട്?

- ചികിത്സയ്ക്ക് തയ്യാറെടുക്കുവാൻ എന്താണ് ചെയ്യേണ്ടത്?
- എന്റെ അസുഖത്തെക്കുറിച്ച് മനസ്സിലാക്കിയതിന് ശേഷം ഇനി എത്ര കാലത്തോളം എനിക്ക് ജീവിതം ബാക്കിയുണ്ടെന്ന് പറയാമോ?

അസ്ഥികളിലെ അർബ്ബുദലക്ഷണങ്ങൾ

ഏറ്റവും പ്രധാന ലക്ഷണം അസ്ഥിയിലെ വേദനയാണ്. അത് കാലം കഴിയുന്തോറും കൂടുകയാണ് പതിവ്. രാത്രി വേദന കൂടുന്നു. തൊടുമ്പോഴുള്ള വേദനയായിട്ടാണ് ആരംഭിക്കുക പതിവ്. സാവധാനം അത് സ്ഥിരമായ വേദനയാകുന്നു. രാത്രിയിലും ആ അസ്ഥിയുള്ള ഭാഗം ഉപയോഗിക്കുമ്പോഴും വേദന കൂടുന്നു. എവിങ്ങ്സ് സാർക്കോമ (Ewings Sarcoma) എന്ന തരം അസ്ഥിയിലെ അർബ്ബുദത്തിന്റെ വേദന വേഗം കൂടാറുണ്ട്. മുതിർന്നവരിൽ ഇത് ആർത്രൈറ്റിസായും കുട്ടികളിലും കൗമാരക്കാരിലും വളരുന്ന സമയത്തെ വേദനയായും (growing pains) തെറ്റിദ്ധരിക്കപ്പെടാം.

അതുപോലെ അസ്ഥിയിൽ അർബ്ബുദമുണ്ടെങ്കിൽ അവിടെ വീർക്കലും അതിനുമീതെ ചുവപ്പും ഉണ്ടാകും. അല്ലെങ്കിൽ അവിടെ ഒരു മുഴ കാണും. ആ മുഴ സന്ധിയുടെ അടുത്താണെങ്കിൽ ആ സന്ധി ഉപയോഗിക്കാൻ കഴിയാതാകും. ചില രോഗികളിൽ അസ്ഥി ദുർബലമാവുകയും എളുപ്പത്തിൽ ചെറിയ ആഘാതത്തിന് ശേഷമോ വീഴ്ചയ്ക്ക് ശേഷമോ ഒടിയാനിടവരികയും ചെയ്യും. അസാധാരണമായുണ്ടാകുന്ന അസ്ഥിയിലെ അർബ്ബുദങ്ങളുടെ ലക്ഷണങ്ങൾ ഇവയാണ്. 100.4 ഡിഗ്രിയെക്കാൾകൂടുതൽ പനിയുണ്ടാകാം. വിശദീകരിക്കാനാകാത്ത ശരീരഭാരം കുറയലുമുണ്ടാകും. രാത്രിയിൽ വിയർപ്പുണ്ടാകാം.

ഡോക്ടറെ കാണേണ്ടതെപ്പോൾ

നിങ്ങൾക്കോ കുട്ടിക്കോ മൂന്നു ദിവസത്തിൽ കൂടുതൽ അസ്ഥിയിൽ വേദന കാണുകയാണെങ്കിൽ ഡോക്ടറുടെ ഉപദേശം തേടണം. അത് കുട്ടികളിൽ കാണുന്ന വളരുന്ന പ്രായത്തിലെ വേദന ആയിരിക്കില്ല. അർബ്ബുദമാകാനിടയില്ലെങ്കിലും പരിശോധിക്കുന്നത് എപ്പോഴും നല്ലതാണ്. മുതിർന്നവരുടെ ഇടയിലുള്ള ഭൂരിഭാഗം അസ്ഥിവേദനകളും ആർത്രൈറ്റിസ് കൊണ്ടുള്ളവയായിരിക്കും. ആർത്രൈറ്റിസ് ആണെങ്കിൽ നിങ്ങൾക്ക് നേരത്തെ രോഗനിർണ്ണയം ചെയ്തതിന്റെ പ്രയോജനം കിട്ടും.

അസ്ഥിയിലെ അർബ്ബുദം പലതരം

അസ്ഥിയിലെ എല്ലാതരം അർബ്ബുദങ്ങളും ചുരുക്കമായി മാത്രം കാണുന്ന രോഗങ്ങളാണ്. ഏറ്റവും കൂടുതൽ കാണുന്നത് നാലുതരം അർബ്ബുദങ്ങളാണ്. അവയെല്ലാം രോഗശാസ്ത്രപരമായി സാർക്കോമകളാണ്.

ഓസ്റ്റിയോ സാർക്കോമ (Osteosarcoma), എവിങ്ങ്സ് സാർക്കോമ (Ewing's sarcoma), കോൺഡ്രോ സാർക്കോമ (Chondro sarcoma), സ്പിൻഡിൽ സെൽ സാർക്കോമ (Spindle cell sarcoma) എന്നിവയാണവ.

ഓസ്റ്റിയോ സാർക്കോമ

ഓസ്റ്റിയോ സാർക്കോമയാണ് ഏറ്റവും കൂടുതൽ കാണുന്ന അസ്ഥിയിലെ അർബ്ബുദം. ഏറ്റവും കൂടുതൽ കാണുന്നത് കൗമാരക്കാരിലും യുവത്വം വിടാത്ത മുതിർന്നവരിലുമാണ്. ഏറ്റവും കൂടുതൽ കാണുന്നത് കാലിലെ നീണ്ട തുടയെല്ലിലും മുട്ടിനു താഴെയുള്ള വലിയ അസ്ഥിയിലുമാണ് (femur, tibia)

എവിങ്ങ്സ് സാർക്കോമ

ഇതേറ്റവും കൂടുതൽ കാണുന്നത് കൗമാരക്കാരിലാണ്. മുതിർന്നവരിലും ഉണ്ടാകാം അർബ്ബുദം. ഈ അർബ്ബുദം അരക്കെട്ടിലും തുടയെല്ലിലും മുട്ടിന് താഴെയുള്ള വലിയ അസ്ഥിയിലുമാണ് ഏറ്റവും കൂടുതലായി കാണുന്നത്.

കോൺഡ്രോസാർക്കോമ

ഇത് വൈകി വരുന്ന തരം സാർക്കോമയാണ്. 30–60 വയസ്സിലാണ് ഇത് കാണപ്പെടുന്നത്. ഇത് കൂടുതൽ അസ്ഥികളെ ബാധിക്കുന്നു. അരക്കെട്ട് അസ്ഥി, മേൽക്കൈ അസ്ഥി, തുടയെല്ല്, തോളിലെ സ്കാപുല, വാരിയെല്ല് എന്നിവിടങ്ങളെ ബാധിക്കുന്നു.

സ്പിന്റിൽ സെൽ സാർക്കോമ

ഇത് ലക്ഷണങ്ങളിലും ചികിത്സയിലുമെല്ലാം ഓസ്റ്റിയോസാർക്കോമയുടെ മാതിരിയാണ്. പക്ഷേ നാൽപതു വയസ്സ് കഴിഞ്ഞവരെയാണ് പ്രധാനമായും ബാധിക്കുക.

ചികിത്സ

ഭൂരിഭാഗം അസ്ഥി അർബ്ബുദങ്ങളിലും ആദ്യം ഒരു കോഴ്സ് കീമോതെറാപി കൊടുത്തതിന് ശേഷം സർജറി ചെയ്യുകയാണ് പതിവ്. കീമൊതെറാപിക്ക് ശേഷം മുഴയുടെ വലുപ്പം കുറയും. പിന്നീട് ഓപ്പറേഷന് എളുപ്പമാകും. മുമ്പ് ഓപ്പറേഷനിലൂടെ കാൽ മുറിക്കുകയായിരുന്നു പതിവ്. ഇപ്പോൾ ഒരു ലോഹഭാഗം അവിടെവെച്ച് കാലും കൈയും സംരക്ഷിക്കുന്നു. ഇതിനെ കൈകാൽ സംരക്ഷിക്കുന്ന സർജറി എന്നു പറയുന്നു. രോഗത്തിന്റെ ഭാവി, രോഗം മറ്റു ഭാഗങ്ങളിലേക്ക് പടർന്നിട്ടുണ്ടോ എന്നതനുസരിച്ചിരിക്കും. മറ്റു ഭാഗങ്ങളിലേക്ക് പടർന്നിട്ടില്ലെങ്കിൽ

രോഗവിമുക്തി ശോഭനമാണ്. അത് ശ്വാസകോശത്തിലേക്കും രക്ത ചംക്രമണവുമായി ബന്ധമുള്ള അസ്ഥിയുടെ ഉള്ളിലെ മേരൊ (bone marrow) യിലേക്ക് പടർന്നിട്ടുണ്ടെങ്കിൽ പ്രശ്നമാണ്. ഈ അവസ്ഥയെ മെറ്റസ്റ്റാറ്റിക് അസ്ഥി അർബ്ബുദം (metastatic bone cancer) എന്നു പറയുന്നു.

കാരണങ്ങൾ

ചെറിയ ഒരു വിഭാഗത്തിന് ഈ രോഗം വരാനുള്ള കാരണം അധികവും അജ്ഞാതമാണ്. അറിയപ്പെട്ട കാരണങ്ങൾ റേഡിയേഷൻ, റേഡിയോ തെറാപി എന്നിവയാണ്.

അസ്ഥികളിലെ പാജെറ്റ്സ് രോഗം (Paget s disease of the bone) വരുമ്പോൾ അവയുടെ സാധാരണ വളർച്ച വിഘാതപ്പെടുന്നു. ഇവരിൽ ഒരു ശതമാനം പേരിൽ അസ്ഥി അർബ്ബുദം വരാറുണ്ട്.

അസ്ഥി അർബ്ബുദത്തിന്റെ പ്രതിരോധം അവ നേരത്തെ കണ്ടുപിടിക്കുന്നതിലും ഫലപ്രദമായ ചികിത്സ നേരത്തെ ചെയ്യുന്നതിലുമാണ് സ്ഥിതി ചെയ്യുന്നത്.

മസ്തിഷ്ക അർബ്ബുദം

Having cancer gave me membership in
an elite club I'd rather not belong to.

- Gilda Radner

മസ്തിഷ്കത്തിലെ അർബ്ബുദമായ മുഴ വളരെ വേഗത്തിൽ വളരുന്നതും മസ്തിഷ്കത്തിന്റെ മറ്റു ഭാഗങ്ങളിലേക്കും സുഷുമ്നയിലേക്കും വളരുന്നതുമാണ്. ഇതിൽ ഭൂരിഭാഗവും ദ്വിതീയമായി വളരുന്ന അർബ്ബുദങ്ങളാണ് (secondary cancers). അതായത് പ്രാഥമികമായത് വേറെ ശരീരഭാഗങ്ങളിലായിരിക്കും. അവിടെനിന്ന് രക്തം വഴി പടർന്ന് മസ്തിഷ്കത്തിലേക്ക് വരുന്നു. പ്രാഥമികമായി മസ്തിഷ്കത്തിൽ വരുന്നത് അവിടെ ഉദ്ഭവിക്കുന്നതാണ്.

ഡോക്ടറോട് ചോദിക്കേണ്ട ചോദ്യങ്ങൾ

- ഏതു തരത്തിലുള്ള മസ്തിഷ്ക വളർച്ച (മുഴ) യാണ് എനിക്കുള്ളത്?
- ആ വളർച്ച അർബ്ബുദമാണോ?
- മുഴകളുടെ ഗ്രേഡിങ്ങ് എന്നാലെന്താണ്? അതിന്റെ അർത്ഥമെന്താണ്?
- എന്റെ രോഗശാസ്ത്ര റിപ്പോർട്ട് (പത്തോളജി റിപ്പോർട്ട് pathology report (laboratory test results) എനിക്ക് വിശദീകരിച്ചു തരാമോ?

- ഒരു പരിചയസമ്പന്നനായ ന്യൂറോപത്തോളജിസ്റ്റ് എന്റെ സ്ലൈഡുകൾ നോക്കി വിലയിരുത്തിത്തരുമോ?
- എന്റെ ചികിത്സയ്ക്ക് ഏതെല്ലാം ചികിത്സകൾ തിരഞ്ഞെടുക്കാൻ ലഭ്യമാണ്?
- ഡോക്ടർ ഒരു വർഷം എത്ര മസ്തിഷ്കമുഴകൾ ചികിത്സിക്കുന്നുണ്ട്?
- ഏതു ചികിത്സയാണ് എനിക്ക് നിർദ്ദേശിക്കുന്നത്? എന്തുകൊണ്ടാണത്?
- ഓരോ ചികിത്സയുടെയും ലക്ഷ്യമെന്താണ്?
- അത് മുഴകൾ മാറ്റാനുള്ളതാണോ ഇവ എന്നെ സഹായിക്കാനോ രണ്ടിനും കൂടിയുള്ളതുമാണോ?
- ഏതെങ്കിലും പുതിയ ചികിത്സകളുടെ പരീക്ഷണചികിത്സകൾ ഇവ ചെയ്യുന്നതുമൂലം നടക്കാതെ പോകുമോ? എപ്പോഴാണ് ഞാൻ ചികിത്സകൾ ആരംഭിക്കേണ്ടത്?
- എന്റെ ചികിത്സ ചെയ്യുന്ന സംഘത്തിൽ ആരെല്ലാം ഉൾപ്പെട്ടിരിക്കും?
- ഓരോരുത്തരുടെയും ഉത്തരവാദിത്വങ്ങൾ ഏതൊക്കെയാണ്?
- ഈ ചികിത്സകളെല്ലാം സംയോജിപ്പിക്കുവാനും പൊതുവെ നിയന്ത്രിക്കുവാനും ഉത്തരവാദിത്വമുള്ളത് ആർക്കാണ്? ചികിത്സ കഴിഞ്ഞാൽ തുടർ പരിശോധനകളും ചികിത്സകളും ചെയ്യുവാൻ ആരുടെ അടുത്താണ് പോകേണ്ടത്?
- ഒരു രണ്ടാം വിദഗ്ദ്ധാഭിപ്രായം ഞാൻ തേടേണ്ടതുണ്ടോ?
- ഡോക്ടർ സങ്കീർണ്ണമായ അർബ്ബുദങ്ങളെക്കുറിച്ചുള്ള നിങ്ങളുടെ അക്കാദമിക് യോഗങ്ങളിൽ പങ്കെടുത്ത് ചർച്ചകൾ ചെയ്യാറുണ്ടോ?
- ഉയർന്ന നിലവാരത്തിലുള്ള ഏത് വിദഗ്ദ്ധമസ്തിഷ്കാർബ്ബുദ കേന്ദ്രത്തെയാണ് എനിക്ക് സമീപിക്കുവാൻ ഡോക്ടർ നിർദ്ദേശിക്കുന്നത്?
- ഡോക്ടറുടെ ചികിത്സാരീതി പല സ്പെഷലിസ്റ്റുകളെ ഉൾപ്പെടുത്തിയിട്ടുള്ളതാണോ?
- പല സ്പെഷലിസ്റ്റുകളെ ഉൾപ്പെടുത്തിയിട്ടുള്ള ചികിത്സയുടെ മെച്ചങ്ങളും ദോഷങ്ങളും ഏതൊക്കെയാണ്? എന്റെ ചികിത്സാസംഘത്തിൽ ആരൊക്കെയാണ് പങ്ക് വഹിക്കുന്നത്?
- ഓരോ വിഭാഗത്തിന്റെയും ഉത്തരവാദിത്വങ്ങൾ ഏതെല്ലാമാണ്?
- ഓരോ ചികിത്സാരീതിയുടെയും പാർശ്വഫലങ്ങൾ ഏതൊക്കെയാണ്? ഇപ്പോൾ ഉണ്ടാകുന്നതും കുറെക്കഴിഞ്ഞ് ഉണ്ടാകുന്നതുമായ പാർശ്വഫലങ്ങൾ ഏതൊക്കെയാണ്?

- ഡോക്ടർ നിർദ്ദേശിക്കുന്ന ചികിത്സകൾ എന്റെ ദൈനംദിന ജീവിതത്തെ എപ്രകാരമാണ് ബാധിക്കുക?
- അത് എന്റെ ജോലി, വ്യായാമം, മറ്റു പ്രവൃത്തികൾ എന്നിവയെ എപ്രകാരമാണ് ബാധിക്കുക?
- ഈ ചികിത്സ എന്റെ ലൈംഗികജീവിതത്തെ എപ്രകാരമാണ് ബാധിക്കുക?
- അപ്രകാരമെങ്കിൽ എപ്രകാരമാണത് സംഭവിക്കുന്നത്?
- എത്രകാലത്തേക്കാണ് ആ ലൈംഗികപ്രശ്നങ്ങൾ ഉണ്ടാവുക?
- ഈ ചികിത്സ മൂലം ഗർഭിണിയാകുവാനും കുഞ്ഞുണ്ടാകുവാനുമുള്ള എന്റെ കഴിവിനെ ബാധിക്കുമോ?
- അപ്രകാരമാണെങ്കിൽ ഫെർടിലിറ്റി വിദഗ്ദ്ധനോട് ചികിത്സ ആരംഭിക്കുന്നതിന് മുമ്പായി അഭിപ്രായം ആരായേണ്ടതുണ്ടോ?
- ഏതുനിലവാരത്തിലുള്ള പരിചരണമാണ് ചികിത്സയ്ക്കും അതിനുശേഷവും എനിക്ക് ആവശ്യമായി വരുന്നത്?
- ഈ അർബ്ബുദ ചികിത്സയും അതിനോട് ബന്ധപ്പെട്ട കാര്യങ്ങൾക്കും വലിയ പണച്ചെലവ് വരുന്നതിനെക്കുറിച്ച് എനിക്ക് ഉൽക്കണ്ഠയുണ്ട്.
- ഇതിന് ആർക്കെങ്കിലുമോ ഏതെങ്കിലും സംഘടനകൾക്കോ എന്നെ സഹായിക്കാനാകുമോ? ഏതെങ്കിലും പിന്തുണ സേവനങ്ങൾ എനിക്കും കുടുംബത്തിനും ലഭ്യമാണോ?
- മസ്തിഷ്കമുഴകളുള്ളവർക്കായി ഏതെങ്കിലും പിന്തുണസംഘങ്ങൾ ഇവിടെ അടുത്തുണ്ടോ?
- ഈ അസുഖത്തെപ്പറ്റി കൂടുതലറിയുവാൻ ലേഖനങ്ങളോ പുസ്തകങ്ങളോ ലഭ്യമാണോ?
- അതിന് ഏത് വെബ്സൈറ്റാണ് ഉപയോഗിക്കാൻ പറ്റിയാതായിട്ടുള്ളത്?
- ചികിത്സയ്ക്ക് ശേഷം ഏതെല്ലാം ടെസ്റ്റുകളാണ് പതിവായി ചെയ്തുകൊണ്ടിരിക്കേണ്ടത്?
- എത്ര ഇടവേളകളിലാണത് ചെയ്യേണ്ടത്?
- എന്റെ ഈ മുഴകൾ വീണ്ടും വരാനുള്ള സാധ്യതകൾ എത്രത്തോളമാണ്?
- അപ്രകാരം വരികയാണെങ്കിൽ ഏതെല്ലാം ചികിത്സകളാണ് അതിന് ലഭ്യമായിട്ടുള്ളത്?
- എന്റെ ഇടയ്ക്കുണ്ടാകാവുന്ന സംശയങ്ങൾക്കും ചോദ്യങ്ങൾക്കും പ്രശ്നങ്ങൾക്കും ഉത്തരത്തിനും പരിഹാരത്തിനുമായി ആരെയാണ് ഞാൻ സമീപിക്കേണ്ടത്?

മസ്തിഷ്ക മുഴകൾ പലതരം

വല തരത്തിലുള്ള പ്രാഥമികമായ മസ്തിഷ്ക മുഴകളുണ്ട്. മസ്തിഷ്കത്തിലുള്ള ഏതു തരം കോശങ്ങളിൽനിന്നാണ് അവ ഉദ്ഭവിച്ചതെന്ന് അനുസരിച്ചിരിക്കും അവയുടെ തരം തീരുമാനിക്കുന്നത്. ഏറ്റവും സാധാരണ ഉണ്ടാകുന്നത് ഗ്ലയോമകളാണ്. പ്രാഥമികമായി മസ്തിഷ്കത്തിലുണ്ടാകുന്ന മുഴകളിൽ പകുതിയിലധികം ഇവയാണ്. വേഗതയിൽ വളരുന്നതനുസരിച്ച് അവയെ ഒന്നു മുതൽ നാല് വരെ ഗ്രേഡ് ചെയ്തിട്ടുണ്ട്. മൂന്നും നാലും അർബ്ബുദമായും ഒന്നും രണ്ടും അർബ്ബുദമല്ലാത്തതെന്നുമാണ് കണക്കാക്കുന്നത്.

ലക്ഷണങ്ങൾ

അർബ്ബുദത്തിന്റെ ലക്ഷണങ്ങൾ ആ മുഴയോ വളർച്ചയോ എത്ര വലിപ്പമുണ്ടെന്നും മസ്തിഷ്കത്തിൽ ഏത് സ്ഥലത്താണെന്നും അനുസരിച്ചിരിക്കും. ഇത് മസ്തിഷ്കത്തിൽ സമ്മർദ്ദമുണ്ടാക്കും. അപ്പോൾ ആ സമ്മർദ്ദം മൂലം തലവേദനയും ചുഴലിബാധയും ഉണ്ടാകും. തലവേദന മുന്നോട്ടു കുനിയുമ്പോഴും തുമ്മുമ്പോഴും കൂടും. അതോടൊപ്പം കാഴ്ചയ്ക്ക് തകരാറും ഛർദ്ദിയുമുണ്ടാകും. ഇത് ബാധിച്ചിട്ടുള്ള മസ്തിഷ്കഭാഗം പ്രവർത്തനരഹിതമാകുകയോ ഭാഗികമായി മാത്രം പ്രവർത്തിക്കുകയും ചെയ്യും.

ഈ രോഗം ബാധിക്കുന്നവർ

കുട്ടികളടക്കം ഏതുപ്രായക്കാരെയും മസ്തിഷ്കാർബ്ബുദം ബാധിക്കാം. ഭൂരിഭാഗം കേസുകളും ശരീരത്തിന്റെ മറ്റു ഭാഗങ്ങളിൽ തുടങ്ങി മസ്തിഷ്കത്തിലേക്ക് പടർന്നുവന്നവയായിരിക്കും. മസ്തിഷ്കത്തിലെ അർബ്ബുദത്തിന്റെ യഥാർത്ഥ കാരണം ഇതുവരെ വ്യക്തമായിട്ടില്ല. എന്നാലും ജീൻ ബന്ധിതമായ ന്യൂറോഫൈബ്രോമറ്റോസിസ് പോലുള്ള രോഗങ്ങളുള്ളവർക്ക് മസ്തിഷ്കഅർബ്ബുദത്തിനുള്ള സാധ്യത കൂടുതലാണ്.

ചികിത്സ

പ്രാഥമിക അർബ്ബുദ മുഴ

പ്രാഥമിക അർബ്ബുദ മുഴ മനസ്സിലായാൽ സമയം കളയാതെ വേഗം ചികിത്സിക്കണം. അത് വേറെ ശരീരഭാഗങ്ങളിലേക്ക് പടരുവാൻ ഇടയാക്കരുത്. മസ്തിഷ്കത്തിലും സുഷുമ്നയിലും അത് പടർന്ന് രോഗങ്ങളുണ്ടാക്കും. സാധാരണയായി ഈ അർബ്ബുദ മുഴ കഴിയുന്നത്ര മുഴുവനും ഓപ്പറേഷനിലൂടെ എടുത്തുകളയുകയാണ് പതിവ്. ഇതിനുശേഷം റേഡിയോതെറാപിയോ മരുന്നോ ഇവ രണ്ടും കൂടിയോ കൊടുക്കും.

എന്നാൽ അർബ്ബുദമുഴകൾ പലപ്പോഴും പ്രതീക്ഷകളെ തെറ്റിച്ചുകൊണ്ട് തിരിച്ചുവരും. പ്രാഥമികമായ ഈ മസ്തിഷ്ക അർബ്ബുദങ്ങളുടെ ഭാവി ഫലം അവയുടെ തരം, ഗ്രേഡ്, ഉദ്ഭവിച്ച സ്ഥലം, രോഗനിർണ്ണയം ചെയ്ത പ്പോഴത്തെ അസുഖത്തിന്റെ കാഠിന്യം എന്നീ വസ്തുതകൾ അനുസരി ച്ചായിരിക്കും.

സെക്കന്ററി മുഴകൾ

ഇവ സാധാരണയായി അവയുടെ സ്വഭാവമനുസരിച്ചുതന്നെ വളരെ ഗൗരവമുള്ളതായിരിക്കും. ശരീരത്തിന്റ മറ്റു ഭാഗങ്ങളിൽ തുടങ്ങി പടർന്നു വന്നതായതുകൊണ്ട് ഉദ്ഭവത്തിന്റെ ഗൗരവം ഇതിനുണ്ട്. ഇവ മറ്റു സുപ്ര ധാന അവയവങ്ങളിലേക്കും പടർന്നിരിക്കും. ചയാപചയപ്രശ്നങ്ങളും (metabolic problems) ആരംഭിച്ചിട്ടുണ്ടാകും. ലക്ഷണങ്ങൾക്ക് ആശ്വാസം പകരാനും ജീവിതത്തിൽ ഗുണം കൂട്ടുവാനും അത്തരത്തിലുള്ള കൂടു തൽ വർഷങ്ങൾ ജീവിതത്തിൽ ചേർക്കുവാനുമായിരിക്കണം ചികിത്സ യുടെ ലക്ഷ്യം. അതനുസരിച്ചുള്ള വിവിധ സ്പെഷലിസ്റ്റുകളുടെയും വിഭാഗങ്ങളുടെയും കൂട്ടായ ശ്രമം ആവശ്യമാണ്. നിങ്ങളുടെ ഭാഗത്തു നിന്നും ഗുണാത്മകമായ സമീപനവും ആവശ്യമാണ്.

രോഗവിമുക്തിയും അനുബന്ധപ്രശ്നങ്ങളും

ചികിത്സകൾക്ക് ശേഷം മാനസികമായ പിന്തുണയ്ക്കും പ്രോത്സാഹ നത്തിനും ഉതകുന്ന സംഘടനയിലോ കൗൺസലിങ്ങിലോ ചേരുന്നത് നല്ലതാണ്. മസ്തിഷ്കത്തിലെ മുഴയുമായി ജീവിക്കുക എന്നത് ആയി രിക്കണം ആത്യന്തിക ലക്ഷ്യം. പറയുന്നതുപോലെ പ്രവർത്തിക്കുവാൻ എളുപ്പമല്ല. ഭാവിയുടെ അനിശ്ചിതത്വമാണ് ഭയപ്പെടുത്തുകയും ആത്മ വിശ്വാസം ചോർത്തുകയും ചെയ്യുന്നത്. ധാരാളം ടെസ്റ്റുകൾ, പരിശോ ധനകൾ, മരുന്നുകൾ, പാർശ്വഫലങ്ങൾ (ഉദാഹരണമായി മുടികൊഴിച്ചിൽ. ഇതിന് വിഗ് വെയ്ക്കാവുന്നതാണ്) എന്നിവ പ്രശ്നങ്ങളാണ്. എന്റെ കുടുംബത്തെയും കുട്ടികളെയും ആര് സംരക്ഷിക്കും എന്ന ചിന്തയും തുറിച്ചുനോക്കും. ഈ ഉൽക്കണ്ഠകളും അതിൽനിന്നുണ്ടാകുന്ന വിഷാ ദങ്ങളും സാധാരണ ആരെയും ബാധിക്കുന്നതാണ്. ഇവ രോഗവും അവ സംബന്ധിച്ച പ്രശ്നങ്ങളിൽനിന്നുമുദ്ഭവിച്ചവയാണ്. അവ പ്രശ്നങ്ങ ളായതുകൊണ്ട് അവയ്ക്ക് പരിഹാരങ്ങളും ഉണ്ടായിരിക്കും.

ദൈനംദിനകാര്യങ്ങളിലുള്ള മാറ്റങ്ങളും ഉത്തരവാദിത്വങ്ങളിലുള്ള മാറ്റങ്ങളും ആവശ്യമായി വരാറുണ്ട്. അത് കുടുംബത്തെ മുഴുവൻ ബാധിക്കുന്നവയായിരിക്കും. ബന്ധപ്പെട്ട എല്ലാവരും കാര്യങ്ങൾ അറിയുകയും എന്താണ് സംഭവിക്കുന്നതെന്ന് അറിയുകയും വേണം. ഈ പ്രശ്നങ്ങളെ സമീപിക്കുമ്പോൾ സുചിന്തിതമായ നിർദ്ദേശങ്ങൾ

നിങ്ങളെയും കുടുംബത്തെയും സഹായിക്കാതിരിക്കില്ല. അവ ഏതൊക്കെയാണെന്ന് നോക്കാം.

രോഗത്തെയും ചികിത്സയേയും സംബന്ധിച്ച എല്ലാ വിവരങ്ങളും ചികിത്സയുടെ മറ്റു സാധ്യതകളും അറിയുക. അറിയാത്ത കാര്യങ്ങൾ മറ്റുള്ളവരോട് ചോദിച്ചും ലഘുലേഖകളോ പുസ്തകങ്ങളോ വായിച്ചോ അറിയുക. അറിയുന്ന വിവരങ്ങൾ കഴിയുന്നത്ര കൃത്യവും വിദഗ്ദ്ധവുമായിരിക്കണം.

നിങ്ങളുടെ ചികിത്സയിലും പരിചരണത്തിലും നിങ്ങളും ഉൾപ്പെട്ടിരിക്കണം. ഇത് അറിയപ്പെടാത്തതിനെക്കുറിച്ചുള്ള ഭയങ്ങളകറ്റും. ഒരു കാര്യത്തിലും എനിക്കു നിയന്ത്രണമില്ല എന്നൊരു തോന്നൽ ഉണ്ടാകുവാൻ പാടില്ല.

നിങ്ങളുടെ പ്രശ്നങ്ങളും ഉൽക്കണ്ഠകളും ഒരു കടലാസിൽ എഴുതുക. അവയോരോന്നും സന്ദർഭമനുസരിച്ച് ബന്ധപ്പെട്ടവരോട് ചോദിക്കുകയോ ചർച്ച ചെയ്യുകയോ ചെയ്യുക.

നിങ്ങളുടെ ലക്ഷ്യങ്ങൾ യുക്തിസഹമായി തിരുത്തുക. അസുഖം വരുന്നതിന് മുമ്പുള്ളത്തേതുപോലെ പ്രവർത്തിക്കുവാൻ കഴിയുകയില്ല എന്ന യാഥാർത്ഥ്യം ഉൾക്കൊള്ളാം.

പരിചരിക്കുന്നവരെ പരിചരിക്കൽ

നീണ്ടുനിൽക്കുന്ന, അത്ര എളുപ്പത്തിൽ ആശ്വാസം ലഭിക്കാത്ത രോഗമുള്ളവരെ പരിചരിക്കൽ എളുപ്പമുള്ളതല്ല. അത് നിങ്ങളുടെ കഴിവുകളെയും ക്ഷമയേയും വൈകാരികവും ശാരീരികവുമായ കഴിവുകളെയും പരീക്ഷിക്കുന്നതാകാം. അത് നിങ്ങളുടെ മാനസികവും ശാരീരികവുമായ ആരോഗ്യവും ക്ഷേമവും തകരാറിലാക്കുവാനും പാടില്ല. ഈ രംഗത്തുള്ള ഗവേഷണം തെളിയിക്കുന്നത് പരിചരിക്കുന്നവർക്ക് ധാരാളം ശാരീരികവും മാനസികവുമായ തകർച്ച സംഭവിക്കുന്നു എന്നാണ്. പരിചരണം മൂലം നിങ്ങളുടെ കുടുംബത്തിനുള്ള ശ്രദ്ധ കൊടുക്കുവാൻ കഴിയാതെ പോകുന്നത് സമ്മർദ്ദത്തിലാക്കാം. പരിചരിക്കുന്നവരുടെ ആരോഗ്യവും പരിഗണിക്കണം. നിങ്ങൾ നിങ്ങളെ ശ്രദ്ധിക്കുന്നതും ആരോഗ്യം നോക്കുന്നതും നിങ്ങൾ പരിചരിക്കുന്ന രോഗിയുടെ ക്ഷേമത്തിനും ആവശ്യമാണ്.

സ്തനാർബ്ബുദം

I'm battling cancer. It's another battle I intend to win.

- Arlen Specter

പതിമൂന്നു ശതമാനം സ്ത്രീകളിൽ ജീവിതത്തിലൊരിക്കലെങ്കിലും സ്തനാർബ്ബുദം ഉണ്ടാകാറുണ്ട്. സ്ത്രീകളിലെ അർബ്ബുദം മൂലമുള്ള മരണം ഏറ്റവും കൂടുതൽ സംഭവിക്കുന്നത് സ്തനാർബ്ബുദം മൂലമാണ്.

പണ്ടെത്തേക്കാളും സ്തനാർബ്ബുദം വന്നവർ കൂടുതൽ കാലം ഇന്ന് ജീവിക്കുന്നുണ്ട്. പുതിയ ഗവേഷണങ്ങളും മെച്ചപ്പെട്ട ചികിത്സയും രോഗത്തെ അഞ്ചുകൊല്ലത്തിലധികം അതിജീവിക്കുവാൻ സ്തനാർബ്ബുദരോഗികളെ പ്രാപ്തമാക്കിയിട്ടുണ്ട്.

സ്തനമില്ലെങ്കിലും വളരെ ചുരുക്കമായി പുരുഷന്മാരിലും സ്തനാർബ്ബുദം വരാറുണ്ട്.

സ്ത്രീയുടെ സ്തനത്തിൽ അധികവും കൊഴുപ്പും ബന്ധകോശകലകളും ലോബ്യൂളുകൾ എന്ന് പറയുന്ന (connective tissue and lobules) പാൽ ചുരത്തുന്ന കൊച്ചു ഗ്ലാന്റുകളും ഉണ്ട്. കുഞ്ഞുണ്ടാകുമ്പോൾ ഈ പാലാണ് മുലക്കണ്ണിലൂടെ കുഞ്ഞിന് നൽകുന്നത്. സ്തനാർബ്ബുദം വരുമ്പോൾ കോശങ്ങളുടെ സാധാരണ ആരോഗ്യമുള്ള അവസ്ഥയിലെ വർദ്ധനസ്വഭാവം മാറുന്നു. അനിയന്ത്രിതമായും അനാവശ്യമായും അനാരോഗ്യകരമായും കോശങ്ങൾ പെരുകുന്നു. ഇതാണ് മുഴയായും വളർച്ചയായും കാണുന്നത്.

ഡോക്ടറോട് ചോദിക്കേണ്ട ചോദ്യങ്ങൾ

- എന്റെ സ്തനത്തിൽ കാണുന്ന ഈ മാറ്റങ്ങൾ സാധാരണയുള്ളതോ അർബ്ബുദമാണോ എന്ന് എപ്രകാരമാണ് പറയാൻ കഴിയുന്നത്?
- സ്തനത്തിൽ ഒരു മുഴയുണ്ടായാൽ അത് അർബ്ബുദമാകുവാൻ എത്രത്തോളം സാധ്യതയുണ്ട്?
- എനിക്ക് സ്തനാർബ്ബുദം വരാൻ മറ്റുള്ളവരേക്കാൾ എത്രത്തോളം സാധ്യതയുണ്ട്?
- എന്റെ കുടുംബാംഗങ്ങൾക്ക് സ്തനാർബ്ബുദം വരാൻ കൂടുതൽ സാധ്യതയുണ്ടോ?
- സ്തനാർബ്ബുദം വരാനുള്ള സാധ്യത കുറയ്ക്കുന്നതെങ്ങനെയാണ്?
- കഴിക്കുന്ന ഭക്ഷണത്തിൽ മാറ്റം വരുത്തിയാൽ സ്തനാർബ്ബുദം വരാനുള്ള സാധ്യത കുറയുമോ?
- എനിക്ക് സ്തനാർബ്ബുദ സ്ക്രീനിങ്ങ് ചെയ്യേണ്ട ആവശ്യമുണ്ടോ?
- ഈ സ്ക്രീനിങ്ങിൽ എന്താണ് സംഭവിക്കുന്നത്? അത് ചെയ്യുമ്പോൾ വേദനിക്കുമോ?
- മാമ്മോഗ്രം പരിശോധന എത്രത്തോളം വിശ്വസനീയമാണ്?
- എഴുപതു വയസ്സിന് ശേഷവും നാൽപത്തിയേഴു വയസ്സിനു മുമ്പും സ്ക്രീനിങ്ങ് സൗജന്യമായി ലഭ്യമാണോ? എവിടെയെല്ലാമാണ് ഈ സ്ക്രീനിങ്ങ് സൗകര്യം ലഭിക്കുക?
- സ്ക്രീനിങ്ങിന് ശേഷം വീണ്ടും വരണമെന്ന് നിർദ്ദേശിച്ചാൽ എന്താണ് സംഭവിക്കുക?

സ്തനാർബ്ബുദ കാരണങ്ങൾ

പതിമൂന്നു ശതമാനം സ്ത്രീകൾക്ക് സ്തനാർബ്ബുദം വരാം. ഭൂരിഭാഗം പേരിലും അത് ആർത്തവവിരാമത്തിന് ശേഷമാണുണ്ടാകുന്നത്. എന്നാൽ 20 ശതമാനം സ്ത്രീകളിൽ 50 വയസ്സിന് താഴെ രോഗം വരാം. വിവിധങ്ങളായ സ്തനാർബ്ബുദസാധ്യകൾ ഏതൊക്കെയാണെന്ന് നോക്കാം.

പ്രായം

മറ്റു അർബ്ബുദങ്ങളെപ്പോലെ സ്തനാർബ്ബുദവും പ്രായമാകുന്നതോടെ കൂടുതലായി കാണുന്നു. പല രാജ്യങ്ങളിലും 47 നും 73 നും ഇടയ്ക്ക് സൗജന്യമായി പതിവായി മാമ്മോഗ്രാം ചെയ്യാറുണ്ട്. മൂന്നു വർഷത്തിലൊരിക്കൽ ഇത് ചെയ്യുന്നത് പ്രയോജനകരമാണ്.

കുടുംബചരിത്രം

കുടുംബചരിത്രം പ്രധാനമാണ്. രക്തബന്ധുക്കൾ, ഉദാഹരണമായി അമ്മയ്ക്കോ സഹോദരിക്കോ സ്തനാർബ്ബുദം വന്നിട്ടുണ്ടെങ്കിൽ സാധ്യത ഇരട്ടിയാകുന്നു. കുടുംബാംഗങ്ങളിൽ പലർക്കും രോഗമുണ്ടാവുക, കുടുംബാംഗങ്ങളിൽ ആർക്കെങ്കിലും നേരത്തെ സ്തനാർബ്ബുദം വരിക എന്നിവയുണ്ടെങ്കിൽ ഈ സാധ്യത വീണ്ടും കൂടുന്നു. സ്തനാർബ്ബുദസാധ്യത കൂടുതലുണ്ടെങ്കിൽ വർഷത്തിലൊരിക്കൽ മാമ്മോഗ്രാമും കൂടെ എം ആർ എ കൂടി വേണമെങ്കിൽ ചെയ്യാം. പ്രായത്തോടൊപ്പം കുടുംബത്തിൽ ആർക്കെങ്കിലും സ്തനാർബ്ബുദമോ അണ്ഡാശയ അർബ്ബുദമോ ഉണ്ടായാൽ സാധ്യത കൂടുന്നു.

സ്തനാർബ്ബുദ ജീനുകൾ

കുടുംബചരിത്രത്തിൽ സ്തനാർബ്ബുദമുണ്ടെങ്കിൽ തകരാറുള്ള ജീൻ ശരീരത്തിലുണ്ടാകും. ഈ ജീനുകൾ പലതാണ്. രണ്ടു ജീനുകൾ പരിശോധിച്ച് മനസ്സിലാക്കാം. ബി ആർ സി എ1ഉം ബി ആർ സി എ2ഉം ആണവ. ഈ ജീനുകളുണ്ടാവുകയും പ്രായം 80 ന് മുകളിലാവുകയുമാണെങ്കിൽ സ്തനാർബ്ബുദം വരാനുള്ള സാധ്യത 45-90 ശതമാനം വരെയാണ്. ടിപി53, പിടിഇഎൻ എന്നീ ജീനുകളും സ്തനാർബ്ബുദസാധ്യത കൂട്ടുന്ന ജീനുകളാണ്. ഈ ജീനുകളെയും കണ്ടുപിടിക്കുവാൻ കഴിയും എന്നാൽ ഇവ വളരെ വിരളമാണ്. മൂന്നു ശതമാനത്തിൽ മാത്രമെ സ്തനാർബ്ബുദം ജീനുകളുമായി ബന്ധപ്പെടുത്തിക്കാണുന്നുള്ളൂ. കുടുംബചരിത്രത്തിൽ കുടുംബാംഗങ്ങൾക്ക് പ്രായം കൂടുമ്പോഴാണ് സ്തനാർബ്ബുദം വരുന്നതെങ്കിൽ ജീനുകളുടെ കാരണം പറയാൻ കഴിയില്ല.

ലൈംഗിക ഹോർമോണുകളും
മറ്റു ഹോർമോണുകളും

സ്ത്രീഹോർമോണായ ഈസ്ട്രജനും പുരുഷഹോർമോണായ ടെസ്റ്റോസ്റ്റിറോണും സ്തനാർബ്ബുദവുമായി ബന്ധപ്പെട്ടിരിക്കുന്നു. ഈ രണ്ടു ഹോർമോണുകളും സ്ത്രീകൾക്കുണ്ട്. ഇവ രണ്ടും ആർത്തവവിരാമത്തിന് ശേഷം കൂടുതലുള്ളവരിൽ സ്തനാർബ്ബുദം വരാൻ 2-3 ഇരട്ടി സാധ്യത കൂടുതലുണ്ട്. ഇൻസുലിൻ ഗ്രോത്ത് ഫാക്റ്റർ1 എന്ന ഹോർമോൺ കൂടുതലായാൽ സാധ്യത കൂടുതലാണെന്നും തെളിവുണ്ട്.

ഹോർമോൺ പകരം നൽകുന്ന
ചികിത്സയും സ്തനാർബ്ബുദവും

ആർത്തവവിരാമത്തിന് ശേഷം ഉണ്ടാകുന്ന ലക്ഷണങ്ങൾക്ക് ഈസ്ട്രജനും പ്രോജസ്റ്ററോണും കൊടുക്കുന്ന ചികിത്സകളിൽ മൂന്നു ശതമാനം പേരിൽ സ്തനാർബ്ബുദം വരുന്നതായി തെളിവുണ്ട്. അതിൽ 25 ശതമാനം ഈസ്ട്രജൻ മാത്രം കഴിക്കുന്നവരും 33.3 ശതമാനം ഈസ്ട്രജനും പ്രോജസ്റ്ററോണും കഴിക്കുന്നവരായിരുന്നു. ഇതിനെപ്പറ്റി സംശയമുണ്ടെങ്കിൽ നിങ്ങളുടെ ഡോക്ടറോട് ചോദിച്ച് വ്യക്തിപരമായി തീരുമാനിക്കാം.

ഗർഭനിരോധനഗുളിക

ഈസ്ട്രജനും പ്രോജസ്റ്ററോണും ഈ ഗുളികയിലുണ്ട്. ഇവ സ്തനാർബ്ബുദത്തിന് സാധ്യത കൂട്ടുന്നവയാണ്. എന്നാൽ ഗർഭപാത്ര അർബ്ബുദത്തിനും അണ്ഡാശയ അർബ്ബുദത്തിനും സാധ്യത കുറയ്ക്കും. ഈ ഗുളികകൾ നിർത്തി 10 വർഷം കഴിഞ്ഞാൽ സാധ്യത പഴയപോലെ ആകും. ഈ ഗുളികകൾ കഴിയ്ക്കുന്നത് ചെറുപ്പക്കാരികളാണ്. പ്രായമനുസരിച്ച് സാധ്യത കുറവും ഗുളികയുടെ സാധ്യത കൂടുതലും ഒരുമിച്ച് പരിഗണിക്കുമ്പോൾ ഗുളികമൂലമുള്ള സാധ്യത കുറവാണ്.

കുട്ടികളുണ്ടാവുകയും
സ്തനാർബ്ബുദത്തിന് സാധ്യതയും

കുട്ടികളുണ്ടാകുകയും മുലയൂട്ടുകയും ചെയ്യുന്നത് കുട്ടികളില്ലാത്തവരെക്കാൾ സ്തനാർബ്ബുദത്തിന് സാധ്യത കുറയ്ക്കുന്നു. കൂടുതൽ കുട്ടികളുണ്ടാകുന്നത് സാധ്യത വീണ്ടും കുറയ്ക്കുന്നു. ആദ്യത്തെ കുട്ടി നേരത്തെ ഉണ്ടാകുന്നതും സ്തനാർബ്ബുദത്തിന് സാധ്യത വീണ്ടും കുറയ്ക്കുന്നു.

ആർത്തവ ആരംഭവും ആർത്തവവിരാമവും

ആർത്തവം നേരത്തെ ആരംഭിക്കുന്നതും വൈകി അവസാനിക്കുന്നതും സ്തനാർബ്ബുദത്തിന് സാധ്യത കൂട്ടുന്ന ഘടകങ്ങളാണ്.

വർഗ്ഗവ്യത്യാസം

വെള്ളക്കാരികളിൽ പ്രത്യേകിച്ച് ഇംഗ്ലണ്ട്, അമേരിക്ക എന്നിവടങ്ങളിൽ നടത്തിയ പഠനങ്ങൾ തെളിയിക്കുന്നത് സ്തനാർബ്ബുദത്തിന് സാധ്യത കൂടുതലാണെന്നാണ്. ഇത് കൂടുതലും മുലയൂട്ടലിന്റെ കുറവ്, പുകവലി, മദ്യപാനം, കുട്ടികളുടെ കുറവ് തുടങ്ങിയ ജീവിതശൈലി പ്രത്യേകതകളും മറ്റും കൊണ്ടായിരിക്കാം.

ഒരു സ്തനത്തിൽ അർബ്ബുദം വന്നാൽ

ഒരു സ്തനത്തിൽ അർബ്ബുദം വന്നാൽ അടുത്ത സ്തനത്തിലും അത് വരാനുള്ള സാധ്യത കൂടുതലാണ്. ഇതിന് ഹോർമോൺ ചികിത്സകൊണ്ട് പ്രയോജനം ഉണ്ടാകാറുണ്ട്.

ഡിസിഐഎസും എൽസിഐഎസും

വ്യാപിക്കാത്ത സ്തനാർബ്ബുദം

ഇവ യഥാക്രമം ഡക്റ്റൽ കാർസിനോമ ഇൻ സിറ്റുവിനെയും ലോബുലാർ കാർസിനോമ ഇൻ സിറ്റുവിനെയും (DCIS and LCIS,ductal carcinoma in situ and lobular carcinoma in situ)സൂചിപ്പിക്കുന്നു. ഡക്റ്റിനകത്തും ലോബുലിനകത്തും അസാധാരണമായ കോശങ്ങളുണ്ടെന്നർത്ഥം. അവ അർബ്ബുദമായി പുറത്തേക്ക് വ്യാപിച്ചിട്ടില്ല. ഒരു പഠനം വ്യക്തമാക്കുന്നത് ഇതുള്ളവർക്ക് സാധാരണ ഇതില്ലാത്തവരെക്കാൾ അർബ്ബുദം വരാൻ ഇരട്ടി സാധ്യതയുണ്ട്. പത്തു വർഷം കഴിയുമ്പോൾ അർബ്ബുദസാധ്യത 16 ശതമാനമാണ്. ഈ കോശങ്ങളിൽ അർബ്ബുദ സാധ്യത കൂടുതലുള്ള കോശങ്ങളുണ്ടെങ്കിൽ സാധ്യത കൂടുതലാണ്. ഇത്തരം അവസ്ഥകളുണ്ടെങ്കിൽ ഇടയ്ക്കിടെ പരിശോധനകൾ അത്യാവശ്യമാണ്.

അർബ്ബുദമല്ലാത്ത സ്തനമുഴകൾ

ഇവ മൂന്നു തരമാണ്. നോൺ പ്രോലിഫറേറ്റീവ് (Non proliferative), പ്രോലിഫറേറ്റീവ് വിത്തൗട്ട് അട്ടിപിയ (Proliferative without atypia), മൂന്നാമതായി പ്രോലിഫറേറ്റീവ് വിത്ത് അട്ടിപ്പിയ Proliferative with atypia (atypical hyperplasia)എന്നിവയാണവ. കോശങ്ങൾ വളരാത്തതും വിഭജിക്കാത്തതുമാണ് ആദ്യത്തെത്. ഇവയിൽ സാധാരണയായി സ്തനാർബ്ബുദസാധ്യത കുറവാണ്. എന്നാൽ ശക്തമായ കുടുംബചരിത്രമുണ്ടെങ്കിൽ സാധ്യത കൂടുതലാണ്. മുഴകളിൽ കോശങ്ങളുടെ വളർച്ചയുണ്ടാകുകയും എന്നാൽ അപാകതയുള്ള കോശങ്ങൾ കാണുകയും ചെയ്യുന്നവയിൽ സ്തനാർബ്ബുദസാധ്യത കൂടുതലാണ്. സാധ്യത ഇരട്ടിയാണ്. അഞ്ചു ശതമാനം മുഴകളിൽ അസാധാരണമായ ഹൈപ്പർപ്ലാസിയ

കാണാറുണ്ട്. അവ അർബ്ബുദമല്ലെങ്കിലും അതുണ്ടാക്കുവാനുള്ള സാധ്യത നാലിരട്ടി കൂടുതലാണ്. അതുകൊണ്ട് ബയോപ്സിയുടെ ഫലമനുസരിച്ചുള്ള ഉപദേശം സ്വീകരിക്കേണ്ടതാണ്. ഏതുതരം സ്തനത്തിലെ മുഴയും ബയോപ്സിയടക്കം വിശദമായ പരിശോധനയ്ക്ക് വിധേയമാക്കേണ്ടതാണ്.

നിബിഡമായ കോശകലകളുള്ള സ്തനം

മാമ്മോഗ്രം പരിശോധന നടത്തുമ്പോൾ ഇത് കാണാറുണ്ട്. ഇത്തരം സ്തനങ്ങളിൽ കൊഴുപ്പ് കലകൾ കുറവായിരിക്കും. കൂടുതൽ സ്തന കോശങ്ങളും ബന്ധകോശങ്ങളും കൂടുതലായിരിക്കും. സ്തനകോശങ്ങൾ കൂടുതലായതിനാൽ സ്തനാർബ്ബുദത്തിനുള്ള സാധ്യത കൂടുതലാണ്. സ്തനകോശങ്ങളുടെ സാന്ദ്രത ഏറ്റവും കൂടുതലുള്ളവരിൽ സ്തനാർബ്ബുദത്തിനുള്ള സാധ്യത അഞ്ചിരട്ടിയാണ്. ഇത്തരം നിബിഡമായ സ്തനമുള്ളവരിൽ മാമ്മോഗ്രാഫിയോടൊപ്പം അൾട്രാസൗണ്ട് പരിശോധനയും വളരെ പ്രയോജനകരമാണ്. മാമ്മോഗ്രാം വിട്ടുപോകുന്നവ അൾട്രാസൗണ്ട്കൊണ്ട് രോഗനിർണ്ണയം ചെയ്യാൻ കഴിയും. എം ആർ ഐ സ്കാൻകൊണ്ടും നിബിഡമായ കോശകലകളുള്ള സ്തനമുള്ള ചെറുപ്പക്കാരികളിൽ രോഗനിർണ്ണയം ചെയ്യാം.

മദ്യപാനവും പുകവലിയും

ആഴ്ചയിൽ 14 യൂണിറ്റിൽ കൂടുതൽ മദ്യപിക്കുന്നവരിൽ 7-12 ശതമാനം സ്തനാർബ്ബുദം വരുന്നതായി തെളിവുണ്ട്. അതുപോലെ പുകവലിയും സ്തനാർബ്ബുദം കൂട്ടാൻ സാധ്യതയുള്ളതാണ്.

ഉയരവും തടിയും

ഉയരവും തടിയും സ്തനാർബ്ബുദവുമായി ബന്ധമുണ്ട്. ഉയരം കൂടുതലുള്ളവരിൽ സ്തനാർബ്ബുദസാധ്യത കുറവാണ്. എന്നാൽ ആർത്തവവിരാമത്തിന് മുമ്പ് അമിതഭാരമുണ്ടായാൽ സ്തനാർബ്ബുദസാധ്യത കൂടുതലാണ്. അമിതഭാരമുള്ളവരിൽ മറ്റുള്ളവരെ അപേക്ഷിച്ച് അണ്ഡം പുറത്തുവരുന്ന പ്രക്രിയ കുറവാണ്. അതുകൊണ്ട് സ്തനത്തിലെ കോശങ്ങൾ താഴ്ന്ന നിലവാരത്തിലുള്ള ഈസ്ട്രജനുമായാണ് പ്രവർത്തിക്കുന്നത്. എന്നാൽ ആർത്തവവിരാമത്തിന് ശേഷം ഈസ്ട്രജൻ നിലവാരവും കൊഴുപ്പുമായി ബന്ധമുണ്ടാകുന്നു. കൂടുതൽ കൊഴുപ്പുണ്ടാകുന്നതോടെ ഈസ്ട്രജൻ നിലവാരം ഉയരുന്നു.

ഉയരമുള്ള സ്ത്രീകൾക്ക് ആർത്തവവിരാമത്തിന് ശേഷം സ്തനാർബ്ബുദസാധ്യത കൂടുതലാണ്. അവരിൽ കൂടുതൽ സ്തനകോശങ്ങളുള്ളതായിരിക്കാം ഇതിന് കാരണം.

എക്സ്റെയും റേഡിയോതെറാപിയും

പറയത്തക്ക സ്തനാർബ്ബുദസാധ്യത കൂട്ടുന്നില്ല. എന്നാൽ എക്സ് റെ ടെക്നീഷ്യന്മാർ, കൂടുതൽ റേഡിയേഷൻ ഏൽക്കാൻ സാധ്യതയുള്ള വർ, റേഡിയേഷൻ അപകടത്തിൽപ്പെട്ടവർ എന്നിവർക്ക് ഈ സാധ്യത യുണ്ട്. മാമ്മോഗ്രാംകൊണ്ട് ഇപ്രകാരമുള്ള സ്തനാർബ്ബുദസാധ്യതയില്ല. എന്നാൽ ഹോഡ്ഗ്കിൻസ് ലിംഫോമ (Hodgkin's lymphoma) പോലുള്ള രോഗത്തിനുള്ള റേഡിയേഷൻ ചികിത്സയ്ക്ക് റേഡിയേഷൻകൊണ്ട് സ്തനാർബ്ബുദസാധ്യതയുണ്ട്. ആദ്യത്തെ 5–10 വർഷത്തേക്ക് ഈ സ്തനാർബ്ബുദസാധ്യതയില്ല. അതിന് ശേഷമുണ്ട്. ഇപ്രകാരം ചികിത്സ ചെയ്തിട്ടുണ്ടെങ്കിൽ നിങ്ങളുടെ ഡോക്ടറോട് ഇതിനെപ്പറ്റി സംസാരി ച്ചാലും.

പ്രമേഹം

പ്രമേഹമുള്ളവരിൽ സ്തനാർബ്ബുദസാധ്യത കുറച്ച് കൂടുതലാണ്. അവ രിൽ തടികൂടുതലും അതുകണക്കാക്കുന്ന ബി എം ഐ എന്ന മാനകം കൂടുതലായിരിക്കും. പ്രമേഹത്തിന്റെ ആദ്യഘട്ടത്തിൽ രക്തത്തിലെ ഇൻസുലിൻ നിലവാരം കൂടുന്നതും കാരണമായിരിക്കാം. ബി എം ഐ കൂടുന്നതോടൊപ്പം സ്തനാർബ്ബുദസാധ്യതയും കൂടും. പ്രമേഹത്തിന് കഴിക്കുന്ന മെറ്റ്ഫോമിൻ എന്ന മരുന്നും ചെറിയ സ്തനാർബ്ബുദസാധ്യത ഉണ്ടാക്കുന്നുണ്ട്.

മരുന്നുകൾ

രക്തസമ്മർദ്ദത്തിനുള്ള മരുന്നുകൾ കഴിക്കുന്നവരിൽ സ്തനാർബ്ബുദ സാധ്യത 20 ശതമാനം കൂടുതലാണ്. അതുപോലെ ഗ്രേവ്സ് രോഗം എന്ന തൈറോയ്ഡ് രോഗത്തിന് ചികിത്സിക്കുന്നവരിലും സ്തനാർ ബ്ബുദസാധ്യത കൂടുതലാണ്. ഡൈഇതൈൽസ്റ്റിൽബെസ്ട്രോൾ എന്ന മുൻകാലങ്ങളിൽ ഉപയോഗിച്ചിരുന്നവർക്ക് സ്തനാർബ്ബുദ സാധ്യതയുണ്ടെന്ന് തെളിവുണ്ട്. 1945 മുതൽ 1970 വരെ ഈ മരുന്ന് അബോർഷൻ തടയാൻ ഉപയോഗിച്ചിരുന്നു. ഇപ്പോൾ ഉപയോഗിക്കാ റില്ല.

ഉറക്കം

ഉറക്കം കുറയുന്ന നൈറ്റ് ഡ്യൂട്ടികൾ, ഷിഫ്റ്റ് ജോലികൾ എന്നിവയിൽ സ്തനാർബ്ബുദസാധ്യത കൂടുതലാണ്. കൂടുതൽ സമയം ഉറങ്ങുന്നവ രിൽ സ്തനാർബ്ബുദസാധ്യത കുറവാണ്. ഇടവിട്ടുള്ള ഉറക്കവും ചെറിയ ഉറക്കങ്ങളും പ്രയോജനമുള്ള ഹോർമോണായ മെലട്ടോണിൻ കുറ യ്ക്കും. അതാണ് സ്തനാർബ്ബുദസാധ്യത കൂടാൻ കാരണം.

ലക്ഷണങ്ങൾ

സ്തനാർബ്ബുദത്തിന് ധാരാളം ലക്ഷണങ്ങളുണ്ട്. അവയിൽ പ്രധാനം സ്തനത്തിലെ മുഴയും സ്തനത്തിലെ കോശങ്ങളിലെ കട്ടിയാവലുമാണ്. സ്തനങ്ങളിലെ മുഴകളധികവും സ്തനാർബ്ബുദമല്ല. പക്ഷേ ഇവ കാണുകയാണെങ്കിൽ പരിശോധിച്ച് നേരത്തെ ചികിത്സിക്കുവാൻ കഴിയും. അത് വളരെ ഫലപ്രദവും ചെലവു കുറഞ്ഞതും എളുപ്പവുമാണ്. മറ്റു ഭാഗങ്ങളിലേക്ക് പരക്കുന്നതിന് മുമ്പ് ചികിത്സിച്ചാൽ മാരകമായ ഫലങ്ങൾ ഒഴിവാക്കുവാനും കഴിയും.

മുഴകൾ

ഭൂരിഭാഗം സ്ത്രീകൾക്കും ആദ്യലക്ഷണം സ്തനത്തിലെ മുഴയാണ്. ആ മുഴകളിൽ 90 ശതമാനവും അപായമില്ലാത്ത ബിനൈൻ (benign) മുഴകളായിരിക്കും. അതായത് അവ സ്തനാർബ്ബുദമല്ല. 35 വയസ്സിന് മുകളിലുള്ള സ്ത്രീകളിൽ മാസമുറയ്ക്ക് തൊട്ടുമുമ്പ് ഇത് കാണും.

ചെറിയ സഞ്ചിപോലുള്ള സിസ്റ്റുകൾ (Cysts). ഇതിൽ കുറച്ച് ജൈവ ദ്രാവകം ഉണ്ടാകും.

ഫൈബ്രോ അഡിനോമ. ഇതിൽ നാരുകൾ പോലെയുള്ള കോശ കലകളും ഗ്ലാന്റ് കോശങ്ങളുമായിരിക്കും. ഇത് കൂടുതൽ ചെറുപ്പക്കാരികളിലായിരിക്കും കാണുക.

സ്തനാർബ്ബുദമാകാൻ സാധ്യതയുള്ള മാറ്റങ്ങൾ

ഇവയാണ് നാം ശ്രദ്ധിക്കേണ്ട ലക്ഷണങ്ങൾ. കാരണം നമ്മുടെ ലക്ഷ്യം രോഗം നേരത്തെ കണ്ടുപിടിച്ചു ഫലപ്രദമായ ചികിത്സ നേരത്തെ ചെയ്യുകയാണ്.

- മുഴയോ കട്ടിയോ സ്തനത്തിന്റെ ഭാഗത്ത് കാണുക.
- സ്തനത്തിന്റെ വലുപ്പവും ആകൃതിയും മാറുക.
- ഓറഞ്ചിന്റെ തൊലിയിൽ കാണുന്നതുപോലെ സ്തനത്തിനുമുകളിലെ ചർമ്മത്തിൽ അടിയിലേക്ക് വലിഞ്ഞ് കൊച്ചുകുഴികൾ കാണുക. അവ ഏകദേശം നുണക്കുഴികൾ പോലെയിരിക്കും..
- മുലക്കണ്ണിന്റെ ആകൃതിയിൽ മാറ്റമുണ്ടാവുക. പ്രത്യേകിച്ചും അവ ഉള്ളിലേക്ക് വലിയുക, അതിന് അസാധാരണമായ ആകൃതിയുണ്ടാവുക.
- മുലക്കണ്ണിൽകൂടി രക്തം കലർന്ന സ്രവം ഉണ്ടാവുക
- മുലക്കണ്ണിലും അതിന് ചുറ്റും തടിപ്പുണ്ടാവുക

കക്ഷത്തിൽ കഴല വലുതായി മുഴയുണ്ടാവുക. സ്തനത്തിലെ മുഴയെപ്പോലെ ഇതും അർബ്ബുദമായിരിക്കണമെന്നില്ല. അതുപോലെ മുലക്കണ്ണിലെ രക്തം വരലും തടിപ്പും മുലക്കണ്ണ് ഉള്ളിലേക്ക് വലിയലും മറ്റു കാരണങ്ങളെക്കൊണ്ടാകാം. പക്ഷേ സാധാരണയിൽനിന്ന് എന്ത് മാറ്റമുണ്ടായാലും ഡോക്ടറോട് പറയണം. ഇവ അർബ്ബുദമാണെന്ന് മനസ്സിലായാലും ഇപ്രകാരം കാണിക്കുന്നതുകൊണ്ടുള്ള പ്രയോജനം കിട്ടുകയും ചെയ്യും. മാസത്തിലൊരിക്കലെങ്കിലും കുളിക്കുമ്പോഴോ കണ്ണാടിയുടെ മുമ്പിലോ നിന്ന് ഈ മാറ്റങ്ങൾ സ്വയം പരിശോധിക്കുന്നതും വൃത്താകൃതിയിൽ സ്തനത്തിന് മീതെ കൈപ്പത്തി അമർത്തി മുഴയുണ്ടോ എന്നു നോക്കുന്നതും നല്ലതാണ്.

മുഴ ഉണ്ടെങ്കിൽ

മുഴ ഉണ്ടെങ്കിൽ ഡോക്ടറെ വേഗം കാണണം. അത് വേഗം പരിശോധിപ്പിക്കണം. ഭൂരിഭാഗവും കുഴപ്പമില്ലാത്ത ബിനൈൻ മുഴകളായിരിക്കും. ആവശ്യമെങ്കിൽ സ്പെഷലിസ്റ്റിന്റെ അടുത്തേക്കയയ്ക്കും. അവിടെ മാമ്മോഗ്രാം അൾട്രാസൗണ്ട് എന്നിവ നോക്കും. അതിൽ മുഴകളുടെയും സിസ്റ്റുകളുടെയും വിവരങ്ങൾ അറിയാൻ കഴിയും. സിസ്റ്റുണ്ടെങ്കിൽ അതിലെ ദ്രാവകം ഒരു സൂചികൊണ്ട് ഡോക്ടറോ നഴ്സോ വലിച്ച് എടുക്കും. കട്ടിയുള്ള മുഴയാണെങ്കിൽ സൂചികൊണ്ട് ബയോപ്സി എടുക്കും. അതിലൂടെ ലഭിക്കുന്ന കോശകലകളിൽ അർബ്ബുദകോശങ്ങളുണ്ടോ എന്ന് രോഗശാസ്ത്ര പരിശോധനയിൽ അറിയാം. ചിലർ കുഴപ്പമില്ലാത്ത മുഴകളാണെങ്കിലും എടുത്തുകളയുവാൻ ആഗ്രഹിക്കുന്നു. നിങ്ങളുടെ ഡോക്ടർക്ക് ശാസ്ത്രീയമായും നിങ്ങൾക്ക് വൈകാരികമായും ഉറപ്പുണ്ടെങ്കിൽ അവ എടുത്തുകളയണമെന്നില്ല. ബിനൈൻ മുഴകൾ അർബ്ബുദമാകാറില്ല. പരിശോധനയിൽ അർബ്ബുദം കാണുകയാണെങ്കിൽ വേഗം ശരിയായ ചികിത്സ ചെയ്യുന്നതുകൊണ്ട് നല്ല ഫലം കിട്ടാറുണ്ട്.

സ്തനത്തിലെ വേദന

ഇതൊരു സാധാരണ പരാതിയാണ്. പലപ്പോഴും ഇത് അർബ്ബുദം കൊണ്ടല്ല. ആരോഗ്യമുള്ള പല സ്ത്രീകൾക്കും മാസമുറയ്ക്ക് മുമ്പായി മുഴയുള്ളതായും വേദനയുള്ളതായും അനുഭവപ്പെടാറുണ്ട്. പില ബിനൈൻ മുഴകളും വേദനിക്കാറുണ്ട്. ചിലരിൽ വേദന ഉണ്ടായി കുറെക്കഴിയുമ്പോൾ കുറയാറുണ്ട്. പല പരിശോധനകൾ നടത്തിയിട്ടും ഈ വേദനയ്ക്ക് കാരണമൊന്നും കാണാറില്ല. ചില സ്തനാർബ്ബുദങ്ങളിൽ വേദന ഉണ്ടാകാറുണ്ട്. അവിടെ ചുകപ്പും വേദനയും കാണുകയാണെങ്കിൽ ഡോക്ടറെ കാണണം.

മറ്റു ലക്ഷണങ്ങൾ

വളരെ ചുരുക്കമായിക്കാണുന്ന ഇൻഫ്ളമേഷനുള്ള സ്തനാർബ്ബുദത്തിൽ നല്ല വേദനയും ചുകപ്പുമുണ്ടാകും. ചർമ്മം വളരെ കട്ടിയായിരിക്കും. ഓറഞ്ചുതൊലിപോലെ ചെറിയ കുഴികളുണ്ടാകും. പഴുപ്പുള്ള ഭാഗങ്ങളിൽ അത് കൂടുതൽ വ്യക്തമായിക്കാണാം.

വേറൊരു തരം സ്തനാർബ്ബുദം മുലക്കണ്ണിനു ചുറ്റും തടിപ്പായി കാണും. അതിനെ പാജെറ്റ്സ് രോഗം (Paget's disease) എന്നു പറയുന്നു. ആ തടിപ്പുകളിൽനിന്ന് പൊടിപോലെ അവ വിട്ടുവരാറുണ്ട്. അവിടെ നല്ല ചൊറിച്ചിലുമുണ്ടാകും. അതുകൊണ്ട് ഈ സ്താനാർബ്ബുദം എക്സീമ പോലെ ആദ്യം തോന്നാം. എപ്പോഴും അസാധാരണമായ എന്തുകണ്ടാലും ഡോക്ടറെ കാണുന്നത് നല്ലതാണ്. സ്താനാർബ്ബുദമല്ലെങ്കിൽ ആശ്വാസം ആണെങ്കിൽ വേഗം ചികിത്സ കിട്ടുന്ന സന്തോഷം. ചിലപ്പോൾ ആദ്യത്തെ പരിശോധനകൾക്കു ശേഷം സ്പെഷലിസ്റ്റ് നോക്കുകയും ടെസ്റ്റുകൾ പലതും ചെയ്യേണ്ടതായി വരികയും ചെയ്യും.

സ്തനാർബ്ബുദങ്ങൾ പല തരം

സ്തനത്തിന്റെ പല ഭാഗത്തുനിന്നും പല തരത്തിലുള്ള സ്താനാർബ്ബുദങ്ങൾ ഉണ്ടാകാം. ഇവയെ പൊതുവായി പടരാത്തതും പടരുന്നതും (non-invasive and invasive) എന്നീ രണ്ടു വിഭാഗങ്ങളായി തരം തിരിക്കാം.

പടരാത്ത സ്തനാർബ്ബുദം

പടരാത്ത സ്തനാർബ്ബുദത്തെ ഉദ്ഭവിച്ച ഇടത്തിൽതന്നെയുള്ളത് എന്നർത്ഥം വരുന്ന കാർസിനോമ ഇൻ സിറ്റു (carcinoma in situ) എന്നും പറയാറുണ്ട്. ഈ സ്തനാർബ്ബുദം സ്തനത്തിലുള്ള ഡക്റ്റുകളിലെ ഡക്റ്റുകളിൽനിന്നുദ്ഭവിക്കുന്നതും പുറത്തേക്ക് പടരാനുള്ള കഴിവ് ലഭിച്ചിട്ടില്ലാത്തതുമാണ്. ഈ തരം സ്തനാർബ്ബുദത്തിൽ മുഴയുണ്ടാവില്ല. അതിനാൽ പലപ്പോഴും നേരത്തെ കണ്ടുപിടിക്കുവാൻ പ്രയാസമാണ്. ഇത് സാധാരണ മാമ്മോഗ്രാമിലൂടെയാണ് കണ്ടുപിടിക്കുന്നത്. പടരാത്ത സ്തനാർബ്ബുദങ്ങളിൽ ഏറ്റവും പ്രധാനം ഈ ഡക്റ്റൽ കാർസിനോമ ഇൻ സിറ്റു (ductal carcinoma in situ (DCIS) ആണ്.

പടരുന്ന സ്തനാർബ്ബുദം

ഈ സ്തനാർബ്ബുദത്തിന് സ്തനത്തിന് പുറത്തേക്ക് പടരാനുള്ള കഴിവുണ്ട്. എന്നുകരുതി ആദ്യഘട്ടങ്ങളിൽ ഇത് പടരണമെന്നില്ല. ഇതിലേറ്റവും പ്രധാനം ഇൻവേസീവ് ഡക്റ്റൽ ബ്രെസ്റ്റ് ക്യാൻസറാണ് (Invasive ductal breast cancer). സ്തനത്തിലെ ഡക്റ്റുകൾക്കുള്ളിലാണ് ഇത് ഉദ്ഭവിക്കുന്നത്. പടരുന്ന സ്തനാർബ്ബുദങ്ങളിലെ 80 ശതമാനവും ഈ തരമാണ്.

മറ്റു തരത്തിലുള്ള സ്തനാർബ്ബുദങ്ങൾ

ചുരുക്കമായി കണ്ടുവരുന്ന രണ്ട് സ്തനാർബ്ബുദങ്ങൾ ലോബുലാർ ബ്രെസ്റ്റ് ക്യാൻസർ (lobular breast cancer) എന്ന പാൽ ചുരത്തുന്ന കുഴലുകളിലെ കോശങ്ങളിൽനിന്നുദ്ഭവിക്കുന്ന അർബ്ബുദവും പാജെറ്റ്സ് ഡിസീസ് (Paget's disease) എന്ന ഇൻഫ്ളമേറ്ററി സ്തനാർബ്ബുദവുമാണ്. ഈ സ്തനാർബ്ബുദങ്ങൾ രക്തത്തിലൂടെയും രോഗാണുക്കളെ അരിച്ചു ശുദ്ധമാക്കുന്ന ലിംഫ് നോഡുകളിലൂടെയും പരക്കാം. അപ്രകാരം പ്രാഥമിക സ്തനാർബ്ബുദത്തിൽനിന്ന് പടരുന്ന രണ്ടാംനിര സ്തനാർബ്ബുദമെന്നോ മെറ്റാസ്റ്റാറ്റിക് സ്തനാർബ്ബുദമെന്നോ ("secondary" or "metastatic" breast cancer) പറയുന്നു.

സ്തനത്തിലെ സ്ക്രീനിങ്ങ്

സ്തനാർബ്ബുദത്തിന്റെ ശരിയായ കാരണങ്ങൾ ഇതുവരെ വ്യക്തമായിട്ടില്ല. എന്നാൽ സാധ്യതകളെ നേരത്തെ വിവരിച്ചിട്ടുണ്ട്. പ്രായം, കുടുംബചരിത്രം തുടങ്ങിയവയാണവ. സാധാരണയിൽകവിഞ്ഞ സ്തനാർബ്ബുദസാധ്യതയുള്ള 50–70 പ്രായമുള്ളവരെ പ്രത്യേകം മൂന്നു വർഷത്തിലൊരിക്കൽ വിശദമായി പരിശോധിക്കാറുണ്ട്.

ചികിത്സ

സ്തനാർബ്ബുദത്തിന്റെ ചികിത്സ മൂന്നു ദിശയിലാണ് ചെയ്യുന്നത്. സർജറി, റേഡിയോതെറാപി, കീമോതെറാപി എന്നിവയാണവ. ചില സ്തനാർബ്ബുദങ്ങൾ ജൈവശാസ്ത്രപരമായ ചികിത്സയും ഹോർമോൺ ചികിത്സയും ചെയ്യാറുണ്ട്.

മറ്റു അർബ്ബുദങ്ങളെപ്പോലെ സ്തനാർബ്ബുദരോഗനിർണ്ണയം ജീവിതത്തെ പല തരത്തിലും ബാധിക്കാം. ഇവർക്കെല്ലാം വൈകാരികവും സാമ്പത്തികവും നീണ്ടകാല ആരോഗ്യപ്രശ്നങ്ങൾക്കുള്ള സഹായവും വേണ്ടിവരും.

സ്ത്രീകളിലെ ഏറ്റവും കൂടുതൽ കാണുന്ന, 13 ശതമാനത്തോളം വരുന്ന ഒന്നാണ് സ്തനാർബ്ബുദം. നേരത്തെ മനസ്സിലാക്കി ശരിയായ ചികിത്സ ചെയ്താൽ നല്ല രോഗവിമുക്തി ഇതിന് ലഭിക്കാറുണ്ട്. അതുകൊണ്ട് സ്തനാർബ്ബുദസാധ്യതയുള്ള എല്ലാ സ്ത്രീകളും സ്വയം സ്തനങ്ങളിലെ മാറ്റങ്ങൾ നോക്കുകയും എന്തെങ്കിലും മനസ്സിലാവുകയാണെങ്കിൽ നേരത്തെ ഡോക്ടറെകണ്ട് രോഗനിർണ്ണയം ചെയ്ത് വേണ്ട ചികിത്സ നേരത്തെ ആരംഭിക്കുകയും ചെയ്യേണ്ടതാണ്. നേരത്തെ ചികിത്സിക്കുകയാണെങ്കിൽ രേഗവിമുക്തി ശോഭനമാണ്.

അഞ്ച്

അനോറെക്സിയ എന്ന ഭക്ഷണം കഴിക്കാത്ത രോഗം

Many women who have anorexia put their hearts in a compromised situation.

- Carre Otis

ഇപ്പോൾ അനോറെക്സിയ (anorexia) എന്നു മാത്രമായി ഈ രോഗത്തിന്റെ പേര് ചുരുക്കിയിരിക്കുന്നു. പഴയ അനോറെക്സിയ നെർവോസയിലെ ഞരമ്പുകൾ എന്ന സൂചനയിലെ അപഖ്യാതി കളയാനാണ് പുതിയ ഒറ്റവാക്കിലൂടെ ശ്രമിച്ചിരിക്കുന്നത്. ഇവിടെ നിങ്ങളുടെ ഞരമ്പുകളെ കുറ്റം പറയാതെ രോഗത്തെയും രോഗിയേയും സമീപിക്കുന്നു. കൗമാരക്കാരായ അഞ്ചു ശതമാനം പേർക്ക് ഈ ഗുരുതരമായ രോഗമുണ്ട്. പെൺകുട്ടികളിൽ കണ്ടു വന്നിരുന്ന ഈ രോഗം അടുത്ത കാലത്തായി ആൺകുട്ടികളിൽ കൂടുതലായി കണ്ടു തുടങ്ങിയിരിക്കുന്നു. എന്നാൽ ആരെയും ഈ രോഗം ബാധിക്കാമെന്നതാണ് ശരിയായ അവസ്ഥ. ഭക്ഷണത്തിനുശേഷം വയറു നിറഞ്ഞു എന്ന അനുഭവം ഉണ്ടാകാൻ ഈ രോഗികൾക്ക് ഇഷ്ടമല്ല. അവർ കുടിക്കുന്നതും തിന്നുന്നതും കുറയ്ക്കുന്നു. അതുകൊണ്ടവർ പലപ്പോഴും അപകടകരമാം വിധം ഭാരം കുറഞ്ഞവരാണ്.

ഡോക്ടറോട് ചോദിക്കേണ്ട ചോദ്യങ്ങൾ

- എനിക്ക് അനോറെക്സിയ എന്ന ഭക്ഷണം കഴിക്കാത്ത രോഗമുണ്ടോ?
- എന്തെല്ലാമാണ് ഈ രോഗത്തിന്റെ കാരണങ്ങൾ?
- എന്റെ അനോറെക്സിയ എത്രത്തോളം ഗൗരവമുള്ളതാണ്?
- എന്റെ ആരോഗ്യത്തെ ഇത് തകരാറിലാക്കിയിട്ടുണ്ടോ?

- അപ്രകാരമെങ്കിൽ ഈ തകരാറ് മാറുന്നതിന് ഞാൻ നന്നായി ഭക്ഷണം കഴിക്കുകയും തടിവെക്കുകയും ചെയ്താൽമതിയോ?
- എന്റെ മാസമുറ നിന്നിട്ടുണ്ട്. അതിനർത്ഥം എനിക്കിനി കുട്ടികളുണ്ടാകുവാൻ സാധ്യതകൾ ഇല്ലെന്നാണോ? എന്തുകൊണ്ടാണ് എനിക്ക് ചികിത്സ ആവശ്യമാണെന്ന് പറയുന്നത്?
- ഏതാണ് ലഭ്യമായ ഏറ്റവും നല്ല ചികിത്സ?
- ചികിത്സ എന്തെങ്കിലും പാർശ്വഫലങ്ങളുണ്ടാക്കുമോ?
- ഞാൻ വീണ്ടും സാധാരണനിലയിൽ ഭക്ഷണം കഴിച്ചു തടങ്ങുമോ?
- എന്നെ ഡോക്ടർക്ക് സഹായിക്കാൻ കഴിയുമോ?
- ഇതിനായി ഞാനൊരു സ്പെഷലിസ്റ്റിനെ കാണേണ്ടതുണ്ടോ?
- ജോലിയിൽനിന്നും പഠിപ്പിൽനിന്നും ഒഴിവെടുക്കേണ്ടതുണ്ടോ?
- എനിക്ക് അസുഖം കുറഞ്ഞതിനുശേഷം വീണ്ടും എനിക്ക് ഭക്ഷണം കുറയ്ക്കുവാൻ കഴിയുമോ?
- ഈ ചികിത്സ ചെയ്യുമ്പോൾ ഞാൻ തടി വെയ്ക്കുമോ?
- സ്വയം എനിക്ക് വളരെ മോശമായി തോന്നുന്നതെന്തുകൊണ്ട്?
- എനിക്ക് വിഷാദമോ വിഷാദരോഗമോ ഉണ്ടോ?
- ചികിത്സ ചെയ്യുമ്പോൾ എന്റെ സമ്മതമില്ലാതെ ഭക്ഷണം കഴിപ്പിക്കുമോ?

രോഗമുണ്ടെങ്കിൽ

താഴെയുള്ള രണ്ടോ അതിലധികമോ ചോദ്യങ്ങൾക്കുള്ള ഉത്തരം ശരിയാണെങ്കിൽ, നിങ്ങൾക്ക് ഈ രോഗമുണ്ടാകാം. ഡോക്ടറെ കാണേണ്ടി വരും.

- വയറു നിറയുമ്പോൾ നിങ്ങൾ നിങ്ങളെത്തന്നെ ഒരു രോഗിയാക്കാറുണ്ടോ?
- കൂടുതൽ നിയന്ത്രണമില്ലാതെ കഴിക്കുന്നു എന്നു നിങ്ങൾക്ക് ആശങ്കയുണ്ടോ? കഴിഞ്ഞ മൂന്നുമാസം കൊണ്ട് നിങ്ങൾ 6 കിലോ ഭാരം കുറഞ്ഞിട്ടുണ്ടോ?
- മറ്റുള്ളവരുടെ അഭിപ്രായത്തിനു വിപരീതമായി നിങ്ങൾ തടിച്ചവനാണെന്ന് തോന്നാറുണ്ടോ?
- നിങ്ങളുടെ ജീവിതത്തെ ഭക്ഷണം കീഴ്പ്പെടുത്തുന്നു എന്ന് നിങ്ങൾക്ക് അനുഭവവും അഭിപ്രായവുമുണ്ടോ?

ലക്ഷണങ്ങൾ

രോഗി പലപ്പോഴും ലക്ഷണം മറച്ചുപിടിക്കുകയും ചികിത്സ ആവശ്യമില്ലെന്ന് ധരിച്ച് പെരുമാറുകയും ചെയ്യാറുണ്ട്. എപ്പോഴും തടി കുറയ്ക്കണം എന്നതുമാത്രമായിരിക്കും അവരുടെ മനസ്സ് നിറഞ്ഞു നിൽക്കുന്ന ചിന്ത. ഇതാണ് ഏറ്റവും പ്രധാനലക്ഷണം. അവർ തടി വെക്കുന്നവ മാത്രമല്ല എല്ലാ ഭക്ഷണവും കുറയ്ക്കുന്നു. ഈ രോഗമുള്ളവർ അവരുടെ ഭാരം അതുകൊണ്ട് ഏതു പ്രകാരത്തിലാണ് വർദ്ധിക്കുക എന്നു നോക്കിയാണ് ഭക്ഷണപാനീയങ്ങൾ കഴിക്കുന്നത്. അവരെപ്പോഴും ആവശ്യമുള്ളതിനേക്കാൾ കൂടുതൽ കഴിക്കുന്നുണ്ടെന്ന് ഭാവിക്കുന്നു. മാത്രമല്ല വളരെ കൂടുതൽ വ്യായാമം ചെയ്ത് ശരീരം ക്ഷീണിപ്പിക്കുന്നു. ഛർദ്ദി ഉണ്ടാക്കി കഴിച്ചത് പുറത്തേക്ക് കളയുന്നു. ശോധന മരുന്നുകളുടെയും വിശപ്പുകുറയ്ക്കുന്ന മരുന്നുകളുടെയും മൂത്രം പോകുന്ന മരുന്നുകളുടെയും ദുരുപയോഗം കൂട്ടി പ്രശ്നം ഗുരുതരമാക്കുന്നു. അതുകൊണ്ട് പ്രായം, ഉയരം എന്നിവയനുസരിച്ചുള്ള ഭാരത്തെക്കാൾ 15% കുറവായിരിക്കും. ഉയരത്തിനെ മീറ്ററിലാക്കി പെരുക്കിയതുകൊണ്ട് കിലോഗ്രാം ഭാരത്തെ ഹരിക്കുക. അപ്പോൾ ബി.എം.ഐ(BMI) കിട്ടും. മുതിർന്ന ഒരാളുടെ ബി.എം.ഐ 20 മുതൽ 25 വരെയാണ്. ഈ രോഗമുള്ളവരിൽ ബി.എം.ഐ അപകടകരമാംവിധം അഞ്ചു വരെ താഴ്ന്നിരിക്കും! പട്ടിണി കിടക്കുന്നവരിൽ കാണുന്ന എല്ലാ ദയനീയതയും ലക്ഷണങ്ങളും അവരിൽ കാണാം. കുറെ കഴിയുമ്പോൾ പലരും രോഗവുമായി സമരസപ്പെടാറുണ്ട്. അവരുടെ ശരീരത്തെകുറിച്ചുള്ള ധാരണ വളരെ വികലമാണ്. മെലിഞ്ഞ അവർ വിചാരിക്കുന്നത് അവർ തടിയന്മാരാണെന്നാണ്. മറ്റുള്ളവർ മനസ്സിലാക്കുന്നത് അവർ അംഗീകരിക്കുന്നില്ല. തടി വെയ്ക്കുമോ എന്നതിനെപ്പറ്റി ഭീകര സ്വപ്നം അവർ കൊണ്ടു നടക്കുന്നു. അതുകൊണ്ട് ഒട്ടും തടി വെക്കാതിരിക്കാൻ പെടാപ്പാട് പെടുന്നു. അവരുടെ ജീവിതലക്ഷ്യം തന്നെ തടി കുറയ്ക്കലായി മാറുന്നു. അതിനപ്പുറം ജീവിക്കുന്നില്ല. തൂക്കം ജീവൻ നിലനിർത്തുന്നതിന് ആവശ്യമുള്ളതിനേക്കാൾ വളരെ കുറയുന്നു. അത്യന്തം അപകടകരമാണിത്.

മറ്റു ലക്ഷണങ്ങൾ

ചികിത്സ ആവശ്യമില്ലെന്ന ധാരണയാൽ ഭക്ഷണകാര്യത്തിലും അതു കഴിക്കുന്നതിനെപ്പറ്റിയും അവർ സത്യം പറയില്ല. ആരുമറിയാതെ അവർ തടിവെയ്ക്കാതിരിക്കാനായി ഛർദ്ദിക്കുന്നു. തടി കുറവുള്ളത് പുറത്ത് കാണാതിരിക്കാൻ അയഞ്ഞ വസ്ത്രങ്ങളും കൂളിങ്ങ് ഗ്ളാസ്സുകളും ഉപയോഗിക്കുന്നു. ഭക്ഷണകാര്യത്തെപ്പറ്റി എപ്പോഴും നുണ പറയുന്നു. വിശപ്പിനെയല്ല ഭക്ഷണം കഴിച്ചാൽ ശരീരത്തിലതു കാണുമല്ലോ എന്നതിലാണ് ഭയം. പലപ്പോഴും മറ്റുള്ളവരുടെ ഭക്ഷണത്തെപ്പറ്റിയും അവർ വേവലാതി പ്രകടിപ്പിക്കും. ചില പ്രത്യേക ഭക്ഷണങ്ങൾ മാത്രമെ

കഴിക്കുകയുള്ളൂ. അതും ഒരു ചടങ്ങു പോലെയാക്കും. ഭക്ഷണം ചെറിയ കഷണങ്ങളാക്കും. ഒരു ദിവസം തന്നെ പല പ്രാവശ്യം മെഷീനിൽ കയറി നിന്ന് തൂക്കം നോക്കും. ഉറക്കം മോശമാകും. ചെയ്യുന്ന കാര്യങ്ങളിൽ ശ്രദ്ധ കുറവായിരിക്കും.

ആരോഗ്യ പ്രശ്നങ്ങൾ

നീണ്ടകാലത്തെ ഈ ഭക്ഷണക്കുറവ് പല ശാരീരിക മാനസികപ്രശ്നങ്ങളെയും സൃഷ്ടിക്കുന്നു. അവരുടെ ആരോഗ്യപ്രശ്നങ്ങൾ പട്ടിണിയുടെ പ്രശ്നങ്ങൾ തന്നെയാണ്. വളരെ കുറച്ച് കഴിക്കുന്നതും അകത്തായത് ഛർദ്ദിച്ചും വയറിളക്കിയും കളയുന്നതും പ്രശ്നം തന്നെ. ഇതുമൂലം ഹാർമോൺ തകരാറുണ്ടാവുന്നതുകൊണ്ട് മാസമുറ തെറ്റാറുണ്ട്. ചെറുപ്പത്തിലേ രോഗം വന്നതാണെങ്കിൽ മാസമുറ ആരംഭിക്കാതെയും വരും. ചിലരിൽ കുട്ടികളുണ്ടാകാത്ത അവസ്ഥയും (Infertility) വരും. ശരീരത്തിനകത്തെ രാസ സമനില ഛർദ്ദിക്കുന്നതുകൊണ്ടും വയറിളക്കുന്നതു കൊണ്ടും തെറ്റും. അതുപോലെ മാസമുറയും തെറ്റും. പൊട്ടാസിയം കുറഞ്ഞ് ക്ഷീണം, തളർച്ച, ഹൃദയമിടിപ്പ് കൂടുക, കിഡ്നി തകരാർ, ഇളക്കം എന്നിവയും കാൽസിയം കുറയുന്നതു കൊണ്ട് പേശി വലിവും, ഇതോടൊപ്പം വിറ്റമിൻ ഡി കൂടി കുറയുന്നതു കൊണ്ട് എല്ലിലെ കട്ടി കുറഞ്ഞ് ഒടിവുകളും ഉണ്ടാകുന്നു. കൂടെക്കൂടെയുള്ള വയറിളക്കം കൊണ്ട് കുടൽ പേശികളും ഞരമ്പുകളും തകരാറാകുന്നു. ഇത് സ്ഥിരം മലബന്ധത്തിലേക്കും വയറുവേദനയിലേക്കും നയിക്കുന്നു. ആവശ്യത്തിന് ലവണവും ജലവുമില്ലാത്തതിനാൽ മുഖവും കൈകാലുകളും നീരു വന്നു വീർക്കും. അതോടൊപ്പം രക്തക്കുറവിന്റെ വിളർപ്പുമുണ്ടാകും. വയറ്റിലെ അമ്ലമുള്ള ഛർദ്ദി പല്ലിൽ പറ്റിപ്പിടിച്ച് എനാമൽ കേടു വരുന്നു. രക്തക്കുറവുകൊണ്ട് തലചുറ്റൽ ഉണ്ടാകാം.

ചിലർക്ക് ഡിപ്രഷൻ ഉണ്ടാകാറുണ്ട്. ഇതിന്റെ ഫലമായി പെട്ടെന്ന് ദേഷ്യം വരിക, ആലോചിച്ചിരിക്കുക എന്നിവയും കാണാറുണ്ട്. തൊലിയും മുടിയും പരുപരുത്ത് കട്ടി കുറയും. ഡിപ്രഷ്ൻ എന്ന വിഷാദ രോഗം മൂലം ആത്മഹത്യ ചെയ്യാനും ഇടയുണ്ട്.

കാരണങ്ങൾ

ഇന്നത്തെ ആധുനികസമൂഹം ആകർഷകത്വത്തെക്കുറിച്ച് കുറിച്ചു വെച്ച ധാരണകൾ, പ്രത്യേകിച്ച് പടിഞ്ഞാറൻ രാജ്യങ്ങളിൽ ഈ സ്വാധീനം വളരെ കൂടുതലാണ്. ഇതിന് വ്യക്തിത്വവും, കുടുംബവും ഒരു പങ്ക് വഹിക്കുന്നുണ്ട്. ആത്മബോധവും ആത്മവിശ്വാസവും ഇവർക്ക് കുറവാണ്. പിന്നെ ചെയ്യുന്നവ പൂർണ്ണതയിലെക്കെത്തിക്കാനുള്ള കടുത്ത ആഗ്രഹം, കൂടാതെ കുടുംബപ്രശ്നം, പാരമ്പര്യം എന്നിവയും കാരണങ്ങളാണ്. ഇവയെല്ലാം വ്യക്തിത്വത്തിൽ സ്വാധീനം ചെലുത്തിയിരിക്കും.

പരിശോധനകൾ

ഈ രോഗത്തിന് സാധാരണ ചെയ്യുന്ന രക്തപരിശോധനകൾ ഇവയാണ്. കിഡ്നി, കരൾ പ്രവർത്തനം നോക്കാനുള്ളവ, ഗ്ലൂക്കോസ് പരിശോധന, ഇ.സി.ജി. എന്നിവയാണ്. ഇവ കൂടാതെ പരിശോധനയിൽ ഏതെങ്കിലും അവയവത്തിന് പ്രത്യേകമായി എന്തെങ്കിലും അസുഖമുണ്ടെന്ന് സംശയിക്കുന്നുവെങ്കിൽ അവയുടെ കൂടുതൽ പരിശോധനകളും ചെയ്യണം.

ചികിത്സ

പല ചികിത്സകളും അടിയന്തരശ്രദ്ധ അർഹിക്കുന്നവയായിരിക്കും. ശാരീരികമായ തകരാറുകൾക്കുള്ള ചികിത്സകളും മാനസിക ചികിത്സകളുമാണ് ചെയ്യേണ്ടത്. രോഗിയെ ജൈവരസതന്ത്രപരമായും ശാരീരികമായും വിലയിരുത്തണം. ഉയരവും തൂക്കവും എടുക്കണം. ജലവും ലവണങ്ങളും പോഷകങ്ങളും കുറവുള്ളതെല്ലാം പരിഹരിക്കണം. ഭക്ഷണം വായിലൂടെയും ട്യൂബിലൂടെയും, ജലവും ലവണങ്ങളും ഞരമ്പിലൂടെയും കൊടുക്കാം. പ്രോട്ടീൻ, കൊഴുപ്പ് തുടങ്ങിയവയുടെ പോരായ്മയും പരിഹരിക്കണം. ഭക്ഷണം കഴിച്ചിരുന്നതിന്റെ ചരിത്രം കൃത്യമായി എടുത്ത് അവയിലുണ്ടാകാവുന്ന പോരായ്മകൾ മനസ്സിലാക്കണം. കാപ്പി, കഫീൻ അടങ്ങിയ കോള തുടങ്ങിയവ മദ്യം, പുകവലി എന്നിവയുടെ ചരിത്രവും എടുക്കണം. ഭക്ഷണം കൊടുക്കുമ്പോൾ രോഗിയുടെ സമ്മതവും വിശ്വാസവും മത്സ്യമാംസഭക്ഷണത്തോട് ഉണ്ടാകാവുന്ന എതിർപ്പ് തുടങ്ങിയവയും പരിഗണിക്കണം. പൊട്ടാസിയത്തിന്റെ കുറവ് പ്രധാനമായി ഉണ്ടായിരിക്കും. ഇതോടൊപ്പം മഗ്നീഷ്യം, കാൽസ്യം എന്നിവയുടെ കുറവും ഉണ്ടാകും. വയറിളക്കാൻ മരുന്നുപയോഗിച്ചിട്ടുണ്ടെങ്കിൽ സോഡിയത്തിന്റെ കുറവും ഉണ്ടാകും. മത്സ്യമാംസം കഴിക്കാതിരിക്കുന്നവരിൽ ഫോളിക്ക് ആസിഡിന്റെ കുറവും ഉണ്ടാകും. സിങ്കിന്റെ കുറവുണ്ടെങ്കിൽ സ്വാദ് കുറയും.

ചികിത്സയുടെ ആദ്യഘട്ടങ്ങളിൽ ഹൃദയത്തിനുണ്ടാകാവുന്ന തകരാറുകൾ പരിഗണിക്കണം. അതുപോലെ കരളിലെയും തകരാറുകൾ നോക്കണം. ചികിത്സയുടെ ആദ്യ ആഴ്ചകളിൽ ജലത്തിന്റെയും ലവണങ്ങളുടെയും പോരായ്മ ഞരമ്പിലൂടെയുള്ള പോഷകം കൊടുക്കുന്നതിലൂടെ പരിഹരിക്കണം. വായിലൂടെ ഇടയ്ക്കിടയ്ക്ക് ഭക്ഷണം കൊടുക്കുന്നതും ട്യൂബിലൂടെ കൊടുക്കുന്നതും നല്ലതാണ്. ആമാശയത്തിന്റെ ചലനം കുറവാണെങ്കിൽ മെറ്റക്ലോപ്രൊമൈഡ് (metoclopramide) അഞ്ചു മില്ലിഗ്രാം ഉപയോഗിക്കാം. ഭക്ഷണം കൊടുക്കുന്നത് സാവധാനത്തിൽ കൂട്ടിക്കൊണ്ടുവരാം

മനശ്ശാസ്ത്രപരമായി പ്രധാനമായും ധാരാളം തെളിവുകളുള്ള കൊഗ്നിറ്റീവ് ബിഹേവിയർ തെറാപിയാണ് ചെയ്യുന്നത്. ചികിത്സയുടെ

ലക്ഷ്യം ഭക്ഷണമില്ലാതെ രോഗി മരിക്കാതെ നോക്കലും, ആരോഗ്യമുള്ള ഭക്ഷണം കഴിച്ച് തൂക്കം വർദ്ധിപ്പിക്കലുമാണ്. അതോടൊപ്പം മറ്റു ലക്ഷണങ്ങളും പ്രശ്നങ്ങളും പരിഹരിക്കണം. ശാരീരികമായും മാനസികമായും രോഗിയെ ശക്തനാക്കണം.

ശാരീരികാരോഗ്യത്തിന് ഭക്ഷണപാനീയങ്ങളുടെ ആവശ്യകതയെപ്പറ്റി വിശദീകരിച്ചു കൊടുക്കുന്നു. ഇതിന് മാതൃകാപരമായി സൈക്കിയാട്രിസ്റ്റ്, സൈക്കോളജിസ്റ്റ്, ഡയറ്റീഷ്യൻ പരിശീലനം കിട്ടിയ നേഴ്സ് എന്നിവരടങ്ങുന്ന ഒരു സംഘമാണ് പ്രത്യേക ഭക്ഷണം കഴിക്കൽ ഡിസോർഡർ വാർഡിൽ ചികിത്സ നടത്തുന്നത്. ഭക്ഷണം കഴിപ്പിക്കാൻ സഹായിക്കലാണ് ചികിത്സ. പതിവുകൾ പിഴക്കാതെ ദിവസവും മൂന്നു നേരമെങ്കിലും ഭക്ഷണം കഴിച്ചിരിക്കണം. ആ പതിവുകൾ പഠിച്ച് ഉറപ്പിക്കൽ സുപ്രധാനമാണ്. രോഗലക്ഷണം സത്യമായി പറയാൻ പഠിപ്പിക്കണം. അത് ചികിത്സയുടെ ഒരു പ്രധാനലക്ഷ്യമാണ്. ഭക്ഷണം കഴിക്കുന്നതിന്റെ ഒരു കൃത്യമായ ഡയറി എഴുതണം.

കൊഗ്നിറ്റീവ് ബിഹേവിയർ തെറാപിയോടൊപ്പം, കൊഗ്നിറ്റീവ് അനലിറ്റിക്(analytic) തെറാപിയും, ഇൻടർ പേഴ്സണൽ (interpersonal therapy) തെറാപിയും, ഫോക്കൽ അനാലിറ്റിക് തെറാപിയും നല്ലതാണ്. ഇവിടെ അനലിറ്റിക് തെറാപികൾകൊണ്ട് അപഗ്രഥനം നടത്തി ഉൾക്കാഴ്ചയുണ്ടാക്കുന്നു. എന്തുകൊണ്ട് അനോറെക്സിയ ഉണ്ടായി എന്ന് അപഗ്രഥിക്കുന്നു. തെറ്റായ ധാരണകൾ തിരുത്തുന്നു. വൈകാരികപ്രശ്നങ്ങളെ എപ്രകാരം മനസ്സിലാക്കണം, അഭിമുഖീകരിക്കണം എന്നു പരിശീലനം കൊടുക്കുന്നു. പല സെഷനുകളായി ഇത് മാസങ്ങൾ നീണ്ടു നിൽക്കുന്നു. കുടുംബത്തിലെ മറ്റ് അംഗങ്ങൾക്കുള്ള പ്രശ്നങ്ങളും ഫാമിലി തെറാപിയിലൂടെ പരിഹാരം തേടുന്നു.

ഡിപ്രഷനുണ്ടെങ്കിൽ

ഈ രോഗത്തോടൊപ്പം ഡിപ്രഷനും കൂടിയുള്ളവർക്ക് അതിനുള്ള ചികിത്സയും കൂടി കൊടുക്കേണ്ടി വരും. ആത്മഹത്യപ്രവണത ഉണ്ടോ എന്ന് നോക്കേണ്ടതാണ്. ശാരീരികപ്രശ്നങ്ങളായ പല്ലിന്റെ കേട്, ലവണങ്ങൾ നേരെയാക്കൽ, ശോധനമരുന്ന്, മൂത്രം പോകാനുള്ള മരുന്ന് നിർത്തൽ എന്നിവയും പ്രധാനമാണ്. അത്ര ഗൗരവമല്ലാത്തവർക്ക് ഈ രോഗത്തെപ്പറ്റിയുള്ള ലേഖനങ്ങൾ വായിക്കാൻ കൊടുക്കുന്നത് നല്ലതാണ്. രോഗം കൂടുതലുള്ളവരെ കുറച്ചു നാൾ ആസ്പത്രിയിൽ കിടത്തേണ്ടിവരും.

രോഗത്തിന്റെ ഭാവി

ആശ്വാസം ലഭിക്കാൻ ആഴ്ചകളും മാസങ്ങളും വേണ്ടി വരും. പൂർണ്ണമായി മാറാൻ വർഷങ്ങൾ തന്നെ പിടിച്ചേക്കും. ഭക്ഷണത്തോട് ചിലപ്രശ്നങ്ങൾ ഉണ്ടെങ്കിലും പലർക്കും സന്തോഷപ്രദമായ ജീവിതം

നയിക്കാനാകും. ഈ രോഗം കൊണ്ട് മരണം സംഭവിക്കുന്നത് രോഗാണുബാധ, ജലം, ലവണങ്ങൾ എന്നിവയുടെ പ്രശ്നങ്ങൾ കൊണ്ടാകാം. ഹൃദയം കരൾ തുടങ്ങിയ സുപ്രധാനമായ അവയവങ്ങളുടെ തകരാറുകളും അപകടകരങ്ങളാണ്. വളരെ ചുരുക്കമായി ആത്മഹത്യയും സംഭവിക്കാം.

ഓർമ്മക്കുറവും മേധാക്ഷയവും

Shakespeare wrote all there is that we need to know about dementia in 'King Lear'.

- Simon Callow

പ്രായമാകുമ്പോൾ സാധാരണ വരുന്ന ഓർമ്മക്കുറവും മേധാക്ഷയവും തമ്മിൽ തിരിച്ചറിവ് വേണം. സാധാരണയായി പ്രായമാകുന്നതോടെ പലർക്കും ഓർമ്മ കുറയുന്നതായി പരാതിപ്പെടാറുണ്ട്. ഇത് തികച്ചും സാധാരണവും ഡിമെൻഷ്യയെന്ന രോഗാവസ്ഥയുമല്ല. രോഗാവസ്ഥയായ ഡിപ്രഷനിലും തൈറോയ്ഡ് ഗ്രന്ഥിയുടെ പ്രവർത്തനം കുറയുമ്പോഴും ഓർമ്മ കുറയാറുണ്ട്. ഡിപ്രഷനിൽ സംഭവിക്കുന്നത് കൂടുതലും ഓർമ്മ കുറയുന്നു എന്ന തോന്നൽ മാത്രമാണ്. നാം കാണുന്ന ഏറ്റവും ഗൗരവതരമായ ഓർമ്മപ്രശ്നം ഡിമെൻഷ്യ എന്ന മേധാക്ഷയമാണ്. ഇത് മാനസികമായ മറ്റു കഴിവുകളെ തളർത്തുന്നു. അതോടൊപ്പം ഗൗരവതരമായ ലക്ഷണങ്ങൾ സൃഷ്ടിക്കുന്നു. ശരീരത്തെയും തലച്ചോറിനെ നേരിട്ടും ബാധിക്കുന്ന രോഗങ്ങൾ ആണ് ഇവയുണ്ടാക്കുന്നത്.

മേധാക്ഷയം എന്നു പറയുന്നത് നാം സാധാരണ കരുതുന്നതുപോലെ ഓർമ്മക്കുറവ് മാത്രമല്ല. അതോടൊപ്പമുണ്ടാകുന്ന ചിന്തിക്കാനുള്ള കഴിവ് കുറയൽ, തീരുമാനങ്ങളെടുക്കാനും പ്രവർത്തിക്കാനുമുള്ള കഴിവില്ലായ്മ, പ്രശ്നങ്ങൾ പരിഹരിക്കാനുള്ള കഴിവ് കുറയൽ, ഭാഷ കൈകാര്യം ചെയ്യാനുള്ള പ്രയാസം തുടങ്ങിയവയാണ്. സംസാരിക്കുന്നത് മനസ്സിലാകാതെ വരിക, തിരിച്ച് മറുപടി പറയാൻ കഴിയാതെ വരിക, മാനസികപ്രവർത്തനങ്ങൾ സാവധാനത്തിലാവുക, ഇതോടൊപ്പം ഉദ്ഭവിക്കുന്ന സംശയങ്ങൾ തെറ്റിദ്ധാരണകൾ, ഉറക്കക്കുറവ്, പെരുമാറ്റവൈകല്യങ്ങൾ തുടങ്ങിയവയും ഉണ്ടാകാം. രോഗം പുരോഗമിക്കുന്നതോടെ കൂടുതൽ കടുത്ത ലക്ഷണങ്ങൾ ഉണ്ടാകുന്നു. സ്വന്തമായി ഒന്നും ചെയ്യാൻ കഴിയാതാകുന്നു.

ഡോക്ടറോട് ചോദിക്കേണ്ട ചോദ്യങ്ങൾ

- സാധാരണ ഓർമ്മ കുറയുന്ന പ്രായമേതാണ്?
- ഈ ഓർമ്മക്കുറവിന് എന്താണ് ചെയ്യേണ്ടത്?
- എന്തെങ്കിലും പരിശീലനമോ ജീവിതചര്യയിൽ മാറ്റമോ പ്രയോജനം ചെയ്യുമോ?

- ഇത് രോഗമായി മാറുമോ? അപ്രകാരമാണെങ്കിൽ എന്താണ് ചെയ്യേണ്ടത്?
- വീട്ടിലാർക്കെങ്കിലും ഓർമ്മക്കുറവുണ്ടെങ്കിൽ അവരെ സഹായിക്കുന്നതെങ്ങിനെ?
- ഓർമ്മ നഷ്ടപ്പെട്ടുകൊണ്ടിരിക്കുകയും നഷ്ടപ്പെടുകയും ചെയ്തവരോട് സംസാരിക്കുന്നതെങ്ങനെയാണ്?
- ഏതുതരത്തിലുള്ള വാക്കുകളാണ് അവർക്കായി തെരഞ്ഞെടുത്ത് വെയ്ക്കേണ്ടത്?
- അവരോട് ചോദ്യങ്ങൾ ചോദിക്കുവാൻ ഏറ്റവും നല്ല രീതിയേതാണ്?
- ഓർമ്മക്കുറവുള്ളവർക്ക് നിർദ്ദേശങ്ങൾ നൽകുവാൻ ഏറ്റവും പറ്റിയ മാർഗ്ഗമേതാണ്?
- വസ്ത്രധാരണത്തിൽ പ്രശ്നമുള്ളവരെ സഹായിക്കുന്നതെങ്ങനെയാണ്?
- ഏതെങ്കിലും എളുപ്പത്തിലുള്ള വസ്ത്രങ്ങളോ പാദരക്ഷകളോ ഉപയോഗിക്കാമോ?
- ഞാൻ പരിചരിക്കുന്ന വ്യക്തിക്ക് വിഭ്രാന്തിയും നിയന്ത്രിക്കാൻ പ്രയാസവും ഉറക്കമില്ലായ്മയും ഉണ്ടായാൽ എന്താണ് ചെയ്യേണ്ടത്?
- അദ്ദേഹത്തെ ശാന്തനാക്കുവാൻ എന്താണ് ചെയ്യേണ്ടത്?
- ഏതൊക്കെ പ്രവൃത്തികളാണ് അവരെ ക്ഷുഭിതരാക്കുവാൻ ഇടയാക്കുന്നത്?
- വീട്ടിൽ എന്തെങ്കിലും മാറ്റങ്ങൾ വരുത്തിയാൽ അവരെ ശാന്തരാക്കുവാൻ കഴിയുമോ?
- അദ്ദേഹം നിയന്ത്രണമില്ലാതെ അലഞ്ഞുതിരിഞ്ഞാൽ എന്താണ് ചെയ്യേണ്ടത്?
- അപ്രകാരം അവർ പുറത്തെങ്ങാനും പോയാൽ അവരെ സുരക്ഷിതമാക്കേണ്ടത് എപ്രകാരമാണ്?
- വീട്ടിൽനിന്ന് അവർ പുറത്ത് പോകാതിരിക്കുവാൻ മാർഗ്ഗങ്ങളുണ്ടോ?
- അവർ സ്വയം വീട്ടിനുള്ളിൽ അപകടങ്ങളിൽപെടാതിരിക്കുവാൻ എന്താണ് ചെയ്യേണ്ടത്?
- ഏതൊക്കെയാണ് അവരിൽനിന്നും മറച്ചുപിടിക്കേണ്ടത്?
- കുളിമുറിയിലും അടുക്കളയിലും എന്തെല്ലാം മാറ്റങ്ങളാണ് വരുത്തേണ്ടത്?
- വാഹനങ്ങൾ ഓടിക്കുന്നത് സുരക്ഷിതമല്ല എന്ന് തീരുമാനിക്കുന്ന സൂചനകൾ ഏതൊക്കെയാണ്?

- എത്ര ഇടവേളയിലാണ് ഡ്രൈവിങ്ങ് പുനഃപരിശോധനയ്ക്ക് വിധേയമാക്കേണ്ടത്?
- അദ്ദേഹം വാഹനം സ്വയം ഓടിക്കുന്നത് കുറയ്ക്കുന്നതെങ്ങനെ?
- അദ്ദേഹം വണ്ടിയോടിക്കുന്നത് നിർത്തുന്നില്ലെങ്കിൽ എന്താണ് ചെയ്യേണ്ടത്?
- ഏതുതരം ഭക്ഷണമാണ് അദ്ദേഹത്തിന് കൊടുക്കേണ്ടത്?
- അദ്ദേഹം ഭക്ഷണം കഴിച്ചുകൊണ്ടിരിക്കുമ്പോൾ ഏതെല്ലാം അപായങ്ങളാണ് നിരീക്ഷിക്കേണ്ടത്? ഭക്ഷണം കഴിക്കുന്നതിനിടയിൽ ശ്വാസം കിട്ടാതെ വിഷമിക്കുകയാണെങ്കിൽ എന്താണ് ചെയ്യേണ്ടത്?

സാധാരണ മേധാക്ഷയ (ഡിമെൻഷ്യ) രോഗങ്ങൾ

- അൾഷീമെഴ്സ് ഡിമെൻഷ്യ
- വാസ്കുലാർ ഡിമെൻഷ്യ
- ഡിമെൻഷ്യ വിത്ത് ലെവി ബോഡീസ് (Alzheimers dementia, Vascular dementia, Dementia with Lewy bodies)

എന്നിവയാണ്. ഇവ കൂടാതെ മസ്തിഷ്കത്തെ ബാധിക്കുന്ന മസ്തിഷ്കാഘാതങ്ങൾ, മറ്റു നിരവധിരോഗങ്ങൾ എന്നിവ കൊണ്ടും മേധാക്ഷയം വരാം. ഇവയുടെ ലക്ഷണങ്ങൾ വർഷങ്ങൾ കൊണ്ടാണ് വികസിച്ചു വരുന്നത്.

ഏറ്റവും നല്ല ചികിത്സ രോഗികൾക്ക് അവരെ നോക്കുന്നവർ നൽകുന്ന സഹായമാണ്. മരുന്നുകൾ പ്രത്യേകിച്ച് ആദ്യഘട്ടങ്ങളിൽ മാത്രം വളരെ സഹായിക്കും.

ഓർമ്മക്കുറവും കാരണങ്ങളും

സാധാരണ പലരും ഇടയ്ക്കിടെ പലതും മറക്കാറുണ്ട്. നമ്മൾ അത്ര ശ്രദ്ധിക്കാത്ത കാര്യങ്ങളാണ് നാം എളുപ്പം മറക്കാറുള്ളത്. നമുക്ക് പ്രധാനപ്പെട്ട കാര്യങ്ങളാണ് നാം എളുപ്പത്തിലോർക്കുന്നത്. ഉദാ: പിറന്നാൾ. ചിലർക്ക് മറ്റുള്ളവരേക്കാൾ നല്ല ഓർമ്മയുണ്ട്, മറ്റു ചിലർക്ക് ഓർമ്മ കുറവായും കാണപ്പെടുന്നു.

എന്നാൽ ചില കാര്യങ്ങൾ ഓർമ്മയെ കുറയ്ക്കും.

1. ശ്രദ്ധക്കുറവ്: ഈ മരുന്നു പുരട്ടിയതിന് ശേഷം സൂര്യപ്രകാശം തട്ടാമോ? ഇത് സാധാരണ ഓർമ്മയെ കുറയ്ക്കുന്ന ഘടകമാണ്.
2. ബോറടി, ഉദാ: നീണ്ട വിരസമായ പ്രസംഗം, ഡിപ്രെഷൻ, ഉൽക്കണ്ഠ എന്നിവയും കാരണങ്ങളാണ്.

3. ഡിപ്രഷൻ: ഡിപ്രഷനുള്ളപ്പോൾ ചിന്താധാരയുടെ ഒഴുക്ക് കുറയും. അപ്രകാരം അത് ഓർമ്മ കുറയ്ക്കാം. ഇപ്രകാരമുള്ളത് ഒന്നു ശ്രമിച്ചാൽ ഓർമ്മയിൽവരുന്നതായിരിക്കും.

4. ചില മരുന്നുകൾ: മയക്കമുണ്ടാക്കുന്ന മരുന്നുകൾ, വേദനാസംഹാരികൾ, പാർക്കിൻസോണിസത്തിന്റെ മരുന്നുകൾ, സ്റ്റീറോയ്ഡുകൾ, മരുന്നുകളുടെ പ്രതിപ്രവർത്തനം എന്നിവ കാരണങ്ങളാണ്.

5. പ്രായം കൂടുന്തോറും ഓർമ്മിക്കാൻ പ്രയാസമായിരിക്കും: അറുപതു വയസ്സിനു ശേഷമാണിത് പ്രകടമായി കാണുന്നത്. ഇതിനെ ഡിമെൻഷ്യ എന്നു പറയാൻ കഴിയുകയില്ലല്ലൊ. പുതിയ കാര്യങ്ങൾ ഹൃദിസ്ഥമാക്കാനുള്ള കഴിവ് കുറയുന്നു. എന്നാൽ ബുദ്ധിപരമായ കഴിവുകൾ ഉപയോഗിക്കുന്ന വരുടെ ഓർമ്മ കുറയാതെ നിൽക്കുന്നതായി കാണാറുണ്ട്.

6. ശാരീരിക രോഗങ്ങൾ കൊണ്ടുള്ള ഓർമ്മക്കുറവ്. പല ശാരീരികരോഗങ്ങളും ശ്രദ്ധയും ഓർമ്മയും കുറയ്ക്കാറുണ്ട്. നെഞ്ചിലും മൂത്രാശയത്തിലുമുള്ള അണുബാധ ഓർമ്മക്കുറവും പിശകുകളും ഉണ്ടാക്കും. ഇത് കൂടുതൽ കാണുന്നത് പ്രായമായവരിലാണ്. തൈറോയ്ഡ് പ്രവർത്തനം കുറയുമ്പോൾ ഓർമ്മയടക്കം എല്ലാ ശാരീരികപ്രവർത്തനങ്ങളും സാവധാനത്തിലാകുന്നു.

ഏറ്റവും ഗൗരവതരമായ മസ്തിഷ്കത്തിലെ ഓർമ്മരോഗമാണ് ഡിമെൻഷ്യ എന്ന മേധാക്ഷയം. മേധാക്ഷയമുണ്ടാകുമ്പോൾ സാവധാനത്തിൽ മാനസികകഴിവുകൾ കുറയുന്നു. മനസ്സിലാക്കൽ, തീരുമാനിക്കാനുള്ള കഴിവ്, ചിന്ത, ഭാഷ എല്ലാം അധോഗതി പ്രാപിക്കുന്നു. അതോടെ വ്യക്തിത്വവ്യത്യാസങ്ങൾ, സാമൂഹിക പെരുമാറ്റങ്ങളിൽ മാറ്റം എന്നിവ ദൃശ്യമാകും. അസുഖം കൂടുതൽ വർദ്ധിക്കുന്നതോടെ ദൈനംദിനകാര്യങ്ങൾ ചെയ്യാൻപോലും കഴിയാതാകും.

അൾഷീമേഴ്സ് രോഗം

ഏറ്റവും കൂടുതൽ കാണുന്ന പ്രധാന ഡിമെൻഷ്യരോഗമാണിത്. പുരുഷന്മാരേക്കാൾ സ്ത്രീകളിലാണ് കൂടുതൽ കാണുന്നത്. ഈ രോഗത്തിൽ രോഗികളുടെ മസ്തിഷ്കം ചുരുങ്ങുന്നു. ഇത് എക്സ് റെയിലും സ്കാനിങ്ങിലും കാണാം. മസ്തിഷ്ക കോശങ്ങൾ ചുരുങ്ങി ചുരുങ്ങി വരുന്നു. അസിറ്റിൽകൊളീൻ എന്ന ഓർമ്മയുടെ ന്യൂറോട്രാൻസ്മിറ്റർ കുറഞ്ഞു വരുന്നു. മസ്തിഷ്കത്തിലെ സന്ദേശങ്ങൾ അയയ്ക്കുന്ന ഇതിന്റെ അഭാവം മൂലം പ്രവർത്തനം താറുമാറാകുന്നു. മസ്തിഷ്കം മുഴുവനും അൾഷീമേഴ്സ് പ്ലാക്കുകൾ കൊണ്ടു നിറയുന്നു. ശുദ്ധജല തടാകത്തിൽ പായൽ വന്നുനിറഞ്ഞു ഉപയോഗശൂന്യമാകുന്നതു

പോലെയാണത്. എപ്രകാരമാണ് ഇതെല്ലാം സംഭവിക്കുന്നത് എന്നറിഞ്ഞു കൂടെങ്കിലും തലച്ചോർ ചുരുങ്ങി ചുരുങ്ങി രോഗി വളരെ അവശനാകുന്നു.

വാസ്കുലാർ ഡിമെൻഷ്യ

പല കാരണങ്ങൾകൊണ്ട് രക്തക്കുഴലുകൾക്ക് രോഗം വരുന്നു. തുടർന്ന് മസ്തിഷ്ക്കത്തിലെ രക്തക്കുഴലുകൾ തകരാരിലാകുന്നതോടെ വാസ്കുലർ ഡിമെൻഷ്യ വരുന്നു. പ്രാഥമികമായും അപ്രകാരം രക്ത ക്കുഴലുകളുടെ രോഗമാണിത്. പേര് സൂചിപ്പിക്കുന്നതു പോലെ രക്ത ഓട്ടം കുറയുന്നതു കൊണ്ടാണ് ഈ ഡിമെൻഷ്യ ഉണ്ടാകുന്നത്. ഇതിൽ തന്നെ ഏറ്റവും കൂടതൽ മൾട്ടി ഇൻഫാർക്ട് ഡിമെൻഷ്യ (Multi infarct dementia)യാണ്. മസ്തിഷ്ക ഭാഗങ്ങളിൽ ധാരാളം ചെറിയ സ്ട്രോക്കു കൾ, രക്തഓട്ട തടസ്സങ്ങൾ വരുന്നതോടെ ഓർമ്മ തകരാറിലാകുന്നു. ഓരോ ടെലഫോൺ ലൈനുകൾ തകരാറിലാകുന്നത് പോലെയാണിത്.

പിന്നെ അവ കേടുപാട് ചെയ്യപ്പെടുന്നില്ല. പുതിയ ഇടങ്ങളിൽ ഇതു പോലെ തകരാറുകളുണ്ടാകുന്നു. പക്ഷാഘാതം മുതലായ രോഗങ്ങളിലും ഇപ്രകാരം ഉണ്ടാകാം. രക്തക്കുഴലുകളുടെ രോഗങ്ങളായ രക്തസമ്മർദ്ദം, പുകവലി, കൊളസ്ട്രോൾ, പ്രമേഹം തുടങ്ങിയ ഹൃദയ സംബന്ധിയായ പ്രശ്നങ്ങളിൽ ഈ രോഗവും കൂടുതലാണ്. ഇതേ കാരണം കൊണ്ട് അൾഷിമേഴ്സ് രോഗവും വർദ്ധിക്കാം.

ഡിമെൻഷ്യ വിത്ത് ലെവി ബോഡീസ്

രോഗശാസ്ത്രമനുസരിച്ചുള്ള പഠനമനുസരിച്ച് മസ്തിഷകകോശത്തിൽ സൂക്ഷ്മമായ ലെവിബോഡി കാണുന്ന തരം ഡിമെൻഷ്യയാണിത്. ഡിമെൻഷ്യരോഗങ്ങളിൽ 15 ശതമാനവും ഈ തരത്തിൽപ്പെട്ടവയാണ്. അൾഷിമേഴ്സ് പ്ലാക് പോലെ ഈ രോഗികളുടെ ന്യൂറോണുകളിൽ ലെവി ബോഡി എന്ന അസാധാരണ പ്രോട്ടീൻ അടിഞ്ഞു കൂടുന്നു. എന്തു കൊണ്ടിപ്രകാരം സംഭവിക്കുന്നു എന്ന് ശാസ്ത്രീയമായി ഇതുവരെ തെളിയിക്കപ്പെട്ടിട്ടില്ല. ഈ ലെവി ബോഡി സാധാരണ ന്യൂറോ പ്രവർത്ത നത്തെ തടസ്സപ്പെടുത്തുന്നു. മസ്തിഷ്കം ഒരു കോളിഫ്ളവർ ആകൃതി യാണ്. അതിന്റെ തണ്ട് ഭാഗത്ത് ഇവ അടിഞ്ഞു കൂടിയാൽ പാർക്കിൻ സോണിസത്തിന്റെ ലക്ഷണങ്ങൾ കൂടി ഉണ്ടാകും. ചലനങ്ങൾ നിയ ന്ത്രിക്കുന്ന ഭാഗമാണിത്. രോഗിക്ക് നടക്കാനും, നിൽക്കാനും തിരിയാനു മൊക്കെ പ്രയാസമായിരിക്കും.

മിശ്രിത ഡിമെൻഷ്യ

മേൽപ്പറഞ്ഞവയിൽ ഏതെങ്കിലും രണ്ടെണ്ണം ഒരുമിച്ചു വരുന്നതാണ് ഇത്. അൾഷിമേഴ്സും വാസ്കുലറും, അല്ലെങ്കിൽ അൾഷിമേഴ്സും ലെവി ബോഡിയും ഒരുമിച്ച് കാണപ്പെടുന്നു. ഇവിടെ പ്രധാനപ്പെട്ട കാരണത്തെ

ചികിത്സിക്കുന്നു. ഡിമെൻഷ്യ ഉണ്ടാകുന്നത് മദ്യപാനം കൊണ്ടോ, സിഫിലിസ്, വിറ്റമിൻ പോരായ്മ എന്നിവ കൊണ്ടാണെങ്കിൽ അതിനും ചികിത്സിക്കണം.

ഈ രോഗങ്ങൾ വരുന്നവർ

65 വയസ്സ് കഴിഞ്ഞ 5ശതമാനം പേരിൽ ഈ രോഗമുണ്ട്. 85 കഴിഞ്ഞ വരിൽ 20 ശതമാനംപേരിൽ ഈ രോഗം ഉണ്ട്. അടുത്ത മുപ്പതു വർഷം കൊണ്ട് ഈ രോഗങ്ങൾ ഉള്ളവർ 1.2 കോടിയിൽ നിന്നും 2.4 കോടി യാവാൻ സാധ്യതയുണ്ട്. മനുഷ്യർ കൂടുതൽ കാലം ജീവിച്ചിരിക്കുന്ന തിനാലാണ് ഭാവി അപ്രകാരമാകാൻ സാധ്യത ഉണ്ടാകുന്നത്. ചില രോഗ ങ്ങൾ രോഗം വരുത്താനുള്ള സാധ്യത വർദ്ധിപ്പിക്കുന്നു. ഉദാഹരണമായി,

- ഡൗൺസ് സിൻഡ്രോം (Downs syndrome)- പഠന വൈകല്യം എന്നിവയുള്ളവരിൽ. ഇതിൽ ഡൗൺസ് ഉള്ളവരിൽ രോഗസാദ്ധ്യത കൂടുതലാണ്.
- പാർക്കിൻസോണിസം (Parkinsonism)
- ഹൃദ്രോഗകാരണങ്ങളായ രക്തസമ്മർദ്ദം, പുകവലി, കൊളസ്ട്രോൾ, വ്യായാമമില്ലായ്മ എന്നിവ.
- പഴകിയ സ്കിസോഫ്രീനിയ, ഡിപ്രഷൻ എന്നീ മാനസിക കാരണ ങ്ങൾ.
- ബുദ്ധിക്കുറവ്.
- സാമൂഹ്യബന്ധങ്ങളുടെ കുറവ്.

ചില കുടുംബങ്ങളിൽ ഡിമെൻഷ്യ കൂടുതലായി കാണാറുണ്ട്. ഡിമെൻഷ്യ ജീനുകൾ ഇതിനു കാരണമായി പറയാം.

ലക്ഷണങ്ങൾ

ഓരോന്നിനും പ്രത്യേക ലക്ഷണങ്ങൾ കൂടാതെ ഡിമെൻഷ്യകളുടെ പൊതു ലക്ഷണങ്ങൾ ഉണ്ട്. അവ ഇവയാണ്. മാനസിക കഴിവുകൾ കുറയുന്നു. ഏറ്റവും പുതിയ കാര്യങ്ങൾ ഏറ്റവും ആദ്യം മറക്കുന്നു. അതായത് ഒരു കടയിൽ പോയി എന്തു വാങ്ങാനാണ് വന്നതെന്ന് മറന്ന് നിൽക്കുന്നു. സാധനങ്ങൾ തെറ്റിവെയ്ക്കുന്നു. പക്ഷേ പഴയ കാര്യ ങ്ങൾ മറക്കുന്നില്ല. എന്നാൽ കാലം ചെല്ലുമ്പോൾ അതും മറക്കുന്നു. അടുത്ത കാലത്തെ ഓർമ്മക്കുറവ് കടുത്തതായാൽ ചെറുപ്പമായതു പോലെ ഭാവിക്കുകയും പെരുമാറുകയും ചെയ്യും. അദ്ദേഹത്തിന്റെ അടുത്ത കാലത്തെ എല്ലാം മാഞ്ഞുപോയതു കൊണ്ടാണത്. അതു പോലെ എല്ലാവർക്കുമറിയാവുന്ന മുഖ്യമന്ത്രി ആരാണ് തുടങ്ങിയ ചോദ്യങ്ങൾ തെറ്റായി മറുപടി പറയുന്നു. പേരുകൾ അറിയുന്നില്ല. എപ്പോഴും ഓരോ ചോദ്യങ്ങൾ ചോദിച്ചുകൊണ്ടിരിക്കും. കേൾക്കുന്നത് മനസ്സിലാകാതെ

വരിക, അതുപോലെ വായിക്കുന്നതു മനസ്സിലാകാതെ വരിക, ശ്രദ്ധ കൊടുക്കാൻ കഴിയാതെ വരിക. തുടർന്ന് അടങ്ങിയിരിക്കാനാകാതെ അസ്വസ്ഥനാകും. പുതിയ ആൾക്കാരും ചുറ്റുപാടും അവരെ ആശയക്കുഴപ്പത്തിലാക്കും. എന്നാൽ പഴയ ചുറ്റുപാടിലും പഴയ രീതിയിലും അവർ നന്നായിരിക്കും. ചെറിയ തോതിലുള്ള ഡിമെൻഷ്യക്കാരിൽ ചിലർ അപ്രകാരം അവരുടെ പഴയകാര്യങ്ങളുമായി വേഗം ഒത്തുപോകും. പലരും സമയം തെറ്റി രാവിലെയോ വൈകീട്ടോ എന്നറിയാതെ പല്ലുതേക്കാനും കുളിക്കാനുമൊക്കെ പുറപ്പെടും. ബുദ്ധി കൂടുതലുള്ളവരിൽ പോലും ഡിമെൻഷ്യ വരുന്നതോടെ പുതിയ കാര്യങ്ങൾ മനസ്സിലാക്കാൻ ബുദ്ധിമുട്ടും. ചിന്തിച്ച് പ്രശ്നം പരിഹരിക്കാൻ പ്രയാസമാകും. തീരുമാനമെടുക്കാൻ കഷ്ടപ്പെടും.

മനോഭാവം, പെരുമാറ്റം, വ്യക്തിത്വം

ആദ്യമുണ്ടാകുന്ന ലക്ഷണങ്ങൾ അടുപ്പമുള്ളവർക്ക് മാത്രമെ മനസ്സിലാകുകയുള്ളൂ. പെട്ടെന്ന് ദേഷ്യം വരുക, ആലോചനയിലാണ്ട് പോവുക, എന്നിവ ആദ്യം സുഹൃത്തുക്കളും കുടുംബാംഗങ്ങളുമാണ് ശ്രദ്ധിക്കുക. തങ്ങൾ തളർന്നു പോവുകയും വിഷാദരോഗത്തിനടിമയാകുകയുമാണെന്ന് അവർ ധരിച്ചേക്കാം. പക്ഷേ കൂടെയുള്ളവർക്ക് കാര്യം മനസ്സിലാകും. പ്രശ്നം ഗുരുതരമാണെന്ന് വേഗം തന്നെ മനസ്സിലാകും. പിന്നീട് ലജ്ജ പോകാം. സാധാരണ സ്വഭാവത്തിനതീതമായ കാര്യങ്ങൾ ചെയ്തേക്കാം. ഇത് കുടുംബാംഗങ്ങൾക്കും സുഹൃത്തുക്കൾക്കും വലിയ പ്രയാസം സൃഷ്ടിക്കുന്നു. ചിലപ്പോൾ വളരെ കോപാകുലരായി വലിയ പ്രശ്നം സൃഷ്ടിച്ചേക്കാം. സംശയം, ഭയം, മിഥ്യധാരണകൾ, മിഥ്യാദർശനങ്ങൾ എന്നിവ ഉണ്ടാകാം. ലെവി ബോഡി ഡിമെൻഷ്യ ഉള്ളവരിൽ മിഥ്യാദർശനം ഒരു പ്രത്യേകതയാണ്. ഇതെല്ലാംകൊണ്ട് ആരുമായും പെരുമാറാൻ കഴിയാത്തതിനാൽ അന്തർമുഖനാകുന്നു. ഉറക്കം കുറയുന്നു. അടങ്ങിയിരിക്കാതെ അങ്ങോട്ടുമിങ്ങോട്ടും നടക്കുക, വഴിതെറ്റിപ്പോകുക എന്നിവയുണ്ടാകാം.

ദൈനംദിനകാര്യങ്ങൾ

ദൈനംദിനകാര്യങ്ങൾ തകരാറിലാകുന്നത് സാവധാനത്തിലാണ്. കുറെക്കഴിയുമ്പോൾ സ്വന്തം കാര്യം നോക്കാനും കുളിക്കാനുമൊക്കെ പ്രയാസമാകും. കൈകഴുകാനും വസ്ത്രം മാറാനും കഴിയില്ല. മരുന്നു കഴിക്കാൻ മറക്കൽ ഗുരുതരമായ പ്രശ്നം സൃഷ്ടിക്കും. പാചകം, സാധനങ്ങൾ വാങ്ങൽ, ഭക്ഷണം കഴിക്കൽ എന്നിവ പ്രശ്നമാകും. അതുമൂലം തടി കുറയും. മരുന്നുകൾ മുടങ്ങുന്നതുകൊണ്ട് രോഗങ്ങൾ പെട്ടെന്ന് വർദ്ധിക്കാം. വണ്ടിയോടിക്കൽ വലിയ പ്രശ്നമാകും. ഡിമെൻഷ്യയുള്ളവർ വാഹനം ഓടിക്കുന്നത് അപകടമാണ്.

രോഗം വഷളാകുന്ന രീതി

മറ്റു ശാരീരികരോഗങ്ങളുണ്ടെങ്കിൽ രോഗം വേഗം മോശമാകാം. വ്യക്തികൾ തമ്മിൽ രോഗം കൂടുന്നതിൽ വ്യത്യാസമുണ്ട്. അത് ഏതു തരം ഡിമെൻഷ്യ എന്നതനുസരിച്ചായിരിക്കും. സാധാരണയായി, സാവധാനം പല വർഷങ്ങൾ കൊണ്ടാണ് ലക്ഷണങ്ങൾ വികസിച്ചു പൂർണ്ണരൂപം പ്രാപിക്കുന്നത്. ആദ്യമൊക്കെ ചെറിയ സഹായം മാത്രമെ ആവശ്യമുള്ളൂ. രോഗം വർദ്ധിക്കുന്നതോടെ സംസാരം പോയി ശാരീരിക ലക്ഷണങ്ങൾ കണ്ടു തുടങ്ങുന്നു. നടക്കാൻ വയ്യാതാകുന്നു. രോഗാണുബാധ വരുന്നു. കൂടാതെ മൂത്രനിയന്ത്രണവും പോകും. സാധാരണ നെഞ്ചിലെ രോഗാണുബാധമൂലമായിരിക്കും രോഗി മരിക്കുന്നത്. ഡിമെൻഷ്യ കൊണ്ടല്ല പലരും മരിക്കുന്നത്. ചിലർ ഡിമെൻഷ്യ ബാധിച്ച് കുറെനാൾ ജീവിക്കുമെങ്കിലും 60-69 നിടയ്ക്ക് രോഗം വന്നാൽ ശരാശരി ഏഴു കൊല്ലത്തോടെ രോഗം മൂർച്ഛിച്ച് ശാരീരികരോഗങ്ങൾക്ക് കീഴ്പ്പെടാറാണ് പതിവ്.

രോഗനിർണ്ണയം

സമയം നഷ്ടപ്പെടുത്താതെ വേഗം രോഗനിർണ്ണയം നടത്തുന്നത് നല്ലതാണ്. രോഗം വികസിതമാവാൻ വർഷങ്ങളെടുക്കുന്നതുകൊണ്ട് ആദ്യം മേധാക്ഷയം തിരിച്ചറിയാൻ പ്രയാസമാകും. ചിലരിൽ പ്രത്യേകിച്ചും രോഗനിർണ്ണയം പ്രയാസമാകും. അവർക്കത് മൂടിവെക്കാൻ കഴിഞ്ഞേക്കുമെന്നതുകൊണ്ടാണത്. മറ്റു രോഗങ്ങളായി ഡോക്ടർ തെറ്റിദ്ധരിക്കുന്നു. പിന്നെ കുടുംബം കുറെയൊക്കെ അദ്ദേഹത്തെ സഹായിച്ച് നിർത്തും. അദ്ദേഹത്തിന്റെ രോഗത്തെപ്പറ്റി പരാതി പറയുന്നത് രോഗിയായിരിക്കില്ല കുടുംബാംഗങ്ങളായിരിക്കും. അവരദ്ദേഹത്തിന്റെ ഓർമ്മയെപ്പറ്റിയും പെരുമാറ്റത്തെപ്പറ്റിയും പരാതി പറയും. വയസ്സുകാലത്ത് പല അതിക്രമങ്ങളും നടത്തുന്നവരിൽ ഡിമെൻഷ്യ രോഗികളുണ്ടാകാം. ചില ലൈംഗിക വിക്രിയകൾ നടത്തുന്നവർ ഈ രോഗികളായിരിക്കാം. കൂടുതൽ ബുദ്ധി ഉപയോഗിക്കേണ്ടി വരുന്ന ജോലി ചെയ്യുന്നവരിൽ പ്രശ്നം ആദ്യമെ തന്നെ പുറത്തു വരാതിരിക്കില്ല. അവർ തന്നെ സഹായവും ചികിത്സയും ആവശ്യപ്പെടും.

ഡോക്ടറെ കാണൽ

ബന്ധുക്കൾക്ക് ഓർമ്മയിൽ ശരിക്കും പ്രശ്നമുണ്ടെന്ന് തോന്നിയാൽ ആദ്യം തന്നെ ഡോക്ടറെ കാണണം. ഓർമ്മ, മാനസികപരിശോധനകൾ എന്നിവ ചെയ്യണം. രക്തപരിശോധന, വിറ്റമിൻ കുറവുണ്ടോ എന്ന പരിശോധന,തൈറോയ്ഡ് ഹാർമോൺ കുറവുണ്ടോ എന്നു നോക്കാനുള്ള പരിശോധന, മൂത്ര പരിശോധന, എക്സ്റെ, സ്കാനിങ്ങ് എന്നിവ വേണ്ടി വന്നേക്കാം. മരുന്നുകൾ കഴിക്കുന്നതിന്റ പ്രതി പ്രവർത്തനമാണോ, മദ്യപാനമുണ്ടോ എന്നും ഡോക്ടർ വിലയിരുത്തും. പിന്നീട് സ്പെഷലിസ്റ്റ് പരിശോധന ഒരു ന്യൂറോളജിസ്റ്റോ സൈക്കിയാട്രിസ്റ്റോ

ചെയ്യുന്നു. ചിലപ്പോൾ എം. ആർ. ഐ സ്കാൻ വേണ്ടി വരും. രക്തപരിശോധന കൊണ്ടും, സി.എസ്.എഫ് എന്ന സുഷുമ്നയ്ക്കകത്തുള്ള ജലം എടുത്ത് പരിശോധിക്കുന്നതുകൊണ്ടും അൾഷിമേഴ്സ് രോഗം വളരെ നേരത്തെ മനസ്സിലാക്കാനുള്ള വിദ്യ ഇപ്പോൾ വികസിച്ചിട്ടുണ്ട്.

മരുന്നുകൾ

ആദ്യമൊക്കെ മരുന്നുകൾകൊണ്ട് നല്ല ആശ്വാസം തോന്നുമെങ്കിലും രോഗം മാറുകയില്ല. പക്ഷേ ചിന്തയിലും ബുദ്ധിപരമായ കാര്യങ്ങളിലും മനോനില ശരിയാക്കാനും പെരുമാറ്റം നന്നാക്കാനും ഇവ കുറേയൊക്കെ സഹായിക്കും.

അസിറ്റിൽകോളിനെസ്റ്ററെയ്സ് ഇൻഹിബിറ്റേഴ്സ് (Acetylcholinesterase inhibitor)

ഈ വിഭാഗത്തിൽപെട്ട മരുന്നുകളായ ഡോണെപ്പസിൽ, റിവാസ്റ്റിഗ്മിൻ, ഗാലൻടമിൻ (donopezil, rivastigmine, galantamin) എന്നിവ ആദ്യഘട്ടങ്ങളിൽ പ്രയോജനകരമാണ്. ന്യൂറോണുകളിലെ അസിറ്റൽ കൊളീൻ (Acetylcholine) എന്ന ന്യൂറോട്രാൻസ്മിറ്റർ (neurotransmitter) ഈ മരുന്നുകൾ കൂട്ടുന്നു. ഇത് ഡിമെൻഷ്യരോഗികളുടെ ന്യൂറോണുകളിൽ കുറവാണ്. ഡിമെൻഷ്യയുള്ളവരിൽ കുറവായ ഇത് വർദ്ധിക്കുമ്പോൾ ഓർമ്മയും വർദ്ധിക്കുമെന്നു വിശ്വസിക്കുന്നു. അൽഷിമെഴ്സ് രോഗികളിൽ പകുതി പേർക്ക് ഇതു കൊണ്ട് പ്രയോജനമുണ്ടാകും. ഈ മരുന്നുകൾ ഗുരുതരമല്ലാത്ത എല്ലാ ഡിമെൻഷ്യ രോഗികൾക്കും കൊടുക്കാം. ശ്രദ്ധിക്കേണ്ട കാര്യങ്ങൾ രോഗിക്ക് ഇവകൊണ്ട് പ്രയോജനമുണ്ടോ എന്നും സ്പെഷലിസ്റ്റ് ഇത് പതിവായി വിലയിരുത്തുന്നുണ്ടോ എന്നുമാണ്.

പാർശ്വഫലങ്ങൾ

പാർശ്വഫലങ്ങൾ ശ്രദ്ധിക്കണം. അസുഖം തോന്നൽ, പേശി വലിവ്, ക്ഷീണം, തലവേദന, വയറിളക്കം എന്നിവയാണ്. കുറച്ചു നാൾ കഴിഞ്ഞാൽ ഇവ അപ്രത്യക്ഷമായേക്കാം. രോഗത്തിന്റെ കൂടെ പാർക്കിൻസോണിസമുണ്ടെങ്കിൽ റിവാസ്റ്റിഗ്മീൻ എന്ന മരുന്നു ഫലപ്രദമാണ്. കൂടെ അസിറ്റിൽകോളിനെസ്റ്ററെയ്സ് മരുന്നും കൊടുക്കുന്നത് ലെവി ബോഡി ഡിമെൻഷ്യ ഉള്ള ഇത്തരം രോഗികൾക്ക് ഗുണം ചെയ്യും.

മേമാൻടിൻ
(Memantine)

പ്രധാനമായും ഇത് അൾഷിമേഴ്സ് രോഗത്തിന് ഉപയോഗിക്കപ്പെടുന്നു. ന്യൂറോണുകളിലെ ഗ്ളൂട്ടാമേറ്റ് (Glutamate) എന്ന നശീകരണവസ്തുവിനെതിരെ പ്രവർത്തിക്കുന്നതാണിത്. ഇതും രോഗശമനമുണ്ടാക്കുന്നില്ല.

ചിലരിൽ ഇത് രോഗത്തിന്റെ വളർച്ചയെ തടയുമെന്ന് തെളിഞ്ഞിട്ടുണ്ട്. കടുത്ത അൾഷിമേഴ്സ് രോഗത്തിനും അസിറ്റിൽ കോളിനെസ്റ്ററെയ്സ് (acetyl cholinesterase) പാർശ്വപ്രവർത്തനം മൂലം ഉപയോഗിക്കാനാകാത്തവർക്കും ഇത് ഉപയോഗിക്കാം.

മറ്റ് മരുന്നുകൾ

മാനസിക പരിശോധനയിൽ ഡിപ്രഷനുണ്ടോ എന്ന് വിലയിരുത്തണം. ഡിപ്രഷനുള്ള മരുന്നുകൾ ആവശ്യമുള്ളപ്പോൾ ഉപയോഗിക്കാം. ഹൃദ്രോഗസാധ്യതമൂലം വാസ്കുലാർ ഡിമെൻഷ്യയുള്ളവരിൽ ആസ്പിരിൻ നല്ലതാണ്. അതുപോലെ ഉറക്കഗുളികകൾ, ബഹളം, മിഥ്യ ധാരണ, മിഥ്യാശ്രവണം എന്നിവയുള്ളവർക്ക് ആന്റിസൈക്കോട്ടിക് മരുന്നുകൾ ഫലപ്രദമാണ്. മാത്രമല്ല, വേദനകൾക്കുള്ള എൻ.എസ്.എ.ഐ.ഡി.എസ്. (NSAIDS) വിഭാഗ മരുന്നുകൾ, വിറ്റമിൻ ഇ, ഈസ്ട്രജൻ, കൊളസ്ട്രോൾ കുറക്കുന്ന സ്റ്റാറ്റിനുകൾ എന്നിവയും നല്ലതാണ്. ശരിയായ ദിശയിൽ നടക്കുന്ന ഗവേഷണങ്ങൾ പുതിയ മരുന്നുകൾ പ്രദാനം ചെയ്യുമെന്ന് പ്രതീക്ഷിക്കാം.

ചികിത്സയുടെ പ്രധാനവശം പരതന്ത്രനായ രോഗിയെ കഴിയും വിധം സഹായിക്കുക എന്നതാണ്.

ആദ്യം തന്നെ രോഗി എത്രത്തോളം പരവശനാണ്, പ്രായോഗികമായി എന്തെല്ലാം അദ്ദേഹത്തിന് ചെയ്യാൻ പറ്റും എന്നെല്ലാം പഠിക്കുകയാണ് വേണ്ടത്. സ്വയം കാര്യങ്ങൾ ചെയ്യാനാകുമോ സുരക്ഷ ഉറപ്പു വരുത്താനാകുമോ എന്നെല്ലാം ചിന്തിക്കണം. ഓരോ വ്യക്തിയുടെയും കഴിവുകൾ വിലയിരുത്തി സ്വതന്ത്രമായി ജീവിക്കാൻ ആ വ്യക്തിയെ പ്രാപ്തനാക്കണം, കഴിയുന്നേടത്തോളം കാലം. കഴിയുന്നേടത്തോളം ആസ്പത്രിയിലാക്കാതെ വീട്ടിൽത്തന്നെ എല്ലാ ചികിത്സയും സഹായവും ഉറപ്പുവരുത്തണം.

രോഗിക്കുള്ള സുപ്രധാന സഹായങ്ങൾ.

- നഴ്സിങ്ങ് ശുശ്രൂഷയെപ്പറ്റി നഴ്സുമാർ പറഞ്ഞു കൊടുക്കുന്നു.
- ഓക്കുപ്പേഷണൽ തെറാപ്പിസ്റ്റുകൾ (occupational therapist) വീട്ടിലെ നടക്കാനുള്ള റയിൽ, തടയുന്ന സാധനങ്ങളൊഴിവാക്കൽ എന്നിവ പറഞ്ഞു മനസ്സിലാക്കി കൊടുക്കുന്നു.
- ഫിസിയോതെറാപ്പിസ്റ്റുകൾ വ്യായാമം പഠിപ്പിച്ചു കൊടുക്കുന്നു.
- ഇടയ്ക്ക് സൈക്കിയാട്രിസ്റ്റിന്റെ വിലയിരുത്തൽ
- സാമൂഹ്യപ്രവർത്തകർ നടത്തുന്ന പകൽ പരിചരണകേന്ദ്രങ്ങൾ സേവനം ഉപയോഗിക്കൽ.
- സാമൂഹ്യസേവകർ നടത്തുന്ന സേവനങ്ങൾ ഉപയോഗപ്പെടുത്തൽ

- ഓർമ്മ വർദ്ധിപ്പിക്കുവാനുതകുന്ന ഡയറി ഉപയോഗം പ്രോത്സാഹിപ്പിക്കണം. ദൈനംദിന പരിപാടി എഴുതൽ നല്ലതാണ്.
- ആവശ്യമില്ലാത്തത് കളയൽ, ഓരോന്നും അതാതിന്റെ സ്ഥാനത്ത് വെക്കൽ.
- യാഥാർത്ഥ്യബോധമുണ്ടാക്കൽ. സമയം, സ്ഥലം എന്നിവ ഓർമ്മ ഉണർത്തൽ.
- ബുദ്ധിയുണർത്തുന്ന ഭാഷാ പരിശീലനം, കളികൾ
- പതിവായ വ്യായാമം
- പഴയ കാര്യങ്ങൾ അയവിറക്കൽ, ഓർമ്മയെ പുതുക്കൽ
- കൊഗ്നിറ്റീവ് ബിഹേവിയർ തെറാപി ഡിമെൻഷ്യയിൽ ചിലപ്പോൾ പ്രയോജനം ചെയ്യാറുണ്ട്. ബിഹേവിയർ തെറാപിയും നല്ലതാണ്.
- ഗാനങ്ങൾ, സുഗന്ധം, വെളിച്ചം, ഉഴിച്ചൽ എന്നിവയും ചെയ്യാം. വാഹനമോടിക്കൽ ഡിമെൻഷ്യയിൽ വളരെ സൂക്ഷിച്ച് എടുക്കേണ്ട തീരുമാനമാണ്. ആവശ്യമെങ്കിൽ ഓരോ വർഷം മാത്രം നീണ്ടു നിൽക്കുന്ന ലൈസൻസ് കൊടുക്കാവുന്നതാണ്.

ഡിമെൻഷ്യ പ്രതിരോധം

എല്ലാ പ്രായമായവരും ഇത് ശ്രദ്ധിക്കുന്നത് നല്ലതാണ്. ഡിമെൻഷ്യ വരാതിരിക്കുവാൻ പുകവലി, മദ്യപാനം, രക്തസമ്മർദ്ദം, പ്രമേഹം എന്നിവ നിയന്ത്രിച്ചാൽ അവ കൊണ്ടുള്ള ഡിമെൻഷ്യ ഒഴിവാക്കാം. ബുദ്ധിയുപയോഗിക്കുന്ന വായന, പഠനം പുതിയ ഹോബികൾ, ഭാഷാപഠനം എന്നിവയും ഡിമെൻഷ്യ കുറയ്ക്കും. രക്തസമ്മർദ്ദ മരുന്നുകളായ എയ്സ് ഇൻഹിബിറ്റേഴ്സ്, എ.ആർ.ബി. വിഭാഗ മരുന്നുകൾ ഡിമെൻഷ്യയെ കുറക്കുമെന്ന് തെളിഞ്ഞിട്ടുണ്ട്.

ഇന്ന് പരവശരും ദുർബ്ബലരുമായ വൃദ്ധന്മാരുടെ കൈകൾ ഇന്നു കാണുന്ന ആധുനികലോകത്തെ കെട്ടിപ്പടുക്കുന്നതിൽ പ്രധാന പങ്ക് വഹിച്ചിട്ടുണ്ട്. സമൂഹം ആ കടപ്പാട് മനസ്സിലാക്കി മേധാക്ഷയമുള്ള വൃദ്ധജനങ്ങളെ ശാരീരികമായും മാനസികമായും സാമ്പത്തികമായുമെല്ലാം സഹായിക്കണം. അവരുടെ ശിഷ്ടജീവിതം ആനന്ദകരമാക്കുവാൻ ആവശ്യമുള്ളതെല്ലാം ചെയ്യണം.

ആട്ടിസം സ്പെക്ട്രം (autism spectrum) രോഗം

> Mild autism can give you a genius like Einstein. If you have severe autism, you could remain nonverbal. You don't want people to be on the severe end of the

spectrum. But if you got rid of all the autism genetics, you wouldn't have science or art. All you would have is a bunch of social 'yak yaks'..

- Temple Grandin

കുട്ടികളെപ്പറ്റിയുള്ള മാതാപിതാക്കളുടെ ഉൽക്കണ്ഠ ഏറ്റവും മുറ്റിനിൽക്കുന്ന അവസ്ഥയാണ് അവരുടെ കുഞ്ഞിന് ആട്ടിസമാണെന്ന് അറിയുന്നത്. ആട്ടിസം എന്നത് ജീവിതകാലം മുഴുവൻ നീണ്ടുനിൽക്കുന്ന വളർച്ചാവൈകല്യമാണ്. ഈ കുട്ടികൾക്ക് മറ്റുള്ളവരോട് സംസാരിക്കുക, ആശയവിനിമയം നടത്തുക എന്നിവയിൽ പ്രശ്നമുണ്ടാകും. ലോകത്തെയും ചുറ്റുപാടുകളെയും വീക്ഷിക്കുന്നതിലും വിലയിരുത്തുന്നതിലും ആട്ടിസമുള്ളവർക്ക് പ്രത്യേകതകളുണ്ട്. ഈ കൂട്ടത്തിലുള്ള രോഗങ്ങൾക്ക് പ്രത്യേകശ്രദ്ധയും പരിശീലനവും ചികിത്സയും ആവശ്യമാണ്. ആട്ടിസമുള്ളവർക്ക് പൊതുവായ പല പ്രശ്നങ്ങളുമുണ്ട്. ആട്ടിസം അവരുടെ ജീവിതത്തെ പലവിധത്തിലും ബാധിക്കുന്നു. ഈ വൈകല്യമുള്ളവർക്ക് പഠനവൈകല്യവുമുണ്ടാകാം. ലഘുവായ ആട്ടിസമുള്ള പലരും പ്രയേണ സ്വതന്ത്രമായ ജീവിതം നയിക്കാറുണ്ട്. എന്നാൽ ചിലർക്കാകട്ടെ ജീവിതകാലം മുഴുവൻ അവരുടെ വൈകല്യത്തിന് സ്പെഷലിസ്റ്റ് സേവനം ആവശ്യമായി വരും. ആട്ടിസമുള്ളവർക്ക് പല ഇന്ദ്രിയാനുഭവങ്ങളോടും കൂടിയോ കുറഞ്ഞോ ഉള്ള പ്രതികരണമായിരിക്കും ഉണ്ടാകുക. ഉദാഹരണമായി ശബ്ദം, തൊടൽ, സ്വാദ്, മണം, വെളിച്ചം, നിറം എന്നിവയോട് അവർ ഇപ്രകാരം കൂടിയും കുറഞ്ഞും പ്രതികരിക്കാം. ഇതെല്ലാം അവരെ മറ്റുള്ളവരിൽനിന്ന് വ്യത്യസ്തരാക്കുന്നു.

ഈ രോഗങ്ങളുടെ കൂട്ടത്തിൽ, ആട്ടിസം കൂടാതെയുള്ള രോഗങ്ങൾ ആസ്പർജഴ്സ് സിൻഡ്രോം (Asperger's Syndrome),റെറ്റ്സ് സിൻഡ്രോം(Rett Syndrome) തുടങ്ങിയവയാണ്. ആസ്പർജഴ്സ് സിൻഡ്രോം എന്ന രോഗത്തിൽ ലക്ഷണങ്ങൾ കുറച്ചുകൂടി ലഘുവാണ്. ഇവരുടെ ബുദ്ധിയും കുറച്ചുകൂടി ഭേദമായിരിക്കും. അവർക്ക് സംസാരത്തിൽ പ്രശ്നങ്ങൾ കുറവായിരിക്കും. എന്നിരുന്നാലും ഭാഷ മനസ്സിലാക്കുവാനും കൈകാര്യം ചെയ്യുവാനും പ്രയാസമുണ്ടാകും. ആസ്പർജർ സിൻഡ്രോം എന്ന രോഗനിർണ്ണയംപോലും ചോദ്യം ചെയ്യപ്പെടുന്നുണ്ട്. അതൊരു രോഗാവസ്ഥയല്ല എന്നാണ് ചോദ്യം ചെയ്യുന്നവർ ഉന്നയിക്കുന്ന വാദഗതി.

ഡോക്ടറോട് ചോദിക്കേണ്ട ചോദ്യങ്ങൾ

- എന്റെ കുഞ്ഞിന് ആട്ടിസമുണ്ടോ എന്ന് എപ്രകാരമാണ് അറിയുക? ഡോക്ടർക്ക് അതിൽ ഉറപ്പുണ്ടോ?
- കുഞ്ഞിന്റെ അസുഖം വേറെ ഏതെങ്കിലും ആയിക്കൂടെ? ഡോക്ടർക്കതിൽ ഉറപ്പുണ്ടോ?

- എപ്രകാരമാണ് എന്റെ കുഞ്ഞ് വളരുക?
- എന്റെ കുഞ്ഞിനെ ആട്ടിസസ്പെഷലിസ്റ്റിന്റെ അടുത്തേക്കോ പരിചരിക്കുവാൻ ധാരാളം പരിചയമുള്ള ആട്ടിസ കേന്ദ്രത്തിലേക്കോ അയയ്ക്കുമോ?
- കുഞ്ഞിന് സഹായകരമായ ചികിത്സകൾ എന്റെ വീടിനടുത്ത് ലഭിക്കുമോ?
- ഈ ചികിത്സകൾ കുഞ്ഞിന് എന്തെങ്കിലും തകരാറുണ്ടാക്കുമോ?
- വേറെ ഏതെങ്കിലും ചികിത്സകൾ കൂടുതൽ പണം ചെലവാക്കിയാൽ ലഭിക്കുമോ?
- എന്റെ കുഞ്ഞിനെ വീട്ടിൽവെച്ച് പരിചരിക്കുമ്പോൾ ഏതെല്ലാം സഹായങ്ങളാണ് ലഭിക്കാനിടയുള്ളത്?
- ഈ ചികിത്സയ്ക്കും കുഞ്ഞിനെ പരിചരിക്കുന്നതിനും ഉപകരണങ്ങൾ വാങ്ങുന്നതിനും സാമ്പത്തികസഹായം കിട്ടുന്ന ഏതെങ്കിലും പദ്ധതികളുണ്ടോ?
- ഇവിടെ ഇത്തരം കുഞ്ഞുങ്ങളുള്ള കുടുംബങ്ങൾക്ക് പിന്തുണ നൽകുന്ന സംഘടനകളോ സംഘങ്ങളോ ഉണ്ടോ?
- എന്റെ മറ്റു കുട്ടികളോട് ആട്ടിസത്തെപ്പറ്റി പറഞ്ഞു മനസ്സിലാക്കുന്നതെങ്ങനെ?
- ആട്ടിസമുള്ള ഒരു സഹോദരനോ സഹോദരിയോ ഉള്ള കുടുംബത്തിലെ കുട്ടികളെ അതോടൊത്തു ജീവിക്കുവാൻ പഠിപ്പിക്കുന്നതെങ്ങനെ?

ആട്ടിസം സ്പെക്ട്രം രോഗങ്ങളുടെ ലക്ഷണങ്ങൾ

അപ്രതീക്ഷിതമായി ആട്ടിസം സ്പെക്ട്രം രോഗങ്ങളുടെ ലക്ഷണങ്ങൾ സാവധാനത്തിലാണ് പ്രകടമാകുന്നത്. ആദ്യത്തെ മൂന്നു വയസ്സിലാണ് ആട്ടിസത്തിന്റെ ലക്ഷണങ്ങൾ മനസ്സിലാകുന്നത്. ജനനത്തിൽതന്നെ ഈ ലക്ഷണങ്ങൾ വികസിച്ചുവരുന്നു. എന്നാൽ ആസ്പർജഴ്സ് സിൻഡ്രോം പ്രായം വൈകിയിട്ടാണ് ലക്ഷണങ്ങൾ കാണിക്കുക. ആസ്പർജഴ്സ് സിൻഡ്രോം ചെറിയ ലക്ഷണങ്ങൾ മാത്രമാണെങ്കിൽ പോലും ചിലരിൽ കാര്യമായ പ്രശ്നങ്ങൾ ഉണ്ടാക്കും. ബുദ്ധിശക്തിയുടെ കാര്യത്തിലും ഈ വ്യതിയാനങ്ങൾ കാണുന്നുണ്ട്.

സാമൂഹ്യ പ്രശ്നങ്ങൾ

ആട്ടിസമുള്ള കുട്ടിയുടെ പ്രത്യേകതകൾ കാരണം അവർക്ക് സാമൂഹ്യബന്ധങ്ങളിൽ തകരാറുകൾ സ്വാഭാവികമാണ്.

- സാമൂഹ്യവൽക്കരണം മോശമായിരിക്കും.
- കുട്ടി പൊതുവെ ഒറ്റയാനാകും. ആരോടും സംസാരിക്കുകയില്ല.
- മറ്റുള്ളവരുടെ കാര്യത്തിലൊരു താത്പര്യവും കാണിക്കുകയില്ല.
- യഥാർത്ഥസ്നേഹിതരുണ്ടാവില്ല.
- മറ്റുള്ളവരുടെ വികാരം ഒട്ടും മനസ്സിലാകുന്നില്ല. മറ്റുള്ളവർ എന്തുകൊണ്ട് ഇഷ്ടപ്പെടുന്നില്ല എന്നു മനസ്സിലാകുന്നില്ല.
- ഒരു ഒറ്റയാനാകലാണിഷ്ടം.

ഭാഷയിലും ആശയവിനിമയത്തിലുമുള്ള ഗുരുതരപ്രശ്നങ്ങൾ

ഈ ലക്ഷണം ആട്ടിസം നേരത്തെ തിരിച്ചറിയാൻ സഹായിക്കും. ഭാഷയിലെ തകരാറുകൾ ആട്ടിസത്തിന്റെ പ്രത്യേകതയാണ്

- ഭാഷ വികസിക്കുന്നത് വൈകിയിട്ടാണ്
- വാക്കുകൾ തെറ്റായി തെരഞ്ഞെടുക്കുന്നു

ആസ്പർജഴ്സ് സിൻഡ്രോം ലക്ഷണങ്ങൾ

ആട്ടിസത്തിൽനിന്ന് ഇതിന് പ്രത്യേകതകളുണ്ട്.

- കുട്ടികൾക്ക് സ്വയം ആശയം വെളിപ്പെടുത്താൻ കഴിവില്ല
- ആംഗ്യങ്ങളും മുഖചലനവും സ്വരവ്യത്യാസവും പിടികിട്ടുന്നില്ല
- കേട്ട വാക്കുകൾ വെറുതെ ആവർത്തിച്ചുകൊണ്ടേയിരിക്കും
- അപരിചിത വാക്കുകളും ചൊല്ലുകളും ഉപയോഗിക്കും
- ഒരു വാക്കിനു പകരം പല വാക്കുകൾ ഉപയോഗിക്കും
- സ്വന്തം വാക്കുകൾ സൃഷ്ടിക്കും
- സംസാരിക്കുമ്പോൾ കൈകളുപയോഗിച്ച് ആംഗ്യത്തിലൂടെ ആശയം അവതരിപ്പിക്കില്ല
- ബുദ്ധിമുട്ടുള്ള നിർദ്ദേശങ്ങൾ മനസ്സിലാകില്ല

ആട്ടിസം സ്പെക്ട്രം രോഗങ്ങളിൽ പ്രശ്നം ആശയവിനിമയത്തിന്റേതാണ്. ഇതോടൊപ്പം പലർക്കും പഠനവൈകല്യവുമുണ്ടാകും.

മോശമായ ഭാവന

അവർ ഒരേ തരത്തിൽ ചിന്തിക്കുകയാണ് ചെയ്യുന്നത്. അതുകൊണ്ട് ഭാവന ഇല്ലാതാവുന്നു.

- ആട്ടിസം സ്പെക്ട്രം രോഗങ്ങളിൽ ഭാവന നഷ്ടപ്പെടുന്നു.

- കുട്ടി പഠിച്ച പഴയ കളികൾ മാത്രം കളിക്കുന്നു. അതതുപോലെ ഒരു വ്യത്യാസവുമില്ലാതെ ഒരേ കളി വീണ്ടും കളിക്കുന്നു.
- വയസ്സിൽ താഴെയുള്ള കുട്ടികളുമായാണ് കൂട്ടുകൂടലും കളിയും.

അസാധാരണ പെരുമാറ്റങ്ങൾ

മാനസികപ്രവർത്തനങ്ങളിൽ വ്യത്യാസമുള്ളതിനാൽ പെരുമാറ്റങ്ങളിൽ വ്യത്യാസം കാണുന്നു. ഈ പെരുമാറ്റങ്ങളിൽ ഏതെങ്കിലുമൊന്ന് കാണാറുണ്ട്.

- ഇടയ്ക്ക് കൈ കൊട്ടിക്കൊണ്ടിരിക്കുക തുടങ്ങിയ അർത്ഥശൂന്യപെരുമാറ്റങ്ങൾ
- സാധാരണ രീതികൾ മാറ്റിയാൽ ദേഷ്യം വരിക. സ്വയം നെഞ്ചിലോ മറ്റോ അടിക്കുകയോ ആഘാതമേൽപ്പിക്കുകയോ ചെയ്യുക
- ദേഷ്യം വരുമ്പോൾ തലയിട്ടടിക്കുക, മുഖത്തടിക്കുക
- മുന്നോട്ടും പിന്നോട്ടും ആടിക്കൊണ്ടിരിക്കുക
- അനിയന്ത്രിത ആവർത്തനരോഗം(ഒ.സി.ഡി) പ്രായം കൂടിയ കുട്ടികളിലും കൗമാരക്കാരിലുമുണ്ടാകാം.
- ഇവർക്ക് അസാധാരണകൗതുകങ്ങളുണ്ടാകാം. ഉദാ: റയിൽവെ ടൈംടേബിൾ മനഃപാഠമാക്കൽ. മാതാപിതാക്കൾ ആ വക ലക്ഷണങ്ങൾ കാണുമ്പോൾ പകച്ചുപോകും.
- അഞ്ചു ശതമാനം കുട്ടികളിൽ അപസ്മാരമുണ്ടാകാറുണ്ട്
- ചിലപ്പോൾ രോഗം പ്രത്യക്ഷപ്പെടുന്നത് പ്രായമാകുമ്പോഴായിരിക്കും.

ആട്ടിസം സ്പെക്ട്രം രോഗം എന്താണ്?

സാധാരണ ഒരു ശതമാനം കുട്ടികളിൽ ഈ രോഗം കാണാറുണ്ട്. ആൺകുട്ടികളിലാണ് ഇതിന് സാധ്യത കൂടുതൽ. ആൺകുട്ടികൾക്ക് പെൺകുട്ടികളേക്കാൾ രോഗസാദ്ധ്യത നാലിരട്ടി കൂടുതലാണ്.

കാരണങ്ങൾ

മാധ്യമങ്ങളിൽ വലിയ ഒച്ചപ്പാടുണ്ടാക്കിയ ഒന്നായിരുന്നു എം എം ആർ വാക്സീൻ ആട്ടിസമുണ്ടാക്കും എന്ന പ്രചരണം. അപ്രകാരം എം എം ആർ വാക്സീൻ(MMRI Vaccine) കൊണ്ട് രോഗം വരുമെന്ന് ഒരു ഭയമുണ്ടാവുകയും പഠനം നടത്തി ആ ഭയം അസ്ഥാനത്താണെന്ന് തെളിയുകയും ചെയ്തു. ഈ രോഗമുള്ളവരുടെ സഹോദരന്മാരിൽ രോഗസാദ്ധ്യത പത്തു ശതമാനമാണ്. ചില കുടുംബങ്ങളിൽ രോഗം കൂടുതലാണ്. ഡൗൺസ് സിൻഡ്രോം, ടുറെറ്റസ് സിൻഡ്രോം, ട്യൂബെറസ്

സ്കിളോറിസിസ് - (Down's Syndrome, Tourette's Syndrome, tuberous sclerosis) എന്നിവയിൽ ഈ രോഗം കൂടുതലാണ്.

ചികിത്സ

ഇതിന് പ്രത്യേകമായി ചികിത്സ ആവശ്യമാണ്. കുട്ടികളുടെ സൈക്കിയാട്രി വിഭാഗത്തിലാണ് ഇവരെ ചികിത്സിക്കുന്നത്. പരിശീലനങ്ങളാണ് മുഖ്യചികിത്സ.

- ഭാഷാപ്രശ്നം, ആശയവിനിമയ പ്രശ്നം എന്നിവ നേരെയാക്കാൻ പഠനപരിശീലനം.
- പെരുമാറ്റപ്രശ്നങ്ങളെ നേരെയാക്കാൻ ബിഹേവിയർ തെറാപി.
- ഉൽക്കണ്ഠ, ഡിപ്രഷൻ, ഒബ്സഷൻ എന്നിവയുണ്ടെങ്കിലതിനു മരുന്നുകൾ കൊടുക്കാം.
- അതുപോലെ ദേഷ്യം കൂടുതലുള്ളപ്പോഴും മരുന്നുകൊണ്ട് പ്രയോജനമുണ്ടാകും. ഈ രംഗത്ത് ധാരാളം ഗവേഷണങ്ങൾ നടന്നുകൊണ്ടിരിക്കുന്നുണ്ട്. സമീപഭാവിയിൽ പ്രയോജനകരമായ നൂതന ചികിത്സകൾ ഉണ്ടാകുമെന്ന് പ്രതീക്ഷിക്കാം.

ആട്ടിസം സ്പെക്ട്രം രോഗങ്ങളുടെ ഭാവിഫലം

നല്ല പരിശീലനംകൊണ്ട് ഈ കുട്ടികളുടെ ജീവിതം കഴിയുന്നത്ര ശോഭനമാക്കുവാൻ കഴിയും. ഇത് ജീവിതകാലം മുഴുവൻ തുടരുന്ന രോഗമാണ്. ചിലരിൽ കൗമാരത്തിലെ തലച്ചോർ വികസനത്തോടെ സ്ഥിതി ഭേദമാകാറുണ്ട്. അതു പോലെ സമൂഹവൽക്കരണവും ഭേദമാകും. ആസ്പർജർ (Asperger`s) രോഗമുള്ളവർ ഭാവിയിൽ കുറെക്കൂടി നല്ലരീതിയിൽ പ്രവർത്തിക്കുന്നതായി കാണുന്നുണ്ട്. എന്നാൽ ആട്ടിസം രോഗികളിൽ പലർക്കും മറ്റുള്ളവരുടെ സഹായമില്ലാതെ ജീവിക്കാൻ പ്രയാസമാണ്.

അറ്റൻഷൻ ഡെഫിസിറ്റ് ഹൈപ്പറാക്റ്റിവിറ്റി ഡിസോർഡർ

A single question can be more influential
than a thousand statements.

- Bo Bennett

നേരത്തെ കണ്ടുപിടിക്കുകയാണെങ്കിൽ ഈ തകരാറിന് പരിഹാരം കാണുന്നത് പ്രായേണ എളുപ്പമാകും. ഇതൊരു ന്യൂറോവളർച്ചയിലെ തകരാറാണ്. വയസ്സിന് യോജിക്കാത്ത തരത്തിൽ ശ്രദ്ധയിലെ തകരാറുകൾ, കൂടുതൽ ചലനങ്ങൾ, പെട്ടെന്നുണ്ടാകുന്ന ഉൾപ്രേരണയോടെ

പെരുമാറുക എന്നീ ലക്ഷണങ്ങൾ കാണാം. ഈ ലക്ഷണങ്ങൾ ചുരുങ്ങിയത് ആറുമാസമെങ്കിലും കാണുകയാണെങ്കിൽ അത് തകരാറാണെന്ന് സംശയിക്കണം. സ്കൂളിൽ പോകുന്ന കുട്ടികൾക്ക് ഈ ലക്ഷണങ്ങൾ കാരണം പഠനത്തിൽ പിന്നാക്കമാകുന്നു. ഇത് പ്രാഥമികമായും ഒരു വളർച്ചാവികസനത്തിലെ തകരാറാണ്. സാധാരണ ലക്ഷണങ്ങൾ ആരംഭിക്കുന്നത് ഏഴു വയസ്സിന് മുമ്പാണ്. കുട്ടികളിൽ ഒരു മനോരോഗമായിട്ടാണിത് രോഗനിർണ്ണയം നടത്തി വരുന്നത്. 3–5 ശതമാനം വരുന്ന കുട്ടികളിൽ ഇത് ലോകമെങ്ങും കണ്ടു വരുന്നു. സ്കൂൾ കുട്ടികളിൽ 2–16 ശതമാനം കണ്ടുവരുന്നു. ഇതിൽ തന്നെ 30–50 ശതമാനം പേരിലും മുതിരുമ്പോഴും ലക്ഷണങ്ങൾ തുടരുന്നതായി മനസ്സിലായിട്ടുണ്ട്. കൗമാരക്കാരും മുതിർന്നവരും സ്വയം ലക്ഷണങ്ങളോട് ഒത്തുപോകാൻ പഠിച്ചിരിക്കും. ആൺകുട്ടികളിൽ പെൺകുട്ടികളെ അപേക്ഷിച്ച് നാലിരട്ടി കൂടുതൽ കണ്ടു വരുന്ന ഈ രോഗം അഞ്ചു ശതമാനം മുതിർന്നവരിൽ നിലനിൽക്കുന്നുണ്ട്.

ഡോക്ടറോട് ചോദിക്കേണ്ട ചോദ്യങ്ങൾ

- എന്റെ കുട്ടിക്ക് അറ്റൻഷൻ ഡെഫിസിറ്റ് ഹൈപ്പറാക്റ്റിവിറ്റി ഡിസോർഡർ ഉണ്ടോ?
- ഇത് വേറെ പ്രശ്നമൊന്നുമല്ല എന്ന് ഡോക്ടർക്ക് ഉറപ്പിച്ചു പറയാനാകുമോ?
- ഈ അസുഖം പല തരത്തിലുമുണ്ടോ? ഇവയെ എപ്രകാരമാണ് തരംതിരിക്കുന്നത്?
- ന്യൂറോപെരുമാറ്റത്തകരാറുകൾ (neurobehavioral disorders) എന്നാൽ എന്താണ്?
- അറ്റൻഷൻ ഡെഫിസിറ്റ് ഹൈപ്പറാക്റ്റിവിറ്റി ഡിസോർഡറും അറ്റൻഷൻ ഡെഫിസിറ്റ് ഡിസോർഡറും തമ്മിൽ വ്യത്യാസമെന്താണ്?
- ഇത് എനിക്കും എന്റെ കുട്ടിക്കും അറ്റൻഷൻ ഡെഫിസിറ്റ് ഹൈപ്പറാക്റ്റിവിറ്റി ഡിസോർഡർ ഉണ്ടെന്ന് സംശയിക്കാനെന്താണ് കാരണം?
- അറ്റൻഷൻ ഡെഫിസിറ്റ് ഹൈപ്പറാക്റ്റിവിറ്റി ഡിസോർഡർ വരാനുള്ള സാധാരണ ജീൻസംബന്ധവും ചുറ്റുപാടുകളുടെയും സാമൂഹ്യവുമായ രോഗസാധ്യതകളേതൊക്കെയാണ്?
- അറ്റൻഷൻ ഡെഫിസിറ്റ് ഹൈപ്പറാക്റ്റിവിറ്റി ഡിസോർഡറിന്റെ കാരണങ്ങൾ ഏതൊക്കെയാണ്?
- ഇതിന്റെ ലക്ഷണങ്ങൾ ഏതൊക്കെയാണ്?

- വേറെ ഏതൊക്കെക്കൊണ്ട് അറ്റൻഷൻ ഡെഫിസിറ്റ് ഹൈപ്പറാക്റ്റിവിറ്റി ഡിസോർഡർ വരാം?
- ഇതോടൊപ്പം വരാവുന്ന മറ്റു മെഡിക്കൽ രോഗങ്ങളും രോഗസങ്കീർണ്ണതകളും ഏതൊക്കെയാണ്?
- അപ്രകാരമാണെങ്കിൽ അവയുടെ ലക്ഷണങ്ങളും തെളിവുകളും ഏതൊക്കെയാണ്?
- അവയുടെ സാധ്യമായ രോഗസങ്കീർണ്ണതകൾ ഏതൊക്കെയാണ്?
- അപ്രകാരമുണ്ടായാൽ എന്താണ് ചെയ്യേണ്ടത്?
- അതറിയിക്കാൻ ഡോക്ടറുടെ ഫോൺ നമ്പർ തരാമോ?
- അറ്റൻഷൻ ഡെഫിസിറ്റ് ഹൈപ്പറാക്റ്റിവിറ്റി ഡിസോർഡറിന്റെ രോഗസങ്കീർണ്ണതകൾ കുറയ്ക്കുവാൻ എന്താണ് ചെയ്യേണ്ടത്?
- അറ്റൻഷൻ ഡെഫിസിറ്റ് ഹൈപ്പറാക്റ്റിവിറ്റി ഡിസോർഡർ എന്ന രോഗം രോഗനിർണ്ണയം ചെയ്താൽ അതിൽ എന്തൊക്കെയാണ് അടങ്ങിയിക്കുന്നത്?
- ഏതെല്ലാം തരം രോഗനിർണ്ണയപരിശോധനകളാണ് അറ്റൻഷൻ ഡെഫിസിറ്റ് ഹൈപ്പറാക്റ്റിവിറ്റി ഡിസോർഡർ ഉണ്ടെന്നും ഇല്ലെന്നും തെളിയിക്കുന്നത്?
- മനശ്ശാസ്ത്ര പരിശോധനകൾ എന്നാൽ എന്താണ്?
- ഇതിനുള്ള ചികിത്സാസംഘത്തിൽ ആരൊക്കെ ഉണ്ടായിരിക്കും? സ്പെഷലിസ്റ്റുകൾ ഏതൊക്കെയാണ്?
- അറ്റൻഷൻ ഡെഫിസിറ്റ് ഹൈപ്പറാക്റ്റിവിറ്റി ഡിസോർഡറിന് ഏതൊക്കെ ചികിത്സകളാണ് ലഭ്യമായിട്ടുള്ളത്? ഈ ചികിത്സകൊണ്ട് എനിക്കും കുട്ടിക്കും ജോലിയിലും പഠിപ്പിലും മെച്ചമുണ്ടാകുമോ?
- ചികിത്സ തീരുമാനിക്കുവാൻ ഏതെല്ലാം കാര്യങ്ങളാണ് കണക്കിലെടുക്കുന്നത്?
- ഏതെല്ലാം തരം മരുന്നുകളാണ് അറ്റൻഷൻ ഡെഫിസിറ്റ് ഹൈപ്പറാക്റ്റിവിറ്റി ഡിസോർഡറിന് ഉപയോഗിക്കുന്നത്? മരുന്നുകൾ ആവശ്യമെങ്കിൽ ഏതുതരം മരുന്നുകളാണ് നിർദ്ദേശിക്കുന്നത്?
- എന്തുകൊണ്ടാണ് ഈ മരുന്ന് നിർദ്ദേശിക്കുന്നത്?
- ഈ ചികിത്സയുടെ മെച്ചങ്ങളും പോരായ്മകളും പാർശ്വഫലങ്ങളും ഏതൊക്കെയാണ്?
- ഗൗരവതരമായ പാർശ്വഫലങ്ങൾ ഉണ്ടാവുകയാണെങ്കിൽ ഞാൻ എന്താണ് ചെയ്യേണ്ടത്? ആ വിവരം പറയുവാൻ ഏതു നമ്പറിലാണ് വിളിക്കേണ്ടത്?

- ഈ മരുന്നുകൊണ്ട് എത്രകാലം കഴിയുമ്പോഴാണ് അറ്റൻഷൻ ഡെഫിസിറ്റ് ഹൈപ്പറാക്റ്റിവിറ്റി ഡിസോർഡർ ലക്ഷണങ്ങൾ മെച്ചപ്പെടുന്നത്?
- ബിഹേവിയർ തെറാപി എന്ന ചികിത്സയിൽ എന്തെല്ലാമാണ് ഉള്ളത്?
- എപ്രകാരമാണ് ഈ തരം ചികിത്സകൊണ്ട് അറ്റൻഷൻ ഡെഫിസിറ്റ് ഹൈപ്പറാക്റ്റിവിറ്റി ഡിസോർഡർ ലക്ഷണങ്ങൾ മാറുന്നത്?
- ഈ ബിഹേവിയർ തെറാപി ചികിത്സകൾ സഹായകരമാകുമോ അല്ലയോ എന്ന് പറയുവാൻ കഴിയുമോ? അപ്രകാരമെങ്കിൽ ആ ചികിത്സകന്റെ പേരും ഫോൺ നമ്പറും തരാമോ?
- സാധാരണ എത്രകാലം കൊണ്ടാണ് ഈ ചികിത്സകൊണ്ട് അറ്റൻഷൻ ഡെഫിസിറ്റ് ഹൈപ്പറാക്റ്റിവിറ്റി ഡിസോർഡർ ലക്ഷണങ്ങൾ കുറയുന്നത്?
- എന്റെയും കുട്ടിയുടെയും ചികിത്സാസമയത്ത് എപ്രകാരമാണ് നിരീക്ഷിക്കുന്നത്?
- ഈ ചികിത്സകൊണ്ട് എന്റെ കുട്ടിയുടെ ലക്ഷണങ്ങൾ കുറയാതെ കൂടുകയാണെങ്കിൽ വേറെ ഏതെല്ലാം ചികിത്സകളാണ് ഡോക്ടർ നിർദ്ദേശിക്കുന്നത്? ഈ ചികിത്സകളിൽ എന്താണ് അടങ്ങിയിട്ടുള്ളത്?
- എന്റെ കുട്ടി വളരുമ്പോൾ ഈ ലക്ഷണങ്ങൾക്ക് എന്ത് മാറ്റമാണ് ഉണ്ടാകാനിടയുള്ളത്?
- ഈ രോഗമുള്ള ഞങ്ങളുടെ കുടുംബത്തിന് ഏതെല്ലാം പിന്തുണയാണ് ലഭ്യമായിട്ടുള്ളത്? ഇവയിലേതാണ് ഡോക്ടർ ഞങ്ങൾക്കായി നിർദ്ദേശിക്കുന്നത്?
- അതുപോലെ ഞങ്ങളുടെ കുടുംബാംഗങ്ങൾക്കായി ഒരു പിന്തുണാസംഘടനയെ നിർദ്ദേശിക്കാമോ?
- അറ്റൻഷൻ ഡെഫിസിറ്റ് ഹൈപ്പറാക്റ്റിവിറ്റി ഡിസോർഡറിനെപ്പറ്റിയും അറ്റൻഷൻ ഡെഫിസിറ്റ് ഡിസോർഡറിനെപ്പറ്റിയും കൂടുതലായി അറിയുവാൻ ഏത് പുസ്തകമാണ് ഡോക്ടർ നിർദ്ദേശിക്കുന്നത്?
- പുതിയ ഏതെല്ലാം ചികിത്സകളാണ് അറ്റൻഷൻ ഡെഫിസിറ്റ് ഹൈപ്പറാക്റ്റിവിറ്റി ഡിസോർഡറിന് ഗവേഷകർ നിർദ്ദേശിക്കുന്നത്?
- അറ്റൻഷൻ ഡെഫിസിറ്റ് ഹൈപ്പറാക്റ്റിവിറ്റി ഡിസോർഡർ വരാതെ കഴിക്കാമോ? ഈ പ്രതിരോധപരിപാടിയിൽ എന്തെല്ലാം അടങ്ങിയിട്ടുണ്ട്?

അസുഖത്തോടൊപ്പം ജീവിക്കൽ

പ്രത്യേകതകളോടെ ധാരാളം കുട്ടികളെ ബാധിക്കുന്ന നീണ്ടു നിൽക്കുന്ന അവസ്ഥയാണിത്. പലപ്പോഴുമിത് മുതിരുമ്പോഴും തുടർന്ന് നിലനിൽക്കുന്നു. അറ്റൻഷൻ ഡെഫിസിറ്റ് ഹൈപ്പറാക്റ്റിവിറ്റി ഡിസോഡറിൽ ശ്രദ്ധ കേന്ദ്രീകരിക്കാൻ കഴിയായ്ക, അപാരമായ ചൊടി, വേഗാനുവർത്തിയായ എടുത്തുചാട്ടം എന്നിവ ഉണ്ടാകും. അവർക്ക് ആത്മ വിശ്വാസം കുറവായിരിക്കും. ബന്ധങ്ങളിൽ വിള്ളലുകളുണ്ടാകാം. സ്കൂളിൽ മാർക്ക് കുറയും.

ഇവിടെ അസുഖം മനസ്സിലാക്കി അതനുസരിച്ച് പരിശീലനത്തോടെ പഠിപ്പോടെ വളർന്ന് ജീവിക്കലാണ് പ്രധാനം. മരുന്നുകളും പെരുമാറ്റ ചികിത്സകളും സുപ്രധാനമാണ്. അറ്റൻഷൻ ഡെഫിസിറ്റ് ഹൈപ്പറാക്റ്റി വിറ്റി ഡിസോഡർ എന്ന ഈ നീളമേറിയ രോഗത്തിന്റെ പേരും രോഗ നിർണ്ണയവും അങ്കലാപ്പുണ്ടാക്കുന്നതാണ്. അത് കുട്ടിയിലും കുടുംബ ത്തിലും പരിഭ്രാന്തി സൃഷ്ടിച്ചേക്കാം. ഇതൊക്കെയാണെങ്കിലും അറ്റൻഷൻ ഡെഫിസിറ്റ് ഹൈപ്പറാക്റ്റിവിറ്റി ഡിസോഡർ ഉള്ള ഒട്ടുമിക്ക കുട്ടികളും ശരിയായ പരിചരണം ലഭിച്ചാൽ സാധാരണ രീതിയിൽ പഠിക്കുകയും അതുപോലെ സാധാരണ ജീവിതം നയിക്കുകയും ചെയ്യും. മുമ്പ് ഈ രോഗത്തെ അറ്റൻഷൻ ഡെഫിസിറ്റ് ഡിസോർഡർ എന്നു മാത്ര മാണ് പറഞ്ഞിരുന്നത്. ഹൈപ്പറാക്ടിവിറ്റി പിന്നീടാണ് കൂട്ടിച്ചേർക്ക പ്പെട്ടത്. അപ്പോൾ മാത്രമെ പേരിൽ രോഗത്തിന്റെ ലക്ഷണങ്ങൾ പൂർണ്ണ മായി വരുന്നുള്ളു. ഇവയിൽ ഹൈപ്പറാക്ടിവിറ്റിയും അറ്റൻഷൻ ഡെഫി സിറ്റ് കൊണ്ടുണ്ടാകുന്ന ശ്രദ്ധക്കുറവും പല കുട്ടികളിലും ഏറിയും കുറഞ്ഞും കണ്ടു വരാറുണ്ട്. ശ്രദ്ധ വേണ്ടി വരുന്ന അവസരങ്ങളിലാണ് ഇവ കൂടുതൽ നമുക്ക് വ്യക്തമാകുന്നത്.

രോഗനിർണ്ണയത്തിന്റെ ഘടകങ്ങൾ

- താഴെ കാണുന്ന രോഗലക്ഷണങ്ങൾ പരിഗണിക്കുന്നത് രോഗനിർണ്ണ യത്തിന് പ്രധാനമാണ്.
- ഏഴു വയസ്സിന് മുമ്പ് ലക്ഷണങ്ങൾ കണ്ടിരിക്കണം. ആറു വയ സ്സെന്ന നിർവ്വചനവുമുണ്ട്. ചില കുട്ടികളിൽ ഇത് രണ്ട് മൂന്നു വയ സ്സാകുന്നതോടെ തന്നെ ലക്ഷണങ്ങൾ ആരംഭിച്ചിരിക്കും.
- ഏറ്റവും ശ്രദ്ധ വേണ്ട കാര്യങ്ങളിൽ കുട്ടി തെറ്റുകൾ വരുത്തുന്നു. അത് സ്കൂൾ പഠിപ്പിലും മറ്റു കാര്യങ്ങളിലും കാണാം.
- കുട്ടിക്ക് കളിയിലും പഠിപ്പിലും ശ്രദ്ധ കേന്ദ്രീകരിക്കാൻ കഴിയുന്നില്ല.
- നേരിട്ടു സംസാരിക്കുന്നെങ്കിലും ശ്രദ്ധിക്കുകയില്ല.
- നിർദ്ദേശങ്ങൾക്കനുസരിച്ച് സ്കൂൾ ജോലിയും മറ്റും ചെയ്യാൻ പ്രയാസം.

- ചെയ്യേണ്ടവ തരം തിരിച്ച് സംഘടിതമായി ചെയ്യാൻ പ്രയാസം.
- കൂടുതൽ ശ്രദ്ധ ആവശ്യമായവ വേണ്ടെന്ന് വെക്കുന്നു.
- ആവശ്യമുള്ള പുസ്തകങ്ങൾ, പെൻസിൽ, പേന, പാവ എന്നിവ നഷ്ടപ്പെടുന്നു.
- ശ്രദ്ധ പെട്ടെന്ന് മാറുന്നു.
- പലപ്പോഴും മറവി ഉണ്ടാകുന്നു.

കുട്ടിയുടെ എടുത്തുചാട്ടം ആവേഗത്തിലുള്ള അപാരമായ ചൊടി എന്നിവ വേറൊരു കൂട്ടം ലക്ഷണങ്ങളാണ്. അവ എപ്രകാരം മനസ്സിലാക്കാമെന്ന് നോക്കാം.

- വെപ്രാളം, സംഭ്രാന്തി, വെകിളി, വെറുതെ ഇരിക്കാൻ കഴിയാതാവുക
- എല്ലാവരും ഇരിക്കുകയും ഇരുന്നു ശ്രദ്ധിക്കണമെന്ന് പ്രതീക്ഷിക്കുകയും ചെയ്യുമ്പോൾ ഈ ഒരാൾ മാത്രം ക്ലാസ്സ് മുറിയിൽനിന്ന് എഴുന്നേൽക്കുന്നു. ഇത് മറ്റു സന്ദർഭങ്ങളിലും ആവർത്തിക്കുന്നു.
- കളിക്കുമ്പോൾ ശാന്തമായി പെരുമാറാൻ കഴിയുന്നില്ല
- എപ്പോഴും പുറപ്പെടാൻ തയ്യാറായി നിൽക്കുന്നതു പോലെയായിരിക്കും
- കൂടുതൽ സംസാരിക്കുന്നു
- ചോദ്യം മുഴുമിക്കും മുമ്പ് ഉത്തരം പറയും
- പലപ്പോഴും മറ്റുള്ളവരുടെ സംസാരത്തിലും കളിയിലും കയറി ഇടപെടും

ഇവ ആൺകുട്ടികളിലും പെൺകുട്ടികളിലും വ്യത്യസ്തമായിരിക്കും

- വെപ്രാളം, സംഭ്രാന്തി തുടങ്ങിയ ഹൈപ്പറാക്ടിവിറ്റി ലക്ഷണങ്ങൾ പെൺകുട്ടികളിൽ കുറവായിരിക്കും. അവർ ശാന്തമായിരിക്കുമെങ്കിലും ശ്രദ്ധിക്കുന്നുണ്ടാവില്ല. ആൺകുട്ടികളിൽ ഹൈപ്പറാക്ടിവിറ്റി ലക്ഷണങ്ങൾ കൂടുതൽ പ്രകടമായിരിക്കും.
- പെൺകുട്ടികൾ ശ്രദ്ധിക്കാതെ ദിവാസ്വപ്നം കാണുമ്പോൾ ആൺകുട്ടികൾ ലക്ഷ്യമില്ലാതെ എന്തെങ്കിലും ചെയ്തു കൊണ്ടിരിക്കും.
- അനുസരണക്കേട് പ്രകടമായി കാണിക്കുന്നത് ആൺകുട്ടികളാണ്.

അറ്റൻഷൻ ഡെഫിസിറ്റ് ഹൈപ്പറാക്ടിവിറ്റി ഡിസോഡർ സംശയിക്കേണ്ട സന്ദർഭങ്ങൾ

ഈ വസ്തുതകൾ വളരെ ശ്രദ്ധാപൂർവ്വം പരിഗണിക്കേണ്ടവയാണ്.

- അത് വ്യക്തമായി അടുത്തടുത്ത് കാണുമ്പോൾ.
- ആറു മാസത്തിൽ കൂടുതൽ കാലം ലക്ഷണങ്ങൾ കാണുമ്പോൾ.

- വീട്ടിലും സ്കൂളിലും ഒരുപോലെ പ്രശ്നമുണ്ടാകുമ്പോൾ.
- പതിവായി സ്കൂൾ, കളി, മറ്റു പ്രവർത്തനങ്ങൾ എന്നിവ ഇതു കാരണം തടസ്സപ്പെടുമ്പോൾ.
- ഇത് കാരണം മുതിർന്നവരോടും മറ്റു കുട്ടികളോടുമുള്ള ബന്ധങ്ങൾ തകരാറാകുമ്പോൾ.
- സാധാരണ പെരുമാറ്റവും അറ്റൻഷൻ ഡെഫിസിറ്റ് ഹൈപ്പറാക്ടിവിറ്റി ഡിസോഡറും തമ്മിൽ തെറ്റിപ്പോകുന്നതെപ്പോൾ?

ഇത് വളരെ പ്രധാനമാണ്. മാനസികാരോഗ്യമുള്ള മിക്ക കുട്ടികളിലും ഒരിക്കലല്ലെങ്കിൽ മറ്റൊരിക്കൽ വെപ്രാളം, സംഭ്രാന്തി അടങ്ങുന്ന ഹൈപ്പറാക്ടിവിറ്റി എന്നു തോന്നാവുന്ന ലക്ഷണങ്ങൾ ഉണ്ടെന്ന് തോന്നിയേക്കാം. അത് ശിശുസഹജമായ ചാപല്യമായിരിക്കാം. ഉദാഹരണമായി മൂന്നു വയസ്സായ കുട്ടിക്ക് ഒരു കഥ ആദ്യം മുതൽ അവസാനം വരെ ശ്രദ്ധിക്കുവാൻ കഴിഞ്ഞെന്ന് വരില്ല. പ്രായം കൂടിയ കുട്ടികൾക്കും ഇപ്രകാരം ശ്രദ്ധ ചിലപ്പോൾ കുറഞ്ഞു കാണാറുണ്ട്. പല കൗമാരക്കാരും ഇഷ്ടഗാനം കേൾക്കാനും ഇഷ്ടപ്പെട്ടവരോട് സംസാരിക്കാനും കുറെ സമയം ചെലവാക്കും. എന്നാൽ ഹോം വർക്ക് ചെയ്യാൻ അത്ര ശ്രദ്ധ ഉണ്ടാവില്ല.

അതുപോലെ തന്നെയാണ് ഹൈപ്പറാക്ടിവിറ്റിയുടെ കാര്യവും. ചെറിയ കുട്ടികളിൽ ധാരാളം ഊർജ്ജം ഉണ്ട് എന്ന സത്യം നാം ഉൾക്കൊള്ളണം. ക്ഷീണിക്കുമ്പോഴും വിശക്കുമ്പോഴും ഉൽക്കണ്ഠപ്പെടുമ്പോഴും മറ്റു സ്ഥലങ്ങളിലാകുമ്പോഴും അവർക്ക് ഹൈപ്പറാക്ടിവിറ്റി ഉണ്ടെന്ന് തോന്നാം. ചില കുട്ടികൾക്ക് മറ്റുള്ളവരേക്കാൾ ഊർജ്ജനിലവാരം ഉയർന്നിരിക്കും. മറ്റുള്ള കുട്ടികളിൽ നിന്ന് വ്യത്യസ്തർ എന്നതുകൊണ്ടു മാത്രം അപ്രകാരമൊരു രോഗനിർണ്ണയം പാടില്ല. വ്യക്തമായ രോഗനിർണ്ണയമാനദണ്ഡം വേണം. അതു പോലെ അറ്റൻഷൻ ഡെഫിസിറ്റ് ഹൈപ്പറാക്റ്റിവിറ്റി ഡിസോർഡർ കൂടാതെ മറ്റു ഏതെങ്കിലും പ്രശ്നങ്ങളുണ്ടോ എന്നും നോക്കണം.

ചില കുട്ടികൾക്ക് ഹൈപ്പറാക്ടിവിറ്റി വീട്ടിൽ മാത്രമെ ഉണ്ടാകുന്നുള്ളൂ. അവരുടെ സ്കൂൾവർക്കും സ്നേഹിതരോടുള്ള പെരുമാറ്റവും പ്രശ്നരഹിതമായിരിക്കും.

ഡോക്ടറെ കാണേണ്ട സന്ദർഭം

വേണ്ടത്ര ശ്രദ്ധിക്കുവാൻ കഴിയായ്ക, ഒരിടത്തിരിക്കാൻ കഴിയായ്ക, പെരുമാറ്റം നിയന്ത്രിക്കാൻ കഴിയായ്ക എന്നിവ കണ്ടാൽ നിങ്ങളുടെ കുട്ടികളുടെ സ്പെഷലിസ്റ്റിനെയോ കുടുംബഡോക്ടറെയോ കാണണം. പിന്നീട് നിങ്ങളുടെ ഡോക്ടർ സ്പെഷലിസ്റ്റിന്റെ അടുത്തേക്ക് അയയ്ക്കുമായിരിക്കും. പക്ഷേ അതിനു മുമ്പായി ഒരു മെഡിക്കൽ പരിശോധന അനിവാര്യമാണ്. അത് മറ്റുള്ള കാരണങ്ങൾ ഉണ്ടോ എന്നു നോക്കി

ഒഴിവാക്കുന്നതിനാണ്. കുട്ടി അറ്റൻഷൻ ഡെഫിസിറ്റ് ഹൈപ്പറാക്റ്റിവിറ്റി ഡിസോർഡർ ചികിത്സയിലാണെങ്കിൽ ആറു മാസം കൂടുമ്പോഴെങ്കിലും ഡോക്ടറെ കാണേണ്ടതുണ്ട്. അത് എപ്പോഴൊക്കെയാണെന്നതിന് ഡോക്ടറോട് ചോദിച്ച് വ്യക്തമാക്കണം. അതുപോലെ മരുന്നുകളുടെ പാർശ്വഫലങ്ങൾ, അതായത് വിശപ്പ് കുറവ്, ഉറക്കക്കുറവ്, ദേഷ്യം വരൽ എന്നിവ ഉണ്ടോ എന്നും നോക്കണം. പ്രചോദന മരുന്നുകൾ കഴിക്കുന്ന കുട്ടികൾക്ക് വിശപ്പ് കുറയാം. അതുകൊണ്ട് തൂക്കക്കുറവും വളർച്ചക്കുറവും ഉണ്ടായേക്കാം. പക്ഷേ ഈ കുട്ടികൾ മുതിർന്ന പ്രായമാകുമ്പോഴേക്കും പൂർണ്ണവളർച്ച നേടിയിരിക്കും. മാതാപിതാക്കളുടെ കുറ്റബോധം വേറൊരു വശമാണ്. മാനസികവും ഭൗതികവുമായ പശ്ചാത്തലം ലക്ഷണങ്ങളെ എപ്രകാരം സ്വാധീനിക്കുന്നു എന്നും നോക്കണം.

ഈ രോഗത്തിന്റെ കണ്ടുപിടിക്കപ്പെട്ട കാരണങ്ങൾ

ഈ രോഗത്തെപ്പറ്റി ധാരാളം ഗവേഷണങ്ങൾ നടക്കുന്നുണ്ട്. പല കാരണങ്ങളും മനസ്സിലായിട്ടുണ്ട്. പലതും ഇനി മനസ്സിലാകാനിരിക്കുന്നു. ഗവേഷണങ്ങൾ ധാരാളം നടക്കുന്നുണ്ടെങ്കിലും ധാരാളം കാര്യങ്ങൾ ഇനിയും ഈ രോഗത്തെപ്പറ്റി അറിയാനുണ്ട്.

- കാരണങ്ങൾ അന്വേഷിക്കുമ്പോൾ മസ്തിഷ്കത്തിന്റെ ശരീരശാസ്ത്രപരമായ മാറ്റങ്ങളും ഘടനാപരമായ മാറ്റങ്ങളും നമ്മുടെ മുന്നിലുണ്ട്. മസ്തിഷ്ക്കത്തിന്റെ ഊർജ്ജകേന്ദ്രത്തിലും ശ്രദ്ധാകേന്ദ്രത്തിലും പ്രവർത്തനം കുറവായതായി കാണപ്പെടുന്നുണ്ട്.
- പല പുതിയതായി കണ്ടുപിടിക്കപ്പെട്ട ജീനുകളും അറ്റൻഷൻ ഡെഫിസിറ്റ് ഹൈപ്പറാക്ടിവിറ്റി ഡിസോർഡർ രോഗവുമായി ബന്ധപ്പെട്ട് പഠനങ്ങളിൽ പ്രാമുഖ്യം നേടിയിട്ടുണ്ട്. ജീൻ പഠനങ്ങൾ ഗൗരവമായി നടത്താനുള്ള കാരണം കുടുംബങ്ങളിൽ ഈ രോഗം കണ്ടുവരുന്നുണ്ട് എന്നതാണ്.
- ഗർഭാവസ്ഥയിൽ അമ്മയുടെ പുകവലി, അതുപോലെ മദ്യപാനം മറ്റു മയക്കുവസ്തുക്കൾ എന്നിവയും ഞരമ്പുകളെ തളർത്തുന്നതായി മനസ്സിലായിട്ടുണ്ട്. വിഷപദാർത്ഥങ്ങൾ ഭക്ഷണത്തിലൂടെയും അന്തരീക്ഷത്തിലൂടെയും വരുന്നതും ഇപ്രകാരം അമ്മയിലൂടെ കുഞ്ഞിനെ നേരിട്ട് ബാധിക്കാം.
- സ്കൂളിൽ പോകു ന്നതിനു മുമ്പ് കുട്ടികൾക്ക് കിട്ടാവുന്ന ഈയ്യം എന്നിവ ഈ രോഗത്തിന് കാരണമായേക്കാം. പൈപ്പുകളിൽ ഈയ്യമുണ്ട്.
- ഭക്ഷണചായങ്ങൾ, കേടുവരാതിരിക്കാൻ ഭക്ഷണത്തിൽ ചേർക്കുന്ന മറ്റു വസ്തുക്കൾ എന്നിവയും ഇതിന് കാരണമായേക്കാം.

- ഈ രോഗത്തിന്റെ കാരണങ്ങൾ കുറെയൊക്കെ മനസ്സിലായതുകൊണ്ട് അവ ഒഴിവാക്കി രോഗസാധ്യത കുറയ്ക്കാൻ കഴിയുമോ?
- ഈ രോഗത്തിലേക്ക് നയിക്കാവുന്ന അപകടസാധ്യതകൾ ഏതൊക്കെയാണ്?
- നമുക്ക് കുറെയൊക്കെ കുറയ്ക്കാൻ കഴിയും. രോഗസാധ്യതകൾ ഇതൊക്കയാണ് എന്ന് മനസ്സിലാക്കിയാൽ അതിൽ നമുക്ക് നിയന്ത്രിക്കാവുന്നവ നിയന്ത്രിക്കാനായി ശ്രമിക്കാമല്ലോ.
- കുട്ടിയുടെ അമ്മ ഉപയോഗിച്ചിരിക്കാവുന്ന വിഷവസ്തുക്കൾ ഒഴിവാക്കാം.
- ഗർഭാവസ്ഥയിലെ മദ്യപാനം, പുകവലി, മയക്കുവസ്തുക്കൾ എന്നിവ ഒഴിവാക്കാം.
- കുടുംബത്തിലെ രോഗചരിത്രം, മറ്റു പെരുമാറ്റവ്യത്യാസങ്ങൾ, ബൈപ്പോളാർ രോഗങ്ങൾ എന്നിവ കാരണങ്ങളാകാം.
- പ്രസവസമയത്തെ കുട്ടിയുടെ കുറഞ്ഞ ശരീരഭാരം. കൂടാതെ ഈ രോഗങ്ങളോടൊപ്പവും ഇത് കാണാറുണ്ട്.
- പഠനവൈകല്യങ്ങൾ.
- ഒപ്പോസിഷ്യനൽ ഡിഫിയന്റ് ഡിസോർഡർ. (എപ്പോഴും ഏതിനെയും കോപത്തോടെ അനുസരിക്കാതെ വെല്ലുവിളിച്ചു കൊണ്ടിരിക്കുന്ന അവസ്ഥയാണിത്. ഇത് അധികാരമുള്ള മാതാപിതാക്കൾ, അദ്ധ്യാപകർ എന്നിവരോടായിരിക്കും).
- അമിത ഉത്ക്കണ്ഠയും വിഷാദരോഗവും.
- മയക്കുമരുന്നുപയോഗം.

രോഗം സങ്കീർണ്ണമാകുമ്പോൾ

രോഗസങ്കീർണ്ണതകൾ എപ്പോഴും ശ്രദ്ധിച്ചുകൊണ്ടിരിക്കണം. ഇവ മുൻകൂട്ടി മനസ്സിലായാൽ പരിഹരിക്കാൻ പ്രായേണ എളുപ്പമാണ്.

- അറ്റൻഷൻ ഡെഫിസിറ്റ് ഹൈപ്പറാക്ടിവിറ്റി ഡിസോർഡർ ഉള്ള കുട്ടികൾ ധാരാളം പ്രശ്നങ്ങളിലൂടെ കടന്നുപോകും.
- പഠിപ്പിൽ മോശമാകുന്നതിനാൽ മറ്റുള്ള കുട്ടികൾ, മുതിർന്നവർ എന്നിവരാൽ പോരാത്തവനെന്ന് വിശേഷിപ്പിക്കപ്പെടും.
- കൂടുതൽ അപകടങ്ങളും മുറിവുകളും ഉണ്ടാകാൻ സാധ്യതയുണ്ട്.
- അതേ പ്രായക്കാരായ കുട്ടികളോടും മുതിർന്നവരോടും പെരുമാറുവാൻ പ്രയാസം നേരിടുന്നു.
- കൂടുതൽ മദ്യപാനം, മയക്കുമരുന്ന് എന്നിവ ഉപയോഗിക്കാനുള്ള സാധ്യതയുണ്ട്.

അറ്റൻഷൻ ഡെഫിസിറ്റ് ഹൈപ്പറാക്ടിവിറ്റി ഡിസോർ ഡറിനോടൊപ്പം ഉണ്ടാകാവുന്ന അവസ്ഥകളും രോഗങ്ങളും

ഈ രോഗത്തോടൊപ്പം കൂട്ടമായി കാണുന്ന പലതുമുണ്ട്. അവ ഉദ്ഭ വിക്കുമ്പോൾത്തന്നെ മനസ്സിലാക്കൽ പ്രാധാന്യമർഹിക്കുന്നു.

- ഈ രോഗം തനിയെ യാതൊരു മാനസിക വളർച്ചാപ്രശ്നങ്ങൾ ഉണ്ടാക്കുന്നില്ല. എന്നാൽ പലതും കൂടെ കണ്ടു വരുന്നു. അവ ഏതൊ ക്കെയാണെന്ന് നോക്കാം.
- ഒപ്പോസിഷ്യനൽ ഡിഫിയന്റ് ഡിസോർഡർ. അതായത് എപ്പോഴും ഏതിനെയും കോപത്തോടെ, അനുസരിക്കാതെ വെല്ലു വിളിച്ചുകൊണ്ടിരിക്കുന്ന അവസ്ഥ. ഇത് സാധാരണ അധികാരമുള്ള മാതാപിതാക്കൾ, അദ്ധ്യാപകർ എന്നിവരോടായിരിക്കും.
- സ്വഭാവത്തകരാറുകൾ. ഇത് മുകളിൽ പറഞ്ഞതിനേക്കാൾ മോശ മാണ്. സാമൂഹ്യവിരുദ്ധത വലിയ പ്രശ്നമുണ്ടാക്കും. മോഷണം, ആക്രമണം, വസ്തുക്കളെയും, മനുഷ്യരെയും, മൃഗങ്ങളെയും ആക്ര മിക്കാം.
- വിഷാദരോഗത്തോടൊപ്പം ബൈപ്പോളാർ ഡിസോർഡർ ഉണ്ടാകാം. വിഷാദരോഗത്തിന്റെ അടുത്ത ഘട്ടമായ ഉന്മാദാവസ്ഥ ഉണ്ടാകാം.
- ഉത്ക്കണ്ഠ രോഗങ്ങൾ. അറ്റൻഷൻ ഡെഫിസിറ്റ് ഹൈപ്പറാക്ടിവിറ്റി ഡിസോർഡർ ഉള്ള കുട്ടികൾക്ക് ഉത്ക്കണ്ഠ ഉണ്ടാകാൻ സാധ്യത വളരെ കൂടുതലാണ്. ഉൾക്കാഴ്ച നഷ്ടപ്പെടാത്ത ഇവർ തങ്ങളുടെ ലക്ഷണങ്ങൾ കാണുമ്പോൾ പരിഭ്രാന്തരാകുന്നത് സ്വാഭാവിക മാണല്ലൊ. ഈ ഉത്ക്കണ്ഠ ചികിത്സിക്കുന്നതോടെ അവരുടെ അറ്റൻഷൻ ഡെഫിസിറ്റ് ഹൈപ്പറാക്ടിവിറ്റി ഡിസോഡർ ചികിത്സി ക്കുന്നത് എളുപ്പമാണ്. അതുകൊണ്ട് ഇതോടൊപ്പമുള്ള ഉത്ക്കണ്ഠ കണ്ടുപിടിക്കുന്നത് പരമ പ്രധാനമാണ്.
- പഠനവൈകല്യങ്ങൾ: ഈ തരം കുട്ടികളിൽ ഇത് സാധാരണമാണ്. അതേ സമയം നല്ലവണ്ണം പഠിക്കുന്ന പ്രതിഭാധനരായ കുട്ടികളും ഈ കൂട്ടത്തിൽ ഉണ്ടാകാം. അറ്റൻഷൻ ഡെഫിസിറ്റ് ഹൈപ്പറാക്റ്റി വിറ്റി ഡിസോഡർ ഉള്ളവർക്കും പഠനവൈകല്യമുള്ളവർക്കും ക്ലാസ്സിൽ പ്രത്യേക പഠനപരിശീലനം ആവശ്യമാണ്.
- ടുറെറ്റ് സിൻഡ്രോം: ഈ പ്രശ്നമുള്ള കുട്ടികളിൽ ടുറെറ്റ് സിൻഡ്രോം കൂടെ കാണാറുണ്ട് ടിക് (ഇക്കിളിപ്പെടുത്തിയ പോലെ ഉള്ള കൈകാലുകൾ മുഖപേശികൾ എന്നിവ കൊണ്ടുള്ള പെട്ടെ ന്നുള്ള ചലനങ്ങൾ) ലക്ഷണവും അസഭ്യഭാഷണവും ആണതിന്റെ ലക്ഷണങ്ങൾ.

അറ്റൻഷൻ ഡെഫിസിറ്റ് ഹൈപ്പറാക്റ്റിവിറ്റി ഡിസോഡറിനെപ്പറ്റി ഏതാണ്ടെല്ലാ രൂപരേഖയും നാം കണ്ടുകഴിഞ്ഞു.

ഡോക്ടറെ കാണുന്നതിന് മുമ്പ്

പലതും ശ്രദ്ധിക്കാനുണ്ട്. ഏതൊക്കെ ഡോക്ടർമാരാണ് അറ്റൻഷൻ ഡെഫിസിറ്റ് ഹൈപ്പറാക്ടിവിറ്റി ഡിസോർഡർ പരിശോധിക്കുകയും ചികിത്സിക്കുകയും ചെയ്യുന്നത് എന്ന് നോക്കാം. ആദ്യമായി കുടുംബ ഡോക്ടറും കുട്ടികളുടെ ഡോക്ടറുമാണ് കുട്ടിയെ നോക്കുന്നത്. അതിനു ശേഷമാണ് സപെഷലിസ്റ്റുകൾ പരിശോധിക്കുന്ന ഘട്ടം. അവർ മാന സിക കാര്യങ്ങൾ കൂടി അറിയുന്ന പീഡിയാട്രീഷ്യൻ, സൈക്കോളജിസ്റ്റ്, സൈക്കിയാട്രിസ്റ്റ്, അല്ലെങ്കിൽ കുട്ടികളുടെ ന്യൂറോളജിസ്റ്റ് എന്നിവരാ യിരിക്കും. ലക്ഷണങ്ങളുടെ മാതൃകയും ലഭ്യതയും നോക്കി ഇതിൽ ഏതു വേണമെന്ന് തീരുമാനിക്കാം. എല്ലാ വസ്തുതകളും പരിഗണിച്ചുള്ള ഒരു തീരുമാനമാണ് ആവശ്യം.

ഡോക്ടറെ കാണുന്നതിനു മുമ്പുള്ള ഒരുക്കങ്ങൾ

ഡോക്ടറെ കാണുന്നതിന് മുമ്പായി കുറച്ച് എഴുത്തുജോലികളുണ്ട്.

- ഡോക്ടറെ കാണുന്നതിന് പ്രേരിപ്പിച്ച ലക്ഷണങ്ങൾ ഏതൊക്കെയാ ണെന്ന് ഓർമ്മിച്ച് ഒരു കടലാസിൽ ആദ്യം മുതലുള്ളവ ക്രമമായി എഴുതുക.
- പ്രധാനപ്പെട്ട വ്യക്തിപരമായ വിവരങ്ങൾ എഴുതണം.
- എല്ലാ മരുന്നുകളുടെയും വിറ്റമിനുകളുടെയും ഭക്ഷണങ്ങളുടെയും പട്ടിക കൊടുക്കണം.
- ഡോക്ടറോട് ചോദിക്കാനുള്ള ചോദ്യങ്ങളുടെ പട്ടികയും തയ്യാറാ ക്കണം. നിങ്ങൾക്ക് ഡോക്ടറുമായുള്ള സമയം ക്ലിപ്തമായിരിക്കെ അത് മുഴുവനും ശരിയായി ഉപയോഗിച്ചിരിക്കണം. പ്രധാനപ്പെട്ടവ ക്രമത്തിൽ ആദ്യമാദ്യം ചോദിക്കാം. (അവ മുൻപേജിൽകൊടുത്തി ട്ടുണ്ട്.)

ഡോക്ടറിൽനിന്ന് പ്രതീക്ഷിക്കുന്ന ചോദ്യങ്ങൾ

ഇവ മുൻകൂട്ടി അറിഞ്ഞാൽ സമയം കളയാതെ നിങ്ങൾക്ക് വ്യക്തമായി പറയുവാൻ എളുപ്പമാണ്. രോഗനിർണ്ണയത്തിന് അത് സഹായിക്കും.

- എന്നാണ് നിങ്ങൾക്ക് ആദ്യമായി കുഞ്ഞിന് എന്തോ കുഴപ്പമുണ്ടെന്ന് തോന്നിയത്?
- ഈ പ്രശ്നം എപ്പോഴും ഉണ്ടോ, അതോ ഏതെങ്കിലും സന്ദർഭങ്ങ ളിൽ മാത്രമെ ഉള്ളോ?
- എത്രമാത്രം കാഠിന്യം ഈ ലക്ഷണങ്ങൾക്കുണ്ട്?
- ഏതാണ് ഈ പ്രശ്നത്തെ വഷളാക്കുന്നത്?
- ഏതാണ് ഈ പ്രശ്നത്തെ ഭേദമാക്കുന്നത്?

- ഏതവസരത്തിലാണ് നിങ്ങളുടെ കുഞ്ഞിന് ഈ പ്രശ്നങ്ങളുണ്ടാകുന്നത്? വീട്ടിലോ, സ്കൂളിലോ, മറ്റവസരങ്ങളിലോ?
- കുട്ടി കഫീൻ, കാപ്പി എന്നിവ കഴിക്കുന്നുണ്ടോ? എത്രമാത്രം?
- കുട്ടിയുടെ ഉറക്കം എപ്രകാരമാണ്? ഒരു മാതൃക പറയാമോ?
- കുട്ടിയുടെ ഇപ്പോഴത്തെയും, കഴിഞ്ഞ കാലത്തെയും പഠനനിലവാരം എപ്രകാരമാണ്? (മാർക്ക് ലിസ്റ്റ് കാണിച്ചാൽ നന്ന്).
- കുട്ടി വീട്ടിൽവെച്ചു വായിക്കാറുണ്ടോ? അതിനെന്തെങ്കിലും പ്രശ്നമുണ്ടോ? അവയെന്താണ്?
- കുട്ടിയെ നേർവഴിക്കാക്കാൻ എന്താണ് ചെയ്യുന്നത്? ഏതാണ് ഫലപ്രദം?
- വീട്ടിൽ ആരൊക്കെയുണ്ട്? ഒരു മാതൃകാ ദിവസം തോറുമുള്ള വീട്ടിലെ ദിനചര്യ എപ്രകാരമാണ്?

രോഗനിർണ്ണയം

പരിഗണിക്കേണ്ടവ എല്ലാം പരിഗണിച്ചാണ് രോഗനിർണ്ണയത്തിലെത്തുന്നത്.

- ഇവിടെ ഒരു കാര്യം വ്യക്തമാക്കേണ്ടതുണ്ട്. ഏതെങ്കിലും ഒരു പ്രത്യേക ടെസ്റ്റ് അറ്റൻഷൻ ഡെഫിസിറ്റ് ഹൈപ്പറാക്ടിവിറ്റി ഡിസോഡർ രോഗനിർണ്ണയത്തിനില്ല. കുട്ടിയെപ്പറ്റിയുള്ള എല്ലാ വിവരങ്ങളും അറിയലാണ് അതിനുള്ള മാർഗം. എളുപ്പമായ ഏകജാലകസംവിധാനം ഇല്ല എന്നർത്ഥം.
- ഇവിടെ പൂർണമായ മെഡിക്കൽ പരിശോധന കൂടാതെ പല ചോദ്യങ്ങളിലൂടെ, കുട്ടിയുടെ ശാരീരിക നിലവാരവും സ്കൂളിലും വീട്ടിലും ഉള്ള കാര്യങ്ങൾ അറിയലും പെടുന്നു.
- രോഗം നിർണ്ണയിക്കപ്പെടുന്ന കുട്ടിക്ക് നീണ്ടകാലത്തേക്ക് കൂടുതൽ ശ്രദ്ധ ആവശ്യമുള്ള അവസരങ്ങളിൽ വായനയിലും കണക്കു ചെയ്യുന്നതിനും ബോഡ് കളികൾ കളിക്കുന്നതിനും പ്രശ്നമുണ്ടെന്ന് വ്യക്തമാണ്.
- ചുരുക്കത്തിൽ ഈ ലക്ഷണങ്ങൾ നേരത്തെ ആരംഭിക്കുകയും വീട്ടിലും കുടുംബത്തിലും സ്പഷ്ടമായ പ്രശ്നങ്ങളുണ്ടാവുകയും ചെയ്യുന്നവരിൽ മാത്രമെ ഈ ലേബൽ ഒട്ടിക്കാൻ പാടുള്ളു.

രോഗനിർണ്ണയത്തിനുള്ള മാനദണ്ഡങ്ങൾ

രോഗനിർണ്ണയത്തിന് ഐകരൂപ്യമുണ്ടാകുവാൻ മാനദണ്ഡങ്ങൾ ആവശ്യമാണ്. അറ്റൻഷൻ ഡെഫിസിറ്റ് ഹൈപ്പറാക്ടിവിറ്റി ഡിസോർഡർ നിർണ്ണയിക്കുന്നതിന് ഡി എസ് എം 4 എന്ന ഡയോഗ്നിസ്റ്റിക് ഏന്റ്

സ്റ്റാറ്റിസ്റ്റിക്കൽ മാനുവൽ ഓഫ് മെന്റൽ ഡിസോർഡേഴ്സ് (diagnostic and statistical manual of mental disorders)എന്നതിൽ പറയുന്ന മാന ദണ്ഡങ്ങൾ പ്രകാരമായിരിക്കണം. ഇത് അമേരിക്കൻ സൈക്കിയാട്രിക് സംഘടന പ്രസിദ്ധീകരിച്ചിട്ടുള്ളതാണ്. ഇതുപ്രകാരം ചുരുങ്ങിയത് ആറ് ലക്ഷണങ്ങൾ വേണം. ഓരോ വിഭാഗത്തിൽ നിന്നും രണ്ടെണ്ണമെങ്കിലും ഉണ്ടായിരിക്കണം. അതായത് ശ്രദ്ധക്കുറവും, വെപ്രാളവും, സംഭ്രാന്തിയും കാണിക്കുന്ന അമിത ചടുലത എന്ന ഹൈപ്പറാക്ടിവിറ്റിയും ആണ് ആ രണ്ടു വിഭാഗങ്ങൾ.

ശ്രദ്ധക്കുറവ് ലക്ഷണങ്ങൾ ഏതൊക്കെയാണ്?

- നല്ല ശ്രദ്ധ ആവശ്യമുള്ള അവസരത്തിൽ ഹോം വർക്കുകളും സ്കൂൾ പഠിപ്പും അശ്രദ്ധമായി തെറ്റിക്കുക.
- കളിയിൽ ശ്രദ്ധ വേണ്ട അവസരത്തിൽ തെറ്റു വരുത്തുന്നു.
- പലപ്പോഴും നേരിട്ട് സംസാരിക്കുന്നത് മനസ്സിലാക്കുന്നില്ല.
- ഇപ്രകാരം നേരിട്ട് പറഞ്ഞു കൊടുക്കുന്നത് മനസ്സിലാകാത്തതിനാൽ സ്കൂൾ വർക്ക് മോശമാകുന്നു. ഇത് അനുസരിക്കരുത് എന്ന വാശി യുള്ള ഒപ്പോസിഷനൽ ഡിഫിയൻട് പെരുമാറ്റമല്ല എന്ന് തിരിച്ചറി യണം.
- പലപ്പോഴും ക്രമമനുസരിച്ച് ജോലികളും കളികളും പഠനങ്ങളും ചെയ്യാൻ പ്രയാസമാണ്.
- കൂടുതൽ ശ്രദ്ധ ആവശ്യമായ സ്കൂൾ, ഹോം വർക്കുകൾ, കാര്യ ങ്ങൾ എന്നിവ ഉഴപ്പുന്നു, ഒഴിവാക്കുന്നു, മടികാണിക്കുന്നു.
- സ്കൂൾ കാര്യങ്ങൾക്കുള്ള പെൻസിൽ, പേന, പുസ്തകങ്ങൾ, പിന്നെ പാവ എന്നിവ നഷ്ടപ്പെടുന്നു.
- പലപ്പോഴും പെട്ടെന്ന് ശ്രദ്ധ തിരിക്കപ്പെടുന്നു.
- പലപ്പോഴും ദിനചര്യ മറക്കുന്നു.

വെപ്രാളവും, സംഭ്രാന്തിയും കാണിക്കുന്ന "അമിത ചടുലത" എന്ന "ഹൈപ്പറാക്ടിവിറ്റി" യുടെ ലക്ഷണങ്ങൾ

ഇവ വിലയിരുത്തുന്നതിൽ വ്യക്തതയുണ്ടായിരിക്കണം.

- പലപ്പോഴും കൈകാലുകൾ കൊണ്ട് വെപ്രാളവും, സംഭ്രാന്തിയും കാണിക്കുന്ന അമിത ചടുലത ചലനങ്ങൾ കാണിക്കുന്നു.
- എല്ലാവരും ഇരുന്നു ശ്രദ്ധിക്കണമെന്നു പ്രതീക്ഷിക്കുന്ന അവസര ത്തിൽ ഇരിപ്പിടത്തിൽനിന്ന് എഴുന്നേൽക്കുന്നു. ഇത് ക്ലാസ്സിലും മറ്റു സ്ഥലങ്ങളിലും ആവർത്തിക്കുന്നു. ഇത് മറ്റുള്ളവർ ശ്രദ്ധിക്കുന്നു. കുട്ടിക്കും പിന്നീടതിൽ സങ്കോചം തോന്നാം.

- സമാധാനമായിരുന്നു കളിക്കുവാനും ഒഴിവുസമയ വിനോദത്തിലേർപ്പെടുവാനും കഴിയുന്നില്ല.
- എപ്പോഴും ചലനാത്മകമായിരിക്കും. ഒരു മോട്ടോറോ സ്പ്രിങ്ങോ ഘടിപ്പിച്ച മാതിരിയുള്ള പെരുമാറ്റമായിരിക്കും.
- പലപ്പോഴും കൂടുതൽ സംസാരിക്കും.
- ചോദ്യം ചോദ്യകർത്താവിന്റെ വായിൽനിന്നു പുറത്ത് വരുന്നതിനും മുമ്പ് തന്നെ ഉത്തരം പറഞ്ഞിരിക്കും.
- ക്യൂവിൽ കാത്തു നിൽക്കാൻ ക്ഷമയില്ലാതെ മുന്നിൽ ഇടിച്ചു കയറുന്നു.
- പലപ്പോഴും സംസാരത്തിനിടയിൽ കയറിപ്പറയുന്നു, കളികളിൽ കേറിക്കളിക്കുന്നു.
- ഈ രണ്ടു വിഭാഗത്തിലും കൂടി മൊത്തം ആറു ലക്ഷണങ്ങളുമുണ്ടെങ്കിൽ രോഗമുണ്ടെന്ന് നിർണ്ണയിക്കാം.
- ഈ രണ്ടു വിഭാഗത്തിലുമുള്ള ലക്ഷണങ്ങൾ ഏഴു വയസ്സിനു മുമ്പ് ആരംഭിച്ചിരിക്കണം.
- ലക്ഷണങ്ങൾ ആ പ്രായത്തിലുള്ള സാധാരണ കുട്ടികൾക്ക് അപാകതയുള്ളതായിരിക്കണം.
- ലക്ഷണങ്ങൾ സ്കൂൾ, വീട്, മറ്റിടങ്ങൾ എന്നീ ചുരുങ്ങിയത് രണ്ടിടങ്ങളിൽ ഉണ്ടായിരിക്കണം.

ഈ രോഗം നിർണ്ണയിക്കുമ്പോൾ രണ്ട് ഉപവിഭാഗങ്ങളിൽ പെടുത്താം.

- കൂടുതലായും ശ്രദ്ധക്കുറവുള്ള വിഭാഗം. (ചുരുങ്ങിയത് ആറു ലക്ഷണങ്ങളും ഇതിൽ പെടുന്നവ ആയിരിക്കും.)
- കൂടുതലായും ഹൈപ്പറാക്ടിവിറ്റിയുള്ള വിഭാഗം. (ചുരുങ്ങിയത് ആറു ലക്ഷണങ്ങളും ഇതിൽ പെടുന്നവ ആയിരിക്കും.)

ഇതിൽ പല അവസ്ഥകളും ഇതിനോട് സാമ്യമുള്ളതായി കാണാറുണ്ട്.

- ഭാഷാപരമായ വൈകല്യങ്ങൾ, പഠനവൈകല്യങ്ങൾ.
- ഉത്ക്കണ്ഠരോഗങ്ങൾ.
- അപസ്മാര സംബന്ധിയായ രോഗങ്ങൾ.
- കാഴ്ച, കേൾവി പ്രശ്നങ്ങൾ.
- ടുറെറ്റ് സിൻഡ്രോം.
- ഉറക്കപ്രശ്നങ്ങൾ.
- തൈറോയ്ഡ് ചികിത്സയ്ക്ക് ഉപയോഗിക്കുന്ന മരുന്നുകൾ.

ഇവ രോഗത്തെ പോലെ തോന്നിപ്പിക്കുക മാത്രമല്ല, ഇവ രോഗത്തിന്റെ കൂടെ ഉണ്ടാവുകയും ചെയ്യും.

ചെറിയ കുട്ടികളിൽ അറ്റൻഷൻ ഡെഫിസിറ്റ് ഹൈപ്പറാക്ടിവിറ്റി ഡിസോഡർ കണ്ടു പിടിക്കാൻ പ്രത്യേക ശ്രദ്ധ ആവശ്യമാണ്. അതിന് ബുദ്ധിമുട്ട് കൂടുതലാണ്. സ്കൂളിൽ പോകുന്നതിനും മുമ്പ്, മൂന്നു വയസ്സിലൊക്കെ ലക്ഷണങ്ങൾ കണ്ടേക്കാം. ഭാഷാ വളർച്ചയുടെ പോരായ്മകൾ ഈ രോഗമാണെന്ന് തെറ്റിദ്ധരിക്കപ്പെടാം. അപ്രകാരം ബുദ്ധിമുട്ട് വരുമ്പോൾ സ്പെഷലിസ്റ്റിന്റെ സേവനം ആവശ്യമായി വരും. അതായത് സൈക്കോളജിസ്റ്റ്, സൈക്കിയാട്രിസ്റ്റ്, സ്പീച്ച് പത്തോളജിസ്റ്റ്, ഡെവലപ്പ്മെന്റൽ പീഡിയാട്രീഷ്യൻ എന്നിവരുടെ സേവനമാണ് ഉദ്ദേശിക്കുന്നത്.

ചോദ്യങ്ങളും കൂടിക്കാഴ്ചകളും

മുൻകൂട്ടി തയ്യാറാക്കിയ ചോദ്യങ്ങളും കാണുമ്പോൾ ചോദിക്കുന്ന ചോദ്യങ്ങളുമുണ്ടാകും. ഒരു മെഡിക്കൽ പശ്ചാത്തലത്തിൽ കുട്ടിയെ നോക്കുമ്പോൾ രോഗനിർണ്ണയത്തിന് ചോദ്യങ്ങളും കൂടിക്കാഴ്ചകളുമാണ് ആശ്രയിക്കുക. ഇതിന് കുട്ടിയുടെ മാതാപിതാക്കൾ, അദ്ധ്യാപകൻ, കുട്ടിയെ നോക്കുന്നവർ എന്നിവരിൽ നിന്നുമാണ് വിവരങ്ങൾ ശേഖരിക്കുക. ഡോക്ടർ അറ്റൻഷൻ ഡെഫിസിറ്റ് ഹൈപ്പറാക്റ്റിവിറ്റി ഡിസോഡർ റെയ്റ്റിങ്ങ് സ്കെയ്ൽ ഉപയോഗിച്ചും വിവരം ശേഖരിക്കും.

ഈ രോഗത്തിന്റെ ചികിത്സയും മരുന്നുകളും

ചികിത്സയ്ക്ക് മരുന്നുകൾ മാത്രമല്ല എന്നോർക്കണം. പൊതുവെ അറ്റൻഷൻ ഡെഫിസിറ്റ് ഹൈപ്പറാക്ടിവിറ്റി ഡിസോർഡറിന് അംഗീകരിക്കപ്പെട്ട ചികിത്സകൾ മരുന്നുകളും കൗൺസിലിങ്ങുമാണ്. കൂടാതെ ക്ലാസ്സിലെ പ്രത്യേകപരിഗണന, കുടുംബത്തിന്റെയും സമൂഹത്തിന്റെയും പിന്തുണ എന്നിവയും ഗുണം ചെയ്യും.

മരുന്നുകൾ

പ്രത്യേകസ്വാഭാവമുള്ള മരുന്നുകളാണ് ഇതിനുപയോഗിക്കുന്നത്. മാനസികപ്രചോദനം നൽകുന്ന മരുന്നുകൾ, അപ്രകാരമല്ലാത്ത അടോമോക്സെറ്റീൻ, (atomoxetine) എന്നിവയാണ് എറ്റവും പ്രധാനമായി ഉപയോഗിക്കുന്ന മരുന്നുകൾ.

- റിട്ടാലിൻ (retalin) എന്നറിയപ്പെടുന്ന മെത്തിൽ ഫെനിഡേറ്റ്.(methyl phenidate)
- ഡെക്സട്രൊ അംഫിറ്റമീൻ-അംഫിറ്റമിൻ(amphetamine)
- ഡെക്സെഡ്രിൻ (dexedrine) എന്ന ഡെക്സട്രൊ അംഫിറ്റമിൻ.
- ന്യൂറോട്രാൻസ്മിറ്റേഴ്സി(neuotransmitters)ലെ നിലവാരത്തിൽ പ്രചോദനം കൊടുക്കുകയാണ് ഇവ ചെയ്യുന്നത്. അപ്രകാരം ഈ മരുന്നുകൾക്ക് ശ്രദ്ധക്കുറവ് വെപ്രാളം, സംഭ്രാന്തി, ചപലത

എന്നിവയുണ്ടാക്കുന്ന അവസ്ഥ മാറ്റി പലപ്പോഴും നാടകീയമായി തന്നെ രോഗശാന്തി വരുത്തുവാൻ കഴിയും. ഓരോ കുട്ടിക്കും പറ്റിയ ഡോസ് തീരുമാനിക്കുവാൻ പ്രയാസമുണ്ട്. മരുന്നുകൾ കുറച്ചു കാലത്തേക്കു മാത്രമെ പ്രവർത്തിക്കുകയുള്ളു എന്ന ദോഷം കൂടിയുണ്ട്. അതുകൊണ്ട് തുടക്കത്തിൽതന്നെ ഏറ്റവും പറ്റിയ ഡോസ് കൊടുക്കണം. എല്ലാം കൂടി കണക്കാക്കി വേണം ചികിത്സാനയം രൂപീകരിക്കുവാൻ.

- മാനസികപ്രചോദനം നൽകുന്ന മരുന്നുകൾ കുറച്ചു സമയത്തേക്ക് പ്രവർത്തിക്കു ന്നവ, അതായത് നാല് മണിക്കൂർ മാത്രം പ്രവർത്തിക്കുന്നവ, നീണ്ട സമയത്തേക്ക് അതായത് ആറു മണിക്കൂർ മുതൽ പന്ത്രണ്ട് മണിക്കൂർ പ്രവർത്തിക്കുന്നവ എന്നീ തരങ്ങളിലുണ്ട്.
- മെത്തിൽ ഫെനിഡേറ്റ് എന്ന മരുന്ന് നിക്കോട്ടീൻ പാച്ച് പോലെ അരക്കെട്ടിൽ ധരിച്ചാൽ ഒമ്പത് മണിക്കൂർ നേരത്തേക്ക് പ്രവർത്തിക്കും. രാവിലെ അത് ധരിച്ചാൽ പകൽ സമയത്തേക്ക് അതിന്റ ഫലം ഉണ്ടാകും. രാത്രി അതിന്റെ ഫലം ആവശ്യവുമില്ല. ഇത് ഇന്ത്യയിൽ സുലഭമല്ല.

പാർശ്വഫലങ്ങൾ

ഇവ നേരത്തെ മനസ്സിലാക്കി ഡോക്ടറോട് പറയുന്നത് വളരെ പ്രയോജനം ചെയ്യും. അവ വരുന്നുണ്ടോ എന്ന് നിരീക്ഷിക്കണം.

- വിശപ്പ് കുറവ്.
- തൂക്കക്കുറവ്.
- ഉറക്കക്കുറവ.
- ചിലപ്പോൾ മരുന്നുകൾ കുറയ്ക്കുമ്പോൾ കുട്ടിക്ക് ദേഷ്യം വരാം.
- ചില കുട്ടികളിൽ ടുറെറ്റ് രോഗംപോലെ പേശിചലനവും ഗോഷ്ടിയും ഉണ്ടാകാം. ഇത് മരുന്ന് കുറയ്ക്കുമ്പോൾ കുറയും.
- താത്ക്കാലികമായി ഈ മരുന്നുകൾ വളർച്ച കുറച്ചേക്കാം. പക്ഷേ മിക്ക കുട്ടികളിലും വളർച്ച വേഗം തന്നെ ശരിയാകാറുണ്ട്.
- വളരെ ചുരുക്കമാണെങ്കിലും ഹൃദയസംബന്ധ പ്രശ്നങ്ങൾ ഉണ്ടാകാം. ഇത് മുമ്പെ തന്നെ ഈ രോഗം ഉള്ള കുട്ടികളിലാണ് കാണപ്പെടുന്നത്. അല്ലെങ്കിൽ ഹൃദ്രോഗം ഉള്ള കുടുംബത്തിൽ നിന്നുള്ള കുട്ടികളിലാണ് ഇപ്രകാരം സംഭവിക്കുന്നത്. അതുകൊണ്ട് മരുന്ന് ആരംഭിക്കുന്നതിന് മുമ്പായി ഈ വിവരങ്ങൾ വ്യക്തമായി മനസ്സിലാക്കിയിരിക്കണം.
- മാനസികപ്രചോദനമരുന്നുകൾ ഫലിക്കാതെ വരികയോ പാർശ്വഫലങ്ങൾ അസഹനീയമാവുകയോ ആണെങ്കിൽ അടോമോക്സെറ്റീൻ

കൊടുക്കാം. ഇത് ലക്ഷണങ്ങൾ കുറയ്ക്കുന്നതോടൊപ്പം ഉത്ക്കണ്ഠയും കുറയ്ക്കും. ഇത് ദിവസത്തിൽ ഒന്നോ രണ്ടോ പ്രാവശ്യം കൊടുക്കാം.

- ഇതിന്റെ പാർശ്വഫലം ഓക്കാനവും മയക്കവുമാണ്. കൂട്ടത്തിൽ വിശപ്പുകുറവും തടികുറയലുമുണ്ട്.
- കൂടാതെ അടോമോക്സെറ്റീൻ മൂലം കരൾ പ്രശ്നമുണ്ടാകാം. അതു കാരണം മഞ്ഞപ്പിത്തം, മൂത്രത്തിൽ നിറവ്യത്യാസം, പനിപോലെ തോന്നുക എന്നിവയും ഉണ്ടാകാം.
- ചില കുട്ടികൾക്ക് ആത്മഹത്യാപ്രവണത ഉണ്ടാകാം. ഈ വക പാർശ്വഫലങ്ങൾ കണ്ടാലുടനെ ഡോക്ടറോട് വിവരം പറയണം.

മറ്റു മരുന്നുകൾ

ഇവ ചിലപ്പോൾ ആവശ്യമായി വരും.

- ആന്റിഡിപ്രെസ്സന്റ്സ് (antidepressants) എന്ന ഡിപ്രഷന് ഉപയോഗിക്കുന്ന മരുന്നുകൾ നേരത്തെ പറഞ്ഞ രണ്ടു കൂട്ടം മരുന്നുകളും പരാജയപ്പെട്ടാൽ ഉപയോഗിക്കാവുന്നതാണ്. അറ്റൻഷൻ ഡെഫിസിറ്റ് ഹൈപ്പറാക്റ്റിവിറ്റി ഡിസോർഡറിനോടൊപ്പം വിഷാദരോഗവും ഉള്ള കുട്ടികൾക്ക് ഇത് പ്രയോജനകരമായി കൊടുക്കാം.
- ക്ലോണിഡിൻ (clonidine) ഇത് പ്രാഥമികമായി രക്തസമ്മർദ്ദ മരുന്നാണ് ഇത് ഉറക്കക്കുറവും ആക്രമണോത്സുകതയും കൂടുതലുള്ള കുട്ടികൾക്ക് പ്രത്യേകിച്ചും നല്ലതാണ്. ഗോഷ്ടിയുള്ള കുട്ടികൾക്കും ഇതു നല്ലതാണ്.

മരുന്നുകൾകൊണ്ട് കുട്ടി അതിന് അടിമയായി പോകുമോ?

ഇതൊരു വലിയ സംശയമാണ്. ഇപ്രകാരമൊരു സംശയം ഭൂരിഭാഗം മാതാപിതാക്കളിലുമുണ്ട്. മരുന്ന് കൊടുക്കുമ്പോൾ ശ്രദ്ധിക്കേണ്ട കാര്യങ്ങൾ നോക്കാം.

- മരുന്നുകൾ അപകടരഹിതമായി കൊടുക്കുക. കൃത്യമായ മരുന്നുകൾ കുട്ടിക്ക് കിട്ടണമെന്നുള്ളത് വളരെ പ്രാധാന്യമർഹിക്കുന്നു.
- മാതാപിതാക്കളെ സംബന്ധിച്ചേടത്തോളം ഈ മരുന്നുകൾ കഴിച്ച് ഈ മരുന്നിന് കുട്ടി അടിമയാകുമോ എന്നായിരിക്കും പേടി. അപ്രകാരം കിക്ക് കിട്ടുന്ന ഡോസിൽ ഇത് ശരീരത്തിൽ എത്തുന്നില്ല. ന്യൂറോട്രാൻസ്മിറ്റേഴ്സിനെ ആവശ്യത്തിന് പ്രചോദിപ്പിക്കുക മാത്രമെ ചെയ്യുന്നുള്ളൂ. ആനന്ദത്തിൽ ആറാടിക്കുന്നില്ല.
- പക്ഷേ ഈ മരുന്ന് മറ്റു മുതിർന്ന കൗമാരക്കാരിലും കുട്ടികളിലുമെത്തി ദുർവിനിയോഗം ചെയ്യുവാനുള്ള സാധ്യത ഉണ്ടെന്നത്

ശരിയാണ്. അത് ശ്രദ്ധിക്കണം. കുട്ടിക്കുള്ളത് ശരിയായ സമയത്തും ശരിയായ ഡോസിലും കിട്ടിയിരിക്കണം.

- ശ്രദ്ധാപൂർവ്വം കൊടുക്കുക എന്നാൽ മറ്റു മുതിർന്ന കൗമാരക്കാരിലും കുട്ടികളിലുമെത്തി ദുർവിനിയോഗം ചെയ്യുവാനുള്ള സാധ്യത കണക്കിലെടുത്ത് അവരുടെ കൈയിലെത്തരുത്.
- മരുന്നുകൾ കുട്ടികൾ എടുക്കാത്ത വിധം വെക്കണം. കൂടുതൽ കഴിച്ചാൽ ഇവ അപകടകരമാണ്.
- മരുന്നുകൾ കുട്ടിയോടൊപ്പം സ്കൂളിലേക്ക് കൊടുത്തയയ്ക്കരുത്.

സൈക്കോതെറാപ്പി

ഫലപ്രദമായ സൈക്കോതെറാപി മരുന്നുകളെ വളരെ സഹായിക്കും. ഈ അസുഖത്തിന് യോജിച്ച ബിഹേവിയർ തെറാപിയുണ്ട്. അതുകൊണ്ട് ഇത്തരം കുട്ടികൾക്ക് ബിഹേവിയർ തെറാപി കൊണ്ട് പ്രയോജനമുണ്ടാകും. അതൊരു സൈക്കോളജിസ്റ്റോ, സൈക്കിയാട്രിസ്റ്റോ, സോഷ്യൽ വർക്കറോ മറ്റു മാനസികാരോഗ്യ സേവകരോ ആയിരിക്കും ചെയ്യുക. പല കുട്ടികൾക്കും ഉത്ക്കണ്ഠരോഗവും വിഷാദവും കൂടെ ഉണ്ടാകാം. അത്തരം കുട്ടികളിൽ ഈ സമീപനം ഗുണം ചെയ്യും.

മാനസികചികിത്സകൾ

ഇവ വളരെ പ്രാധാന്യമർഹിക്കുന്നു.

1. ബിഹേവിയർ തെറാപി: അദ്ധ്യാപകർക്കും മാതാപിതാക്കൾക്കും പെരുമാറ്റ രീതികൾ മാറ്റാൻ ശ്രമിക്കുന്ന ഈ കൗൺസിലിങ്ങ് പഠിക്കാൻ കഴിയും. ആ അറിവ് പ്രയോജനപ്പെടുത്തി കുട്ടികളെ പരിശീലിപ്പിക്കാം. നല്ല പെരുമാറ്റത്തിന് പ്രോത്സാഹനവും പ്രതിഫലവും. അതാണ് ഈ സമീപനത്തിന്റെ തത്ത്വം. ഇവിടെ ടോക്കൺ സമ്മാനവും വിശ്രമവും ആണ് കൊടുക്കുന്നത്.
2. സൈക്കോതെറാപി: ഇത് പ്രധാനമായും മുതിർന്ന കുട്ടികൾക്കാണ് പറ്റിയത്. നിഷേധാത്മകമായ പെരുമാറ്റങ്ങളെ കണ്ടുപിടിച്ച് അതിനെ നേരിടാൻ പരിശീലിപ്പിക്കണം.
3. മാതാപിതാക്കളെ പരിശീലിപ്പിക്കൽ: ഇത് മാതാപിതാക്കൾക്ക് കുട്ടികളുടെ പെരുമാറ്റങ്ങളെ നിയന്ത്രിക്കാനുള്ള പരിശീലനം കൊടുക്കുന്നു.
4. കുടുംബ തെറാപി: ഇവിടെയും മാതാപിതാക്കളെയും സഹോദരങ്ങളെയും അറ്റൻഷൻ ഡെഫിസിറ്റ് ഹൈപ്പറാക്ടിവിറ്റി ഡിസോർഡർ ഉള്ള കുട്ടിയുമായി ജീവിക്കുന്നതെങ്ങനെയെന്ന് പഠിപ്പിക്കുന്നു, പരിശീലിപ്പിക്കുന്നു.

5. സാമൂഹ്യപരിശീലനം: കുട്ടികൾക്ക് സാമൂഹ്യജീവിതത്തിൽ അറിയേണ്ടതായ കാര്യങ്ങൾ പരിശീലിപ്പിക്കുന്നു.
6. പിന്തുണ കൊടുക്കുന്ന കൂട്ടായ്മകൾ: അറ്റൻഷൻ ഡെഫിസിറ്റ് ഹൈപ്പറാക്ടിവിറ്റി ഡിസോഡർ ഉള്ള കുട്ടികൾക്കും അവരുടെ മാതാപിതാക്കൾക്കും സാമൂഹ്യസുരക്ഷിതത്വവും പിന്തുണയും ആവശ്യമുള്ള വിവരങ്ങളും വിദ്യാഭ്യാസവും നല്കുന്നതിന് ലക്ഷ്യം വെച്ചുള്ള കൂട്ടായ്മകളാണിത്. ഏറ്റവും നല്ല ഫലം ഉണ്ടാകുന്നത് മാതാപിതാക്കൾ, അദ്ധ്യാപകർ, ചികിത്സകർ, എന്നിവരെല്ലാം ഒരുമിച്ച് ചേർന്ന് പ്രവർത്തിക്കുമ്പോഴാണ്. ക്ലാസ്സ് മുറിയിലെ പ്രശ്നങ്ങൾക്ക് എപ്രകാരം ഫലവത്തായ ഉത്തരം കണ്ടെത്തും എന്നതിന്റെ ശരിയായ വിവരം കുട്ടിയുടെ അദ്ധ്യാപകനും മാതാപിതാക്കൾക്കും ഈ പ്രവർത്തനത്തിലൂടെ മനസ്സിലാകും.
7. ഈ പ്രശ്നത്തിന്റെ പ്രത്യേകത ഇത് കാലം ചെല്ലുന്തോറും ഭേദമായി വരുന്നു എന്നതാണ്. മസ്തിഷ്കം കുറെക്കൂടി വളർച്ചയും പക്വതയും നേടുന്നു എന്നതാണ് കാരണം. പക്ഷേ ഭൂരിഭാഗം പേരിലും ലക്ഷണങ്ങൾ പൂർണ്ണമായി മാറുകയില്ല.

ജീവിതശൈലിയും നാടൻചികിത്സയും

ഓരോ കുട്ടിയുടെയും കാര്യം പ്രത്യേകം തീരുമാനമെടുക്കണം. ഈ രോഗമെന്ന പ്രശ്നം വളരെ സങ്കീർണ്ണമായതിനാൽ തീരുമാനങ്ങളെടുക്കുവാൻ ബുദ്ധിമുട്ടുണ്ട്. ഓരോ കുട്ടിയുടെയും രോഗചിത്രം വ്യത്യസ്തമാണ്. പൊതുവായ ഒരു സമീപനവും ശരിയായിരിക്കില്ല.

വീട്ടിലെ പെരുമാറ്റങ്ങൾ

കുടുംബാംഗങ്ങൾ രോഗത്തെപ്പറ്റി നല്ലവണ്ണം മനസ്സിലാക്കി വേണം കുട്ടിയോട് പെരുമാറുവാൻ.

- രോഗത്തിന്റെ പ്രത്യേകത പരിഗണിച്ച് കുട്ടികളോടുള്ള പെരുമാറ്റത്തിൽ കൂടുതൽ വാത്സല്യത്തോടും സ്നേഹത്തോടും പെരുമാറാൻ കഴിയണം. പെരുമാറ്റങ്ങളിലെ ദോഷവശത്തെ കേന്ദ്രീകരിച്ചുള്ള സമീപനം തെറ്റാണ്. അത് കുട്ടിയുടെ ആത്മവിശ്വാസം കുറയ്ക്കും.
- നാം പുഞ്ചിരിയിലൂടെയോ തോളിൽ തട്ടിയോ, ആശ്ലേഷിച്ചോ സ്നേഹപ്രകടനം പ്രകടിപ്പിക്കുമ്പോൾ അത് മനസ്സിലാക്കുവാനും പ്രതികരിക്കാനും പറ്റുന്നില്ലെങ്കിൽ പകരം ഏതു രീതിയാണെന്ന് മനസ്സിലാക്കി പെരുമാറേണ്ടി വരും.
- ഇത്തരം ലക്ഷണങ്ങളുള്ള കുട്ടികളോട് പെരുമാറണമെങ്കിൽ വളരെ ക്ഷമ വേണമെന്ന് നമുക്ക് വേഗം മനസ്സിലാകും. ശാന്തമായി പെരുമാറിയാൽ കുട്ടിയും അതുപോലെയാകും. കുട്ടിയുടെ മനസ്സ് ഒരു

കണ്ണാടി പോലെയാണെന്ന് ഇതുകൊണ്ട് നമുക്ക് മനസ്സിലാക്കാം. കുറച്ച് ബഹളക്കാരനെയും നമുക്ക് ഇപ്രകാരം തളച്ച് നിയന്ത്രണത്തിലാക്കാം.

- യാഥാർത്ഥ്യബോധം കുട്ടിയും മാതാപിതാക്കളും സ്വീകരിക്കണം. അതായത് എത്രത്തോളം ഭേദമുണ്ടാകും എന്നതിനെക്കുറിച്ച് അതിഭാവുകത്വം പാടില്ല.
- കുട്ടിയോടൊപ്പം കൂടുതൽ സമയം ചെലവഴിക്കണം. കുട്ടിയുടെ നല്ല വശങ്ങൾ ആസ്വദിക്കൽ നേരത്തെ സൂചിപ്പിച്ചതുപോലെ കുട്ടിക്ക് ആത്മവിശ്വാസം വർദ്ധിപ്പിക്കും. മാതാപിതാക്കൾക്കും അത് ആസ്വാദ്യകരവും ആശ്വാസപ്രദവുമായിരിക്കും. ഇതിന് ഏറ്റവും പറ്റിയ മാർഗം കുട്ടിയുമായി കൂടുതൽ സമയം ചെലവഴിക്കുക തന്നെയാണ്. നിങ്ങളുടെ കുട്ടിയുമായുള്ള ഒരു സ്വകാര്യതയാണിത്. അതിലാരും കടന്നു കയറാൻ പാടില്ല തന്നെ. ദോഷാത്മക പ്രതികരണങ്ങൾ ഒഴിവാക്കി പ്രോത്സാഹനനയം സ്വീകരിക്കണം.
- മാറ്റങ്ങളുമായി ഒത്തുപോകാൻ പ്രയാസം. അറ്റൻഷൻ ഡെഫിസിറ്റ് ഹൈപ്പറാക്ടിവിറ്റി ഡിസോർഡർ ഉള്ള കുട്ടികൾക്ക് പെട്ടെന്നുള്ള മാറ്റങ്ങളുമായി ഒത്തു പോകാൻ പ്രയാസമാണ്. അവർക്ക് വലിയ ഒരു കലണ്ടർ വേണം. അതിൽ എല്ലാ പരിപാടികളും രേഖപ്പെടുത്താം. ഭക്ഷണസമയം, വിശ്രമം, ഉറക്കം എല്ലാം അതിൽ രേഖപ്പെടുത്തണം.
- ഇത്തരം കുട്ടികൾക്ക് ആവശ്യത്തിന് വിശ്രമം വേണം. ക്ഷീണം അവരുടെ ലക്ഷണങ്ങളെ കൂട്ടും.
- കൂടുതൽ സമയം നീണ്ടുനിൽക്കുന്ന സംഭാഷണങ്ങൾ, സൂപ്പർ മാർക്കറ്റിൽ നീണ്ടുനിൽക്കുന്ന ഷോപ്പിങ്ങ് എന്നിവ ഇവർക്ക് പ്രശ്നമുണ്ടാക്കും.
- ഇത്തരത്തിലുള്ള വർദ്ധിച്ച സാമൂഹ്യപ്രചോദനം ഉണ്ടാകുമ്പോൾ ഇടയ്ക്ക് വിശ്രമം ആവശ്യമാണ്. അതിന് ചെറിയ സമയം മതി. എന്നാൽ ബഹളമുള്ള പെരുമാറ്റം കുറയ്ക്കാനുള്ളത്ര സമയം വേണം താനും.
- പഠിക്കാനുള്ള അന്തരീക്ഷം സമാധാനമുള്ളതും അലങ്കോലമില്ലാത്തതുമായിരിക്കണം. എല്ലാം അടുക്കോടും ചിട്ടയോടും വെക്കണം. വെയ്ക്കേണ്ടത് വെയ്ക്കേണ്ടിടത്ത് തന്നെ ആയിരിക്കണം.
- കുട്ടിയുടെ ആത്മവിശ്വാസം വർദ്ധിപ്പിക്കാനുള്ള വഴികൾ: ചിട്ടയും അച്ചടക്കവും ഉണ്ടായിരിക്കണം. ഇത്തരം കുട്ടികൾ പൊതുവെ കലാപരമായ, സംഗീത, നൃത്തപരിപാടികളിൽ ശോഭിക്കാറുണ്ട്. അതുമല്ലെങ്കിൽ ആയോധനകലകൾ, കളരിപ്പയറ്റ് കരാട്ടെ എന്നിവ ഇവർക്ക് യോജിക്കും. പക്ഷേ ഇതിൽ അമിത പ്രതീക്ഷ കാണിച്ച് കുട്ടികൾക്ക്

താത്പര്യമില്ലാതെ അതിൽ ഒന്നും നിർബന്ധിക്കരുത്. ചെറിയ ഇണക്കമുള്ള പരിശീലനങ്ങൾ നല്ലതാണ്. അതവരുടെ ആത്മവിശ്വാസം വളർത്തും. അതല്ലാതെ വലിയ പരിപാടികൾ ആശാസ്യമല്ല.

- നിർദ്ദേശങ്ങൾ കൊടുക്കുമ്പോൾ ലളിതമായ വാക്കുകളും വാചകങ്ങളും ഉപയോഗിക്കുക. അതുപോലെ പ്രായോഗികമായി കാണിച്ചുകൊടുക്കുക. കണ്ണിൽ നോക്കി സംസാരിക്കുക.
- മാതാപിതാക്കളെന്ന നിലയിൽ നിങ്ങളും ഇടയ്ക്ക് വിശ്രമിക്കുകയും ശാന്തമായിരിക്കാൻ ശ്രമിക്കുകയും ചെയ്യുക. അല്ലെങ്കിൽ ഈ കാര്യത്തിൽ ഫലപ്രദമാവുകയില്ല.

സ്കൂളിലെ കാര്യങ്ങൾ

അദ്ധ്യാപകരുമായി നല്ല ബന്ധം സ്ഥാപിക്കണം. മാതാപിതാക്കൾ സ്കൂളിൽ പതിവായി പോവുകയും സ്കൂളുമായി നല്ല ബന്ധം സ്ഥാപിക്കുകയും വേണം.

- മാതാപിതാക്കൾ കുട്ടിയുടെ അദ്ധ്യാപകരുമായി നല്ല ബന്ധവും ആശയവിനിമയും സ്ഥാപിച്ചിരിക്കണം. സ്പെഷൽ കുട്ടികൾക്ക് അതായത് പഠനവൈകല്യമുള്ളതായ അറ്റൻഷൻ ഡെഫിസിറ്റ് ഹൈപ്പറാക്ടിവിറ്റി ഡിസോർഡർ, ഡിസ്ലെക്സിയ, മറ്റു പഠനവൈകല്യങ്ങൾ എന്നിവയുള്ള കുട്ടികൾക്ക് സ്കൂളുകളിൽ അതിനുള്ള സംവിധാനങ്ങളുണ്ടാകും. പ്രത്യേക സിലബസ്, പ്രത്യേക പരിശീലനം, ക്ലാസ്സ് റൂം സംവിധാനം, മാതാപിതാക്കളും ടീച്ചർമാരുമായി വർദ്ധിച്ച സഹകരണം എന്നിവയാണവ. ഈ വക പൊതുസൗകര്യങ്ങൾ ഏറ്റവും നന്നായി ഉപയോഗിക്കുകയാണ് വേണ്ടത്.
- നിങ്ങളുടെ കുട്ടിയുടെ ടീച്ചറോട് പതിവായി സംസാരിക്കുക. കുട്ടിയെ സഹായിക്കാനുള്ള അവരുടെ ശ്രമങ്ങൾക്ക് സഹകരണവും സന്മനോഭാവവും കാണിക്കുക. അപ്രകാരം ടീച്ചർ കുട്ടിയെ നല്ലവണ്ണം ശ്രദ്ധിക്കുന്നുവെന്ന് ഉറപ്പ് വരുത്തുക. അവരുടെ നിർദ്ദേശങ്ങൾ കുട്ടിക്ക് മനസ്സിലാകുംവിധം ലളിതവും വ്യക്തവുമായിരിക്കണം. അവർ കുട്ടിക്ക് ഗുണാത്മക പ്രോത്സാഹനം കൊടുക്കുകയും, കുട്ടിയുടെ പഠനത്തിന് ശരിയായ മേൽനോട്ടം നടത്തുകയും ഭാവനയോടെയും ക്ഷമയോടെയും പ്രവർത്തിക്കുകയും ചെയ്യേണ്ടത് നമ്മുടെ ആവശ്യമാണ്.
- കൈയക്ഷരം നല്ലതല്ലാത്ത അറ്റൻഷൻ ഡെഫിസിറ്റ് ഹൈപ്പറാക്ടിവിറ്റി ഡിസോർഡർ കുട്ടികൾക്ക് ക്ലാസ്സിൽ കംപ്യൂട്ടറോ ടൈപ്പ്റൈറ്ററോ ഉപയോഗിക്കുന്നതിനെപ്പറ്റി ചോദിക്കുക. അതവർക്ക് ഗുണം ചെയ്യും.

ആധുനിക വൈദ്യശാസ്ത്രത്തിൽ പൂർണമായ മറുപടിയില്ലാത്ത പ്രശ്നങ്ങൾക്ക് സമാന്തരവൈദ്യശാസ്ത്രത്തെ അതോടൊപ്പമോ പകരമായോ ആശ്രയിക്കുന്നതിൽ തെറ്റില്ല.

- ഇവിടെ അറ്റൻഷൻ ഡെഫിസിറ്റ് ഹൈപ്പറാക്ടിവിറ്റി ഡിസോർഡറിന് മറ്റു സമാന്തര വൈദ്യസമ്പ്രദായങ്ങളെക്കൊണ്ട് കാര്യമായ പ്രയോജനമുണ്ടോ എന്ന് ഗവേഷണം തെളിയിച്ചിട്ടില്ല. എന്നിരുന്നാലും ചില മാർഗങ്ങൾ എളുപ്പത്തിൽ ഉപയോഗിക്കാവുന്നതാണ്.
- യോഗയും ധ്യാനവും: സാധാരണ ഇത് രണ്ടും ശാന്തിയും സമാധാനവും തരാൻ പര്യാപ്തമാണ്. എന്നാൽ അറ്റൻഷൻ ഡെഫിസിറ്റ് ഹൈപ്പറാക്റ്റിവിറ്റി ഡിസോർഡറിലെ വെപ്രാളം, സംഭ്രാന്തി എന്നിവയ്ക്ക് എത്രത്തോളം പ്രയോജനമുണ്ടെന്ന് നിർണ്ണയിക്കപ്പെട്ടിട്ടില്ല.
- പ്രത്യേകഭക്ഷണരീതികൾ: ചില ഭക്ഷണങ്ങൾ പ്രചോദനപരമാണ്. അതുകൊണ്ട് വെപ്രാളം, സംഭ്രാന്തി, ചടുലത എന്നീ ഹൈപ്പറാക്ടിവിറ്റി ലക്ഷണങ്ങൾ കൂട്ടുന്നതായി തെളിഞ്ഞിട്ടുണ്ട്. പഞ്ചസാര, കഫീൻ, അലർജി ഉണ്ടാക്കാവുന്ന ഗോതമ്പ്, പാൽ, മുട്ട (അലർജി ഉണ്ടെങ്കിൽ മാത്രം) എന്നിവ ഒഴിവാക്കാവുന്നതാണ്. ഭക്ഷണത്തിൽ ചേർക്കുന്ന നിറവും ചായവും കൃത്രിമഭക്ഷണങ്ങളും (ബേക്കറി) കഴിയുന്നത്ര ഒഴിവാക്കണം. പക്ഷേ പഠനങ്ങൾ ഇവയെപ്പറ്റി വസ്തുതാപരമായി ഒന്നും പറഞ്ഞിട്ടില്ല.
- വിറ്റമിനുകളും ലവണങ്ങളും: ഇവയെപ്പറ്റി അവകാശവാദങ്ങളുണ്ടെങ്കിലും ഭക്ഷണത്തിൽ നിന്നു കിട്ടുന്നത് കൂടാതെ പ്രത്യേക വിറ്റമിനുകളും ലവണങ്ങളുംകൊണ്ട് പ്രത്യേകിച്ച് ഗുണമൊന്നമില്ല. മാത്രമല്ല സാധാരണയിൽ കൂടുതൽ അളവിൽ വിറ്റമിൻ കൊടുക്കുന്നത് അപകടകരവും കൂടിയാണ്.
- സസ്യൗഷധങ്ങൾ: ഉദാ: സെയ്ന്റ് ജോസ് വോർട്ട് തുടങ്ങിയവകൊണ്ട് പ്രയോജനമുണ്ടെന്ന് ശാസ്ത്രീയമായി തെളിഞ്ഞിട്ടില്ല.
- എസ്സെൻഷ്യൽ കൊഴുപ്പമ്ലങ്ങൾ: ഇവ ശരീരത്തിന് അത്യാവശ്യമാണ്. എന്നാൽ ഇതിൽപ്പെട്ട ഒമേഗ-3 കൊഴുപ്പ് അമ്ലങ്ങൾകൊണ്ട് അറ്റൻഷൻ ഡെഫിസിറ്റ് ഹൈപ്പറാക്ടിവിറ്റി ഡിസോഡർ ഭേദമാകുന്നതിന് തെളിവില്ല.
- ചോദന പ്രതികരണപരിശീലനം കൊണ്ട് ചികിത്സിക്കുന്ന മാർഗം (ന്യൂറോഫീഡ്ബേക്ക് പരിശീലനം). ഓരോ ചലനത്തിലെയും മസ്തിഷ്കത്തിലെ ആലക്തികവ്യതിയാനങ്ങൾ ഒരു യന്ത്രത്തിൽ കാണുന്നതിനാൽ കുട്ടിക്ക് അതനുസരിച്ച് പെരുമാറ്റം നിയന്ത്രിച്ച് പഠിക്കാം. ഈ മാർഗത്തിലൂടെ അറ്റൻഷൻ ഡെഫിസിറ്റ് ഹൈപ്പറാക്റ്റിവിറ്റി ഡിസോർഡറിന് പ്രയോജനം തരുന്നതായി ഗവേഷണം തെളിയിക്കുന്നുണ്ട്. അതുകൊണ്ട് വെപ്രാളം, ചടുലത, സംഭ്രാന്തി എന്നീ ലക്ഷണങ്ങൾക്ക് ഈ രീതി നല്ലതാണ്.

- രോഗലക്ഷണങ്ങൾ ജീവിതത്തിന്റെ ഭാഗമാണെന്ന് മനസ്സിലാക്കി കുട്ടിയും മാതാപിതാക്കളും കുടുംബാംഗങ്ങളും ജീവിക്കാൻ പഠിക്കണം. അദ്ധ്യാപകരും ഈ യാഥാർത്ഥ്യം ഉൾക്കൊള്ളണം. ഡോക്ടറുമായി അദ്ധ്യാപകർ സംസാരിക്കുന്നത് നല്ലതാണ്.

രോഗത്തെ അംഗീകരിച്ച് മനസ്സിലാക്കി അതോടൊപ്പം ജീവിക്കുന്നതിന്റെയും കുടുംബത്തിന്റെയും സമൂഹത്തിന്റെ പിന്തുണ ലഭിക്കുന്നതിന്റെയും പ്രയോജനങ്ങൾ

മാതാപിതാക്കൾക്കും കുട്ടിക്കും ഇതുമൂലം വലിയ ആശ്വാസം ലഭിക്കും. അറ്റൻഷൻ ഡെഫിസിറ്റ് ഹൈപ്പറാക്ടിവിറ്റി ഡിസോർഡർ ഉള്ള കുട്ടിയെ പരിചരിക്കുകയും പഠിപ്പിക്കുകയും വളർത്തുകയും എന്നത് ഒരു കുടുംബത്തെ സംബന്ധിച്ചിടത്തോളം വലിയ മാനസികസംഘർഷവും പ്രയാസവും എല്ലാവരിലും ഉളവാക്കുന്ന ഒന്നാണ്. ഇത് കുട്ടിയുടെ മാതാപിതാക്കൾ തമ്മിൽതന്നെ വഴക്ക് സൃഷ്ടിക്കാൻ പോന്നതാണ്. ഇതിനെല്ലാം പുറമെ ഒപ്പമുള്ള സാമ്പത്തികഭാരവും കൂനിന്മേൽകുരുവെന്നപോലെ സങ്കീർണ്ണപ്രശ്നവുമായി മാറുന്നു. സഹോദരീസഹോദരന്മാർക്കും പ്രത്യേക പ്രശ്നങ്ങളുണ്ട്. അറ്റൻഷൻ ഡെഫിസിറ്റ് ഹൈപ്പറാക്ടിവിറ്റി ഡിസോഡർ ഉള്ള കുട്ടിക്ക് മാതാപിതാക്കൾ കൂടുതൽ ശ്രദ്ധ കൊടുക്കേണ്ടി വരുന്നതുകൊണ്ട് മറ്റു കുട്ടികൾക്ക് വേണ്ടത്ര ശ്രദ്ധ കിട്ടുന്നില്ല. അറ്റൻഷൻ ഡെഫിസിറ്റ് ഹൈപ്പറാക്ടിവിറ്റി ഡിസോർഡർ ഉള്ള കുട്ടിയുടെ പെരുമാറ്റവും പ്രശ്നങ്ങളുണ്ടാക്കും. ഇതിനെ നേരിടാനുള്ള ഉപദേശങ്ങൾ സോഷ്യൽ വർക്കർ എന്ന സാമൂഹ്യസേവകരിൽനിന്ന് ലഭിക്കും. അവർക്ക് ഇതിനുള്ള ബിരുദവും പരിശീലനവും ഉണ്ട്. കൂടുതൽ വിവരങ്ങൾ ചികിത്സിക്കുന്ന ഡോക്ടറോട് ചോദിച്ച് മനസ്സിലാക്കാവുന്നതാണ്. സാമ്പത്തികസഹായം: പല സാമൂഹ്യസേവനസംഘടനകളും ബദ്ധിമുട്ടുള്ള കുട്ടികളുടെ രോഗങ്ങൾക്ക് സാമ്പത്തിക സഹായം ചെയ്തു പോരുന്നുണ്ട്.

അറ്റൻഷൻ ഡെഫിസിറ്റ് ഹൈപ്പറാക്ടിവിറ്റി ഡിസോർഡർ ലക്ഷണങ്ങളുമായി ഒത്തുജീവിക്കുന്നവിധം

നീണ്ടുനിൽക്കുന്ന അവസ്ഥയായതിനാൽ ഇത് മനസ്സിലാക്കുന്നത് വളരെ നല്ലതാണ്.

- ഈ ലക്ഷണങ്ങളുടെ സ്വഭാവം ശാസ്ത്രീയമായി മനസ്സിലായാൽ ഇവയെ നേരിടാനും വലിയ പ്രയാസമുണ്ടാവുകയില്ല. ഉദാഹരണമായി കുട്ടി എല്ലാ ദിവസവും രാത്രി ഭക്ഷണത്തിന് മുമ്പ് വാശി പിടിക്കുന്നുവെന്ന് കരുതുക. അപ്പോൾ അമ്മമാർ സാധാരണ ചെയ്യുന്നത് എന്തെങ്കിലും ഇടഭക്ഷണം അവന് കൊടുത്ത് സമാധാനിപ്പിക്കുകയാണ്. വാസ്തവത്തിലിത് ആ വാശിയെ പ്രോത്സാഹിപ്പിക്കുകയാണ്

ആ അമ്മ ചെയ്യുന്നത്. ഇവിടെ രണ്ടുപേരും പെരുമാറ്റം യാഥാർത്ഥ്യബോധത്തോടെ മാറ്റേണ്ടിയിരിക്കുന്നു.

- അറ്റൻഷൻ ഡെഫിസിറ്റ് ഹൈപ്പറാക്ടിവിറ്റി ഡിസോർഡർ ഉള്ള കുട്ടിയുടെ ജീവിതത്തിന് ഒരു അടുക്കും ചിട്ടയും മാതൃകയും ആവശ്യമാണ്. എല്ലാം മുൻകൂട്ടി പറഞ്ഞുകൊടുക്കാം. അവിചാരിതമായ പെട്ടെന്നുള്ള മാറ്റങ്ങൾ ഈ കുട്ടികൾ ഇഷ്ടപ്പെടില്ല. ഇത് കഴിഞ്ഞ് ഇത് സംഭവിക്കും എന്ന മുൻകൂട്ടിയുള്ള അറിവ് നല്ലതാണ്.
- അടുക്കും ചിട്ടയും എന്നു വെച്ചാലത് ഗുണാത്മകമായിരിക്കണം. സ്നേഹത്തോടെയുള്ള ശിക്ഷണമാണ് സ്വീകരിക്കപ്പെടുക. ശാരീരികശിക്ഷ കുട്ടിക്ക് ഒരിക്കലും കൊടുത്തുപോകരുത്. നല്ല പെരുമാറ്റത്തിന് പ്രോത്സാഹനവും മോശം പെരുമാറ്റത്തിന് അവഗണനയും എന്നതായിരിക്കണം നയം. ഇത് കൈക്കൂലി കൊടുക്കലായി കരുതരുത്. നല്ല ഒരു ബിഹേവിയർ മാർഗ്ഗമാണത്. എല്ലാ പെരുമാറ്റങ്ങളെയും ഇപ്രകാരം തരംതിരിച്ച് അതതിന് അവഗണനയും പ്രോത്സാഹനവും കൊടുക്കാം.
- ശാന്തമായിരുന്നുകൊണ്ട് സ്വയം മാതൃക കാണിക്കുക. നിങ്ങൾ തന്നെ കുട്ടിയോട് ശാന്തമായിരിക്കാൻ പറയുമ്പോൾ സ്വയം ശാന്തമായിരിക്കണം. കുട്ടി വെപ്രാളവും ബഹളവും കാണിക്കുമ്പോഴും ഇതൊരു രോഗമാണെന്ന ഉൾക്കാഴ്ച ഉൾക്കൊണ്ട് ശാന്തമായിരിക്കാൻ കഴിയണം. അതു കാണുമ്പോൾ കുട്ടിയും ആ വഴിക്ക് വരും. സംശയമില്ല.
- നല്ല ആരോഗ്യകരമായ കുടുംബബന്ധങ്ങളിലേക്ക് കുടുംബത്തെ ആനയിക്കുക. അത്തരം സ്നേഹമസൃണമായ അന്തരീക്ഷം ഈ രോഗശമനത്തിന് ഒരു തേൻമഴ തന്നെയായിരിക്കുമെന്ന കാര്യത്തിൽ യാതൊരു സംശയവുമില്ല. അതിന് മാതാപിതാക്കൾ ശരിയായ മുൻകൈയും നേതൃത്വവും എടുക്കണം.
- വിശ്രമവും ഒഴിവുകാലവും. കുട്ടിയിൽനിന്ന് ചെറിയ വിശ്രമം നിങ്ങൾക്ക് എടുക്കാം. അതിന് ബന്ധുക്കളോ കുട്ടികളെ നോക്കുന്നവരോ നിങ്ങളെ സഹായിക്കും. തീർച്ചയായും അവരുടെ സഹായം സ്വീകരിക്കുന്നതിൽ തെറ്റൊന്നുമില്ല. ഏതാനും മണിക്കൂർ വിശ്രമം അങ്ങനെ നിങ്ങൾക്ക് കിട്ടുന്നു. അപ്രകാരം അല്പം ഒഴിവെടുക്കുന്നതിൽ കുറ്റബോധം തോന്നേണ്ട ഒരു കാര്യവുമില്ല. അത് കുട്ടിയേയും നിങ്ങളെയും കൂടുതൽ സഹായിക്കും.

പ്രതിരോധമാർഗ്ഗങ്ങൾ

രോഗമേതായാലും അതു വരാതിരിക്കാൻ നാം സ്വീകരിക്കേണ്ട നയം ആ രോഗം വരാതിരിക്കാനുള്ള അറിയപ്പെട്ട, തെളിയിക്കപ്പെട്ട കാരണങ്ങളെ

ഒഴിവാക്കുക എന്നതാണ്. ഈ രോഗത്തിൽ അറിയപ്പെട്ട കാരണങ്ങളുണ്ടോ അതു വഴി രോഗം വരാതിരിക്കാൻ മാർഗങ്ങളുണ്ടോ എന്നു നോക്കാം. ഇന്നത്തെ അറിവുവെച്ച് ഇതിന് അപ്രകാരം ഒരു പ്രാഥമിക പ്രതിരോധ മില്ല.

- എന്നാൽ കുട്ടിയുടെ രോഗം മൂലമുള്ള ശാരീരികവും, മാനസികവും വൈകാരികവുമായ തുടർ പ്രശ്നങ്ങളെ തടയുവാൻ ഒരു രണ്ടാം നിര പ്രതിരോധ നടപടികൾക്കു കഴിയും.
- ഗർഭാവസ്ഥയിൽ അമ്മയ്ക്ക് ചെയ്യാവുന്നത്. കുട്ടിയുടെ വികാസ ത്തിനും വളർച്ചയ്ക്കും വിഘാതമായ മദ്യം, പുകവലി, കാർഷിക വ്യാവസായിക രാസവസ്തുക്കൾ, മരുന്നുകൾ എന്നിവ ഒഴിവാക്കുക.
- കുട്ടിക്ക് സിഗരറ്റ് പുക, രാസവസ്തുക്കൾ, ഈയമുള്ള പെയ്ന്റ് എന്നിവ നേരിട്ട് ഉൾക്കൊള്ളാതെ നോക്കുക.
- കുട്ടിയുടെ പെരുമാറ്റത്തിന് അടുക്കും ചിട്ടയും ഉണ്ടാക്കുക. അതിന് ശരിയായ അതിർ വരമ്പുകൾ നിശ്ചയിക്കണം.
- ഒരു നല്ല ദിനചര്യ തയ്യാറാക്കുക. ഓരോ പ്രവർത്തിക്കും ഓരോ ഫലം നാം പ്രതീക്ഷിക്കും. അത് വ്യക്തമായിരിക്കണം. കിടക്കുമ്പോൾ ചെയ്യേണ്ടത്, രാവിലെ ചെയ്യേണ്ടത്, ഭക്ഷണസമയത്ത് ചെയ്യേണ്ടത്, ടിവി എത്ര നേരം കാണണം, കളി തുടങ്ങിയവ.
- ദിവസേന കുട്ടിയെ പ്രോത്സാഹിപ്പിക്കുന്നതിനും അംഗീകരിക്കുന്ന തിനും കുറച്ചു സമയം കണ്ടെത്തുക.
- കുട്ടിയോട് സംസാരിക്കുമ്പോഴും നിർദ്ദേശങ്ങൾ കൊടുക്കുമ്പോഴും കണ്ണിൽ നോക്കി സംസാരിക്കണം. അശ്രദ്ധമായി സംസാരിക്കരുത്.
- അദ്ധ്യാപകരും കുട്ടിയെ നോക്കുന്ന മറ്റുള്ളവരുമായി നല്ല അടുപ്പം സ്ഥാപിക്കുക. അതുകൊണ്ട് പ്രശ്നങ്ങൾ നേരത്തെ മനസ്സിലാക്കാം. നേരത്തെ മനസ്സിലാക്കുന്നതുകൊണ്ട് അത് ഗുരുതരമാവാതെ നോക്കാം.

ഹൈപ്പറാക്ടിവിറ്റിയുള്ള കുട്ടിയോടുള്ള പെരുമാറ്റം

സാധാരണ കുട്ടിയോട് എതിർപ്പ് തോന്നാനിടയുണ്ട്. അത് ശരിയല്ല. കുട്ടിയേയും അവനിലുള്ള രോഗത്തെയും ഉൾക്കൊള്ളണം. ഇത് മനസ്സി ലാക്കുന്നത് കുടുംബബന്ധങ്ങളിലെ വിള്ളലുകൾ ഉണ്ടാകാതെ ബന്ധ ങ്ങൾ സുരക്ഷിതമാക്കുവാൻ സഹായിക്കും.

അറ്റൻഷൻ ഡെഫിസിറ്റ് ഹൈപ്പറാക്ടിവിറ്റിയുള്ള കുട്ടികളെ പ്രത്യേ കമായി നാം പരിഗണിക്കണം. ഇവിടെ കുട്ടിക്ക് മസ്തിഷ്കത്തിൽ പ്രശ്ന മുണ്ടെന്ന് നാം മനസ്സിലാക്കണം. അവർ വലുതായി വരുമ്പോഴും അവരെ വൈകാരികമായി പിന്തുണയ്ക്കണം. അവർക്ക് കുട്ടികളുണ്ടാവുമ്പോൾ

ഈ കാര്യം മനസ്സിൽ വെക്കണം. കുട്ടിയെ ഇത് മനസ്സിലാക്കാതെ അമിതമായി, നിർവികാരമായി നിയന്ത്രിക്കുന്നത് മാനസികപ്രശ്നത്തിന് വഴിവെക്കുന്നു. ആരോഗ്യകരമയ അതിർത്തികൾ നിഷ്ക്കർഷിക്കാവുന്ന താണ്. ഉറച്ചതും എന്നാൽ ഭാവുകത്വമുള്ളതുമായ മേൽനോട്ടം കുട്ടി യുടെ എടുത്തുചാട്ടങ്ങൾക്ക് വളരെ ഗുണം ചെയ്യും. ഇതിന് മാതാപിതാ ക്കളും അപ്പൂപ്പനും അമ്മൂമ്മയും ഒരുമിച്ച് നിന്ന് പ്രവർത്തിക്കണം. കുടുംബത്തിൽ അഭിപ്രായവ്യത്യാസങ്ങളുണ്ടാകരുത്, പ്രത്യേകിച്ചും ചികിത്സയുടെ കാര്യത്തിൽ. അതിനുവേണ്ടി മരുന്നുകൾ കഴിക്കുന്നു ണ്ടെങ്കിൽ അത് ശരിയായി കഴിക്കുവാനുള്ള അന്തരീക്ഷമുണ്ടാക്കണം.

അനിയന്ത്രിതമായി മൂത്രം ഒഴിക്കൽ കുട്ടികളിൽ

Every sentence I utter must be understood not as an affirmation, but as a question.

- Niels Bohr

കുട്ടിക്ക് കുറ്റബോധവും കുടുംബത്തിൽ വലിയ അലോസരവുമുണ്ടാ ക്കുന്ന രോഗമാണിത്. രാത്രി കുട്ടികൾ അറിയാതെ കിടക്കയിൽ മൂത്ര മൊഴിക്കുന്ന അസൗകര്യമുണ്ടാക്കുന്ന ലക്ഷണത്തെയാണ് രാത്രിയിലെ അനിയന്ത്രിതമായ മൂത്രമൊഴിക്കൽ (nocturnal enuresis) എന്നു പറയു ന്നത്. പല മാതാപിതാക്കളും മൂന്നു വയസ്സോടെ കുട്ടിക്ക് നിയന്ത്രണം വരുമെന്ന് പ്രതീക്ഷിക്കുന്നു. പക്ഷേ 14 ശതമാനത്തോളം കുട്ടികൾ അഞ്ചുവയസ്സോടെ മാത്രമെ നിയന്ത്രണം കൈവരിക്കുകയുള്ളൂ. ചില കുട്ടികൾക്ക് അത് പത്തുവയസ്സുവരെ സമയം പിടിക്കാറുണ്ട്.

ഡോക്ടറോട് ചോദിക്കേണ്ട ചോദ്യങ്ങൾ

- തെറ്റായ ടോയ്‌ലറ്റ് പരിശീലനം കൊണ്ടാണോ എന്റെ കുട്ടിക്ക് അനിയ ന്ത്രിതമായ മൂത്രമൊഴിക്കൽ ഉണ്ടായത്?
- അല്ല. അതാരുടെയും കുറ്റമല്ല. ടോയ്‌ലറ്റ് പരിശീലനവും രാത്രി യിലെ അനിയന്ത്രിതമായ മൂത്രമൊഴിക്കലും തമ്മിൽ ബന്ധമില്ല.
- എന്റെ കുട്ടി മടിയനാണോ?
- എനിക്ക് കുട്ടിക്കാലത്ത് മൂത്രത്തിന് നിയന്ത്രണം കുറവായിരുന്നു. പ്രായമായപ്പോഴത് വീണ്ടും വരുന്നുണ്ട്. അതുപോലെ മൂത്രനിയ ന്ത്രണപ്രശ്നമുള്ള എന്റെ കുട്ടിക്കും വരുമോ?
- എന്റെ ഭർത്താവിന് കുട്ടിക്കാലത്ത് കിടക്കയിൽ മൂത്രമൊഴിക്കുന്ന സ്വഭാവമുണ്ടായിരുന്നു. ഞങ്ങളുടെ മൂത്തമകൻ 6 വയസ്സ് മൂത്ര

മൊഴിക്കുന്നുണ്ട്. അതുപോലെ താഴെയുള്ള രണ്ടു കുട്ടികൾക്കും വരുമോ?

- ഞാൻ കിടക്കുന്നതിന് മുമ്പും രാത്രിയിൽ ഞാൻ മൂത്രമൊഴിക്കുമ്പോഴും ഒരു പ്രാവശ്യവും കുഞ്ഞിനെ ടോയ്‌ലറ്റിൽ കൊണ്ടുപോയി മൂത്രമൊഴിപ്പിക്കാറുണ്ട്. രാത്രി കിടക്കയിൽ മൂത്രമൊഴിക്കുന്നതിന് ഇത് പരിഹാരമാകുമോ?
- ആദ്യത്തെ മൂത്രനിയന്ത്രണത്തിന് ശേഷം എന്റെ ആറു വയസ്സുള്ള കുട്ടി വീണ്ടും കിടക്കയിൽ മൂത്രമൊഴിച്ചു തുടങ്ങിയിരിക്കുന്നു. ചിലപ്പോൾ പകലും മൂത്രമൊഴിക്കുന്നുണ്ട്. ഇതിനെന്താണ് ചെയ്യേണ്ടത്?
- കിടക്കയിൽ മൂത്രമൊഴിക്കുന്ന ഇളയ മകനെ മറ്റുള്ള കുട്ടികൾ കളിയാക്കുന്നു. അതിനെന്താണ് ചെയ്യേണ്ടത്?
- കിടക്കയിൽ മൂത്രമൊഴിക്കുന്നതിന് ചികിത്സ തേടേണ്ടത് എപ്പോഴാണ്?
- ആൺകുട്ടികളാണോ പെൺകുട്ടികളേക്കാൾ കൂടുതൽ കിടക്കയിൽ മൂത്രമൊഴിക്കുന്നത്?

ലക്ഷണങ്ങൾ

- ഇതിന്റെ പ്രത്യേകത പകലും രാത്രിയും മൂത്രം വസ്ത്രത്തിലും കിടക്കയിലും ആവർത്തിച്ച് ഒഴിക്കുന്ന അവസ്ഥയാണ്. പലപ്പോഴും ഇത് അനിയന്ത്രിതമാകും. ചിലപ്പോഴത് കരുതിക്കൂട്ടിയും സംഭവിക്കാം.
- ഈ ലക്ഷണങ്ങൾ മൂന്നുമാസമെങ്കിലും ഉണ്ടായാൽ മാത്രമെ രോഗം എന്നു പറയാൻ കഴിയൂ. അതുപോലെ ആഴ്ചയിൽ രണ്ടു പ്രാവശ്യമെങ്കിലും ഉണ്ടായിരിക്കണം. അല്ലെങ്കിൽ ഈ ലക്ഷണം കുട്ടിയുടെ സാമൂഹിക, പഠന രംഗത്തെ ബാധിച്ചിരിക്കണം.
- പ്രായം അഞ്ചു വയസ്സിൽ കൂടുതലായിരിക്കണം.

മൂത്രം പോകാനുള്ള മരുന്ന് കഴിച്ചതിനു ശേഷമുള്ള ലക്ഷണമായിരിക്കരുത്. ലക്ഷണങ്ങൾ പ്രമേഹം, സുഷുമ്ന നാഡി തകരാർ, അപസ്മാരം എന്നിവ മൂലമായിരിക്കരുത്. ഇവയിൽ മൂന്ന് ഉപവിഭാഗങ്ങളുണ്ട്.

- രാത്രി മാത്രം ഉണ്ടാകുന്നത്. ഇതാണ് ഏറ്റവും സാധാരണ കണ്ടുവരുന്നത്. ഉറക്കത്തിൽ മൂത്രം അറിയാതെ പോകുന്നു. ഉറക്കത്തിന്റെ ആദ്യത്തെ മൂന്നിലൊന്ന് സമയം ആണിത് ഉണ്ടാകുന്നത്. അതായത് ഉറക്കത്തിന്റെ റാപിഡ് ഐ മൂവ്മെന്റ് ഘട്ട (rapid eye movement stage)ത്തിലാണ് ഇത് സംഭവിക്കുന്നത്. ഒരുപക്ഷേ കുട്ടി ഉറക്കത്തിൽ മൂത്രമൊഴിച്ചതായി സ്വപ്നം കണ്ടതായി പറഞ്ഞേക്കാം.

- പകൽ സമയം മാത്രം ഉണ്ടാകുന്നത്. ഉണർന്നിരിക്കുന്ന അവസരത്തിലാണ് മൂത്രം പോകുന്നത്. ഇത് പെൺകുട്ടികളിലാണ് കൂടുതൽ കാണുന്നത്. അധികവും ഒമ്പത് വയസ്സിന് ശേഷമായിരിക്കും സംഭവിക്കുന്നത്. സമയം അധികവും ഉച്ച തിരിഞ്ഞു തുടങ്ങുമ്പോഴായിരിക്കും. ചിലപ്പോഴിത് ടോയ്‌ലെറ്റ് ഉപയോഗിക്കാനുള്ള ലജ്ജ കൊണ്ടായിരിക്കാം. അല്ലെങ്കിൽ സ്കൂൾ ശ്രദ്ധയോ, കളിയിലുള്ള ശ്രദ്ധയോ കാരണമാകാം.
- രാത്രിയും പകലും കാണുന്ന തരമുണ്ട്

തുണികൾ ദിവസേന അലക്കേണ്ടി വരുക, രാത്രി എഴുന്നേൽക്കേണ്ടി വരുക എന്നീ അസൗകര്യങ്ങൾ കാരണം കുട്ടി മടിയനാണോ എന്നു ചിന്തിച്ചു പോകും. ഈ ചിന്തയിൽ കാര്യമൊന്നുമില്ല. അവൻ വികൃതിയും മടിയനുമല്ല. അവനോ അവളോ കരുതിക്കൂട്ടി മൂത്രമൊഴിക്കുന്നതുമല്ല. മറ്റുള്ള കുട്ടികളെപ്പോലെ നനയാതെ ഉറങ്ങാനാണ് അവനിഷ്ടപ്പെടുക. അഞ്ചുവയസ്സിന് ശേഷമുള്ള കുട്ടികളിൽ ചികിത്സ ആരംഭിക്കുകയാണെങ്കിൽ അവന് അതിൽ താത്പര്യമുള്ളപ്പോഴാണ് തുടങ്ങേണ്ടത്. ആ ചികിത്സ സ്വീകരിക്കാൻ പറ്റിയ സന്ദർഭമാണ് ഉപയോഗിക്കേണ്ടത്. അതേസമയം കുട്ടിക്ക് നല്ല പിന്തുണയും പ്രോത്സാഹനവും കൊടുക്കണം. കുട്ടിക്ക് പ്രത്യേകമായ പൈജാമ കൊടുക്കാം. അത് ധരിച്ചാൽ മൂത്രം പുറത്തുവരാതെ അത് വലിച്ചെടുക്കും. അത് നിങ്ങൾക്കും കുട്ടികൾക്കുമുള്ള പ്രയാസങ്ങൾ പരിഹരിക്കും.

കുട്ടിക്കാലത്തെ കിടക്കയിൽ മൂത്രമൊഴിക്കുന്നവരിൽ മുതിരുമ്പോൾ മൂത്രപ്രശ്നമുണ്ടാകാനുള്ള സാധ്യത അഞ്ചിരട്ടിയാണ്. അതുപോലെ പകൽ സമയത്ത് നിയന്ത്രണം പോകാനുള്ള സാധ്യത 1.7 ഇരട്ടിയാണ്. അതുകൊണ്ട് കുട്ടികളിൽ അനിയന്ത്രിതമായ മൂത്രം പോകലുണ്ടായാൽ വേഗം അതിന് പരിഹാരം കാണുന്നത് നല്ലതാണ്.

അനിയന്ത്രിതമായ മൂത്രം പോകലിന് ശക്തമായ ജനിതകവശമുണ്ട്. മാതാപിതാക്കളിൽ ഒരാൾക്ക് അതുണ്ടെങ്കിൽ കുട്ടിയുടെ സാധ്യത 43 ശതമാനമാണ്. രണ്ടു പേർക്കും അനിയന്ത്രിത മൂത്രം പോകലുണ്ടെങ്കിൽ സാധ്യത 77 ശതമാനമാണ്. എന്നാൽ പല മാതാപിതാക്കളും പറയുന്നത് തങ്ങളുടെ ഒരു കുട്ടി മാത്രമെ കിടക്കയിൽ മൂത്രമൊഴിക്കുന്നുള്ളൂ എന്നാണ്. അതുകൊണ്ട് അവർക്ക് സാധാരണ പരിശീലനം കൊടുത്താൽ മതി.

ഇതിൽ കാര്യങ്ങൾ വഷളാകാനുള്ള സാധ്യത കാണാനുണ്ട്. സൗകര്യമുള്ളതുകൊണ്ട് പല മാതാപിതാക്കളും ഇത് ചെയ്യാറുണ്ട്. ഉറക്കത്തിൽ കുട്ടിയെ എടുത്തുകൊണ്ടുപോയി ടോയ്‌ലെറ്റിലിരുത്തുക സ്വാഭാവികമായിത്തോന്നുന്ന ഒരു പരിഹാരമാണ്. എന്നാലിത് ഉറങ്ങുമ്പോൾ മൂത്രമൊഴിക്കുക എന്ന സ്വഭാവത്തിന് പ്രചോദനം കൊടുക്കുകയാണ്

ചെയ്യുന്നത്. യഥാർത്ഥത്തിൽ മൂത്രാശയം മുഴുവനാകുമ്പോൾ എഴുന്നേൽക്കുകയാണ് വേണ്ടത്. അതിനുള്ള പരിശീലനമാണ് വേണ്ടത്.

ആറു മാസത്തോളം മൂത്രനിയന്ത്രണമുണ്ടായതിന് ശേഷം ഇപ്രകാരമുണ്ടായതിനെ ദ്വിതീയ അനിയന്ത്രിത മൂത്രമൊഴിക്കുന്നു (secondary enuresis) എന്നു പറയാം. ഇതിന്റെ കാരണം കണ്ടുപിടിക്കണം. മൂത്രം പരിശോധിക്കണം. പെൺകുട്ടികളിൽ മൂത്രാശയത്തിൽ പഴുപ്പുണ്ടായാൽ ഇപ്രകാരം സംഭവിക്കാം. അതിന് തെളിവുണ്ടെങ്കിൽ അതിനുള്ള ചികിത്സ ചെയ്താൽ മതി. അതല്ലെങ്കിൽ രാത്രിയും പകലുമുള്ള അനിയന്ത്രിത മൂത്രമൊഴിക്കലിനുള്ള ചികിത്സ ആരംഭിക്കണം.

ഇതൊരു പ്രശ്നമാണ്. അത് ആ കുട്ടിയുടെ ആത്മവിശ്വാസത്തെ തകർക്കുന്നതാണ്. മൂത്രമൊഴിക്കൽ അനിയന്ത്രിതമാണെന്നും തനിയെ സംഭവിക്കുന്നതാണെന്നും അത് ചേട്ടന്റെയോ അനിയന്റെയോ കുറ്റമല്ലെന്നും പറഞ്ഞു മനസ്സിലാക്കണം.

കിടക്കയിൽ മൂത്രമൊഴിക്കുന്നത് ആരോഗ്യപ്രശ്നമാണ്. വേറെ എന്തെങ്കിലും രോഗമുണ്ടോ എന്ന് വിലയിരുത്തണം. അവ നോക്കി ചികിത്സിക്കുകയാണ് വേണ്ടത്.

ആൺകുട്ടികളാണ് പെൺകുട്ടികളെക്കാൾ കൂടുതൽ കിടക്കയിൽ മൂത്രമൊഴിക്കുന്നത്.

ചികിത്സ

വളരുമ്പോഴുള്ള മാറ്റങ്ങൾ ശ്രദ്ധിക്കണം. വളരുന്നതോടെ പല കുട്ടികളിലും ഈ സ്വഭാവം മാറാറുണ്ട്. ഇതിന്റെ കുടുംബചരിത്രം ഉണ്ടെങ്കിൽ അമ്മയോ അച്ഛനോ അതവസാനിപ്പിച്ച സമയത്ത് തന്നെ കുട്ടിയുടെ ലക്ഷണവും മാറും. കുട്ടിയെ സംബന്ധിച്ചിടത്തോളം അത് പ്രശ്നമല്ലെങ്കിൽ ഗൗരവമായ ചികിത്സ ആവശ്യമല്ല. പക്ഷേ കുട്ടിക്ക് ഇതിൽ പ്രശ്നമുണ്ടെങ്കിൽ തീർച്ചയായും ചികിത്സ വേണം.

നനവ് അലാറാം

ഉറങ്ങുമ്പോൾ ഇത് കുട്ടിയുടെ ഉടുപ്പിൽ ഘടിപ്പിച്ചാൽ കുട്ടി മൂത്രമൊഴിക്കാനാരംഭിച്ചാലുടനെ ഇത് അടിക്കുകയും കുട്ടി എഴുന്നേൽക്കുകയും ചെയ്യും. മരുന്നുകളും പാർശ്വഫലങ്ങളുമില്ലാത്ത ഈ ചികിത്സ വളരെ ഫലപ്രദവും ലക്ഷണം ആവർത്തിക്കാത്തതുമാണ്. ഇത് രണ്ടാഴ്ച മുതൽ പന്ത്രണ്ടാഴ്ച വരെ തുടർച്ചയായി ഉപയോഗിക്കണം.

മരുന്നുകൾ

മരുന്നുകൾ ഉപയോഗിക്കുന്നത് അവസാനകൈ എന്ന നിലയ്ക്ക് മാത്രമാണ്. ഡെസ്മൊപ്രെസ്സിൻ അസിറ്റേറ്റ് (desmopressin acetate) എന്ന

സ്വാഭാവിക ആൻടി ഡൈയൂറിററിക് ഹാർമോൺ ഉള്ള മരുന്നാണ് ഉപയോഗിക്കുന്നത്. കുട്ടി കൂടുതൽ വെള്ളം കുടിക്കുകയാണെങ്കിൽ ഇതുപയോഗിക്കരുത്. പാർശ്വഫലങ്ങൾ കുറവാണെങ്കിലും ചുഴലിഇളക്കം വരാൻ സാധ്യതയുണ്ട്. കൂടുതൽ സാധ്യത ധാരാളം വെള്ളം കുട്ടി കുടിക്കുമ്പോഴാണ്. അതുകൊണ്ട് കൂടുതൽ വെള്ളം കുടിക്കുന്ന രാത്രികളിൽ കുട്ടി ഈ മരുന്ന് കഴിക്കരുത് എന്ന് നിബന്ധന വെക്കണം. അതുപോലെ തലവേദനയുള്ളപ്പോഴും ഛർദ്ദി,ഓക്കാനം എന്നിവ ഉള്ളപ്പോഴും ഈ മരുന്ന് ഉപയോഗിക്കാവുന്നതല്ല.

ചെറിയ മൂത്രാശയമുള്ള കുട്ടികളിൽ ഓക്സിബുട്ടിനിൻ, ഹയോസമിൻ (oxybutynin,hyocyamine) എന്നീ മരുന്നുകൾ ഉപയോഗപ്രദമാണ്. ഇവയ്ക്ക് തൊണ്ട വരൾച്ചയും മുഖം ചൂട് വരലും ഉണ്ടാകാം.

കുട്ടിയുടെ ഉറക്കം, ഉണരൽ എന്നിവയുടെ ആവർത്തനചക്രം അല്പം മാറ്റുന്നത് ഗുണം ചെയ്യാറുണ്ട്. അതിന് ഡിപ്രഷനുള്ള ഇമിപ്രമിൻ (imipramine) എന്ന മരുന്ന് പ്രയോജനം ചെയ്യാറുണ്ട്. ഇത് മൂത്രം പിടിച്ചു നിൽക്കാനുള്ള കഴിവ് കൂട്ടുന്നു. മൂത്ര ഉല്പാദനവും കുറച്ചേക്കാം. ഡോസ് ശ്രദ്ധിച്ചു കൊടുക്കണം. ചിലപ്പോൾ രണ്ടു തരം മരുന്നുകൾ കൊടുക്കാറുണ്ട്.

ബൈപ്പോളാർ ഡിസോർഡർ

I'm bipolar, but I'm not crazy, and I never was. I'm stark raving sane.

- Emilie Autumn

ബൈപ്പോളാർ ഡിസോർഡറിനെക്കുറിച്ച് സമൂഹത്തിൽ ധാരണ വളരെ കുറവാണ്. വൈകാരികാവസ്ഥ മാറി മാറി വരുന്ന തരം വൈകാരിക രോഗമാണ് ബൈപ്പോളാർ ഡിസോർഡർ. ഇതിൽ പ്രധാനമായും വൈകാരികകേറ്റിറക്കങ്ങളുണ്ടാകുന്നു. സ്കിസോഫ്രീനിയയേക്കാളും കൂടുതൽ സമൂഹത്തിൽ നിലനിൽക്കുന്ന രോഗമാണിത്. നേരത്തെ കണ്ടെത്തി ഫലപ്രദമായി ചികിത്സിച്ചില്ലെങ്കിൽ വ്യക്തിപര സാമൂഹ്യ സാമ്പത്തിക ആഘാതങ്ങൾ സൃഷ്ടിക്കാവുന്ന വലിയ ഗുരുതര രോഗവുമാണ് ബൈപോളാർ ഡിസോർഡർ (bipolar disorder). സമൂഹത്തിൽ മാനസികരോഗലക്ഷണങ്ങളെക്കുറിച്ച് കുറെ ധാരണകളുണ്ട്. എന്നാൽ വിഷാദോന്മാദരോഗമായ ബൈപ്പോളാർ ഡിസോർഡറിൽ സമൂഹം പഠിച്ചുവെച്ച ലക്ഷണങ്ങൾ ഇതിൽ ശരിയാകണമെന്നില്ല. അത്രയ്ക്ക് വൈവിധ്യവും വൈപുല്യവും ആണ് ഇതിന്റെ ലക്ഷണങ്ങളുടെ ശ്രേണി. അതുകൊണ്ട് തികച്ചും ലക്ഷ്യഭേധിയാകുന്ന രോഗനിർണ്ണയം ദുഷ്കരമാണ്.

ഡോക്ടറോട് ചോദിക്കേണ്ട ചോദ്യങ്ങൾ

- എന്തൊക്കെയാണ് ബൈപ്പോളാർ ഡിസോർഡറിന്റെ കാരണങ്ങൾ?
- ബൈപ്പോളാർ ഡിസോർഡർ 1 ഉം ബൈപ്പോളാർ ഡിസോർഡർ 2 ഉം തമ്മിലുള്ള വ്യത്യാസമെന്താണ്? ഇതിലേതാണ് എനിക്കുള്ളത്?
- ഏതു മരുന്നുകളാണ് എനിക്ക് പ്രയോജനം ചെയ്യുക? അവയുടെ പ്രവർത്തനം എപ്രകാരമാണ്?
- ഈ മരുന്നുകൾ കഴിക്കുവാൻ മറന്നുപോയാൽ എന്താണ് സംഭവിക്കുക?
- എനിക്ക് ഉന്മാദാവസ്ഥയാണെങ്കിൽ എന്താണ് സംഭവിക്കുക?
- ഞാൻ ഈ മരുന്നുകൾ നിർത്തുകയാണെങ്കിൽ എന്താണ് സംഭവിക്കുക?
- എന്തുകൊണ്ടാണ് ഇതിന്റെ കൂടെ സൈക്കോതെറാപിയും വേണമെന്ന് പറയുന്നത്? എത്ര ദിവസം കൂടുമ്പോഴാണ് ഞാൻ തെറാപ്പിസ്റ്റിനെ കാണേണ്ടത്?
- ഇതല്ലാതെ ബൈപ്പോളാർ ഡിസോർഡർ മാറ്റുവാൻ വേറെ മാർഗ്ഗങ്ങളുണ്ടോ?
- ഉന്മാദാവസ്ഥയും വിഷാദാവസ്ഥയും വരാതെ സാധാരണ അവസ്ഥയിൽ തുടരാനുള്ള മാർഗ്ഗങ്ങളേതൊക്കെയാണ്?
- എന്റെ ഉന്മാദാവസ്ഥയുടെയും വിഷാദാവസ്ഥയുടെയും ആദ്യലക്ഷണങ്ങൾ ഏതൊക്കെയാണ്?
- ഇവ മനസ്സിലാക്കിയാൽ അവ വരുമ്പോൾ ഉടനെ അവയെ പ്രതിരോധിക്കുവാൻ കഴിയില്ലെ?
- ഇവ ബന്ധുക്കൾക്കും സുഹൃത്തുക്കൾക്കും പറഞ്ഞുകൊടുക്കുന്നത് പ്രയോജനകരമാവില്ലെ?
- ഈ രോഗത്തിന് പിന്തുണ കൊടുക്കുന്ന സംഘങ്ങളുണ്ടോ? എന്നെ അവരുമായി ബന്ധപ്പെടുത്തിത്തരാമോ?
- ഈ രോഗത്തെപ്പറ്റി കൂടുതലറിയുവാൻ പുസ്തകങ്ങളോ വെബ്സൈറ്റുകളോ ഉണ്ടോ?
- എന്തെങ്കിലും അടിയന്തര ആവശ്യങ്ങളുണ്ടെങ്കിൽ ഡോക്ടറെ ബന്ധപ്പെടുന്നത് എങ്ങനെയാണ്?

നീണ്ടു നിൽക്കുന്ന ആവർത്തനസ്വഭാവമുള്ള രോഗം

നീണ്ടു നിൽക്കുന്ന ആവർത്തനസ്വഭാവമുള്ള രോഗമാണ് ഇത്. ഇടയ്ക്ക് വൈകാരികതാഴ്ചയും ഉയർച്ചയും വരുന്നു. അതിനിടയിൽ

സാധാരണ അവസ്ഥ ഉണ്ടാവുകയോ ഇല്ലാതിരിക്കുകയോ ചെയ്യാം. ഇതിന് പല അവാന്തരവിഭാഗങ്ങളുണ്ട്. ഉയർച്ചതാഴ്ച്ചകൾ സമനിലയിലാക്കാൻ ലിത്തിയം തുടങ്ങിയ വൈകാരികനിലവാരം നിലനിർത്തൽ മരുന്നുകൾ വേണ്ടി വരും.

ഈ രോഗത്തിന് മുൻകാലങ്ങളിൽ മാനിക് ഡിപ്രസ്സീവ് സൈക്കോസിസ് എന്നു പറഞ്ഞിരുന്നു. ഉയർച്ച മാനിയയും താഴ്ച്ച ഡിപ്രഷനുമാണ്. ഊഞ്ഞാൽ പോലെ. ഡിപ്രഷനിൽ ഏറ്റക്കുറച്ചിലനുസരിച്ച് വിവിധ അവസ്ഥകളുണ്ടാകുന്നത് പോലെ മാനിയയിലും ലഘുവായ ഹൈപ്പോമാനിയയും ഗുരുതരമായ മാനിയയും അതിഗുരുതരമായ മാനിക് എക്സൈറ്റ്മെന്റുമുണ്ട്. ഓരോ അവസ്ഥയിലും ആടിയുലയുന്ന സമയത്തിനു വ്യത്യസ്തതകളുണ്ട്. ചില മനുഷ്യരിൽ പ്രശ്നങ്ങളില്ലാതെ ഇടയ്ക്ക് മിനിറ്റിനും മണിക്കൂറിനുമിടെ മനോനില മാറിക്കൊണ്ടിരിക്കും. അതും രോഗാവസ്ഥയും തമ്മിൽ തിരിച്ചറിയണം. ബൈപ്പോളാർ ഡിസോർഡറിൽ രണ്ടു അവസ്ഥകൾ തമ്മിൽ സാധാരണനില കൈവരിക്കാതെ ഉയർച്ചതാഴ്ച്ച തമ്മിൽ ചാഞ്ചാടിക്കൊണ്ടിരുന്നാൽ ആ അവസ്ഥയെ റാപ്പിഡ് സൈക്കിളിങ്ങ് അവസ്ഥ (rapid cycling) എന്നു പറയും. ചിലർക്ക് ഉയർച്ചതാഴ്ച്ച തമ്മിൽ ഇടകലർന്ന് ഒരു മിശ്രാവസ്ഥയും ഉണ്ടാകാറുണ്ട്, ചിലരിലാകട്ടെ സൈക്കോട്ടിക് ലക്ഷണങ്ങളും ഉണ്ടാകാറുണ്ട്. ഈ പല തരം ലക്ഷണങ്ങളുടെ ചേരുവകളനുനുസരിച്ച് വിവിധ ഉപവിഭാഗങ്ങളുണ്ട്. ഇത്തരം രോഗങ്ങളെ ചികിത്സിക്കാൻ പ്രത്യേക ശ്രദ്ധ ആവശ്യമാണ്.

രോഗം ഉണ്ടാവുന്നവർ

അഞ്ചു ശതമാനം ജനങ്ങളിൽ ഏതു പ്രായത്തിലുള്ളവരിലും ഈ രോഗം വരാം. പക്ഷേ പതിനേഴിനും ഇരുപത്തൊമ്പതിനും ഇടയിലാണ് ആദ്യമായി ഈ രോഗം വരുന്നത്. അതിൽ 17 ശതമാനം പേരിൽ റാപ്പിഡ് സൈക്കിളിങ്ങ് തരത്തിലുള്ള രോഗമാണ് കാണുന്നത്. ഇതിൽ വൈകാരികമായ ഊഞ്ഞാലാട്ടം ദ്രുതതരമായിരിക്കും. മാനിയയും ഹൈപ്പോമാനിയയും ഇതിന്റെ ഭാഗമെങ്കിലും കൂടുതൽ സമയവും കൂടുതൽ പ്രാവശ്യവും ഡിപ്രഷൻ ആണ് കണ്ടു വരുന്നത്.

കാരണങ്ങൾ

ഇതുവരെ ശരിയായ കാരണം ശാസ്ത്രീയമായി നിർണ്ണയിക്കപ്പെട്ടിട്ടില്ല. നമ്മുടെ ഏതാനും ജീനുകൾ ഈ അസുഖത്തിനു നിദാനമായി ചൂണ്ടിക്കാണിക്കപ്പെടുന്നുണ്ട്. പ്രത്യേകിച്ച് കുടുംബത്തിൽ കൂടുതൽ പേർക്ക് അസുഖം ഉണ്ടാകുമ്പോൾ. തലച്ചോറിലെ രാസസമനിലയിൽ വ്യതിയാനം വരുന്നതും കാരണമായി പറയുന്നുണ്ട്. സാധ്യതയുള്ളവർക്ക് മാനസികസമ്മർദ്ദം ഉണ്ടാവുമ്പോൾ രോഗം വരാം.

ബൈപ്പോളാർ ഡിപ്രഷൻ
(bipolar depression)

ബൈപ്പോളാർ ഡിസോർഡർ എന്ന വിഷയത്തെപ്പറ്റി പ്രതിപാദിച്ചു കഴിഞ്ഞുവല്ലോ. ബൈപ്പോളാറിന്റെ ഭാഗമല്ലാതെ ഡിപ്രഷൻ മാത്രമായി വരുന്നതും ബൈപ്പോളാർ ഡിസോർഡറിന്റെ ഭാഗമായി വരുന്നതും തമ്മിൽ ചില വ്യത്യാസങ്ങളുണ്ട്. അവയുടെ ലക്ഷണങ്ങൾ നോക്കാം. അവ രണ്ടാഴ്ചയെങ്കിലും ഉണ്ടായിരിക്കണം.

- വൈകാരികമായി വിഷാദാവസ്ഥ, ദിവസത്തിൽ ഏകദേശം മുഴുവനും മിക്ക ദിവസങ്ങളിലും.
- ജീവിതത്തിലൊരു താത്പ്പര്യവും രസവുമില്ല. മുമ്പ് രസമുണ്ടായിരുന്നതിന് ഇന്ന് രസം തോന്നുന്നില്ല.
- അമിതമായ ദുഃഖം, പലപ്പോഴും കരച്ചിൽ.
- കുറ്റബോധം, വിലയില്ലാത്തവൻ, ആർക്കും ഒരു ഉപയോഗമില്ലാത്തവൻ എന്ന തോന്നൽ.
- ഒരു താത്പ്പര്യവുമില്ല ഒന്നിനും, ചെറിയ കാര്യങ്ങൾ പോലും മഹാമേരുവാകുന്നു.
- ഒന്നും ശ്രദ്ധിക്കാനാകുന്നില്ല, വായിക്കാനും ജോലിചെയ്യാനും പ്രയാസം.
- ഉറക്കപ്രശ്നങ്ങൾ: ഉറക്കത്തിൽ പെടാൻ പാട്, നേരത്തേ എഴുന്നേല്ക്കൽ, ചിലരിൽ എപ്പോഴും ഉറക്കം.
- ഉഷാറും ശക്തിയുമില്ലായ്മ, എല്ലായ്പോഴും തളർച്ച.
- സ്നേഹം പ്രകടിപ്പിക്കാനാകായ്ക, ലൈംഗിക താത്പ്പര്യക്കുറവ്.
- വിശപ്പില്ല, തൂക്കക്കുറവ്, ചിലരിൽ കൂടുതൽ വിശപ്പും തടിവെക്കലും.
- പെട്ടെന്ന് ദേഷ്യം വരൽ, അസ്വാസ്ഥ്യം.
- രാവിലെ പ്രയാസങ്ങൾ കൂടുതൽ, ചിലരിൽ വൈകീട്ട് ആകും.
- ശാരീരികലക്ഷണങ്ങളായ തലവേദന, നെഞ്ചിടിപ്പ്, നെഞ്ചുവേദന, പല സ്ഥലത്തും വേദന.
- മരണചിന്ത ഇടയ്ക്കിടെ. ഇത് മരണഭയമല്ല, മരണത്തെ സ്വാഗതം ചെയ്യലാണ്. ജീവിക്കാൻ ഒരു കാരണവും പ്രേരണയുമില്ല, അർത്ഥമില്ല എന്ന വിശ്വാസം.

പലരും ഈ ഗുരുതര രോഗം വാതിലിൽ മുട്ടി അകത്തു കടന്നിട്ടും ഒട്ടും അറിയാതെ കഴിയുന്നു. ഒന്നും ശരിയായി പ്രവർത്തിക്കുന്നില്ല പക്ഷേ എന്തുകൊണ്ടാണെന്ന് മനസ്സിലാകുന്നില്ല. ശാരീരിക ലക്ഷണങ്ങൾ, തൂക്കക്കുറവ് എന്നിവയുള്ളതുകൊണ്ട് ഓരോരോ സ്പെഷലിസ്റ്റുകളെ കാണുകയാണ് പലരും ആദ്യം ചെയ്യുക.

രോഗനിർണ്ണയം

മാനിയാഘട്ടത്തിലാണ് രോഗാരംഭമെങ്കിൽ സുഹൃത്തുക്കളും കുടുംബവും പറയും 'എന്തോ കുഴപ്പമുണ്ട്.' ഡോക്ടറെ കാണാൻ ഉപദേശിച്ചെന്നിരിക്കും. ഡിപ്രഷൻ ഘട്ടത്തിലാണ് രോഗാരംഭമെങ്കിൽ ബൈപ്പോളാർ ഡിസോർഡർ മനസ്സിലാക്കാൻ പ്രയാസമായിരിക്കും. വീണ്ടുമുള്ള ഡിപ്രഷൻ ഘട്ടത്തിലാണെങ്കിൽ മുമ്പ് മാനിയയും ഹൈപ്പോ മാനിയയും ഉണ്ടായതും ചോദിക്കാനും പറയാനും പലപ്പോഴും വിട്ടു പോകാം. മാനിയ ഡിപ്രഷൻ എന്നിവ ചാക്രികമായി വരുന്ന രോഗമാണെന്ന് മനസ്സിലാക്കലാണ് പ്രധാനം. ഓരോ കേസിലും ആ സംശയം മനസ്സിലുണ്ടാകണം. കുടുംബചരിത്രത്തിന് ഈ വിഷയത്തിൽ വളരെ വിലപ്പെട്ട വിവരങ്ങൾ തരാനാകും. ഡോക്ടർ തരുന്ന ചോദ്യാവലി ശരിക്കും പൂരിപ്പിച്ചാൽ ബൈപ്പോളാർ ഡിസോർഡർ മനസ്സിലാക്കാൻ ഡോക്ടർക്ക് പ്രയാസമുണ്ടാകില്ല. ഉദാ: ഇടയ്ക്കിടെ നിങ്ങളുടെ മനോനിലയിൽ വ്യതിയാനങ്ങൾ വരാറുണ്ടോ, കൂടുതൽ ശക്തി കൈവരിക്കാറുണ്ടോ, ചിന്തകൾക്ക് ചൂടും വേഗവും കൂടാറുണ്ടോ എന്നിവയായിരിക്കും ആ ചോദ്യങ്ങൾ.

ചിലപ്പോൾ ഡിപ്രഷനു ചികിത്സിക്കുമ്പോൾ ഹൈപ്പോമാനിയയും തുടർന്ന് മാനിയയും വരാം. ഇത് ബൈപ്പോളാർ ഉപവിഭാഗം 3 എന്ന അവസ്ഥയാണ്. ഇതും ഡോക്ടർക്ക് രോഗം മനസ്സിലാക്കാൻ അവസരം തരുന്നു.

രോഗത്തിന്റെ ഭാവി

ചികിത്സയില്ലെങ്കിൽ എന്താണ് സംഭവിക്കുക? മാനിയ ചിലപ്പോൾ നാലു മാസം വരെ നീണ്ടു നിൽക്കാം. ചിലരിൽ ഇത് കുറെക്കൂടി നീണ്ടു നിൽക്കാം. വളരെ ചുരുക്കമായി ക്രോണിക്ക് മാനിയ എന്ന നീണ്ടു നിൽക്കുന്ന മാനിയ കാണാറുണ്ട്. ചിലരിൽ ബൈപോളാർ ഡിസോർഡർ തനിയെ മാറാം. ഡിപ്രഷന്റെ കാലം സാധാരണ ആറുമാസം വരെ നീളാം. ചികിത്സയില്ലെങ്കിൽ ഇതു വീണ്ടും നീണ്ടുപോകാം. മാനിയയും ഡിപ്രഷനും എപ്പോൾ വരുമെന്ന് പ്രവചിക്കാനാകില്ല. മൂഡ് സ്റ്റബിലൈസർ (mood stabilizer) ഉപയോഗിച്ചില്ലെങ്കിൽ ഒരു വർഷത്തിനകം ബൈപ്പോളാർ ഡിസോർഡർ രോഗികൾക്ക് മാനിയയോ ഡിപ്രഷനോ ഉണ്ടാകാം. നാലു കൊല്ലത്തിനകമാണെങ്കിൽ 75 ശ.മാ. പേർക്കും രോഗം ആവർത്തിക്കാം. ചിലരിൽ ഒറ്റ മാനിയ ഏതാനും ആഴ്ചകൾ നീണ്ടു നിന്നതിന്ന് ശേഷം പിന്നെ ഒട്ടും വരാതിരിക്കാം. സാധാരണ ശരാശരി ഒരു രോഗിയുടെ ജീവിതത്തിൽ ആകെയുണ്ടാകാവുന്ന രോഗം ആകെ 10 പ്രാവശ്യമാണ്. എന്നാൽ 17 ശ. മാ പേർക്ക് റാപ്പിഡ് സൈക്കിളിങ്ങ് രോഗം വരാം. സമയം പോകെപ്പോകെ മാനിയയും ഡിപ്രഷനും തമ്മിലുള്ള അകലം

കുറഞ്ഞു വരാം. രോഗാവസ്ഥ കൂടുകയും സാധാരണ നില കുറഞ്ഞു വരികയും ചെയ്യും. ഇതാണ് രോഗം മോശമാകുന്ന രോഗാവസ്ഥ.

ബന്ധങ്ങൾ ഉലയും, ജോലികൾ നഷ്ടപ്പെടും. ആത്മഹത്യസാധ്യത കൂടും. മദ്യം, മയക്കുമരുന്നുപയോഗം എന്നിവ അപകടകരമാകും. ഇതെല്ലാ ലക്ഷണങ്ങളെയും കൂട്ടും. മാനിയയിൽ എടുത്തുചാട്ടം കൊണ്ട് മരണമടക്കം പല അപകടങ്ങളും സംഭവിക്കാം, പണം സൽപ്പേര് എല്ലാം നഷ്ടപ്പെടാം. വിവാഹങ്ങൾ, വിവാഹമോചനങ്ങൾ, ലൈംഗികമായ എടുത്തുചാട്ടങ്ങൾ എന്നിവയുണ്ടാകാം. എല്ലാനിലയിലും ആകെ തകരും.

ചികിത്സിക്കുമ്പോൾ

മേൽവിവരിച്ച എല്ലാം ചികിത്സകൊണ്ട് ഒഴിവാക്കാം. എന്നാൽ സർവ്വ രോഗസംഹാരിയില്ല. മാനിയയുടെയും ഡിപ്രഷന്റെയും ഗൗരവവും ദൈർഘ്യവും തീർച്ചയായും കുറയ്ക്കാൻ കഴിയും. പലപ്പോഴും ഇത് രണ്ടുമില്ലാതെ വളരെ സുഖമായി സാധാരണ ജീവിതം നയിക്കാനാകും. അപ്രകാരം ഇത് രണ്ടുമില്ലാതെ സാധാരണ നില കൈവരിക്കാനുതകുന്ന മരുന്നുകളാണ് മൂഡ് സ്റ്റബിലൈസേഴ്സ് എന്ന വിഭാഗത്തിലുള്ളവ. എല്ലാ ബൈപ്പോളാർ ഡിസോർഡറിനും മൂഡ് സ്റ്റബിലൈസേഴ്സ് ആവശ്യമില്ല. രണ്ടു പ്രാവശ്യം മാനിയ ഉണ്ടായെങ്കിൽ, ആത്മഹത്യപ്രവണതയുണ്ടെങ്കിൽ,രോഗം ജീവിതത്തെ കാര്യമായി ബാധിക്കുന്നുവെങ്കിൽ ബൈപ്പോളാർ ഡിസോർഡറിനു മൂഡ് സ്റ്റബിലൈസേഴ്സ് ആവശ്യമാണ്. ഇത് ചുരുങ്ങിയത് രണ്ട് കൊല്ലമോ അതിൽ കൂടുതലോ കൊടുക്കേണ്ടതായി വരും. അല്ലാത്തവർക്ക് ഡിപ്രഷനും മാനിയയും വരുമ്പോൾ ചികിത്സിച്ചാൽ മാത്രം മതിയാകും.

ലിത്തിയം (lithium)

ബൈപ്പോളാർ ഡിസോർഡറിന് ഏറ്റവും കൂടുതൽ ഉപയോഗിക്കപ്പെടുന്നത് അതിലളിതഘടനയുള്ള ഈ ഒറ്റ മൂലകമാണ്. രാസപരമായി ലിത്തിയം കാർബണേറ്റ്(lithium carbonate) ആണത്. ഡിപ്രഷനേക്കാളും മാനിയ തടയാനാണ് ഇത് കൂടുതൽ ഫലപ്രദം. ചിലരിൽ ലിത്തിയം ഫലപ്രദമല്ല. ലിത്തിയം കഴിക്കുമ്പോൾ ഇടയ്ക്ക് രക്തപരിശോധന നടത്തി രക്തത്തിലെ മരുന്നിന്റെ നിലവാരം ശരിയാണോയെന്ന് ഉറപ്പ് വരുത്തണം. കൂടുതലാണെങ്കിൽ ദുഷ്ഫലങ്ങളുണ്ടാകും. ആൻടികൺവൾസൻട്സ് (anticonvulsants) എന്ന അപസ്മാരത്തിനുപയോഗിക്കുന്ന മരുന്നുകളും മൂഡ് സ്റ്റബിലൈസേഴ്സ് (mood stabilizers) ആയും ഉപയോഗിക്കാറുണ്ട്. ചിലപ്പോൾ ഇതിലെ രണ്ട് മരുന്നുകൾ ഒരുമിച്ചു പയോഗിക്കേണ്ടതായി വരും. ഉദാ: ലിത്തിയം -സോഡിയം ഡൈവാൽപ്രൊവേറ്റ് (lithium -valproate) കൂട്ടുകെട്ട് ബൈപ്പോളാർ ഡിസോർഡറിന് ധാരാളം പേർക്ക് അനുഗ്രഹമാണ്. ഗർഭിണികൾക്ക് ഇതിൽ പല മരുന്നുകളും ഉപയോഗിക്കാനാകില്ല.

ആൻടിസൈക്കോട്ടിക്
(antipsychotic)മരുന്നുകൾ

ഹൈപ്പോമാനിയയും മാനിയയും ഉള്ളപ്പോൾ ഈ മരുന്നുകൾ ഫലപ്രദമാണ്. ലഘുവായ ബൈപ്പോളാർ ഡിസോർഡറാണ് രോഗിയുടെ അടിസ്ഥാനരോഗമെങ്കിൽ ഇവ മാത്രമാണ് ഉചിതം. മൂഡ് സ്റ്റബിലൈസേഴ്സ് ആവശ്യമില്ല. സാധാരണ ഉപയോഗിക്കുന്ന ആൻടിസൈക്കോട്ടിക് മരുന്നുകൾ ഒലാൻസപ്പൈൻ, കൊയ്റ്റാപ്പീൻ, റിസ്പെരിഡോൺ (olanzapine, quitiapine, rispiridone) എന്നിവയാണ്. സാധാരണ ഒരാഴ്ച സമയംകൊണ്ട് അസുഖം ഭേദമാകാറുണ്ട്.

ഇതുകൊണ്ട് രോഗം കുറയുന്നില്ലെങ്കിൽ മൂഡ് സ്റ്റബിലൈസേഴ്സ് കൂടി ചേർത്തുകൊടുക്കേണ്ടി വരും. ആൻടിസൈക്കോട്ടിക് മരുന്നുകൾ ആശ്വാസമാകുമ്പോൾ നിർത്താവുന്നതും പകരം സ്റ്റബിലൈസേഴ്സ് മാത്രം തുടരാവുന്നതുമാണ്. ഒലാൻസപ്പൈൻ, കൊയ്റ്റാപ്പീൻ, റിസ്പെരിഡോൺ എന്നീ മരുന്നുകൾക്ക് മൂഡ് സ്റ്റബിലൈസേഴ്സ് എന്ന നിലയിലും പ്രവർത്തിക്കാനാകും. ഇത്തരം മരുന്നുകൾക്ക് പ്രത്യേകിച്ച് ഒലാൻസപ്പൈൻ തടി വെക്കുന്ന പാർശ്വഫലമുണ്ട്. അതുകൊണ്ട് ഡോസ് കുറയ്ക്കലും വ്യായാമവും ഭക്ഷണം കുറയ്ക്കലുമൊക്കെ ആവശ്യമാണ്.

ബൈപ്പോളാർ
ഡിപ്രഷന്റെ ചികിത്സ

ബൈപ്പോളാർ ഡിസോർഡറിലെ ഡിപ്രഷനും സാധാരണ ഡിപ്രഷനും ചികിത്സ ഒരു പോലെയാണ്. അതിനിടെ മാനിയയും ഉണ്ടെന്ന് മനസ്സിലായാൽ അത് ബൈപോളാർ ഡിസോർഡർ ആണെന്ന് മനസ്സിലാക്കി ചികിത്സ മാറ്റേണ്ടി വരും. സാധാരണ ഡിപ്രഷന് ഡിപ്രഷനുള്ള മരുന്നുകളാണ് ഉപയോഗിക്കുന്നത്. ഇവ 70 ശതമാനം പേരിലും ഫലപ്രദമാണ്. ഇവ പ്രവർത്തിഗഠാൻ 2-4 ആഴ്ച വേണ്ടി വരുന്നതുകൊണ്ട് പലരും ഇടയ്ക്ക് വെച്ച് മരുന്ന് നിർത്തിക്കളയാറുണ്ട്. അതുകൊണ്ട് ക്ഷമ കാണിക്കേണ്ടത് അത്യാവശ്യമാണ്. സാധാരണ ലക്ഷണങ്ങൾ അപ്രത്യക്ഷമായതിനുശേഷം ആറു മാസത്തേക്കെങ്കിലും ഇവ കഴിക്കണം. ഡിപ്രഷനുള്ള മരുന്നുകളുടെ പ്രത്യേകത ഇവ ഹൈപ്പോമാനിയയും മാനിയയും സൃഷ്ടിച്ചേക്കാമെന്നതാണ്. അവയുടെ ആദ്യലക്ഷണങ്ങൾ കാണുമ്പോൾ തന്നെ സത്വരമായി ഡിപ്രഷനുള്ളവ നിർത്തി ആൻടസൈക്കോട്ടിക് മരുന്നുകളും മൂഡ് സ്റ്റബിലൈസേഴ്സും കൊടുക്കേണ്ടി വരും.

ഇടയ്ക്കു വരുന്ന ഡിപ്രഷന് അതിനുള്ളത് കൂടാതെ ലിത്തിയമോ ക്വറ്റയാപ്പീനോ ചേർക്കുന്നത് നന്നായിരിക്കും. സി.ബി.ടി. സൈക്കോതെറാപിയും പതിവായ വ്യായാമവും തീർച്ചയായും ഗുണം ചെയ്യും.

ബൈപ്പോളാർ ഉന്മാദം

ബൈപ്പോളാർ രോഗത്തിൽ ഹൈപ്പോമാനിയ എന്ന ലഘു അവസ്ഥയിലാണ് ഉന്മാദത്തിന്റെ ആരംഭം കുറിക്കപ്പെടുന്നത്. ഇത് രണ്ട് തരത്തിലാകാം. ഹർഷോന്മാദവും കോപോന്മാദവും. പേരുകൾ സൂചന നൽകുന്നതുപോലെയാണ് രണ്ടു ഉന്മാദ ലക്ഷണങ്ങളും. മാനസിക പ്രവർത്തനങ്ങൾ ആകെ വികസിതമായതുപോലെ തോന്നും. വലിയ സന്തോഷം, ആഹ്ളാദം, അധികാരം, പലപ്പോഴും ഗർവ്വോടും വളരെ പെട്ടെന്ന് ദേഷ്യം വരിക എന്നിവ കാരണം ചികിത്സയ്ക്ക് പലപ്പോഴും ശക്തമായ പ്രേരണയും ബലവും വേണ്ടി വന്നേക്കാം. ഉറക്കം, വിശ്രമം എന്നിവ ആവശ്യമായി തോന്നുന്നതേയില്ല. അതിനു ശേഷമാണ് ശരിയായ ഉന്മാദം വരുന്നത്. അതിന്റെ ലക്ഷണങ്ങൾ:

നാലു ദിവസത്തിൽ കൂടുതൽ മനോനില ഉയരുക, പെട്ടെന്നു ദേഷ്യം വരിക എന്നീ ലക്ഷണങ്ങളോടെ നിന്നാൽ മാനിയഘട്ടത്തിലാണെന്ന് പറയാം. ഈ ഘട്ടം കുറച്ചു ദിവസങ്ങൾകൊണ്ട് പെട്ടെന്നു വരാം.

- ആ സമയത്ത് പ്രായോഗികമല്ലാത്ത വമ്പിച്ച പല ആശയങ്ങളും മനസ്സിലേക്ക് വരും. വലിയ ആളാണെന്ന് തോന്നും.
- ധാരാളം ശക്തി, കൂടുതൽ യാത്ര ചെയ്യൽ, ഉറക്കം ആവശ്യമില്ല എന്നു തോന്നും, ആശയങ്ങൾ ഇടയ്ക്കിടെ മാറിക്കൊണ്ടിരിക്കും.
- കൂടുതൽ സംസാരിക്കും. വേഗം വേഗം സംസാരിക്കും.
- ഒന്നിൽ നിന്നു മറ്റൊന്നിലേക്ക് വേഗംവേഗം മാറിക്കൊണ്ടിരിക്കും.
- ശ്രദ്ധ നിസ്സാരകാര്യങ്ങളിലേക്ക് അനാവശ്യമായി വേഗം മാറിക്കൊണ്ടിരിക്കും.
- ധാരാളം പരിപാടികളുണ്ടാകും. പലതും വമ്പിച്ചതും യാഥാർത്ഥ്യബോധമില്ലാത്തതുമായിരിക്കും.
- പരിചയമില്ലാത്തവരുമായി വഴക്കുണ്ടാക്കുക. ആശയങ്ങൾ അംഗീകരിക്കാത്തവരുമായി ഏറ്റുമുട്ടുക.
- രസം കിട്ടുന്ന പലതും ചെയ്യുക. പക്ഷേ അത് ഗുരുതരമായ പ്രശ്നങ്ങളുണ്ടാക്കുന്നവയാകും. പണമില്ലാതെയും ധാരാളം സാധനങ്ങൾ വാങ്ങുക. കടം വാങ്ങുക.
- ലൈംഗികമായി ഒരു മടിയും തടയുമില്ലാതെ പെരുമാറുക. അശ്രദ്ധമായി ലൈംഗികബന്ധങ്ങളിലേർപ്പെട്ട് ലൈംഗികരോഗങ്ങളുണ്ടാകാം. പെട്ടെന്ന് തീരുമാനങ്ങളെടുക്കുക. അതിന് ഒരു നിമിഷം മാത്രമെ ആലോചിക്കുകയുള്ളൂ. ഇത് ജോലി,വിവാഹം, പണം, ആരോഗ്യം എന്നീ സുപ്രധാനവിഷയങ്ങളെപ്പറ്റിയായിരിക്കും. ഇത് മൂലം രോഗി വളരെ ഗുരുതരമായ അപകടങ്ങളിലേക്ക് ചെന്നു ചാടുന്നു.
- രസം തോന്നുന്ന എടുത്തുചാട്ടങ്ങളിലേർപ്പെടുക. ധാരാളം മദ്യം കഴിക്കുക.

ഈ പറഞ്ഞവയിൽ മൂന്നോ നാലോ ലക്ഷണങ്ങളുണ്ടെങ്കിൽ രോഗമുണ്ടെന്നു പറയാം. കടുത്ത മാനിയയിൽ സൈക്കോട്ടിക് ലക്ഷണങ്ങൾ ഉണ്ടാകാം. അതായത് മിഥ്യാധാരണകൾ, യാഥാർത്ഥ്യബോധമില്ലായ്മ, മിഥ്യാശ്രവണം തുടങ്ങിയവയുണ്ടാകാം. അതോടൊപ്പം സ്വയം ഒരു ലോകോത്തരവ്യക്തിയാണെന്ന ഭാവവുമുണ്ടാകും.

ഈ വക ലക്ഷണങ്ങൾ കൂടിയുണ്ടാകുമ്പോൾ രോഗം ഗുരുതരമാകുന്നു. ഇത്തരം അവസ്ഥകളിൽ ഒട്ടും ഉൾക്കാഴ്ച ഉണ്ടായിരിക്കുകയില്ല. ആരെങ്കിലും അപാകത ചൂണ്ടിക്കാണിച്ചാൽ അവരോട് കയർത്തേക്കാം. രോഗിക്ക് ഒരു പ്രശ്നവുമില്ല എന്നു തോന്നുമ്പോൾ ബന്ധുക്കളും സുഹൃത്തുക്കളും വളരെ വിഷമിച്ച് എപ്രകാരമെങ്കിലും ഒന്നു നിയന്ത്രിക്കണമെന്ന് ആഗ്രഹിക്കുന്നു. അതെ, ഈ സമയം അപകടകരമായ ഈ ലക്ഷണങ്ങൾ നിയന്ത്രിച്ചില്ലെങ്കിൽ തീർച്ചയായും ബന്ധങ്ങൾ, ജോലി, സാമ്പത്തികം എല്ലാം തകരാനിടയുണ്ട്. ഇതിൽ നിന്നും രക്ഷ കിട്ടുന്നതോടെ രോഗി കഴിഞ്ഞ കാര്യങ്ങളിൽ പശ്ചാത്തപിക്കുന്നു. ഒരു കലി ഇറങ്ങിയതുപോലെ അനുഭവപ്പെടുന്നു.

ഇതിനെക്കാളും അല്പം താഴെ എന്നാൽ കൂടുതൽ ശക്തി തോന്നലും ഉറക്കക്കുറവുമെല്ലാം ഹൈപ്പോമാനിയയിൽ ഉണ്ടാകും. അപകടം അല്പം കുറഞ്ഞിരിക്കുമെന്ന് മാത്രം.

- വിശ്രമമില്ലാത്ത തള്ളിവരുന്ന ഊർജം.
- ഉറക്കം ആവശ്യമേയല്ല.
- സംസാരിക്കാതിരിക്കാൻ കഴിയുന്നില്ല. അത് വളരെ വേഗത്തിലാകുന്നു, ആശയങ്ങൾ വളരെ വേഗത്തിൽ വന്നു കൊണ്ടേയിരിക്കുന്നു. സംസാരിച്ച് തൊണ്ടയടയ്ക്കുന്നു. ഇത് ഒരു പ്രധാനലക്ഷണമാണ്.
- ആവശ്യത്തിലധികം സത്യസന്ധത, ഔദാര്യത,പാവങ്ങളെ സഹായിക്കൽ, പണം വെള്ളം പോലെ ചെലവാക്കൽ, അനാവശ്യമായ യാത്ര,സാധനങ്ങൾ വാങ്ങിച്ച് കുന്നുകൂട്ടൽ, (ഇവ അധികവും ആവശ്യമല്ലാത്തതായിരിക്കും.) സ്ഥലങ്ങൾക്ക് അഡ്വാൻസ് കൊടുക്കൽ, പെട്ടെന്നുള്ള വിവാഹം, വിവാഹമോചനം തുടങ്ങിയവ.
- പുതിയ പല സ്വപ്ന പദ്ധതികളും തുടങ്ങൽ. മിക്കതും ആരംഭം മാത്രമെ ആകുകയുള്ളൂ.
- വർദ്ധിച്ച ലൈംഗികത. ഇതുകൊണ്ട് പല അബദ്ധത്തിലും ചെന്ന് ചാടുന്നു. ശ്രദ്ധക്കുറവ്.
- ആശയങ്ങളും വിചാരങ്ങളും വളരെ വേഗം ചാടി ചാടി വരുന്നു.
- വളരെ ഉത്തേജിതനാകുക, ദേഷ്യം പെട്ടെന്ന് വരിക, വിരോധം.
- സ്വയം സംപൂജ്യനും മഹാനുമാണെന്ന് തോന്നുക.

മാനിയയും നിർബന്ധചികിത്സയും

പ്രായോഗികമായി പ്രശ്നങ്ങളുള്ളപ്പോൾ മറ്റുള്ളവർക്കും രോഗിക്കും പ്രശ്നങ്ങളുണ്ടാകാം. മാനിയയുള്ളപ്പോൾ പലപ്പോഴും ഒരു ചികിത്സയും നടക്കാതെ വരും. അപ്പോൾ കുറച്ച് ദിവസം നിർബന്ധമായി ആസ്പത്രിയിൽ പ്രവേശിപ്പിക്കേണ്ടതായി വരും.

രോഗികൾ എന്തു ചെയ്യണം

ബൈപ്പോളാർ രോഗമുണ്ടെന്ന് മനസ്സിലായാൽ രോഗികൾ ചില മുൻകരുതലുകൾ എടുക്കണം.

- മാനസികസമ്മർദ്ദം ഒഴിവാക്കുക. ജീവിതരീതി അപ്രകാരമെങ്കിൽ അതെല്ലാം ഒഴിവാക്കുക.
- എന്തെങ്കിലും ഇഷ്ടപ്പെട്ട കാര്യങ്ങളിൽ ഏർപ്പെടണം. വൃഥാ സമയം കളയരുത്. ചിന്തകൾ ശല്യം ചെയ്യാനനുവദിക്കരുത്. ഭക്ഷണം സമയമനുസരിച്ച് ശരിക്ക് കഴിക്കുക. നല്ല ഉറക്കമുണ്ടാകണം.
- മനോല്ലാസം കിട്ടുന്ന കാര്യങ്ങൾ, റിലാക്സേഷൻ യോഗ എന്നിവ ചെയ്യാം.
- മദ്യം, മയക്കമരുന്ന് എന്നിവ ഒഴിവാക്കണം.
- ഒരു മൂഡ് സ്റ്റബിലൈസേഴ്സ് ഡോക്ടർ നിർദ്ദേശിച്ചിട്ടുണ്ടെങ്കിൽ അത് ശരിയായി ആവശ്യമുള്ള കാലത്തോളം കഴിക്കണം. പാർശ്വഫലങ്ങൾ ഉണ്ടെങ്കിൽ ഡോക്ടറോട് പറയുക.
- കുടുംബത്തോടും സുഹൃത്തുക്കളോടും ഹൃദയം തുറക്കുക. ആദ്യലക്ഷണങ്ങൾ മനസ്സിലാക്കൽ അപകടങ്ങൾ ഒഴിവാക്കും. അപ്രകാരം വേഗം വൈദ്യസഹായം ലഭ്യമാക്കാൻ കഴിയും. അത് നിങ്ങളുടെ ബന്ധങ്ങൾ തകരാതെ സൂക്ഷിക്കും.
- രോഗികൾ രോഗത്തെപ്പറ്റി ശാസ്ത്രീയമായി മനസ്സിലാക്കണം. ആദ്യലക്ഷണങ്ങൾ മനസ്സിലാക്കൽ അതിപ്രധാനമാണ്. അത് കൂടുതൽ അപകടം തീർച്ചയായും ഒഴിവാക്കും.
- രോഗീകൂട്ടായ്മകൾ: ഇവയിൽ ചേർന്നാൽ പല പ്രയോജനങ്ങളുമുണ്ട്. നല്ല ഉപദേശവും അറിവും സഹായവും അപ്രകാരം ലഭിക്കും.
- ബൈപ്പോളാർ ഡിസോർഡർ ഒരിക്കൽ വന്ന് രോഗികൾ മാനിയയിൽ പണം അധികം ചെലവു ചെയ്യാതിരിക്കാൻ പണം ഭാര്യയുടെ പേരിലിടണം. അസുഖം വരുന്നതോടെ പാപ്പരാവാനും പാടില്ലല്ലോ.
- കുട്ടികളെ ഒറ്റയ്ക്ക് അല്ലെങ്കിൽ മറ്റാരെങ്കിലും സംരക്ഷിക്കുകയാണെങ്കിൽ വേറെ ഒരു സുസമ്മതവ്യക്തി കൂടി സാമ്പത്തികകാര്യങ്ങൾ തീരുമാനിക്കുമ്പോൾ അറിഞ്ഞിരിക്കുന്നത് നന്നായിരിക്കും.

കുടുംബവും സുഹൃത്തുക്കളും

ബൈപ്പോളാറിനെക്കുറിച്ച് കുടുംബം ശരിക്ക് മനസ്സിലാക്കണം. മാനിയയും ഡിപ്രഷനും ഇടയ്ക്ക് വരുന്നത് കുടുംബത്തിനും സുഹൃത്തുക്കൾക്കും പ്രയാസമുണ്ടാക്കും. ശരിയായ രോഗനിർണ്ണയം അതിനെപ്പറ്റിയുള്ള ശാസ്ത്രീയമായ അറിവ് എന്നിവ തെറ്റിദ്ധാരണകൾ ഒഴിവാക്കും. രോഗിയുടെ പല പെരുമാറ്റങ്ങളും ലക്ഷണങ്ങളും രോഗം കൊണ്ടാണെന്നും അതിൽ പരാതിക്കോ പരിഭവത്തിനോ സ്ഥാനമില്ലെന്നും അപ്പോൾ മനസ്സിലാകും. ഇതെല്ലാം മനസ്സിലാക്കി രോഗി ശരിക്ക് മരുന്ന് കഴിക്കുന്നുണ്ടെന്ന് ഉറപ്പ് വരുത്തണം. കുടുംബക്കൂട്ടായ്മയിലൂടെ പ്രശ്നങ്ങൾ ചർച്ചചെയ്യണം. ഉചിതമായി പരിഹരിക്കണം.

ബൈപ്പോളാർ ഡിസോർഡറും ഗർഭധാരണവും

നിനച്ചിരിക്കാതെ ഗർഭിണിയാവുകയോ, അല്ലെങ്കിൽ രോഗാവസ്ഥയിൽ ഗർഭം ധരിക്കാൻ പരിപാടിയുണ്ടെങ്കിലോ, ഡോക്ടറോട് വിവരം പറയേണ്ടതാണ്. അതനുസരിച്ചുള്ള ഉപദേശവും മരുന്നുമാറ്റവും ഡോക്ടർ നിർദ്ദേശിക്കും. അശ്രദ്ധമായി ചികിത്സിച്ചാൽ വലിയ പ്രശ്നമുണ്ടാക്കുന്നതും ശ്രദ്ധാപൂർവ്വം നേരത്തെ നന്നായി ചികിത്സിച്ചാൽ നല്ല ഫലമുണ്ടാകുന്നതുമായ വൈകാരികരോഗമാണിത്. ഈ വൈകാരിക ഊഞ്ഞാലിന്റെ ഓരോ ഘട്ടവും ബന്ധുക്കളും സുഹൃത്തുക്കളും നന്നായി അറിഞ്ഞിരിക്കുകയും രോഗത്തിന്റെ ആരംഭം മുൻകൂട്ടികണ്ട് വേണ്ട നടപടികൾ സ്വീകരിക്കുകയും ചെയ്താൽ ഭാവി ശോഭനമായിരിക്കും. ഓരോരുത്തർക്കും ഓരോ തരത്തിലായിരിക്കും ആദ്യലക്ഷണങ്ങൾ വരിക.

ആറ്

രക്തസമ്മർദ്ദം

People with high blood pressure, diabetes - those are conditions brought about by life style. If you change the life style, those conditions will leave.

- Dick Gregory

രക്തസമ്മർദ്ദം എന്ന് നാം ഉദ്ദേശിക്കുന്നത് ധമനികളിലെ രക്തത്തിന്റെ സമ്മർദ്ദമാണ്. രക്തത്തിന് ദ്രാവകരൂപമായതിനാൽ അതനുസരിച്ചുള്ള സമ്മർദ്ദവും ഉണ്ട്. ഹൃദയത്തിന്റെ പ്രവർത്തനം, രക്തക്കുഴലുകളിലെ പ്രതിബന്ധം എന്നിവയാണ് ആ രക്തസമ്മർദ്ദം സൃഷ്ടിക്കുന്നത്. ഒരാൾക്ക് രക്തസമ്മർദ്ദമുണ്ട് എന്ന് പറയുമ്പോൾ അദ്ദേഹത്തിന് സാധാരണയിൽകവിഞ്ഞ ധമനിയിലെ രക്തസമ്മർദ്ദമുണ്ടെന്നാണ് നാം ഉദ്ദേശിക്കുന്ന അർത്ഥം. ധമനികളിലെ രക്തസമ്മർദ്ദമാണ് നാം അളന്നു നോക്കുന്നത്. രക്തസമ്മർദ്ദം ഒരു നീണ്ടുനിൽക്കുന്ന അവസ്ഥയാണ്.

ഡോക്ടറോട് ചോദിക്കേണ്ട ചോദ്യങ്ങൾ

- എന്റെ രക്തസമ്മർദ്ദം നോക്കിയപ്പോൾ മുകളിലും താഴെയുമായി രണ്ട് സംഖ്യകൾ എഴുതിയതുകണ്ടു. എന്താണത് ഡോക്ടർ?
- എന്റെ രക്തസമ്മർദ്ദം എത്രയായിരിക്കണം?
- രക്തസമ്മർദ്ദം കുറയ്ക്കുവാൻ എനിക്ക് എന്തെല്ലാം ചെയ്യാൻ കഴിയും?
- എത്ര ദിവസം ഇടവിട്ടാണ് രക്തസമ്മർദ്ദം നോക്കേണ്ടത്?
- വീട്ടിൽവെച്ച് സ്വയം നോക്കുന്ന രക്തസമ്മർദ്ദമാപിനി നല്ലതാണോ?
- വ്യായാമം എന്റെ രക്തസമ്മർദ്ദത്തെ ബാധിക്കുമോ?
- ചില സ്ഥലങ്ങളിൽ ഉദാഹരണമായി ചിലയിടങ്ങളിൽ സൗജന്യമായി രക്തസമ്മർദ്ദം നോക്കുന്നുണ്ട്. അവ വിശ്വസനീയമാണോ?
- ഒരു ദിവസം എത്ര സോഡിയം ഉപയോഗിക്കാം?
- എനിക്ക് രക്തസമ്മർദ്ദമരുന്നുകൾ കഴിക്കേണ്ട ആവശ്യമുണ്ടോ?

മരുന്നുകളെപ്പറ്റി

- ഏതുതരം മരുന്നുകളാണ് ഞാൻ കഴിക്കേണ്ടത്?
- ഈ കഴിക്കുന്ന മരുന്നുകളിൽ സോഡിയമുണ്ടോ?
- രക്തസമ്മർദ്ദമരുന്നുകളെപ്പറ്റി എന്തൊക്കെയാണ് അറിഞ്ഞിരിക്കേണ്ടത്?
- എന്തൊക്കെയാണവയുടെ പാർശ്വഫലങ്ങൾ?
- രക്തസമ്മർദ്ദമരുന്നുകൾ പ്രവർത്തിക്കുന്നുണ്ടോ എന്ന് എപ്രകാരമാണ് അറിയുന്നത്?
- മരുന്നുകൾ കഴിക്കേണ്ടത് ഓർത്തുവെയ്ക്കുന്നതെപ്രകാരമാണ്?
- മരുന്നുകൾ കഴിക്കുന്നത് മറന്നുപോയാൽ എന്താണ് സംഭവിക്കുക?
- ഏതെങ്കിലും ഭക്ഷണമോ മരുന്നുകളോ ഉപേക്ഷിക്കേണ്ടതുണ്ടോ? മദ്യം ഉപയോഗിക്കാമോ?
- എത്ര കാലത്തേക്ക് ഈ മരുന്നുകൾ കഴിക്കേണ്ടി വരും?

രക്തസമ്മർദ്ദം അളക്കുമ്പോൾ

രക്തസമ്മർദ്ദം അളക്കുമ്പോൾ രണ്ടു അളവുകളാണ് ഉപയോഗിക്കുന്നത്. സിസ്റ്റോളിക് രക്തസമ്മർദ്ദം (systolic blood pressure) ഹൃദയത്തിന്റെ ഇടതുഭാഗം ശക്തിയോടെ ചുരുങ്ങുമ്പോഴുള്ള സമ്മർദ്ദമാണ്. ഇതോടൊപ്പം ഹൃദയമിടിപ്പും ഉണ്ടാകുന്നു. അതിനുശേഷം ഹൃദയം അല്പം വിശ്രമിക്കുന്ന അവസ്ഥയാണ് ഡയാസ്റ്റൊളി. ആ സമയത്തെ രക്തസമ്മർദ്ദമാണ് ഡയസ്റ്റോളിക് രക്തസമ്മർദ്ദം (diastolic blood pressure). ഹൃദയത്തിന്റെ മിടിപ്പിനെ സിസ്റ്റൊളി (systole) എന്നും വിശ്രമാവസ്ഥയെ ഡയാസ്റ്റൊളി (diastole) എന്നും പറയുന്നു. സിസ്റ്റൊളിയിൽ രക്തസമ്മർദ്ദം കൂടുതലും ഡയാസ്റ്റൊളിയിൽ കുറവുമായിരിക്കും. സാധാരണയായി ആരോഗ്യമുള്ളവരിൽ സിസ്റ്റോളിക് രക്തസമ്മർദ്ദം 100നും 140നും ഇടയിൽ മില്ലിമീറ്റർ രസലോഹത്തിന്റെ (mercury) ഭാരത്തിന് തുല്യമായിരിക്കും. അതായത് 100നും 140നും ഇടയിലെന്ന് പറയുന്നു. അപ്രകാരം ഡയോസ്റ്റോളിക് രക്തസമ്മർദ്ദമാകട്ടെ ആരോഗ്യമുള്ളവരിൽ 60 മുതൽ 90 വരെയാണ്. സിസ്റ്റോളിക് രക്തസമ്മർദ്ദം മുകളിലും ഡയോസ്റ്റോളിക് രക്തസമ്മർദ്ദം താഴെയായും ആണ് രേഖപ്പെടുത്തുന്നത് (ഉദാഹരണമായി 120 mmHg/80 mmHg). ഉയർന്ന രക്തസമ്മർദ്ദമെന്ന് പറയുന്നത് സ്ഥിരമായി പല പ്രാവശ്യം നോക്കുമ്പോൾ രക്തസമ്മർദ്ദം 140/90 ന് മുകളിലായി കാണുമ്പോഴാണ്. ഇടയ്ക്ക് ഒറ്റ പ്രാവശ്യം മാത്രം നോക്കുമ്പോൾ രക്തസമ്മർദ്ദം കൂടിക്കണ്ടുവെന്ന് വെച്ച് രക്തസമ്മർദ്ദമുണ്ടെന്നും ചികിത്സിക്കണമെന്നും ഒരിക്കലും തീരുമാനിച്ചുകൂടാ. ചുരുങ്ങിയത് രണ്ടോ മൂന്നോ പ്രാവശ്യം ശാന്തമായി വിശ്രമാവസ്ഥയിൽ നോക്കുമ്പോൾ രക്ത

സമ്മർദ്ദം കൂടിക്കണ്ടാൽ അത് കൂടിയ രക്തസമ്മർദ്ദം ആണെന്ന് കണക്കാക്കാം. അതുപോലെ ഇരിക്കുക, കിടക്കുക, നിൽക്കുക എന്നീ അവസ്ഥകളിൽ രക്തസമ്മർദ്ദത്തിന് മാറ്റമുണ്ടാകും.

രക്തസമ്മർദ്ദത്തിന്റെ കാരണം മനസ്സിലാകാത്തതും മനസ്സിലായതും എന്നീ രണ്ടു തരമുണ്ട്. കാരണം മനസ്സിലാകാത്ത അഥവാ കണ്ടുപിടിക്കാൻ കഴിയാത്തതിനെ പ്രൈമറി (എസ്സൻഷ്യൽ) രക്തസമ്മർദ്ദം (primary (essential) hypertension) എന്നും കാരണങ്ങൾ വ്യക്തമായതിനെ കാരണത്തെത്തുടർന്ന് എന്നർത്ഥമുള്ള സെക്കന്ററി രക്തസമ്മർദ്ദം എന്നും പറയുന്നു. 90 മുതൽ 95 ശതമാനം വരെയുള്ള രക്തസമ്മർദ്ദങ്ങൾ പ്രൈമറി (എസ്സൻഷ്യൽ) രക്തസമ്മർദ്ദത്തിൽപെടുന്നു. ബാക്കിവരുന്ന 5 മുതൽ 10 ശതമാനം വരെയുള്ളവ വൃക്കകൾ, ധമനികൾ, ഹൃദയം, ശരീരത്തിനകത്ത് ഹോർമോണുകൾ ഉല്പാദിപ്പിക്കുന്ന എന്റോക്രിൻ വിഭാഗം (endocrine system)എന്നിവയുടെ തകരാറോ രോഗമോ കാരണമാകാം.

രക്തസമ്മർദ്ദമുള്ള രോഗികളിൽ ഹൃദ്രോഗം വരുന്നതിന്റെ കാരണങ്ങൾ മനസ്സിലാക്കിയിരിക്കണം. കൂടിയ രക്തസമ്മർദ്ദത്തെ ചെറുത്തുകൊണ്ട് രക്തം പമ്പു ചെയ്യേണ്ടിവരുന്നതിനാൽ ഹൃദയത്തിന് സ്ഥിരമായ പ്രയാസം ഉണ്ടാകുന്നു. ഒരു കുന്നിന്മുകളിലേക്ക് സൈക്കിൾ ചവിട്ടുന്നതുപോലെ ആയാസകരമാണത്. ഇപ്രകാരം ഹൃദയത്തിനും ഹൃദയത്തിന് രക്തം കൊടുക്കുന്ന കൊറോണറി ധമനികൾക്കും ആഘാതവും രോഗവും ഉണ്ടാകാം. രക്തസമ്മർദ്ദം മസ്തിഷ്കാഘാതം, ധമനികൾ ദുർബലമായി ബലൂൺപോലെ വികസിക്കുന്ന അന്യൂറിസം (aneurysm) എന്ന ഗുരുതരമായ ധമനിരോഗം എന്നിവ വരാം. സാധാരണ കാണുന്നത് മഹാധമനി എന്ന അയോർട്ടയിലെ അന്യൂറിസമാണ് (aortic aneurysm). കൈകാലുകളുടെ ധമനികളിലും രക്തസമ്മർദ്ദം മൂലം രോഗം വരാം. രക്തസമ്മർദ്ദം മൂലം കേടുപറ്റുന്ന സുപ്രധാന അവയവം വൃക്കയാണ്. നീണ്ടുനിൽക്കുന്ന, വൃക്കരോഗമുണ്ടാക്കുന്ന ഒരു പ്രധാന കാരണം രക്തസമ്മർദ്ദമാണ്. ചെറിയ രക്തസമ്മർദ്ദത്തിലെ കയറ്റമുണ്ടായാലും ജീവിതകാലം മുഴുവനുമുള്ള ആരോഗ്യം നോക്കുമ്പോൾ അത് ആയുർദൈർഘ്യം കുറയ്ക്കുന്നു. ഭക്ഷണക്രമീകരണവും ജീവിതശൈലി മാറ്റവും രക്തസമ്മർദ്ദം കുറയ്ക്കും. അപ്രകാരം മരുന്നുകളുടെ ഉപയോഗമില്ലാതെ തന്നെ രക്തസമ്മർദ്ദത്തോടനുബന്ധിച്ചുള്ള രോഗങ്ങളെ നിയന്ത്രിക്കുവാനും ആരോഗ്യകരമായ ജീവിതം നയിക്കുവാനും കഴിയുന്നു. എന്നാൽ ഔഷധങ്ങൾ ആവശ്യമുള്ളപ്പോൾ ഉപയോഗിക്കണം. അവ ശരിയായ അളവിൽ ഒട്ടും മുടങ്ങാതെ പതിവായി കഴിക്കണം. ലഘുവായ രക്തസമ്മർദ്ദമുള്ളവർക്ക് ജീവിതശൈലിമാറ്റംകൊണ്ട് മാത്രം നല്ല ഗുണം കിട്ടാറുണ്ട്. എന്നാൽ അതിനപ്പുറം രക്തസമ്മർദ്ദമുള്ളവർക്ക് ഔഷധസേവ അനിവാര്യമാണ്.

രക്തസമ്മർദ്ദം, ഓർക്കേണ്ട പത്തുകാര്യങ്ങൾ

ഈ കാര്യങ്ങൾ പ്രത്യേകം ഓർമ്മയിൽ വെയ്ക്കണം.

- ഈ കഴിക്കുന്ന മരുന്നുകളിൽ സോഡിയമുണ്ടോ?
- രക്തസമ്മർദ്ദം നേരിട്ട് ഹൃദയാഘാതത്തിനും മസ്തിഷ്കാഘാതത്തിനും സാധ്യത കൂട്ടുന്നു.
- പ്രമേഹം, ഗൗട്ട് (gout), വൃക്കരോഗം എന്നിവയുള്ളവരിൽ രക്തസമ്മർദ്ദം പ്രത്യേകിച്ചും കൂടുതലായി കാണുന്നുണ്ട്.
- രക്തസമ്മർദ്ദത്തിന്റെ ലക്ഷണങ്ങൾ പുറമേക്ക് പ്രകടമാകണമെന്നില്ല. വർഷങ്ങളോളം രക്തസമ്മർദ്ദമുള്ള വ്യക്തി ഒരു പരാതിയും പറയാതെ ഡോക്ടറെ കാണിക്കാതെയും ആസ്പത്രിയിൽ പോകാതെയും കഴിയുന്നു. അതുകൊണ്ടാണ് രക്തസമ്മർദ്ദത്തെ നിശ്ശബ്ദനായ കൊലയാളി എന്നു പറയുന്നത്..
- രക്തസമ്മർദ്ദത്തിന്റെ കുടുംബചരിത്രമുള്ളവരിലാണ് രക്തസമ്മർദ്ദം കൂടുതലായി കാണുന്നത്.
- അമിതഭാരമുള്ളവരിലും അമിതമദ്യപാനികളിലും രക്തസമ്മർദ്ദം കൂടുതലാണ്.
- ഗർഭനിരോധന ഹോർമോൺ ഗുളികകൾ കഴിക്കുന്ന സ്ത്രീകളിൽ രക്തസമ്മർദ്ദം കൂടുതലാണ്.
- കുട്ടികളിലും കൗമാരക്കാരിലും രക്തസമ്മർദ്ദം വരാം.
- ഭാരം കുറയ്ക്കുന്ന ചില മരുന്നുകൾ ഹൃദ്രോഗത്തെ വഷളാക്കും.
- പ്രായാധിക്യത്തിൽ ധമനികൾ കേടുവന്നുതുടങ്ങുമ്പോൾ സിസ്റ്റോളിക് രക്തസമ്മർദ്ദം കൂടുതൽ പ്രാധാന്യമർഹിക്കുന്നു. അത് കൂടുതൽ ധമനി ആഘാതം സൃഷ്ടിക്കും.
- രക്തസമ്മർദ്ദം ദിവസത്തിലെ സമയമനുസരിച്ച് മാറിക്കൊണ്ടിരിക്കും. ഉറങ്ങുമ്പോൾ ഏറ്റവും കുറവാകും. ഉണരുമ്പോൾ സാവധാനം കൂടുന്നു. രാവിലെയാണ് രക്തസമ്മർദ്ദം നോക്കാൻ ഏറ്റവും പറ്റിയ സമയം. വൈകാരികവിക്ഷോഭവും സമ്മർദ്ദവുമുള്ളപ്പോൾ രക്തസമ്മർദ്ദം കൂടും.

ആർക്കൊക്കെയാണ് രോഗസാധ്യതയുള്ളത്?

- പ്രായം കൂടുന്തോറും രക്തസമ്മർദ്ദസാധ്യത കൂടുതലാണ്.
- ഭാരം കൂടുന്തോറും രക്തസമ്മർദ്ദവും കൂടും
- ഒരു ബന്ധുവിന് രക്തസമ്മർദ്ദമുണ്ടാവുക
- ഏഷ്യക്കാരനോ ആഫ്രിക്കക്കാരനോ ആവുക

- ധാരാളം ഉപ്പ് ഉപയോഗിക്കുക
- ആവശ്യത്തിന് പഴങ്ങളും പച്ചക്കറികളും ഉപയോഗിക്കാതിരിക്കുക
- ആവശ്യത്തിന് വ്യായാമം ഇല്ലാതിരിക്കുക
- കൂടുതൽ കാപ്പി ഉപയോഗിക്കുക
- കൂടുതൽ മദ്യം ഉപയോഗിക്കുക
- പുകവലിക്കുക

നിങ്ങൾക്ക് ഈ രോഗസാധ്യതകൾ ഏതെങ്കിലും ഉണ്ടെങ്കിൽ ഒഴിവാക്കാനാകുന്നവയെല്ലാം ഒഴിവാക്കുക. ഉദാഹരണത്തിന് പ്രായവും വർഗ്ഗവും ബന്ധുവും മാറ്റാനാവില്ല. മറ്റുള്ളതെല്ലാം നിങ്ങൾക്ക് മാറ്റാം. അതിനനുസരിച്ച് ജീവിതശൈലി മാറ്റുന്നതിലൂടെ നിങ്ങളുടെ രക്തസമ്മർദ്ദം കാര്യമായി കുറയും. ആറു മാസത്തിലൊരിക്കൽ രക്തസമ്മർദ്ദം നോക്കുന്നതും നല്ലതാണ്.

രക്തസമ്മർദ്ദത്തിന്റെ ചികിത്സ

രക്തസമ്മർദ്ദം ആരോഗ്യകരമായി നിലനിർത്തുകയും രോഗസങ്കീർണ്ണതകൾ ഉദ്ഭവിക്കാതെ ജീവിതഗുണം സംരക്ഷിക്കുകയുമാണ് രക്തസമ്മർദ്ദചികിത്സകളുടെ ലക്ഷ്യം. ഇതിനാവശ്യം ജീവിതശൈലിയിൽ ആരോഗ്യകരമായ മാറ്റങ്ങൾ വരുത്തുകയും രോഗനിർണ്ണയമനുസരിച്ചുള്ള മരുന്നുകൾ കഴിക്കുകയുമാണ്. നിങ്ങളുടെ ചികിത്സ കൊണ്ട് ഹൃദയത്തിന്റെയും രക്തക്കുഴലുകളുടെയും ആരോഗ്യം നിലനിർത്തുകയും ഹൃദ്രോഗബാധയും മസ്തിഷ്ഘാതവും അതുപോലുള്ള തകരാറുകളും വരാതെ നോക്കുകയും വേണം. രക്തസമ്മർദ്ദത്തിന്റെ ഘട്ടങ്ങളനുസരിച്ച് ചികിത്സ ആസൂത്രണം ചെയ്യണം. നിങ്ങളുടെ രക്തസമ്മർദ്ദം 130/80 നും അല്പം കൂടുതൽ മാത്രമെ ഉള്ളുവെങ്കിൽ അതിന് മരുന്നുകളുടെ ആവശ്യം ഉദിക്കുന്നില്ല. രക്തക്കുഴലും ഹൃദയവും മൂലമുള്ള രോഗങ്ങൾ വരാനുള്ള സാധ്യത കുറവാണ്. ഇവിടെ നിങ്ങളുടെ ജീവിതശൈലിയിൽ ആവശ്യമുള്ള മാറ്റങ്ങളായ തൂക്കം കുറയ്ക്കൽ, ഉപ്പു കുറയ്ക്കൽ, പുകവലിനിർത്തൽ, വ്യായാമം തുടങ്ങിയവ ചെയ്താൽ മതിയാകും.

അടുത്ത ഘട്ടമായ നിങ്ങളുടെ രക്തസമ്മർദ്ദം 140/90 നു മുകളിലാണെങ്കിൽ അടുത്ത പത്തു വർഷത്തിനുള്ളിൽ രക്തക്കുഴലും ഹൃദയവും മൂലമുള്ള രോഗങ്ങൾ വരാനുള്ള സാധ്യതയുണ്ട്. ഈ ഘട്ടത്തിൽ മേൽപ്പറഞ്ഞ ജീവിതശൈലിമാറ്റങ്ങളോടൊപ്പം മരുന്നുകളും വേണം.

അടുത്തഘട്ടമായ രക്തസമ്മർദ്ദം 180/110 ന് മുകളിലാണെങ്കിൽ അത് വളരെ കൂടുതലാണ്. വേഗം ചികിത്സ എടുക്കണം. ആരോഗ്യനിലവാരമനുസരിച്ച് കൂടുതൽ പരിശോധനകൾ ആവശ്യമാണ്.

ജീവിതശൈലിമാറ്റങ്ങൾ

മരുന്നുകൾ ഉപയോഗിക്കാതെ രക്തസമ്മർദ്ദം ഫലപ്രദമായി കുറയ്ക്കാനുതകുന്ന ജീവിതശൈലിമാറ്റങ്ങൾ എളുപ്പമാണ്. ആവശ്യമായ ബോധവൽക്കരണവും താത്പര്യവുമാണ് വേണ്ടത്. ഇതിൽ ചിലവ ഏതാനും ആഴ്ചകൾകൊണ്ട് രക്തസമ്മർദ്ദം കുറയ്ക്കാൻ കഴിവുള്ളവയാണ്. മറ്റുള്ളവയ്ക്ക് കുറച്ചുകൂടി സമയം വേണ്ടി വന്നേക്കാം. അവ ഏതൊക്കെയാണെന്ന് നോക്കാം.

ഭക്ഷണത്തിൽ ദിവസേനയുള്ള ഉപ്പിന്റെ അളവ് ആറ് ഗ്രാമിൽ താഴെയാക്കുക. വീട്ടിലെ ഭക്ഷണമെല്ലാം ഉപ്പില്ലാതെ ഉണ്ടാക്കിയതിന് ശേഷം ഓരോരുത്തരും ആവശ്യമനുസരിച്ച് ചേർത്തു കഴിക്കാം. രക്തസമ്മർദ്ദമുള്ള കുടുംബാംഗം ഉപ്പ് അഞ്ചു ഗ്രാമെടുത്തതിന് ശേഷം ആ ദിവസത്തെ എല്ലാ ഭക്ഷണത്തിലും ആവശ്യമനുസരിച്ച് വിഭജിച്ചു കഴിക്കാവുന്നതാണ്.

കഴിക്കുന്ന ഭക്ഷണം കൊഴുപ്പുകുറഞ്ഞ സമീകൃതാഹാരമായിരിക്കണം. അതിൽ ധാരാളം പഴങ്ങളും പച്ചക്കറികളും അടങ്ങിയിരിക്കണം. ഒരു ഭക്ഷണവിദഗദ്ധനെക്കണ്ട് സംസാരിക്കുന്നത് നല്ലതാണ്.

ആവശ്യത്തിന് വ്യായാമം വേണം. അത് പ്രായവും ശാരീരികാരോഗ്യവുമനുസരിച്ചായിരിക്കുകയും വേണം. ശാരീരികമായി നല്ലവണ്ണം പ്രവർത്തിച്ചുകൊണ്ടിരിക്കുന്നത് രക്തസമ്മർദ്ദം നിയന്ത്രിക്കുന്നതിനും വരാതെ നോക്കുന്നതിനും നല്ലതാണ്. ഇതിനെപ്പറ്റി ഡോക്ടറോട് സംസാരിക്കുന്നത് നല്ലതാണ്.

മദ്യപാനം കുറയ്ക്കുകയോ നിർത്തുകയോ ചെയ്യണം. മദ്യം കഴിച്ചു തുടങ്ങിയ കാലം മുതലിന്നുവരെ ഒരു ഡയറി സൂക്ഷിക്കുന്നത് നല്ലതാണ്.

പുകവലി നിർത്തണം. ഇത് നിർത്തുന്നതുകൊണ്ട് മാത്രം രക്തസമ്മർദ്ദം പത്തുമില്ലിമീറ്ററെങ്കിലും കുറയും. കൂടാതെ ഇതോടൊപ്പം ശ്വാസകോശ ഹൃദയരോഗങ്ങളെ തടയുകയും ചെയ്യാം. പുകവലി നിർത്തുന്നതിനുള്ള വിദഗ്ദ്ധോപദേശം സ്വീകരിക്കുന്നത് വളരെ നല്ലതാണ്.

ശരീരഭാരം കുറയ്ക്കുക ബി എം ഐ എന്ന ബോഡി മാസ്സ് കണക്കാക്കി അത് 25-ൽ താഴെയാക്കി നിർത്തണം. കിലോഗ്രാമിലുള്ള തൂക്കത്തെ മീറ്ററിലുള്ള ഉയരംകൊണ്ട് പെരുക്കി ഹരിച്ചാൽ ബി എം ഐ കിട്ടും.

കാപ്പി, ചായ, തുടങ്ങിയ കഫീനടങ്ങിയ പാനീയങ്ങൾ നാല് കപ്പിൽ കൂടുതൽ കുടിക്കുന്നത് രക്തസമ്മർദ്ദം കൂട്ടാനിടയാക്കും.

യോഗ, ധ്യാനം തുടങ്ങിയ ശാന്തി ലഭിക്കുന്ന മാർഗ്ഗങ്ങൾ പരിശീലിക്കുന്നത് മാനസികസമ്മർദ്ദം കുറയ്ക്കാൻ സഹായിക്കും. മാനസികസമ്മർദ്ദം മൂലമുള്ള രക്തസമ്മർദ്ദം കൂടുന്നത് ഇപ്രകാരം കുറയ്ക്കാം.

ഇപ്രകാരം ആരോഗ്യകരമായ ജീവിതശൈലി സ്വീകരിക്കുന്നവർക്ക് മരുന്ന് കഴിക്കാതെ രക്തസമ്മർദ്ദം കുറയ്ക്കാൻ കഴിയും. ഇപ്രകാരം ചെയ്യാൻ കഴിയാതെ വരുന്നവർക്കും ഇത് ചെയ്തിട്ടും രക്തസമ്മർദ്ദം കുറയാതെ വരുന്നവർക്കും മരുന്നുകൾ ആവശ്യമാണ്.

രക്തസമ്മർദ്ദമരുന്നുകൾ

ധാരാളം മരുന്നുകളുണ്ട്. അവയിൽ ആവശ്യമുള്ളവ വ്യക്തിപരമായ പ്രത്യേകതകൾ പരിഗണിച്ചതിന് ശേഷം ഉപയോഗിക്കാവുന്നതാണ്. പലപ്പോഴും ഒന്നിൽ കൂടുതൽ മരുന്നുകൾ കഴിക്കേണ്ടി വരും. ആ ചേരുവകൾ നന്നായി പ്രവർത്തിക്കുന്നവയായിരിക്കും. പലപ്പോഴും രക്തസമ്മർദ്ദമരുന്നുകൾ ജീവിതകാലം മുഴുവൻ കഴിക്കേണ്ടിവരും. ധാരാളം വർഷക്കാലം രക്തസമ്മർദ്ദം നിയന്ത്രിതമായിരുന്നാൽ ലഘുവായതിന് ചെറിയ ഡോസ് മരുന്ന് കഴിക്കുന്നവർക്ക് ചിലപ്പോൾ മരുന്നുകൾ നിർത്തുവാൻ കഴിഞ്ഞേക്കും. ഇത്തരക്കാർ നല്ലവണ്ണം ജീവിതശൈലിമാറ്റം ചെയ്തവരായിരിക്കും. പല രക്തസമ്മർദ്ദമരുന്നുകൾക്കും പാർശ്വഫലങ്ങൾ ഉണ്ടാകും എന്നാൽ അതനുസരിച്ച് മരുന്നുകൾ മാറ്റുകയാണെങ്കിൽ ഇവ കുറയ്ക്കുവാൻ കഴിഞ്ഞേക്കും. സാധാരണ ഉണ്ടാകുന്ന പാർശ്വഫലങ്ങളെക്കുറിച്ച് അറിഞ്ഞിരിക്കണം. അതനുസരിച്ച് ലക്ഷണങ്ങൾ കാണുകയാണെങ്കിൽ ഡോക്ടറോട് പറയാൻ കഴിയും.

സാധാരണ ഉണ്ടാകുന്ന പാർശ്വഫലങ്ങൾ

- മയക്കം തോന്നുക
- പുറകിൽ താഴെ വൃക്കയുടെ ഭാഗത്ത് വേദന
- കഫമില്ലാത്ത വരണ്ട ചുമ
- തല ചുറ്റലും കറങ്ങലും തലയ്ക്ക് ഭാരമില്ലെന്ന തോന്നലും
- ചർമ്മത്തിൽ തടിച്ചുപൊങ്ങൽ

രക്തസമ്മർദ്ദമരുന്നകൾ വർഗ്ഗമനുസരിച്ച് പ്രവർത്തനത്തിൽ വ്യത്യാസമുണ്ടാകും. അപ്പോൾ അതനുസരിച്ച് ചികിത്സയിൽ വർഗ്ഗീയത ആവാം. വെളുത്തവരിലും കറുത്തവരിലും ഏഷ്യക്കാരിലും പ്രവർത്തിക്കുന്ന മരുന്നുകളിൽ വ്യത്യാസമുണ്ട്.

എയ്സ് ഇൻഹിബിറ്റേഴ്സ്

പേര് സൂചിപ്പിക്കുന്നത് ഈ ആഞ്ജിയോടെൻസിൻ കൺവെർട്ടിങ്ങ് എൻസൈം ഇൻഹിബിറ്റേഴ്സ് (Angiotensin-converting enzyme (ACE) inhibitors) മരുന്നുകൾ എൻസൈമിനെ ദുർബ്ബലപ്പെടുത്തുന്നവയാണെന്നാണ്. അപ്രകാരം ഈ മരുന്നുകൾ രക്തക്കുഴലുകളെ

തളർത്തിയാണ് രക്തസമ്മർദ്ദം കുറയ്ക്കുന്നത്. ഇവയുടെ ശല്യമുണ്ടാക്കുന്ന പാർശ്വഫലം വരണ്ട ചുമയുണ്ടാക്കുന്നു എന്നതാണ്. ഈ പാർശ്വഫലം ശല്യമുണ്ടാക്കുകയാണെങ്കിൽ പകരം ആഞ്ജിയോടെൻസിൻ2 റസപ്റ്റർ ആന്റഗോണിസ്റ്റ് (angiotensin-2 receptor antagonist) കൊടുക്കാം. എയ്സ് ഇൻഹിബിറ്റേഴ്സ് മറ്റു മരുന്നുകളുമായി ചേർത്തു കഴിക്കുമ്പോൾ അപ്രതീക്ഷിതമായ പാർശ്വഫലങ്ങളുണ്ടാക്കാം. അപ്രകാരം കാണുകയാണെങ്കിൽ ഉടനെ നിങ്ങളുടെ ഡോക്ടറോട് പറയണം..

കാൽസ്യം ചാനൽ ബ്ലോക്കറുകൾ

ഈ മരുന്നുകൾ കാൽസ്യത്തെ ഹൃദയധമനിപേശികളിലെത്തിക്കാതെ തടയുന്നു. അപ്രകാരം രക്തക്കുഴലുകൾ വികസിക്കുന്നു. രക്തസമ്മർദ്ദം കുറയുന്നു. ഈ മരുന്നുകൾ കഴിക്കുമ്പോൾ മുന്തിരിച്ചാറ് കഴിക്കുകയാണെങ്കിൽ പാർശ്വഫലങ്ങൾ കൂടാറുണ്ട്. ഈ സംശയമുണ്ടെങ്കിൽ ഡോക്ടറോട് ചോദിക്കാം.

ഡൈയൂറെറ്റിക്സ്

ഈ പേരിനർത്ഥം മൂത്രം അധികം പോകാനുള്ള മരുന്നുകൾ എന്നാണർത്ഥം. അതു ശരിയുമാണ്. മൂത്രം പോകുന്നതോടൊപ്പം ലവണമൂലകങ്ങളായ സോഡിയവും പൊട്ടാസ്സിയവും കൂടി ശരീരത്തിൽനിന്ന് പോകുന്നുണ്ട്. ഇതനുസരിച്ചാണ് രക്തസമ്മർദ്ദം കുറയുന്നത്.

ബീറ്റ ബ്ലോക്കറുകൾ

ഈ മരുന്നുകൾ ഹൃദയമിടിപ്പുകൾ കുറയ്ക്കുന്നു. അതിന്റെ ശക്തിയും കുറയ്ക്കുന്നു. അപ്രകാരം രക്തസമ്മർദ്ദം കുറയ്ക്കുന്നു. മുമ്പ് ഇത് വളരെയധികം ഉപയോഗിച്ചിരുന്നു. എന്നാൽ ഇപ്പോൾ മറ്റുചികിത്സകൾ ഫലിക്കാതെ വരുമ്പോഴാണ് ഉപയോഗിക്കുന്നത്. മറ്റു മരുന്നുകളുടെ അത്രയും ഫലം ഇതിനില്ലാത്തതുകൊണ്ടാണ് ഇതിന്റെ ഉപയോഗം പിന്നിലേക്ക് പോയത്. ഈ മരുന്നുകൾ മറ്റുള്ളവയുമായി പ്രതികരിച്ച് പാർശ്വഫലങ്ങൾ ഉണ്ടാക്കാം. ഈ മരുന്നുകൾ പെട്ടെന്ന് നിർത്തുവാൻ പാടില്ല. അപ്രകാരം ചെയ്താൽ ഗൗരവതരമായ പാർശ്വഫലങ്ങളെ അഭിമുഖീകരിക്കേണ്ടിവരും. അതുകൊണ്ട് ഡോക്ടറുടെ അനുമതിയില്ലാതെ ഈ മരുന്ന് നിർത്തരുത്. അപ്രകാരം മരുന്ന് നിർത്തുമ്പോൾ പെട്ടെന്ന് രക്തസമ്മർദ്ദം കൂടി അഞ്ജൈനയുടെ ആക്രമണം ഉണടായേക്കാം.

ആൽഫ ബ്ലോക്കറുകൾ

ഈ മരുന്ന് ആദ്യമായുപയോഗിക്കുന്നവയിൽ പെടുന്നില്ല. മറ്റുള്ള ചികിത്സകൾ പരാജയപ്പെടുമ്പോഴാണ് ഇത് ഉപയോഗിക്കുന്നത്. ഇവ

രക്തക്കുഴലുകളെ വികസിപ്പിച്ചാണ് പ്രവർത്തിക്കുന്നത്. അപ്രകാരം രക്തസമ്മർദ്ദം കുറയ്ക്കുന്നു. ഇവയുടെ പാർശ്വഫലങ്ങൾ ഇവയാണ്.

- ചികിത്സയുടെ തുടക്കത്തിലുള്ള തലചുറ്റൽ
- തലവേദന, കണങ്കാലിൽ നീര്
- ക്ഷീണം

രക്തസമ്മർദ്ദത്തിന്റെ പ്രതിരോധം

- പതിവായി വ്യായാമം ചെയ്യുക
- ആരോഗ്യകരമായ ഭക്ഷണം കഴിക്കുക
- മദ്യം ഒഴിവാക്കുകയോ നിർത്തുകയോ ചെയ്യുക
- പുകവലി നിർത്തുക
- ഉപ്പ് കുറയ്ക്കുക
- കാപ്പി കുറയ്ക്കുക

പ്രമേഹം

Always the beautiful answer who asks a more beautiful question.

- E.E. Cummings

ഇന്ത്യ പ്രമേഹത്തിന്റെ ലോകതലസ്ഥാനമായാണ് അറിയപ്പെടുന്നത്. കേരളത്തിലും പ്രമേഹനിരക്ക് വളരെ കൂടുതലാണ്. എറണാകുളം ജില്ലയിൽ 19.5 ശതമാനവും തിരുവനന്തപുരം ജില്ലയിൽ 16.3 ശതമാനവും പേരിൽ ടൈപ്പ് രണ്ട് പ്രമേഹമുണ്ട്. മറ്റു ജില്ലകളിൽ ഇതിനിടയിലാണ്. ലോകനിരക്കിനേക്കാൾ വളരെ കൂടുതലാണിത്. കേരളനിരക്ക് ഇന്ത്യൻ നിരക്കിനേക്കാൾ ഇരട്ടിയോളമാണ്! പ്രമേഹം രക്തത്തിലെ ഗ്ലൂക്കോസ് ഉയർന്നിരിക്കുന്ന ഒരു നീണ്ടുനിൽക്കുന്ന രോഗമാണ്. രണ്ടു തരം പ്രമേഹങ്ങളുണ്ട്. ടൈപ്പ് ഒന്ന് പ്രമേഹവും ടൈപ്പ് രണ്ട് പ്രമേഹവും ആണവ. അധികവും കുട്ടിക്കാലത്ത് വരുന്ന ഇൻസുലിൻ ആവശ്യമായി വരുന്ന പ്രമേഹമാണ് ടൈപ്പ് ഒന്ന് പ്രമേഹം. ഇതിൽ ഇൻസുലിൻ പോരായ്മ അനുഭവപ്പെടുന്നു. എന്നാൽ ഇൻസുലിൻ ഉണ്ടെങ്കിലും അതു പയോഗിക്കാൻ കഴിയാത്ത പ്രമേഹമാണ് ടൈപ്പ് രണ്ട് പ്രമേഹം. അതായത് ഇൻസുലിൻ പ്രതിരോധമുള്ളതുകൊണ്ട് ഇൻസുലിൻ അധികമുണ്ടെങ്കിലും അതിന് കോശങ്ങളിലേക്ക് കടന്ന് പ്രവർത്തിക്കാനാകുന്നില്ല. പ്രായമാകുമ്പോൾ ഗുളികകൾകൊണ്ട് നിയന്ത്രിക്കാവുന്ന പ്രമേഹമാണിത്. ഇവ കൂടാതെ പല തരത്തിലുള്ള പ്രമേഹങ്ങളുമുണ്ട്.

ഡോക്ടറോട് ചോദിക്കേണ്ട ചോദ്യങ്ങൾ

- ഈ മരുന്നു പുരട്ടിയതിന് ശേഷം സൂര്യപ്രകാശം തട്ടാമോ?
- ചർമ്മസംരക്ഷണക്രീമുകളിൽ ചർമ്മത്തിന് ദോഷമുള്ളവ ഉണ്ടായിരിക്കുമോ?
- പ്രമേഹമുള്ളതുകൊണ്ട് എനിക്ക് മറ്റു മെഡിക്കൽ രോഗങ്ങൾ വരാനുള്ള സാധ്യത കൂടുതലുണ്ടോ?
- അതുകൊണ്ട് മറ്റുഡോക്ടർമാരെയും ഉദാഹരണമായി കണ്ണു ഡോക്ടറെയും പതിവായി കാണണോ?
- എത്ര ഇടവിട്ടാണ് ഞാൻ രക്തത്തിലെ ഗ്ലൂക്കോസ് പരിശോധിക്കേണ്ടത്?
- അത് കുറയുകയോ കൂടുകയോ ചെയ്താൽ എന്താണ് ചെയ്യേണ്ടത്?
- ഏതെങ്കിലും പുതിയ മരുന്നുകൾ എന്റെ പ്രമേഹം നിയന്ത്രിക്കുവാനായി ലഭ്യമാണോ?
- പ്രമേഹം എന്നാൽ ഞാൻ ഇഷ്ടപ്പെടുന്ന ഭക്ഷണങ്ങൾ നിർത്തലാണോ?
- എപ്രകാരമാണ് വ്യായാമം പ്രമേഹചികിത്സയിൽ വലിയ മാറ്റം വരുത്തുമെന്ന് പറയുന്നത്?
- എനിക്ക് കുറച്ച് ഭാരം കൂടുതലാണ്. അത് ആരോഗ്യകരമായ നിലയിലാക്കി കുറച്ചാൽ പ്രമേഹത്തിനും ആരോഗ്യത്തിനും പ്രയോജനം ചെയ്യുമോ?
- എന്റെ കുട്ടികൾക്ക് പ്രമേഹം വരാനുള്ള സാധ്യത കൂടുതലാണോ?
- നേത്രഡോക്ടറെയും കാലിന്റെ ഡോക്ടറെയും എത്ര സമയം കൂടുമ്പോഴാണ് കാണേണ്ടത്?
- പ്രമേഹചികിത്സയിൽ വ്യായാമത്തിന്റെ പ്രാധാന്യം എത്രത്തോളമുണ്ട്?
- പ്രമേഹചികിത്സയിൽ ഭക്ഷണത്തിന് എത്രത്തോളം പ്രാധാന്യമുണ്ട്? ഞാൻ ഭക്ഷണവിദഗ്ദ്ധനെ കാണണോ?
- എനിക്ക് രോഗമൊന്നുമില്ല, ഗ്ലൂക്കോസ് സാധാരണയാണ് എന്നു മനസ്സിലായാൽ മരുന്നു കഴിക്കണോ?

ലക്ഷണങ്ങൾ

തുടക്കത്തിൽ നിശ്ശബ്ദമായ രോഗം പിന്നീട് ഓരോ ലക്ഷണങ്ങളുമായി വരുന്നു.

- കൂടുതൽ ദാഹം തോന്നുക.
- കൂടുതൽ മൂത്രം ഒഴിക്കുക, പ്രത്യേകിച്ചും രാത്രികളിൽ.
- നല്ല ക്ഷീണം തോന്നുക.

- ശരീരഭാരം കുറയുക, പ്രത്യേകിച്ചും പേശികളുടെ ഭാരം കുറയുക.

ടൈപ്പ് ഒന്ന് പ്രമേഹം വേഗം ആരംഭിക്കാറുണ്ട്. അതിന്റെ ലക്ഷണങ്ങൾ പ്രകടമാകുവാൻ ഏതാനും ആഴ്ചകളോ ദിവസമോ മതി. എന്നാൽ ടൈപ്പ് രണ്ട് പ്രമേഹത്തിന്റെ ലക്ഷണങ്ങൾ പൊതുവായിരിക്കും. അതുകൊണ്ട് കുറെക്കൊല്ലം കഴിഞ്ഞായിരിക്കും അത് മനസ്സിലാവുക.

കാരണങ്ങൾ

ആമാശയത്തിന് അടിയിൽകിടക്കുന്ന യകൃത്തിലെ ഐലെറ്റ് ഓഫ് ലാങ്കർഹാൻസിൽനിന്നാണ് (islets of Langerhans) ഇൻസുലിൻ ഉല്പാദിപ്പിച്ച് രക്തത്തിലേക്ക് വരുന്നത്. ഭക്ഷണത്തിൽനിന്ന് രക്തത്തിലേക്ക് വരുന്ന ഗ്ലൂക്കോസിനെ ഇൻസുലിൻ കോശങ്ങളിലെത്തിച്ച് ഊർജ്ജമാക്കി മാറ്റുന്നു. എന്നാൽ പ്രമേഹമുള്ളപ്പോൾ നിങ്ങളുടെ ശരീരത്തിന് ഗ്ലൂക്കോസിനെ ഉപയോഗിച്ച് ഊർജ്ജമാക്കി മാറ്റുവാൻ കഴിയുന്നില്ല. ടൈപ്പ് ഒന്ന് പ്രമേഹത്തിലെപ്പോലെ ശരീരത്തിൽ ആവശ്യത്തിന് ഇൻസുലിൻ ഇല്ലാതെ വരിക, അല്ലെങ്കിൽ ടൈപ്പ് രണ്ട് പ്രമേഹത്തെപ്പോലെ ഉല്പാദിപ്പിച്ച ഇൻസുലിന് ശരിയായി പ്രവർത്തിക്കുവാൻ കഴിയുന്നില്ല.

ടൈപ്പ് ഒന്ന് പ്രമേഹം

ഈ രോഗത്തിൽ ശരീരത്തിലെ രോഗപ്രതിരോധസംവിധാനം ഇൻസുലിൻ ഉല്പാദിപ്പിക്കുന്ന കോശങ്ങളെ നശിപ്പിക്കുന്നു. അപ്രകാരം ഇൻസിലിൻ ഉല്പാദനം ഇല്ലാതാകു ന്നതോടെ രക്തത്തിലേക്കുവരുന്ന ഗ്ലൂക്കോസ് ഉപയോഗിക്കാൻ കഴിയാതെവരുന്നു. അപ്രകാരം രക്തത്തിലെ ഗ്ലൂക്കോസ് നിലവാരം ഉയരുന്നു. അത് ശരീരത്തിലെ സുപ്രധാന അവയവങ്ങളെ അപകടപ്പെടുത്തുന്നു. ഇൻസുലിൻ ഇല്ലാത്തതിനാൽ ചികിത്സയ്ക്കായി ഇൻസുലിൻ കൊടുക്കേണ്ടി വരുന്നു. അതുകൊണ്ട് ടൈപ്പ് ഒന്ന് പ്രമേഹത്തെ ഇൻസുലിൻ ബന്ധിതപ്രമേഹമെന്നും പറയുന്നു. ഇത് നേരത്തെ കുട്ടിക്കാലത്ത് ആരംഭിക്കുന്നതിനാൽ ജുവനൈൽ അഥവാ ഏളി ഓൺസെറ്റ് പ്രമേഹം (juvenile diabetes or early-onset diabetes) എന്നു പറയുന്നു. ഭൂരിഭാഗവും ഇത് കൗമാരത്തിലാരംഭിക്കുന്നു. പലപ്പോഴും കൗമാരത്തിനും നാൽപതു വയസ്സിനും ഇടയ്ക്കാണ് ആരംഭിക്കുന്നത്. ആകെയുള്ള പ്രമേഹരോഗികളിൽ പത്തുശതമാനം പേർ മാത്രമാണ് ടൈപ്പ് ഒന്ന് പ്രമേഹമുള്ളവർ. ഈ രോഗം കണ്ടുപിടിച്ചു എന്നതിനർത്ഥം ജീവിതകാലം മുഴുവൻ ഇൻസുലിൻ കുത്തിവെപ്പ് എടുക്കേണ്ടി വരുമെന്നർത്ഥം. കൂടാതെ ജീവിതശൈലിയിലും ആരോഗ്യത്തിലും പ്രത്യേകമായ ശ്രദ്ധ ആവശ്യമായിവരും. ഉദാഹരണമായി ആരോഗ്യകരമായ ഭക്ഷണം കഴിക്കുകയും പതിവായി രക്തത്തിലെ ഗ്ലൂക്കോസ് നോക്കിക്കൊണ്ടിരിക്കുകയും വേണം.

ടൈപ്പ് രണ്ട് പ്രമേഹം

ഇതിൽ ആവശ്യത്തിന് ഗ്ലൂക്കോസ് ഉല്പാദിപ്പിക്കാതിരിക്കുകയോ ശരീരത്തിലെ കോശങ്ങൾ ഇൻസുലിന് പ്രതികരിക്കാതിരിക്കുകയോ ചെയ്യുന്നു. ഇതിനെ ഇൻസുലിൻ പ്രതിരോധം എന്നു പറയുന്നു. ആകെയുള്ള പ്രതിരോധങ്ങളിൽ ഇത് തൊണ്ണൂറു ശതമാനത്തോളം വരും. ഈ പ്രമേഹം ഭൂരിഭാഗവും പ്രായമായവരിലാണ് വരുന്നത്. അതുകൊണ്ട് ഇതിനെ മച്യൂറിറ്റി ഓൺസെറ്റ് പ്രമേഹം (maturity-onset diabetes) എന്നും പറയാറുണ്ട്. ചിലപ്പോൾ നിങ്ങൾ ഭക്ഷണം നിയന്ത്രിച്ചാൽ മാത്രം രക്തത്തിലെ ഗ്ലൂക്കോസ് സാധാരണ നിലയിലെത്തിയേക്കാം. പക്ഷേ പിന്നീട് നിങ്ങൾക്ക് ഗുളികകൾ ആവശ്യമായി വന്നേക്കാം. ആവശ്യത്തിന് വ്യായാമം ചെയ്യുകയാണെങ്കിൽ ഗ്ലൂക്കോസ് വീണ്ടും കുറയും. ടൈപ്പ് രണ്ട് പ്രമേഹമുള്ളവർക്ക് അമിതഭാരം ഉണ്ടായിരിക്കും. അമിതഭാരം കുറയ്ക്കുന്നവരുടെ രക്തത്തിലെ ഗ്ലൂക്കോസ് കുറയാനിടയുണ്ട്.

ഗർഭകാലത്തെ പ്രമേഹം

ഗർഭകാലത്തെ പ്രമേഹത്തിന് പ്രത്യേകതകളുണ്ട്. ചില സ്ത്രീകളിൽ ഈ അവസരത്തിൽ കൂടുതൽ ഗ്ലൂക്കോസ് ഉണ്ടാകും. അതിനാവശ്യമായ ഇൻസുലിൻ ഉല്പാദിപ്പിക്കുന്നുമുണ്ടാവില്ല. അപ്രകാരമാണ് അഞ്ചു ശതമാനം സ്ത്രീകളിൽ ഗർഭകാലത്തെ പ്രമേഹം ഉണ്ടാകുന്നത്.

മാത്രമല്ല ടൈപ്പ് ഒന്ന് പ്രമേഹമുള്ളവരിൽ ഗർഭമുണ്ടാകുമ്പോൾ ആ പ്രമേഹം ഒന്നുകൂടി മോശമാകാൻ ഇടയുണ്ട്. ഗർഭസ്ഥശിശുവിന് അത് ആരോഗ്യപ്രശ്നങ്ങളുണ്ടാക്കാം. അതുകൊണ്ട് ഈ സമയത്ത് രക്തത്തിലെ ഗ്ലൂക്കോസ് സാധാരണനിലവാരത്തിലാക്കുവാൻ ശ്രമിക്കണം. ഗർഭകാലത്തെ പ്രമേഹത്തിന് അധികവും ഇൻസുലിൻ ചികിത്സയെയാണ് ആശ്രയിക്കുന്നത്.

ഭൂരിഭാഗം കേസുകളിലും ഗർഭകാലത്തെ പ്രമേഹം ആരംഭിക്കുന്നത് രണ്ടാമത്തെ ഗർഭഘട്ടമായ 14–26 ആഴ്ചകളിലാണ്. കുഞ്ഞ് ജനിക്കുന്നതോടെ ഗർഭകാലത്തെ പ്രമേഹം കുറയുകയും ചെയ്യുന്നു. ഗർഭകാലത്തെ പ്രമേഹമുണ്ടായ സ്ത്രീകളിൽ 30 ശതമാനം പേർക്ക് ടൈപ്പ് രണ്ട് പ്രമേഹം വരാനുള്ള സാധ്യതയുണ്ട്. എന്നാൽ ഗർഭകാലത്തെ പ്രമേഹം ഇല്ലാതിരുന്ന മറ്റുള്ള സ്ത്രീകൾക്ക് ടൈപ്പ് രണ്ട് പ്രമേഹം വരാനുള്ള സാധ്യത 10 ശതമാനം മാത്രമെയുള്ളൂ.

പ്രമേഹ ചികിത്സ

പ്രമേഹം മാറാത്ത രോഗമാണെന്ന അപ്രിയസത്യം നിലനിൽക്കുന്നു. ഈ രോഗം മാറ്റി എന്നവകാശപ്പെടുന്നവർ രക്തത്തിലെ ഗ്ലൂക്കോസ് തൽക്കാലത്തേക്ക് കുറെക്കാലം സാധാരണ നിലവാരത്തിലാക്കി കാണിക്കുകയാണ് ചെയ്യുന്നത്. ചികിത്സയുടെ ലക്ഷ്യം രക്തത്തിലെ

ഗ്ലൂക്കോസ് ആരോഗ്യകരമായി നിർത്തുകയും ലക്ഷണങ്ങൾ കുറയ്ക്കുകയും ഭാവിയിൽ ആരോഗ്യപ്രശ്നങ്ങൾ വരാതെ നോക്കുകയുമാണ്. പ്രമേഹം ഉണ്ടെന്ന് മനസ്സിലായാൽ സ്പെഷലിസ്റ്റിന്റെ അഭിപ്രായം തേടുന്നത് നല്ലതാണ്. രോഗത്തെയും ചികിത്സയേയും പറ്റി ഡോക്ടർ നിങ്ങളോട് വിശദീകരിച്ചു തരും. ഇതോടനുബന്ധിച്ചുള്ള ആരോഗ്യപ്രശ്നങ്ങളുണ്ടെങ്കിൽ അവയെ ശ്രദ്ധാപൂർവ്വം നോക്കേണ്ടതുണ്ട്.

പ്രമേഹചികിത്സയുടെ മാനദണ്ഡങ്ങൾ

രക്തത്തിലെ ഗ്ലൂക്കോസ് ആരോഗ്യകരമായി നിലനിർത്തുക, ഭാവിയിലെ പ്രമേഹംകൊണ്ട് വരാവുന്ന രോഗസങ്കീർണ്ണതകൾ കുറയ്ക്കുക എന്നതാണ് പ്രമേഹചികിത്സയുടെ മാനദണ്ഡങ്ങൾ. എല്ലാത്തരം പ്രമേഹങ്ങൾക്കും പൊതുവായി ഗ്ലൂക്കോസ് നിലവാരം ശരിയായി നിലനിർത്തുന്നതോടൊപ്പം ഹൈപ്പോഗ്ലൈസീമിയ എന്ന ഗ്ലൂക്കോസ് താഴുന്ന അവസ്ഥ, ഡയബറ്റിക് കോമ, ഡയബറ്റിക് കീറ്റോ അസിഡോസിസ് എന്നീ ഗുരുതരമായ അവസ്ഥകൾ വരാതിരിക്കുകയും വേണം.

ടൈപ്പ് ഒന്ന് പ്രമേഹം

ശരിയായ പ്രമേഹചികിത്സയുടെ ആദ്യപടി രോഗത്തെപ്പറ്റിയുള്ള ശരിയായ ബോധവൽക്കരണമാണ്. രോഗത്തെപ്പറ്റി നിങ്ങൾക്ക് കഴിയുന്നത്ര അറിവുണ്ടാകുന്നത് നല്ല ചികിത്സയ്ക്ക് വലിയ മുതൽക്കൂട്ടാകും. അത് ശരിയായ ജീവിതശൈലി സ്വീകരിക്കുന്നതിനും സുരക്ഷിതമായി പാർശ്വഫലങ്ങളില്ലാതെ മരുന്നുകൾ തുടരുന്നതിനും രോഗസങ്കീർണ്ണതകൾ നേരത്തെ മനസ്സിലാക്കി തടയുന്നതിനും സഹായിക്കുന്നു. കണ്ണിലെ റെറ്റിന എന്ന നേത്രപടലത്തെ ബാധിക്കുന്ന റെറ്റിനോപ്പതി (diabetic retinopathy) യും പ്രമേഹസംബന്ധമായ കാലിലെ രോഗങ്ങളും (diabetic foot) വരാതെ തടയുകയും വേണം. ഇതിന് പതിവായി നേത്രവിദഗ്ദ്ധനെയും കാൽവിദഗ്ദ്ധനെയും കാണണം. പ്രമേഹമുള്ളവരെ ഏതെങ്കിലും അസുഖം മൂലം ആസ്പത്രിയിൽ പ്രവേശിപ്പിക്കുകയാണെങ്കിൽ അവിടെ പ്രമേഹത്തെ പ്രത്യേകമായി പരിഗണിക്കുകയും വേണം.

ഇൻസുലിൻ ചികിത്സ

ടൈപ്പ് ഒന്ന് പ്രമേഹത്തിന്റെ പ്രത്യേകത നിങ്ങളുടെ ശരീരം ഇൻസുലിൻ ഉല്പാദിപ്പിക്കുന്നില്ല എന്നതാണ്. അതുകൊണ്ട് സ്ഥിരമായി ജീവിതത്തിൽ ഇൻസുലിൻ ആവശ്യമാണ്. ഇൻസുലിൻ എടുത്തുകൊണ്ടിരുന്നാൽ മാത്രമെ രക്തത്തിലെ ഗ്ലൂക്കോസ് സ്ഥിരത കൈവരിക്കുവാൻ കഴിയുകയുള്ളൂ. ഇൻസുലിൻ കുത്തിവെപ്പ് പലതരത്തിലും ലഭ്യമാണ്. 24 മണിക്കൂർ പ്രവർത്തിക്കുന്നത്, 8 മണിക്കൂർ പ്രവൃത്തിക്കുന്നത്, ഏതാനും മണിക്കൂർ പ്രവർത്തിക്കുന്നത്, സമയബന്ധിതമായി പ്രവർത്തിക്കുന്നത്.

ഇൻസുലിൻ ചികിത്സ

ഭൂരിഭാഗം ടൈപ്പ് ഒന്ന് പ്രമേഹരോഗികൾക്കും ഇൻസുലിൻ കുത്തിവെപ്പ് ആവശ്യമായി വരും. ഇൻസുലിൻ വായിലൂടെ കഴിക്കുകയാണെങ്കിൽ വയറ്റിലെ അമ്ലം അവയെ നശിപ്പിക്കും. ആമാശയം ഇൻസുലിനും ഒരു ഭക്ഷണമാണെന്ന് കരുതി അതിനെ ദഹിപ്പിക്കുകയാണ് ചെയ്യുന്നത്. രോഗനിർണ്ണയം ചെയ്യുന്നതോടെ ടൈപ്പ് ഒന്ന് പ്രമേഹരോഗികൾക്ക് ഇൻസുലിൻ കുത്തിവെപ്പ് സ്വയം ചെയ്യുന്നതിനെപ്പറ്റി പറഞ്ഞുതരും. ഇൻസുലിൻ സിറിഞ്ച് ഉപയോഗിക്കുന്ന വിധം, ഇൻസുലിൻ സൂക്ഷിക്കേണ്ട വിധം, സൂചികൾ കളയേണ്ടവിധം തുടങ്ങിയവയെല്ലാം അറിഞ്ഞിരിക്കണം. കുത്തിവെപ്പുകൾ സിറിഞ്ചിലൂടെയോ ഇൻസുലിൻ പേനയിലൂടെയോ എടുക്കാം. ഇൻസുലിൻ പേനകൾ സ്വയം പ്രവർത്തിക്കുന്നവയാണ്. പലർക്കും ദിവസേന ഒന്നോ രണ്ടോ കുത്തിവെപ്പുകൾ ആവശ്യമായി വരും.

ഇൻസുലിൻ പമ്പ് ചികിത്സ

സിറിഞ്ചിനും ഇൻസുലിൻ പേനയ്ക്കും അപ്പുറം ഇൻസുലിൻ പമ്പ് ഉപയോഗിക്കുന്നത് കൂടുതൽ പ്രാവശ്യം ഇൻസുലിൻ കുത്തിവെയ്ക്കേണ്ടി വരുന്നവർക്കുള്ളതാണ്. ഇതൊരു ചെറിയ ഉപകരണമാണ്. അത് നിങ്ങളുടെ വയറ്റിലോ അരക്കെട്ടിലോ തുടയിലോ പൃഷ്ടത്തിലോ കൈയിലോ സൂചി നേരിയ കുഴലിലൂടെ കടത്തി ഉപകരണം ശരീരത്തിൽ സൗകര്യമായ ഒരിടത്ത് സ്ഥിരമായി വെയ്ക്കാവുന്നതാണ്. രക്തത്തിലെ ഗ്ലൂക്കോസ് നിലവാരം മനസ്സിലാക്കി അതനുസരിച്ച് ശരിയായ അളവിൽ തുടർച്ചയായി ശരീരത്തിലേക്ക് ഇൻസുലിൻ ഒഴുക്കുവാൻ ഇതിലൂടെ കഴിയും. ടൈപ്പ് ഒന്ന് പ്രമേഹമുള്ള എല്ലാ പ്രായക്കാർക്കും ഇതുപയോഗിക്കുവാൻ കഴിയും. ഈ ചികിത്സയ്ക്ക് വലിയ ചെലവ് അസൗകര്യങ്ങൾ കീറ്റോ അസിഡോസിസ് എന്നിവ വരാനുള്ള സാധ്യതയുണ്ട്. ഇടയ്ക്ക് ഹൈപ്പോ ഗ്ലൈസീമിയ വരുന്ന ടൈപ്പ് ഒന്ന് പ്രമേഹക്കാർക്ക് ഇത് നല്ലതാണ്.

ടൈപ്പ് രണ്ട് പ്രമേഹചികിത്സയുടെ മാനദണ്ഡങ്ങൾ

ഈ തരം പ്രമേഹത്തെയും അതിന്റെ ചികിത്സയേയും നന്നായി അറിഞ്ഞിരിക്കണം. പ്രമേഹത്തോടൊപ്പം കണ്ടുവരാറുള്ള രക്തസമ്മർദ്ദത്തിനും ശരിയായ ചികിത്സ ആവശ്യമാണ്. രോഗസങ്കീർണ്ണതകൾ ഉണ്ടാകാനിടയുള്ള മറ്റുള്ള സാധ്യതകളും പരിഗണിച്ച് അവയ്ക്കുള്ള ചികിത്സയും ചെയ്യണം. പ്രമേഹക്കാർക്കുള്ള റെറ്റിനോപ്പതിയും കാലിലെ പ്രമേഹംകൊണ്ട് വരാവുന്ന രോഗങ്ങളും പതിവായി ശ്രദ്ധിക്കണം. ഇവയ്ക്ക് പതിവായി പരിശോധനകൾ ആവശ്യമാണ്. ആസ്പത്രിയിൽ പ്രവേശിപ്പിക്കേണ്ടി വരികയാണെങ്കിൽ ആ അസുഖത്തോടൊപ്പം പ്രമേഹമുള്ള വ്യക്തിയാണെന്ന കാര്യവും കണക്കിലെടുക്കേണ്ടതാണ്.

അമിതഭാരം

The rise of childhood obesity has placed the health of an entire generation at risk.

- Tom Vilsack

സാധാരണയിൽ കവിഞ്ഞ ശരീരഭാരവും വളരെയധികം കൊഴുപ്പുമുള്ളവരെയും അമിതഭാരമുള്ളവരായി പരിഗണിക്കുന്നു. ഇന്ത്യയിൽ ഇരുപത്തൊന്നാം നൂറ്റാണ്ടോടെ ഇതൊരു പൊതുജനാരോഗ്യപ്രശ്നമായി മാറിയിരിക്കുന്നു. രാജ്യത്തെ അമിതഭാരശതമാനം അഞ്ചാണ്. കേരളത്തിലെ പുരുഷന്മാരിലിത് 24.3 ശതമാനവും സ്ത്രീകളിൽ 34 ശതമാനവുമാണ്. കേരളം കഴിഞ്ഞാൽ ഇതുപോലെ അമിതഭാരമുള്ളവരുടെ അടുത്ത സ്ഥാനങ്ങൾ ഗോവയും സിക്കിമുമാണ്. വികസ്വര രാജ്യങ്ങളിലെ അമിതഭാരം കൂടുന്നതിൽ ഇന്ത്യ മുന്നിട്ടുനിൽക്കുകയാണ്. ആഗോളീകരണത്തോടെ ബേക്കറി ഉല്പന്നങ്ങളും തയ്യാറാക്കിയ ഭക്ഷണവും കൂടുതൽ മാർക്കറ്റുകളിൽ വന്നത് ഇതിനൊരു കാരണമാണ്. ഇന്ത്യക്കാരുടെ ഉദരത്തിലെ കൂടുതൽ കൊഴുപ്പ് വരുന്നതിനെ ജീൻ പഠനത്തിന് വിധേയമാക്കിയപ്പോൾ എം സി 4 ആർ ജീനിനടുത്തുള്ള സിംഗിൾ ന്യൂക്ലിയോടൈഡ് പോളിമോർഫിസം (SNP (single nucleotide polymorphism) ആർ എസ് 12970134 അരക്കെട്ടിന്റെ ചുറ്റളവുമായി വളരെ ബന്ധപ്പെട്ടിരിക്കുന്നു എന്ന് വ്യക്തമായി. ഇന്ത്യക്കാരുടെ അമിതഭാരത്തിന്റെ പ്രത്യേകത കൊഴുപ്പ് അധികവും ഉദരത്തിൽ കേന്ദ്രീകരിച്ച് ഒരുതരം ആപ്പിൾ പോലെ ഉരുണ്ടിരിക്കുന്ന അവസ്ഥയിലേക്ക് വരുന്നു എന്നതാണ്. അതുകൊണ്ട് ഈ തടിവെക്കലിനെ ആപ്പിൾ ടൈപ്പ് ഒബീ എന്നു പറയുന്നു.

ഡോക്ടറോട് ചോദിക്കേണ്ട ചോദ്യങ്ങൾ

- എനിക്ക് അമിതഭാരമുണ്ടോ? അപ്രകാരമെങ്കിൽ എനിക്ക് എത്രമാത്രം അമിതഭാരമുണ്ട്?
- എന്തുകൊണ്ടാണ് എനിക്ക് അമിതഭാരമുണ്ടെന്ന് കണക്കാക്കുന്നത്?
- ഇതിൽ എത്രമാത്രം ഞാൻ കുറയ്ക്കേണ്ടതുണ്ട്? അതിന് എത്ര സമയം വേണ്ടിവരും?
- ഞാൻ ഇപ്രകാരം തടി കുറച്ചില്ല എങ്കിൽ എന്താണ് സംഭവിക്കുക?
- എന്റെ ഭാരം എന്റെ ആരോഗ്യത്തെ ബാധിച്ചിട്ടുണ്ടോ? എപ്രകാരമാണത്?
- ഭാരം കുറയ്ക്കുവാൻ ഏറ്റവും പറ്റിയ മാർഗ്ഗം ഏതാണ്?

- ഡോക്ടർക്ക് ഇതിൽ എന്നെ സഹായിക്കുവാൻ കഴിയുമോ? അല്ലെങ്കിൽ ഞാനൊരു സ്പെഷലിസ്റ്റിനെ കാണേണ്ടതുണ്ടോ?
- ഒരിക്കൽ ഭാരം കുറച്ചാൽ അത് തുടർന്ന് നിലനിർത്താനാകുമോ?
- എന്തുകൊണ്ടാണ് എനിക്ക് എന്നെപ്പറ്റി വളരെ മോശമായിത്തോന്നുന്നത്? എനിക്ക് വിഷാദരോഗമുണ്ടോ?

ഭക്ഷണവും വ്യായാമവും

- വ്യായാമം തുടങ്ങുകയാണെങ്കിൽ എത്രമാത്രമാണ് ചെയ്യേണ്ടത്?
- എത്ര ഇടവിട്ടാണ് ചെയ്യേണ്ടത്?
- ഏതുതരത്തിലുള്ള വ്യായാമമാണ് ചെയ്യേണ്ടത്?
- ഞാൻ കഴിക്കുന്ന ഭക്ഷണത്തിൽ എന്തെങ്കിലും തകരാറുണ്ടോ?
- എപ്രകാരമാണ് ഞാനത് മാറ്റേണ്ടത്?
- മരുന്നുചികിത്സകൊണ്ട് തടി കുറയ്ക്കുവാൻ കഴിയുമോ?
- ഏതു മരുന്നാണ് എനിക്ക് നന്നായി പ്രയോജനപ്പെടുക?
- ഏതൊക്കെയാണവയുടെ പാർശ്വപലങ്ങൾ? എത്രകാലം അവ കഴിക്കേണ്ടി വരും?

സർജറി

- സർജറി എനിക്ക് പ്രയോജനപ്പെടുമോ?
- അതിന്റെ അപായസാധ്യതകളും പ്രയോജനവും എന്താണ്?
- സർജറിക്ക് ശേഷം എത്രമാത്രം ഭാരം എനിക്ക് കുറയ്ക്കാൻ കഴിയും?

അമിതഭാരം നിർണ്ണയിക്കൽ, ബി എം ഐ

അമിതഭാരം നോക്കുവാൻ പല തരത്തിലുള്ള മാർഗ്ഗങ്ങളുണ്ട്. അതിൽ പരക്കെ ഉപയോഗിക്കുന്നത് ബി എം ഐ ആണ്. ഇത് ഉയരത്തോട് ബന്ധപ്പെടുത്തിയ മാനകമാണ്. ഭാരം കിലോഗ്രാമിൽ എടുക്കുക. അതിനെ മീറ്ററിലുള്ള ഉയരത്തിന്റെ പെരുക്കം കൊണ്ട് ഹരിച്ചാൽ ബി എം ഐ കിട്ടും. മുതിർന്നവരിൽ 25–29.9 എന്നത് തൂക്കം കൂടുതലാണ്. 30–39.9 അമിതഭാരമായി കണക്കാക്കുന്നു. 40 ൽ കൂടുതലാണെങ്കിൽ കടുത്ത അമിതഭാരമാണ്. ബി എം ഐ പൂർണ്ണമായി വിശ്വസിക്കാവുന്ന മാനകമല്ല. നല്ല പേശികളുള്ള കൊഴുപ്പ് കുറഞ്ഞവർക്ക് ഉയർന്ന ബി എം ഐ ഉണ്ടാകാം. പക്ഷേ അവരെ അമിതഭാരമുള്ളവരായി കണക്കാക്കുന്നത് ശരിയായിരിക്കുകയില്ല. പക്ഷേ ഭൂരിപക്ഷം പേരിലും ഇത് ഉപയോഗിക്കാവുന്നതാണ്.

അരക്കെട്ടിന്റെ അളവ്

വേറൊരു മാർഗ്ഗം അരക്കെട്ടിന്റെ അളവ് കണക്കാക്കലാണ്. ഈ അളവ് ബി എം ഐ യോടൊപ്പം കണക്കാക്കുന്നു. ആദ്യത്തെ 25–29.9, 30–34.9 വിഭാഗത്തെ കൂടുതൽ വിശേഷിപ്പിക്കുവാൻ അരക്കെട്ടിന്റെ അളവിന് കഴിയും. അപ്രകാരം കൂടുതൽ കൊഴുപ്പുള്ളത് അളക്കാൻ കഴിയും.

അരക്കെട്ടിന്റെ അളവ് പുരുഷന്മാരിൽ 94 സെമിയിൽ കൂടുതലും സ്ത്രീകളിൽ 80 സെമിയിൽ കൂടുതലും ആയാൽ അമിതഭാരത്തോട് ബന്ധപ്പെട്ട പ്രശ്നങ്ങളുണ്ടാകാറുണ്ട്.

അമിതഭാരത്തിന്റെ അപായസാധ്യത

അമിതഭാരമുണ്ടായാൽ ചർമ്മം മുതൽ ഹൃദയംവരെയുള്ള എല്ലാ അവയവങ്ങളെയും അത് ബാധിക്കും. പ്രധാനമായ അപായസാധ്യതകൾ ഇവയാണ്. കൊറോണറി ഹൃദ്രോഗം, ചില തരത്തിലുള്ള അർബ്ബുദങ്ങൾ പ്രധാനമായി സ്തനാർബ്ബുദം, കുടൽ അർബ്ബുദം, മസ്തിഷ്കാഘാതം, പിത്താശയരോഗം, കരളിൽ കൊഴുപ്പ് അടിഞ്ഞുകൂടൽ, പോളിസിസ്റ്റിക് അണ്ഡാശയരോഗം (polycystic ovarian syndrome), ജീവിതഗുണത്തെ ബാധിക്കൽ, ആത്മവിശ്വാസക്കുറവ്, വിഷാദരോഗം എന്നിവയുണ്ടാകാം.

കാരണങ്ങൾ

പ്രാഥമികമായി ശരീരത്തിന് ആവശ്യമുള്ളതിനേക്കാൾ കൂടുതൽ കലോറി കഴിക്കുന്നതുകൊണ്ടാണ് അമിതഭാരം വരുന്നത്. കൂടുതൽ കലോറി കൂടുതലുള്ള മധുരവും കൊഴുപ്പുമുള്ളവ കഴിക്കുന്നതുകൊണ്ടാണ് ഇത് സംഭവിക്കുന്നത്. അതോടൊപ്പം ശാരീരികവ്യായാമം കുറവാകലും പ്രശ്നം വഷളാക്കുന്നു. അപ്പോൾ ബാക്കിവരുന്ന കലോറി കൊഴുപ്പായി ശരീരത്തിൽ നിക്ഷേപിക്കപ്പെടുന്നു. അതാണ് അമിതഭാരം. ആധുനിക ജീവിതശൈലിയായ വളരെയധികം കലോറിയടങ്ങിയ അനാരോഗ്യകര മായ റെഡിമെയ്ഡ് ഭക്ഷണം കഴിക്കൽ, സോഫയിലും കാറിലും കൂടു തൽ സമയം ചെലവാക്കൽ, ജോലി സ്ഥലത്ത് ഒരേ ഇരിപ്പ്, വ്യായാമ മില്ലായ്മ എന്നിവ അമിതഭാരത്തിന് എല്ലാ വളവും വെച്ചുകൊടുക്കുന്നു. പല രോഗങ്ങളും ഉദാഹരണമായി ഹൈപ്പോതൈറോയ്ഡിസം എന്ന രോഗത്തിൽ തൈറോയ്ഡ് ഹോർമോൺ കുറവായതിനാലുള്ള അമിത ഭാരം ഉണ്ടാകാം. ഇവ അമിതഭാരം ഉണ്ടാക്കിയില്ലെങ്കിലും മരുന്നുകൊണ്ട് ഇവയെ നിയന്ത്രിച്ചില്ലെങ്കിൽ ഗുരുതരമായ ആരോഗ്യപ്രശ്നങ്ങളുണ്ടാകാം.

അമിതഭാരത്തിനുള്ള ചികിത്സ

ഇതിനുള്ള ഏറ്റവും അനുയോജ്യമായ ചികിത്സ കലോറി കുറഞ്ഞ ആരോഗ്യകരമായ ഭക്ഷണം കഴിക്കലും പതിവായി വ്യായാമം

ചെയ്യലുമാണ്. ഇതൊരു ഭക്ഷണവിദഗ്ദ്ധനെ (dietitian) കണ്ട് തീരുമാനിക്കാവുന്നതാണ്. നിങ്ങളുടെ അസുഖങ്ങളും പ്രായവും മറ്റു വ്യക്തിപരമായ പ്രത്യേകതകളും കണക്കിലെടുത്ത് അനുയോജ്യമായ കലോറി കുറഞ്ഞ ഭക്ഷണം ഡയറ്റിഷ്യൻ നിങ്ങൾക്ക് നിർദ്ദേശിക്കും. അതോടൊപ്പം നിങ്ങൾക്ക് പറ്റിയ വ്യായാമം ഡോക്ടർ നിർദ്ദേശിക്കും. തൂക്കം കുറയ്ക്കാനുള്ള ലക്ഷ്യത്തോടെയുള്ള സംഘങ്ങളിൽ അംഗമാകുന്നത് നല്ലതാണ്. വേഗത്തിലുള്ള നടത്തം, ജോഗ്ഗിങ്ങ്, നീന്തൽ, ടെന്നീസ്, സൈക്കിൾ സവാരി എന്നിവ ഗുണം ചെയ്യും. ഇവ ആഴ്ചയിൽ 150-300 മിനിറ്റ് ചെയ്യാം. ഭക്ഷണം വേഗത്തിൽ കഴിക്കരുത്, അത് കൂടുതൽ കഴിക്കാനിടയാക്കും. ഭക്ഷണത്തെയും ഭക്ഷണം കഴിക്കലിനെയും പറ്റിയുള്ള വൈകാരികത്തകരാറുകൾ പരിഹരിക്കുവാൻ കൗൺസിലിങ്ങ് നല്ലതാണ്.

ജീവിതശൈലി മാറ്റങ്ങൾകൊണ്ട് പ്രയോജനമുണ്ടായില്ലെങ്കിൽ ഓർലിസ്റ്റാറ്റ് എന്ന മരുന്ന് പ്രയോജനം ചെയ്യും. ഇത് കഴിക്കുന്ന ഭക്ഷണത്തിലെ കൊഴുപ്പ് വലിച്ചെടുക്കുന്നത് തടയും. ചുരുക്കമായി ഓപ്പറേഷൻ ചെയ്യാറുണ്ട്. അമിതഭാര ചികിത്സയ്ക്ക് ഒറ്റമൂലിയോ വേഗം ശരിയാകുന്ന മാർഗ്ഗങ്ങളോ ഇല്ല. ഭാരം കുറയുവാൻ അത് വെയ്ക്കുവാനെടുത്ത സമയത്തെക്കാളേറെ സമയമെടുക്കും. ഒരിക്കൽ ഭാരം കുറഞ്ഞു കിട്ടിയാൽ അതു തുടർന്ന് നിലനിർത്താൻ അതേ ജീവിതശൈലി തുടരേണ്ടി വരും. പതിവായി നിങ്ങളുടെ ഭാരം നോക്കലും പ്രയോഗികമായ ലക്ഷ്യം വെയ്ക്കലും സുഹൃത്തുക്കളെയും കുടുംബത്തെയും ചികിത്സയിൽ ബന്ധപ്പെടുത്തുന്നതും നല്ലതാണ്. ആകെയുള്ള ഭാരത്തിന്റെ മൂന്നു ശതമാനം കുറയ്ക്കുന്നതുപോലും ആരോഗ്യകരമായി വളരെ ഗുണം ചെയ്യും. ആ ലക്ഷ്യം നേടിക്കഴിഞ്ഞാൽ ആ നേട്ടം നിലനിർത്തുന്നത് വലിയ കാര്യമാണ്. അത് കാര്യമായി നിങ്ങളുടെ അമിതഭാരം മൂലമുള്ള രോഗങ്ങൾ കുറയ്ക്കുമെന്നതിന് സംശയമൊന്നുമില്ല. പ്രമേഹം ഹൃദ്രോഗം തുടങ്ങിയവയുടെ സാധ്യത കുറയ്ക്കാൻ കഴിയുന്നത് വമ്പിച്ച നേട്ടമാണ്.

> A wise man can learn more from a foolish question
> than a fool can learn from a wise answer.
>
> - Bruce Lee

ചുരുക്കത്തിൽ ഓർമ്മിക്കേണ്ടത് ഇതാണ്. നിങ്ങളുടെ ഡോക്ടറോട് ചോദ്യങ്ങൾ ചോദിച്ചാലും. ചോദിക്കുന്നതുകൊണ്ട് നിങ്ങൾക്കൊന്നും നഷ്ടപ്പെടാനില്ല. നേടാനുള്ളതോ രോഗവിമുക്തിയുടെ സമാശ്വാസ ജീവിതവും.

■

റഫറൻസ്

Acne vulgaris; NICE CKS, June 2009

Andropause at the US National Library of Medicine Medical Subject Headings(MeSH)

Asthma: statistical information; Lung and Asthma Information Agency

Attention deficit hyperactivity disorder; NICE CKS, August 2013

Beesoon S, Funkhouser E, Kotea N, et al; Chikungunya Fever, mauritius, 2006. Emerg Infect Dis. 2008 Feb;14(2):337-8.

Biederman J, Faraone SV; Attention-deficit hyperactivity disorder. Lancet. 2005 Jul 16-22;366(9481):237-48.

B. Mengel, Warren Lee Holleman, Scott A. Fields. 2nd edition. p.198. ISBN 0-306-46692-9

Making a diagnosis, John P. Langlois, Chapter 10 in Fundamentals of clinical practice (2002). Mark B. Mengel, Warren Lee Holleman, Scott A. Fields. 2nd edition. p.204.ISBN 0-306-46692-9

Bhan MK, Bahl R, Bhatnagar S; Typhoid and paratyphoid fever. Lancet. 2005 Aug 27-Sep 2;366(9487):749-62.

BRCA in breast cancer: ESMO Clinical Practice Guidelines; European Society for Medical Oncology (2011)

BSR and BHPR guideline for the management of rheumatoid arthritis (after the first 2 years); British

Caldwell PH, Deshpande AV, Von Gontard A; Management of nocturnal enuresis. BMJ. 2013 Oct 29;347:f6259. doi: 10.1136/bmj.f6259.

Campbell GL, Hills SL, Fischer M, et al; Estimated global incidence of Japanese encephalitis: a systematic review. Bull World Health Organ. 2011 Oct 1;89(10):766-74, 774A-774E. Epub 2011 Aug 3.

Cameron AJ, Magliano DJ, Soderberg S; A systematic review of the impact of including both waist and hip circumference in risk models for cardiovascular diseases, diabetes and mortality. Obes Rev. 2013

Jan;14(1):86-94. doi: 10.1111/j.1467-789X.2012.01051.x. Epub 2012 Oct 17.

Chapman AS, Swerdlow DL, Dato VM, et al; Cluster of sylvatic epidemic typhus cases associated with flying squirrels, 2004-2006. Emerg Infect Dis. 2009 Jul;15(7):1005-11.

Chest infections - adult; NICE CKS, August 2012

Crit. Care Med. 12 (1): 90-100. Bhatt S, Gething PW, Brady OJ, et al. (April 2013). "The global distribution and burden of dengue". Nature 496 (7446): 504-7. doi:10.1038/nature12060

De Swart RL; The pathogenesis of measles revisited. Pediatr Infect Dis J. 2008 Oct;27(10 Suppl):S84-8.

Dementia; NICE Quality Standard 1 (2010)

Dementia: Supporting people with dementia and their carers in health and social care; NICE Clinical Guideline (2006)

Diabetes - type 2; NICE CKS, July 2010

Diabetes - type 1; NICE CKS, Dec 2010

Drug Targets. 2011 Jun;11(3):300-14.

Dutta K, Nazmi A, Basu A; Chemotherapy in Japanese encephalitis: are we there yet? Infect Disorders

Eyre R, Feltbower RG, James PW, et al; The epidemiology of bone cancer in 0 - 39 year olds in northern England, 1981 - BMC Cancer. 2010 Jul 6;10:357.

Fairhurst RM, Nayyar GM, Breman JG, et al; Artemisinin-resistant malaria: research challenges, opportunities, and public health implications. Am J Trop Med Hyg. 2012 Aug; 87(2):231-41

Fike FB, Mortellaro VE, Pettiford JN, et al; Diagnosis of gastroesophageal reflux disease in infants. Pediatr Surg Int. 2011 Aug;27(8): 791-7. Epub 2011 Apr 6.

Franco E, Meleleo C, Serino L, et al; Hepatitis A: Epidemiology and prevention in developing countries. World J Hepatol. 2012 Mar 27;4(3):68-73. doi: 10.4254/wjh.v4.i3.68.

Frank E; Bipolar spectrum: has its time come? World Psychiatry. 2011 Oct;10(3):193-4.

Fulton J, Acne Vulgaris, Medscape, Aug 2011

Guideline on the Treatment of Acne, European Dermatology Forum (September 2011)

Island, France, 2005-2006. Am J Trop Med Hyg. 2007 Oct;77(4):727-31.

Guidelines for the management of arterial hypertension; ESH/ESC Clinical Practice Guidelines, European Society of Cardiology (2013)

Guidelines on muscle invasive and metastatic bladder cancer, European Association of Urology (2014)

Guidelines on non-muscle invasive bladder cancer, European Association of Urology (2014)

Guidelines for the nutritional management of anorexia nervosa, Royal College of Psychiatrists (2005)

Perkins SJ, Murphy R, Schmidt U, et al; Self-help and guided self-help for eating disorders. Cochrane Database Syst Rev. 2006 Jul 19;3:CD004191.

Hendrick P, Milosavljevic S, Hale L, et al. (March 2011). "The relationship between physical activity and low back pain outcomes: a systematic review of observational studies". Eur Spine J 20 (3): 464-74. doi:10.1007/s00586-010-1616-2. PMC 3048226. PMID 21053026.

Hendrick P, Te Wake AM, Tikkisetty AS, Wulff L, Yap C, Milosavljevic S (October 2010). "The effectiveness of walking as an intervention for low back pain: a systematic review". Eur Spine J 19 (10): 1613-20. doi:10.1007/s00586-010-1412-z. PMC 2989236. PMID 20414688.

Hypertension: management of hypertension in adults in primary care; NICE Clinical Guideline (August 2011)

Hunninghake GM, Cho MH, Tesfaigzi Y, et al; MMP12, lung function, and COPD in high-risk populations. N Engl J Med. 2009 Dec 31;361(27):2599-608. Epub 2009 Dec 16.

Kvamme JM, Holmen J, Wilsgaard T, et al; Body mass index and mortality in elderly men and women: the Tromso and HUNT studies. J Epidemiol Community Health. 2012 Jul;66(7):611-7. doi: 10.1136/jech.2010.123232. Epub 2011 Feb 14.

Mahmoud A, Comhaire FH (2006). "Mechanisms of disease: late-onset hypogonadism". Nat Clin

Making a diagnosis, John P. Langlois, Chapter 10 in Fundamentals of clinical practice (2002).

Mark Levett PN; Leptospirosis. Clin Microbiol Rev. 2001 Apr;14(2):296-326.

Maricar N, Callaghan MJ, Felson DT, et al; Predictors of response to intra-articular steroid injections in knee osteoarthritis--a systematic review. Rheumatology (Oxford). 2013 Jun;52(6):1022-32. doi: 10.1093/rheumatology/kes368. Epub 2012 Dec 22.

May;39(5):640-6. doi: 10.1111/j.1365-2222.2009.03221.x. Epub 2009Apr 6.

McKhann GM, Knopman DS, Chertkow H, et al; The diagnosis of dementia due to Alzheimer's disease: recommendations from the National Institute on Aging-Alzheimer's Association workgroups on diagnostic guidelines for Alzheimer's disease. Alzheimers Dement. 2011 May;7(3):263-9. doi: 10.1016/j.jalz.2011.03.005. Epub 2011 Apr 21.

Obesity; NICE CKS, October 2012

Platelet-rich plasma injections for osteoarthritis of the knee, NICE Interventional Procedure Guidance (May 2014)

Pract Urol 3 (8): 430-8. doi:10.1038/ncpuro0560.PMID 16902519.

Primary breast cancer: ESMO Clinical Practice Guidelines for diagnosis treatment and follow-up, ESMO (Aug 2013)

Ranjit S, Kissoon N (January 2011). "Dengue hemorrhagic fever and shock syndromes". Pediatr.

Renault P, Solet JL, Sissoko D, et al; A major epidemic of chikungunya virus infection on Reunion

Respiratory tract infections; NICE Clinical Guideline (July 2008)

"Restructuring Informed Consent: Legal Therapy for the Doctor-Patient Relationship". The Yale Law Journal 79 (8): 1533-1576. 1970.doi:10.2307/79527

Regional Committee for Europe September 2010, World Health Organization; Renewed commitment to measles and rubella elimination and prevention of congenital rubella syndrome in the WHO European Region by 2015

Rheumatoid arthritis; NICE CKS, June 2009

Sharma A, Mahajan S, Gupta ML, et al; Investigation of an outbreak of scrub typhus in the himalayan region of India.; Jpn J Infect Dis. 2005 Aug;58(4):208-10.

Smith DJ, Thapar A, Simpson S; Bipolar spectrum disorders in primary care: optimising diagnosis and treatment. Br J Gen Pract. 2010 May;60(574):322-4.

Simple Tips to Improve Patient Satisfaction By Michael Pulia. American Academy of Emergency Medicine. 2011; 18(1): 18-19.

Society for Rheumatology and British Health Professionals in Rheumatology (January 2009)

Sureshkumar P, Jones M, Caldwell PH, et al; Risk Factors for Nocturnal Enuresis in School-Age Children. J Urol. 2009 Oct 19 Aripiprazole for treating moderate to severe manic episodes in adolescents with bipolar I disorder, NICE Technology Appraisal (July 2013)

Theodoropoulos DS, Flockey RF, Boyce HW Jr; Sandifer's syndrome and gastro-oesophageal reflux disease. J Neurol Neurosurg Psychiatry. 1999 Jun; 66(6):805-6.

Tan ML, Choong PF, Dass CR; Osteosarcoma: Conventional treatment vs. gene therapy. Cancer Biol Ther. 2009 Jan;8(2):106-17. Epub 2009 Feb 12.

Thomas R, Mitchell GK, Batstra L; Attention-deficit/hyperactivity disorder: are we helping or harming? BMJ. 2013 Nov 5;347:f6172. doi: 10.1136/bmj.f6172.

Use of Glycated Haemoglobin (HbA1c) in the Diagnosis of Diabetes Mellitus; World Health Organization, 2011

Williams AN, Woessner KM; Monosodium glutamate 'allergy': menace or myth? Clin ExpAllergy. 2009

White Book on Allergy; World Allergy Organization, 2011

World Malaria Report; World Health Organization, 2012

www.ingramcontent.com/pod-product-compliance
Lightning Source LLC
LaVergne TN
LVHW060434051026
849518LV00002B/457
* 9 7 8 8 1 8 4 2 3 4 6 7 1 *